മനുഷ്യനെ തൊടുന്നതൊന്നും
എനിക്കന്യമല്ല

Manushyane Thodunnathonnum Enikkanyamalla
Conversation

Aijaz Ahmad / Vijay Prashad

Translation
Silpa Shaji
Nitheesh Narayanan

CHINTHA PUBLISHERS
Thiruvananthapuram

First Edition
October 2023

Second Impression
November 2023

Second Edition
December 2023

Third Edition
April 2025

Published & Typesetting
Chintha Publishers, Thiruvananthapuram

Printed at
Repro India Ltd, Mumbai

Cover Design
Vinod Mangoes

ISBN : 978-81-19131-72-3

CR - 3673 / 7426

₹ 300

Email: chinthapublishers@gmail.com
Website: www.chinthapublishers.com

A version is available at National Libraries
Kolkata, Mumbai, Chennai and Delhi

Distribution
DESHABHIMANI BOOK HOUSE
H O Thiruvananthapuram 695035

Branches & Agencies
Head Office Kunnukuzhi • Statue Thiruvananthapuram
Saphalyam Complex Thiruvananthapuram
Machingal Lane Thrissur • IG Road Kozhikode
Mavoor Road Kozhikode • NGO Union Building Kannur
Central Bus Terminal Complex Thavakkara Kannur
Revenue Tower Ernakulam • Sulthanpetta Palakkad
Postoffice Road Kottaym • Hospital Road Nilamboor
Old Municipal Bus Stand Kalpatta

മനുഷ്യനെ തൊടുന്നതൊന്നും എനിക്കന്യമല്ല

ഐജാസ് അഹമ്മദുമായി വിജയ് പ്രഷാദ് നടത്തിയ ദീർഘ സംഭാഷണം

പരിഭാഷ

ശിൽപ ഷാജി

നിതീഷ് നാരായണൻ

ചിന്ത പബ്ലിഷേഴ്സ്
തിരുവനന്തപുരം-695 035
വില : ₹ 300

ശിൽപ ഷാജി

കോഴിക്കോട് തിരുവമ്പാടി സ്വദേശി. കോടഞ്ചേരി ഗവൺമെന്റ് കോളേജ്, ഹരിയാന കേന്ദ്ര സർവ്വകലാശാല എന്നിവിടങ്ങളിൽ വിദ്യാഭ്യാസം. നിലവിൽ ഡൽഹി കേന്ദ്രീകരിച്ചുള്ള മാധ്യമ പ്രവർത്തക.

നിതീഷ് നാരായണൻ

എസ് എഫ് ഐ അഖിലേന്ത്യാ ഉപാദ്ധ്യക്ഷനും *സ്റ്റുഡന്റ് സ്ട്രഗിൾ* ജേർണലിന്റെ എഡിറ്ററുമാണ്. ജെ എൻ യുവിൽ പി എച്ച് ഡി സ്കോളർ. ട്രൈക്കോണ്ടിനെന്റൽ ഇൻസ്റ്റിറ്റ്യൂട്ട് ഫോർ സോഷ്യൽ റിസർച്ചിലെ ഗവേഷകൻ. *1921 Uprising in Malabar, Education or exclusion? The plight of Indian Students, ആശയസമരങ്ങളുടെ ലോകം* എന്നീ പുസ്തകങ്ങളുടെ എഡിറ്റർ.

ഉള്ളടക്കം

ഐജാസ് അഹമ്മദ് (1941–2022)
മഹാനായ ഒരു മാർക്സിസ്റ്റിന്റെ ജീവിതം
വിജയ് പ്രഷാദ് 9

യൗവനം, പുസ്തകങ്ങൾ 17
രാഷ്ട്രീയപ്രവേശം 26
ഇഖ്ബാൽ, ഫിറോസ്, ഐജാസ് 33
1975–79: രാഷ്ട്രീയ പ്രതിസന്ധിയുടെ കാലം 41
ഗാലിബ് 52
സാമ്രാജ്യത്വവിരുദ്ധത 57
പോസ്റ്റ് കൊളോണിയലിസം 75
ഇന്ത്യയിലേക്കുള്ള മടക്കം 83
ഇൻ തിയറി 93
ഇൻ തിയറിയോടുള്ള പ്രതികരണങ്ങൾ 114
ഗ്രാംഷിയും ഹിന്ദുത്വയും 122
ശരിയായ ബൂർഷ്വാസിയുടെ അഭാവം 131
നിർണ്ണായക ഇടതുപക്ഷം 139
ഉത്തരാധുനികത 151
സാമ്രാജ്യത്വം 166
ഇസ്ലാമിസം 176
ഓരോ രാജ്യത്തിനും
അത് അർഹിക്കുന്ന ഫാസിസം ലഭിക്കുന്നു 185
ബുദ്ധിജീവികൾ 192

പ്രസാധകക്കുറിപ്പ്

സോവിയറ്റ് അനന്തര ലോകത്തെ സൈദ്ധാന്തിക വെല്ലുവിളികൾ ഏറ്റെടുത്ത മാർക്സിസ്റ്റ് ചിന്തകനായിരുന്നു ഐജാസ് അഹമ്മദ്. തൊണ്ണൂറുകൾക്ക് ശേഷം മലവെള്ളപ്പാച്ചിൽ പോലെ ഒഴുകിയെത്തിയ ഇടതുപക്ഷവിരുദ്ധ ചിന്തകളെ തികച്ചും അക്കാദമികമായിത്തന്നെ അദ്ദേഹം നേരിട്ടു. *ഇൻ തിയറി* എന്ന അദ്ദേഹത്തിന്റെ പ്രബന്ധ സമാഹാരം ഒരു ക്ലാസിക്കായി ഇന്നും അറിയപ്പെടുന്നു. മാർക്സിസ്റ്റ് രീതിശാസ്ത്രങ്ങൾ പാശ്ചാത്യസർവ്വകലാശാലകളിൽ ബോധപൂർവ്വം തിരസ്കരിക്കപ്പെട്ട ഈ കാലത്തും രാജ്യാന്തര തലത്തിലെ ഏറ്റവും പ്രശസ്തനായ ഈ ചിന്തകൻ താല്പര്യപ്പെട്ടത് ഒഴുക്കിനെതിരെ നീന്താനാണ്.

ഇന്ത്യയിലാകട്ടെ സംഘപരിവാറിന്റെ കണ്ണിലെ ഏറ്റവും വലിയ കരടായിരുന്നു എന്നും അദ്ദേഹം. നിരന്തര വേട്ടയാടലുകൾക്കൊടുവിൽ മോദി ഭരണകൂടം അദ്ദേഹത്തെ ഈ രാജ്യത്തുനിന്നും പുറത്താക്കി.

ഐജാസ് അഹമ്മദിന്റെ ഗഹനമായ ധൈഷണിക ലോകത്തെ കഴിയുന്നത്ര ലളിതമായി പരിചയപ്പെടുത്താൻ വിജയ് പ്രഷാദ് നടത്തിയ ശ്രമമാണ് ഈ പുസ്തകം. ഇടതുപക്ഷ ചിന്തകളുടെ ആഴങ്ങൾ നന്നായി തിരിച്ചറിഞ്ഞ രണ്ടുപേരുടെ ദീർഘ സംഭാഷണങ്ങളിലൂടെയാണ് ഈ പുസ്തകം രചിക്കപ്പെട്ടിരിക്കുന്നത്. *Nothing Human Is Alien To Me* എന്ന പേരിൽ ലെഫ്റ്റ് വേർഡ് പ്രസിദ്ധീകരിച്ച പുസ്തകത്തിന്റെ മലയാള പരിഭാഷയാണിത്.

സൈദ്ധാന്തികലോകത്തെ നവചലനങ്ങൾ അറിയാനും മഹാനായ ആ ചിന്തകന്റെ ധൈഷണിക ജീവിതത്തെ അടുത്തറിയാനും ഈ പുസ്തകം സഹായിക്കും. പുസ്തകത്തിന്റെ പരിഭാഷ നിർവ്വഹിച്ചത് ശിൽപ ഷാജിയും നിതീഷ് നാരായണനുമാണ്. അവരോടുള്ള നന്ദി രേഖപ്പെടുത്തുന്നു.

ചിന്ത പബ്ലിഷേഴ്സ്

വിവർത്തകരുടെ കുറിപ്പ്

കഴിഞ്ഞ രണ്ടുവർഷത്തോളമായി ഞങ്ങളുടെ ചിന്തകൾക്കും പഠനത്തിനുമൊപ്പം ഈ പുസ്തകവുമുണ്ട്. ഞങ്ങൾ ഈ പുസ്തകം മലയാളത്തിലേക്ക് വിവർത്തനം ചെയ്യാനാരംഭിച്ച വിവരം ഇതിന്റെ ശിൽപി വിജയ് പ്രഷാദ് വഴി ഐജാസ് അഹമ്മദിനെ അറിയിച്ചിരുന്നു. അദ്ദേഹം സന്തോഷവാനായിരുന്നു. എന്നാൽ പുസ്തകം പൂർത്തിയാകും മുൻപുതന്നെ മഹാനായ ആ മാർക്സിസ്റ്റ് ചിന്തകൻ യാത്രയായി. ഐജാസിന്റെ ധൈഷണിക ജീവചരിത്രം എന്ന നിലയിൽ ഈ ഗ്രന്ഥം എക്കാലവും നിലനില്ക്കും. മാർക്സിസത്തിന്റെ രീതിശാസ്ത്രത്തിലൂടെ ലോകത്തെയും ധൈഷണിക പദ്ധതികളെയും എങ്ങനെ മനസ്സിലാക്കാം എന്ന് അന്വേഷിക്കുന്നവർക്കുള്ള പാഠപുസ്തകമാണ് ഈ ദീർഘ സംഭാഷണത്തിന്റെ ശേഖരം. ഈ പുസ്തകത്തെ പരിചയപ്പെടാനായത് ജീവിതത്തിലെ നിർണ്ണായകമായ വഴിത്തിരിവായി കരുതുന്നവരാണ് ഞങ്ങൾ. അതേ അനുഭവം ഈ പുസ്തകത്തിലൂടെ കടന്നുപോകുന്ന ഓരോരുത്തർക്കും പങ്കുവെക്കാനുണ്ടാകുമെന്ന് ഞങ്ങൾക്കുറപ്പുണ്ട്. കൂടുതൽ ചർച്ചകൾക്കും ചിന്തകൾക്കും ഈ പുസ്തകം വഴിവെക്കണം എന്ന ആഗ്രഹത്തിൽനിന്നാണ്, സമയമെടുത്താണെങ്കിലും ഇത് മലയാളത്തിലേക്ക് മൊഴിമാറ്റം ചെയ്യണമെന്ന തീരുമാനത്തിലേക്ക് ഞങ്ങൾ എത്തിയത്. ഞങ്ങളുടെ ആദ്യത്തെ വിവർത്തന ഗ്രന്ഥം കൂടിയാണിത്.

ഐജാസ് അഹമ്മദിനൊപ്പം അദ്ദേഹത്തിന്റെ ജീവിതത്തിലൂടെ അസാധാരണമായ യാത്ര നടത്തി ഒടുവിൽ ഈ പുസ്തകത്തിലേക്കെത്തിയ വിജയ് പ്രഷാദിനോട് ഞങ്ങൾ കടപ്പെട്ടിരിക്കുന്നു. ഇതിന്റെ ഇംഗ്ലീഷ് പതിപ്പ് പ്രസിദ്ധീകരിച്ച ലെഫ്റ്റ് വേഡ് ബുക്സിനോടും മലയാളം പ്രസിദ്ധീകരിക്കുന്ന ചിന്തയോടും ഞങ്ങൾക്ക് നന്ദിയുണ്ട്. അസീദ് കരീം ഹുസ്സൈൻ, ശ്യാം വി എസ്, അനുപമ മോഹൻ, അമൽ ദാസ് സി എന്നിവർ ചില അദ്ധ്യായങ്ങളുടെ വിവർത്തനത്തിൽ ഇടപെട്ടിട്ടുണ്ട്. അത് അതത് അദ്ധ്യായങ്ങൾക്കൊപ്പം ചേർത്തിട്ടുണ്ട്. ഭരത് കെ, ദീപക് പച്ച, അഭിവാദ് എം എസ് എന്നിവർ പ്രൂഫ് റീഡ് ചെയ്യാൻ സഹായിച്ചിട്ടുണ്ട്. ഈ ഉദ്യമം പൂർത്തിയാക്കാൻ ഞങ്ങൾക്ക് പിന്തുണയായ മുഴുവൻ സുഹൃത്തുക്കൾക്കും നന്ദി.

ഐജാസ് അഹമ്മദിന്റെ ഓർമ്മകൾക്ക് മുന്നിൽ ഞങ്ങൾ ഈ പുസ്തകം സമർപ്പിക്കുന്നു.

ശിൽപ ഷാജി
നിതീഷ് നാരായണൻ

ആമുഖം

ഐജാസ് അഹമ്മദ് (1941-2022)
മഹാനായ ഒരു മാർക്സിസ്റ്റിന്റെ ജീവിതം

വിജയ് പ്രഷാദ്

തന്റെ വീട്ടിനകത്ത്, സ്വന്തം പുസ്തകങ്ങളാലും എഴുത്തുകളാലും മക്കളുടെയും സുഹൃത്തുക്കളുടെയും ഊഷ്മളമായ സ്നേഹത്താലും വലയം ചെയ്യപ്പെട്ട് 2022 മാർച്ച് മാസം ഒൻപതിന് ഐജാസ് അഹമ്മദ് യാത്രയായി.

ബ്രിട്ടീഷ് ഇന്ത്യയിലെ മുസാഫർനഗറിൽ ജനിച്ച ഐജാസ് ചെറുപ്രായത്തിൽത്തന്നെ വിപുലമായി വായിക്കുകയും ബാല്യം ചെലവഴിച്ച ആ ചെറുപട്ടണത്തിനുമപ്പുറത്തേക്ക് ഒഴുകിപ്പടരാൻ സ്വന്തം മനസ്സിനെ കെട്ടഴിച്ചുവിടുകയും ചെയ്തു. പിതാവ് നല്കിയ പുരോഗമനാശയങ്ങളടങ്ങിയ പുസ്തകങ്ങൾ, ഇന്തോ-ഗംഗാ സമതലത്തിലെ ദോവാബ് പ്രദേശത്തിനപ്പുറമുള്ള ഭൂമികകളെയും മുതലാളിത്ത വ്യവസ്ഥയുടെ തടങ്കലുകൾക്ക് അതീതമായ ലോകത്തെയും അറിയാൻ അദ്ദേഹത്തെ സഹായിച്ചു. ചെറുപ്പം മുതൽ തന്നെ ഐജാസ് സാർവ്വദേശീയതയും സോഷ്യലിസവും സ്വപ്നം കാണാൻ തുടങ്ങി. 1947-48 ലെ വിഭജനത്തിന് ഏതാനും വർഷങ്ങൾക്കു ശേഷം അദ്ദേഹത്തിന്റെ കുടുംബം പാകിസ്ഥാനിലേക്ക് കുടിയേറുകയുണ്ടായി. അവിടെ, ലാഹോറിലായിരുന്നു ഐജാസിന്റെ വിദ്യാഭ്യാസം. എന്നാൽ കോളേജ് ക്ലാസ്മുറികൾക്കൊപ്പം ചായക്കടകളിലും രാഷ്ട്രീയ സംഘടനകളുടെ കീഴ്ഘടകങ്ങളിലുമൊക്കെയായിരുന്നു ഈ വിദ്യാഭ്യാസ പ്രക്രിയ നടന്നത്. ഉറുദു സാഹിത്യത്തിലെ ഏറ്റവും മികച്ച എഴുത്തുകാരെ ഐജാസ് ഇത്തരം കഫേകളിൽ കണ്ടുമുട്ടി. കവിതയും രാഷ്ട്രീയവും അവരിൽനിന്ന് നേരിട്ട് പഠിച്ചു. രാഷ്ട്രീയ സംഘടനകളുടെ സെല്ലുകളിൽ അദ്ദേഹം മാർക്സിസത്തിന്റെ ആഴമറിഞ്ഞു. അതിരുകളില്ലാത്ത ആ ലോകവീക്ഷണം ജീവിതാവസാനംവരെ അദ്ദേഹത്തിന് വഴികാട്ടിയായി. പാകിസ്ഥാനിലെ ഇടതുപക്ഷമുന്നേ

റ്റങ്ങളിൽ സജീവമായ ഐജാസ് അപ്പോഴേക്കും അധികാരികളുടെ നോട്ട പ്പുള്ളിയായി മാറിയിരുന്നു. തുടർന്ന് അദ്ദേഹം അമേരിക്കയിലെ ന്യൂയോർക്ക് സിറ്റിയിലേക്ക് കുടിയേറി.

ഐജാസ് അഹമ്മദിന്റെ അഭിനിവേശങ്ങളായ കവിതയും രാഷ്ട്രീ യവും ന്യൂയോർക്കിൽ പൂത്തുലഞ്ഞു. ഉറുദു കവിതയോടുള്ള തന്റെ അതിരറ്റ സ്നേഹം അഡ്രിയൻ റിച്ച്, വില്യം സ്റ്റാഫോർഡ്, ഡബ്ല്യൂ എസ് മെർവിൻ തുടങ്ങി ആ കാലത്തെ ഏറ്റവും പ്രശസ്തരായ കവികളിലേക്ക് അദ്ദേഹം ചൊരിഞ്ഞു. അവർക്ക് വേണ്ടി ഗാലിബിന്റെ ഗസലുകൾ പാടി, അവർക്ക് വീഞ്ഞ് പകർന്നു. അതോടൊപ്പം ഐജാസിന്റെ ഗാലിബ് വിശദീകരണത്തിൽനിന്നും അവർ സ്വയം വീണ്ടെടുക്കപ്പെടുന്നതും കണ്ടു. ഈ നൂതന സൃഷ്ടിയുടെ ഫലമായിരുന്നു ഐജാസിന്റെ ആദ്യ പുസ്തകമായ *ഗസൽ ഓഫ് ഗാലിബ്* (1971). അതേ സമയം ഐജാസ്, ദക്ഷിണേഷ്യയിൽ നടക്കുന്ന അതിക്രമങ്ങൾക്കെതിരെ നിലപാടെടുത്ത പാകിസ്ഥാൻ ഫോറം എന്ന ജേണൽ തയ്യാറാക്കാൻ ഫിറോസ് അഹ മ്മദിനൊപ്പം പ്രവർത്തിച്ചു. യഹ്യാ ഖാന്റെ (1969–1971) സൈനിക സ്വേച്ഛാ ധിപത്യത്തിലും, സുൽഫിക്കർ അലി ഭൂട്ടോയുടെ (1971–1977) സൈനി കേതര മാർഗ്ഗങ്ങളിലും അവർ പ്രത്യേക ശ്രദ്ധ കേന്ദ്രീകരിച്ചു. 1972 ൽ ബംഗ്ലാദേശായി മാറിയ കിഴക്കൻ പാകിസ്ഥാനിലെയും ബലൂചിസ്ഥാനി ലെയും കലാപങ്ങളെക്കുറിച്ചായിരുന്നു ഐജാസ് പ്രധാനമായും എഴു തിയത്. ഈ കാലഘട്ടത്തിലാണ് ദക്ഷിണേഷ്യൻ രാഷ്ട്രീയത്തെക്കുറിച്ച് *മന്ത്‌ലി റിവ്യൂ* പോലുള്ള സോഷ്യലിസ്റ്റ് ജേണലുകളിൽ എഴുതിത്തു ടങ്ങിയത്. പിന്നീട് ദശകങ്ങളോളം അതുമായുള്ള ബന്ധം തുടർന്നു.

1980 കളിൽ ഡൽഹിയിൽ താമസമാരംഭിച്ച ഐജാസ് അഹമ്മദ്, നഗരത്തിലെ വിവിധ കോളേജുകളിൽ (ജവഹർലാൽ നെഹ്റു യൂണി വേഴ്സിറ്റി ഉൾപ്പെടെ) അദ്ധ്യാപകനായി. മൂന്ന് വ്യത്യസ്ത മേഖലകളിലെ അന്വേഷണങ്ങൾക്ക് വിപുലമായ സംഭാവനകൾ നല്കുംവിധമുള്ള നിരൂ പണത്തിന്റെ ഒരു തലത്തിലേക്ക് ഐജാസ് ചേക്കേറി. ഉത്തരാധുനി കതയും പോസ്റ്റ് കൊളോണിയലിസവും, ഹിന്ദുത്വവും ഉദാരവല്ക്കര ണവും, അമേരിക്കയെ കേന്ദ്രീകരിച്ചുള്ള പുതിയ ലോകക്രമവും അവർ നയിക്കുന്ന ആഗോളവല്ക്കരണവും എന്നിവയായിരുന്നു അവ.

സംസ്കാരത്തോടും സാഹിത്യത്തോടും ഐജാസ് ഉന്നതമായ മതിപ്പ് പുലർത്തി. അതിന്റെ അടിസ്ഥാനത്തിൽ, മൂന്നാം ലോകത്തിന്റെ സംസ്കാരങ്ങളെ വിലയിരുത്തുന്നതിൽ മെട്രോപ്പൊളിറ്റൻ സർവ്വകലാ ശാലകൾ പിന്തുടരുന്ന നിസ്സംഗതയെക്കുറിച്ച് ശക്തമായ വിശകലനങ്ങൾ നടത്തി. ഉത്തരാധുനികതയുടെയും പോസ്റ്റ് കൊളോണിയലിസത്തി ന്റെയും ധാരകൾക്കെതിരായ, കരുത്തുറ്റ വിലയിരുത്തലുകളായി അദ്ദേ ഹത്തിന്റെ ഈ എഴുത്തുകൾ വികസിച്ചു. പ്രമുഖ മാർക്സിസ്റ്റ് സാഹിത്യ നിരൂപകൻ ഫ്രെഡ് ജെയിംസണിന്റെയും പൗരസ്ത്യവാദത്തിന്റെയും (Orientalism) മുഖ്യ വിമർശകനായ എഡ്വേർഡ് സെയ്ദിന്റെയും കൃതി

കൾ ഉൾപ്പെടെ സൂക്ഷ്മമായി വിലയിരുത്തിക്കൊണ്ടുള്ളതായിരുന്നു അദ്ദേഹത്തിന്റെ രചനകൾ. ഉത്തരാധുനികതയെയും പോസ്റ്റ് കൊളോണിയലിസത്തെയും കുറിച്ചുള്ള ഐജാസിന്റെ വിമർശനങ്ങളുടെ കാതൽ, മാർക്സിസത്തോടുള്ള അവയുടെ നിഷേധമായിരുന്നു.

'പോസ്റ്റ് മാർക്സിസം എന്നത് പ്രീമാർക്സിസമല്ലാതെ മറ്റൊന്നുമല്ല, 'മാർക്സ് മറികടന്നുപോയ ആശയവാദത്തിലേക്കുള്ള ഒരു തിരിച്ചു പോക്ക്' അദ്ദേഹം എന്നോട് പറഞ്ഞു. ഇങ്ങനെ അഭിപ്രായപ്പെട്ടപ്പോൾ, ഇറ്റാലിയൻ കമ്യൂണിസ്റ്റ് അന്റോണിയോ ഗ്രാംഷിയെ, ഉത്തരാധുനിക ചിന്തകനായി വായിച്ച ഏണസ്റ്റോ ലാക്ലൗ, ചാന്റൽ മൗഫ് എന്നിവരുടെ *ഹെജിമണി ആന്റ് സോഷ്യലിസ്റ്റ് സ്ട്രാറ്റെജി* (1985) എന്ന വായനക്കാരെ വളരെ സ്വാധീനിച്ച പുസ്തകമായിരുന്നു ഐജാസിന്റെ മനസ്സിലുണ്ടായിരുന്നത്. ഈ പശ്ചാത്തലത്തിലാണ് ഐജാസ്, ഗ്രാംഷിയുടെ കൃതികളെ സൂക്ഷ്മമായി വായിക്കാൻ തുടങ്ങിയത്. ഈ രചനകൾ ഐജാസിന്റെ ക്ലാസിക് പുസ്തകമായ *ഇൻ തിയറി: ക്ലാസ്സസ്, നേഷൻസ്, ലിറ്ററേച്ചേഴ്സ്* (വെർസോ & തുലിക, 1992) ൽ പ്രസിദ്ധീകരിച്ചു. ഈ പുസ്തകം ലോകമെമ്പാടുമുള്ള പണ്ഡിതരിൽ ചെലുത്തിയ സ്വാധീനം ഏതാനും വാചകങ്ങളിൽ പറയുക പ്രയാസമാണ്. മാർക്സിസം ആക്രമിക്കപ്പെട്ടപ്പോൾ, അതിന്റെ പ്രസക്തിയെക്കുറിച്ചല്ല, അതിന്റെ അനിവാര്യതയെക്കുറിച്ച് ഏറ്റവും പ്രോജ്ജ്വലമായി സംസാരിച്ചുകൊണ്ടിരുന്ന ചുരുക്കം ചില ചിന്തകരിൽ ഒരാളായിരുന്നു ഐജാസ്. 'മിക്ക കാര്യങ്ങളെയുംപോലെ അധിനിവേശാനന്തരതയും (Post-coloniality) ഒരു വർഗ്ഗ വിഷയമാണ്', തന്റെ രചനയെ നിർവ്വചിക്കുന്ന തരത്തിലുള്ള മൂർച്ചയോടെ അദ്ദേഹം എഴുതി. സിദ്ധാന്തത്തെക്കുറിച്ച് എങ്ങനെ ചിന്തിക്കണമെന്നും എഴുതണമെന്നും ഒരു തലമുറയെ മുഴുവൻ പഠിപ്പിച്ച പുസ്തകമായിരുന്നു *ഇൻ തിയറി.* ഈ പുസ്തകത്തിലൂടെയും ഒപ്പം *മന്ത്‌ലി റിവ്യൂ*വിൽ പ്രസിദ്ധീകരിച്ച ലേഖനങ്ങളിലൂടെയുമാണ് ഐജാസ് മാർകസിസ്റ്റ് പാരമ്പര്യത്തിന്റെ പ്രധാന പ്രതിരോധം ഉയർത്തിയത്. 'മാർക്സ് അതിരുകളില്ലാത്തതാണ്', എന്നു സമീർ അമിൻ എഴുതിയതിനെക്കുറിച്ച് ഐജാസ് എന്നോട് ചർച്ച ചെയ്തിരുന്നു. സമീറിന്റെ പില്ക്കാല രചനകളുടെ ഒരു പുസ്തകം ഐജാസിന്റെ മുഖവുരയോടെ ഞങ്ങൾ തയ്യാറാക്കിയപ്പോഴായിരുന്നു ഇത്. മുതലാളിത്തത്തെ മറികടക്കുന്നതുവരെ, അതിനെക്കുറിച്ചുള്ള വിമർശനവും അപൂർണ്ണമാണ് എന്നതിനാൽ അതിന് അതിരുകളില്ല. അതുകൊണ്ട്, മാർക്സിനെ നിരാകരിക്കുകയെന്നാൽ, മുതലാളിത്ത വ്യവസ്ഥിതിയെയും മനുഷ്യരാശിയുടെ മേലുള്ള അതിന്റെ അമർത്തിപ്പിടുത്തത്തെയും സമഗ്രമായി മനസ്സിലാക്കുവാനുതകുന്ന ഏറ്റവും ശക്തമായ ഉപകരണങ്ങളുടെ ഒരു നിരതന്നെ നിരസിക്കുക എന്നതാണ്.

1992 ൽ ബാബരി മസ്ജിദ് തകർക്കുന്നതിന് തൊട്ടുമുമ്പും ശേഷവുമുള്ള കാലഘട്ടത്തിൽ, ഹിന്ദുത്വയുടെ ഉദയത്തെ അപഗ്രഥിക്കാൻ

ഐജാസിനെ സഹായിച്ചത് ഗ്രാംഷിയുടെ എഴുത്തുകളാണ്. ഈ കാലഘട്ടത്തിലെ ഐജാസിന്റെ രചനകളിൽ കാണാവുന്ന ഒരു വാചകമാണ് 'ഓരോ രാജ്യത്തിനും അത് അർഹിക്കുന്ന ഫാസിസം ലഭിക്കുന്നു' എന്നത്. ഉദാരവല്ക്കരണത്തിന്റെയും ഹിന്ദുത്വയുടെയും ദ്രുതഗതിയിലുള്ള വളർച്ചയിൽ അന്ധാളിച്ച ഇന്ത്യയിലെ ഒരു തലമുറയാകെ, രാജ്യത്തെ തീവ്രവലതുപക്ഷ ഉദയത്തിന്റെ സ്വഭാവം വെളിപ്പെടുത്തുന്ന ഐജാസിന്റെ രചനകളിൽ അഭയം പ്രാപിച്ചു. ഈ രചനകൾ (അവയിൽ പലതും *ലീനിയേജസ് ഓഫ് ദി പ്രസെന്റ്: പൊളിറ്റിക്കൽ എസ്സെയ്സ്* (തൂലിക, 1996) എന്ന ഗ്രന്ഥത്തിൽ ശേഖരിച്ചിട്ടുണ്ട്) തീവ്രവലതുപക്ഷത്തിന്റെ വളർച്ചയെ സൈദ്ധാന്തികവും ചരിത്രപരവുമായി കണിശമായ ഭാഷയിൽ വിശദീകരിക്കുന്നു. ഈ പരിഗണനകൾ ഒരിക്കലും ഐജാസിനെ വിട്ടുപോകുന്നില്ല. തന്റെ ജീവിതത്തിന്റെ അവസാന ദശകത്തിൽ തീവ്രവലതുപക്ഷത്തിന്റെ രചനകളാണ് അദ്ദേഹം സശ്രദ്ധം വായിച്ചത്. ഈ വായനകളെ അധികരിച്ചാണ് 2017 ൽ കാലിഫോർണിയ സർവ്വകലാശാലയിൽ (ഇർവിൻ) അദ്ദേഹം വെല്ലെക് പ്രഭാഷണങ്ങൾ നടത്തിയത്. ഇവ ശേഖരിച്ച് പ്രസിദ്ധീകരിക്കാൻ ലെഫ്റ്റ് വേഡ് ബുക്സ് തീരുമാനിച്ചിട്ടുണ്ട്. ഈ രചനകളിലൂടെ ഐജാസ് നല്കിയ സംഭാവനകളിലൊന്ന്, ജാതി വ്യവസ്ഥയുടെ നികൃഷ്ടതയിലും പുരുഷാധിപത്യത്തിന്റെ അധികാരശ്രേണിയിലും വേരൂന്നിയ നമ്മുടെ സംസ്കാരത്തിന്റെ കാഠിന്യത്തെപ്പറ്റിയുള്ള ഓർമ്മപ്പെടുത്തലുകളാണ്. 'ഓരോ രാജ്യത്തിനും അർഹമായ ഫാസിസം ലഭിക്കുന്നു' എന്ന ചൊല്ലിലൂടെ അദ്ദേഹം അർത്ഥമാക്കുന്നത് ഇക്കാര്യങ്ങളെല്ലാമാണ്. ഹിന്ദുത്വയുടെ വേരുകൾ മനസ്സിലാക്കാൻ, മേല്പറഞ്ഞ 'കാഠിന്യ സംസ്കാര'ത്തിന്റെ അടിവേരുകൾ ഗ്രഹിക്കുകയും, സ്വകാര്യവല്ക്കരണ അജണ്ട തൊഴിൽ രംഗത്തെ കൂടുതൽ ദയാരഹിതമാക്കിക്കൊണ്ട് രാഷ്ട്രീയ ഹിന്ദു-വലതുപക്ഷത്തിന്റെ ഉദയത്തിന് കളമൊരുക്കിയതെങ്ങനെയെന്ന് മനസ്സിലാക്കുകയും ചെയ്യേണ്ടതുണ്ട്. വലിയ രാഷ്ട്രീയ ആശയക്കുഴപ്പം നിലനിന്നിരുന്ന കാലത്ത് ഇന്ത്യയിലുടനീളം നടത്തിയ ഈ പ്രഭാഷണങ്ങൾ ഇപ്പോഴും ക്ലാസിക്കുകളായി തുടരുന്നു. മനുഷ്യാന്തസ്സിനുനേരെയുള്ള ഫാസിസ്റ്റ് ശക്തികളുടെ ആക്രമണങ്ങൾ തുടരുമ്പോൾ ഈ രചനകളുടെ വായനയും പുനർ വായനയും ആവശ്യമാണ്. പ്രതീക്ഷയുടെ അവസാന കിരണവും കവർന്നെടുക്കപ്പെട്ടു എന്ന് തോന്നിയ ഘട്ടത്തിൽ ഐജാസ് നമുക്ക് ആത്മവിശ്വാസം പകർന്നു.

പരുക്കൻ വർഷങ്ങളായിരുന്നു അത്. 1991 ൽ ഇന്ത്യ ഉദാരവല്ക്കരിക്കപ്പെട്ടു. അതേ വർഷംതന്നെ അമേരിക്ക ഇറാഖിനെതിരെ ക്രൂരമായ ആക്രമണം ആരംഭിച്ചു. അടുത്തവർഷം, 1992 ൽ തീവ്ര വലതുപക്ഷ ശക്തികൾ അയോദ്ധ്യയിൽ പതിനാറാം നൂറ്റാണ്ട് മുതൽ സ്ഥിതി ചെയ്തിരുന്ന ഒരു മുസ്ലീം പള്ളി തകർത്തു. രണ്ടുവർഷത്തിന് ശേഷം, 1994 ൽ ലോക വ്യാപാര സംഘടന സ്ഥാപിതമായി. സോഷ്യലിസത്തിന്റെ

വിഭവങ്ങൾ വളരെയധികം ക്ഷയിച്ചു. ഈ ദശകത്തിൽ, ഐജാസിന്റെ രചനകളും പ്രസംഗങ്ങളും - പലപ്പോഴും ചെറിയ മാസികകളിലും പാർട്ടി പ്രസിദ്ധീകരണങ്ങളിലും പ്രസിദ്ധീകരിക്കപ്പെട്ടവ - വ്യാപകമായി പ്രചരിക്കപ്പെട്ടു. ആ സമയത്ത് ഡൽഹിയിലുള്ള ഞങ്ങൾക്ക് അദ്ദേഹത്തെ കേൾക്കാൻ നിരവധി അവസരങ്ങൾ ലഭിച്ചു. പൊതുവേദികളിൽ മാത്രമല്ല, അദ്ദേഹം സീനിയർ ഫെലോ ആയിരുന്ന നെഹ്റു മെമ്മോറിയൽ മ്യൂസിയം ആന്റ് ലൈബ്രറിയിലെ ചായക്കടയിൽ, അദ്ദേഹം പ്രഭാഷകനായി പങ്കെടുത്ത സ്റ്റുഡന്റ്സ് ഫെഡറേഷൻ ഓഫ് ഇന്ത്യയുടെ പരിപാടികൾ എന്നിവയിലെല്ലാം ഞങ്ങൾ അദ്ദേഹത്തെ കേട്ടു.

1997 ൽ അരുന്ധതി റോയ് തന്റെ നോവലായ *ദി ഗോഡ് ഓഫ് സ്മോൾ തിങ്സ്* പ്രസിദ്ധീകരിച്ചപ്പോൾ ഐജാസ് അത് വളരെ ശ്രദ്ധയോടെയും ആവേശത്തോടെയും വായിച്ചു. ആ സമയത്ത് എൻ റാമും ഐജാസും ഞാനും ഒരു മീറ്റിങ്ങിലായിരുന്നു. അവർ പുസ്തകത്തെക്കുറിച്ച് സംസാരിക്കുമ്പോൾ, ഫ്രണ്ട്ലൈനിനായി അതിനെക്കുറിച്ച് എഴുതാൻ റാം ഐജാസിനോട് ആവശ്യപ്പെട്ടു. ആ ഉപന്യാസം - അരുന്ധതി റോയിയെ രാഷ്ട്രീയമായി വായിക്കുമ്പോൾ - സാഹിത്യ നിരൂപണത്തിലെ ഒരു രത്നമാണ്. വിചിത്രമെന്നു പറയട്ടെ, അത് ഐജാസിന്റെ ശേഖരങ്ങളിലോ അരുന്ധതിയുടെ കൃതികളെക്കുറിച്ചുള്ള പുസ്തകങ്ങളിലോ ഉൾച്ചേർക്കപ്പെട്ടിട്ടില്ല. ആ ഉപന്യാസം ഫ്രണ്ട്ലൈനുമായി ഒരു നീണ്ട ബന്ധത്തിന്റെ ആരംഭമായിരുന്നു; അത് അവസാനംവരെ തുടർന്നു. ലോകത്തെ സംയോജിത സംഭവങ്ങൾ, പ്രത്യേകിച്ച് 9/11 ന് ശേഷമുള്ള സംഭവങ്ങളുടെ വിനാശകരമായ വഴിത്തിരിവ്, അഫ്ഗാനിസ്ഥാനിലും ഇറാഖിലുമുള്ള യുദ്ധങ്ങൾ, സിറിയയിലെയും ലിബിയയിലെയും യുദ്ധങ്ങൾ, ഹ്യൂഗോ ഷാവേസ് നയിച്ച ലാറ്റിനമേരിക്കയിലെ ഇടതുപക്ഷത്തിന്റെ വളർച്ച എന്നിവയെപ്പറ്റിയെല്ലാം ഐജാസ് നീണ്ട ലേഖനങ്ങൾ എഴുതി. വ്യാപകമായി വായിക്കപ്പെട്ട ഈ ലേഖനങ്ങൾ ഐജാസിന്റെ *ഇറാഖ്, അഫ്ഗാനിസ്ഥാൻ, ആന്റ് ദി ഇംപീരിയലിസം ഓഫ് ഔർ ടൈം* (ലെഫ്റ്റ് വേഡ്, 2004) എന്ന പുസ്തകത്തിന് നിദാനമായി.

1990 കളുടെ മദ്ധ്യത്തിൽ, സോവിയറ്റ് യൂണിയന്റെ പതനത്തിനു ശേഷം ആശയ സമരങ്ങളുടെ ലോകത്ത് മാർക്സിസത്തിന് തിരിച്ചടിയുണ്ടായി. നവലിബറലിസമാകട്ടെ ജനകീയ സംസ്കാരത്തിന്റെ പദാവലിയിൽ മാത്രമല്ല (വ്യക്തിപരതയെയും ആർത്തിയെയും കേന്ദ്രത്തിൽ പ്രതിഷ്ഠിച്ച്), ഉത്തരാധുനികതയിലൂടെ ധൈഷണികലോകത്തും സ്വാധീനം നേടി. ഗൗരവമുള്ള ഒരു ഇടത് പ്രസിദ്ധീകരണ പദ്ധതിയുടെ അഭാവം ഞങ്ങളെയെല്ലാം നിരാശരാക്കി. ഈ കാലഘട്ടത്തിലാണ് - 1999 ൽ - ലെഫ്റ്റ് വേഡ് ബുക്സ് ഡൽഹിയിൽ സ്ഥാപിച്ചത്. പ്രകാശ് കാരാട്ട് എഡിറ്റ് ചെയ്ത *എ വേൾഡ് ടു വിൻ* എന്ന പുസ്തകത്തിൽ *കമ്യൂണിസ്റ്റ് മാനിഫെസ്റ്റോ*യെക്കുറിച്ച് വളരെ ആവേശകരമായ ഒരു

ഉപന്യാസം എഴുതിയ ഐജാസ്, പ്രസിദ്ധീകരണശാലയുടെ ആദ്യ രചയിതാക്കളിൽ ഒരാളായിരുന്നു. ലെഫ്റ്റ് വേഡ് ബുക്സിന്റെ ആദ്യ എഡിറ്റോറിയൽ ബോർഡിൽ ഐജാസ് ഉണ്ടായിരുന്നു. കഴിഞ്ഞ ദശകങ്ങളിൽ ഞങ്ങളോടൊപ്പം അകമഴിഞ്ഞ പിന്തുണയോടുകൂടി ചേർന്നു നിന്നു. അദ്ദേഹത്തിന്റെ അവസാനനാളുകളിൽ, സുധൻവ ദേശ്പാണ്ഡെയും, മാലാ ഹാഷ്മിയും ഞാനും അദ്ദേഹത്തിന്റെ ജീവിതത്തെക്കുറിച്ചും സംഭാവനകളെപ്പറ്റിയും ഒരു നീണ്ട അഭിമുഖം നടത്താൻ അദ്ദേഹത്തോടൊപ്പം കുറച്ച് ദിവസങ്ങൾ ചെലവഴിച്ചു. ഈ അഭിമുഖം ഒടുവിൽ നതിങ് *ഹ്യൂമൻ ഈസ് ഏലിയൻ റ്റു മി* (ലെഫ്റ്റ് വേഡ്, 2020) എന്ന പേരിൽ പ്രസിദ്ധീകരിച്ചു. ആ പുസ്തകത്തിന്റെ മലയാള പരിഭാഷയാണ് ഇത്.

തന്റെ അവസാന രണ്ടുവർഷങ്ങളിൽ, മാർക്സിന്റെ രാഷ്ട്രീയ രചനകൾ പരിചയപ്പെടുത്തിക്കൊണ്ട് ഒരു ആമുഖ പരമ്പര നടത്താൻ ഐജാസ് പദ്ധതിയിട്ടിരുന്നു. 'മാർക്സിന്റെ സംഭാവനകൾ പലപ്പോഴും സാമ്പത്തിക ശാസ്ത്രത്തിലേക്ക് – അത് പ്രധാനമാണ് എങ്കിൽ പോലും – മാത്രമായി ചുരുക്കപ്പെടുന്നു, 'എന്നാൽ മാർക്സിന്റെ രാഷ്ട്രീയ രചനകൾ, അദ്ദേഹത്തിന്റെ വിപ്ലവ വീക്ഷണം മനസ്സിലാക്കുന്നതിൽ പ്രധാനമാണ്' എന്ന് ഐജാസ് പറയുമായിരുന്നു. ഈ ഗ്രന്ഥങ്ങളിൽ ചിലതിനെ (*കമ്യൂണിസ്റ്റ് മാനിഫെസ്റ്റോ*, ജർമ്മൻ പ്രത്യയശാസ്ത്രത്തിന്റെ ആദ്യ വിഭാഗം, 18–ആം ബ്രുമയർ, പാരീസ് കമ്യൂണിനെക്കുറിച്ചുള്ള മാർക്സിന്റെ രചനകൾ) കുറിച്ച് ഞങ്ങൾ അഭിമുഖങ്ങളുടെ ഒരു പരമ്പര നടത്തി; ഞങ്ങൾ ഈ എഴുത്തുകൾ ഐജാസ് സങ്കല്പിച്ചപോലുള്ള ആമുഖങ്ങളാക്കി മാറ്റുകയും മാർക്സിനെക്കുറിച്ചുള്ള അദ്ദേഹത്തിന്റെ രചനകളുടെ ഒരു പുസ്തകം ശേഖരിക്കുകയും ചെയ്യും.

2009 ൽ പ്രബീർ പുർകായസ്തയും മറ്റുള്ളവരും ന്യൂസ്ക്ലിക്ക് എന്ന വെബ് അധിഷ്ഠിത വാർത്താ പോർട്ടൽ ആരംഭിച്ചത് നമ്മുടെ കാലത്തെ രൂക്ഷമായ പ്രശ്നങ്ങൾ ചർച്ചചെയ്യാനാണ്. ന്യൂസ്ക്ലിക്കിന്റെ ആദ്യകാല അതിഥികളിൽ ഒരാളായിരുന്ന ഐജാസ്, ചാനലിലെ സ്ഥിരം ശബ്ദമായി തുടർന്നു. പശ്ചിമേഷ്യയിലെയും വടക്കേ ആഫ്രിക്കയിലെയും യുദ്ധങ്ങളും അമേരിക്കയിലെയും ചൈനയിലെയും തെക്കേ അമേരിക്കയിലെയും യൂറോപ്പിലെയും രാഷ്ട്രീയ സംഭവവികാസങ്ങളും അദ്ദേഹം കൃത്യമായി വിശദീകരിച്ചു. ഈ സംഭാഷണങ്ങൾ അക്കാലത്തെ ഒരു ആർക്കൈവാണ്. ഫ്രണ്ട്ലൈൻ കോളങ്ങൾക്കും ന്യൂസ്ക്ലിക്ക് അഭിമുഖങ്ങൾക്കുമിടയിൽ, ഒരു തലമുറ ഓരോ സംഭവത്തെക്കുറിച്ച് മാത്രമല്ല, ഘടനാപരമായി ലോകത്തെ മൊത്തത്തിൽ എങ്ങനെ കാണാമെന്നും നമ്മുടെ കാലത്തെ മഹത്തായ പ്രക്രിയകളുമായുള്ള ബന്ധത്തിലെ സംഭവങ്ങളെ എങ്ങനെ മനസ്സിലാക്കാമെന്നും പഠിച്ചു. ഈ ഇടപെടലുകൾ ഓരോന്നും ഒരു സെമിനാർ പോലെയായിരുന്നു: എന്താണ് സംഭവിക്കുന്നതെന്ന് പഠിക്കുന്നതുപോലെ എങ്ങനെ ചിന്തിക്കണം എന്ന്

പഠിക്കാനുള്ള ഒത്തുചേരൽ.

ഐജാസ് ഇന്ത്യ, കാനഡ, യുണൈറ്റഡ് സ്റ്റേറ്റ്സ് എന്നിവിടങ്ങളിലെ സർവ്വകലാശാലകളിൽ പഠിപ്പിക്കുകയും ഫിലിപ്പീൻസ് മുതൽ മെക്സിക്കോ വരെ പ്രഭാഷണങ്ങൾ നടത്തുകയും ചെയ്തു. തന്റെ ജീവിതാവസാനത്തിൽ, അദ്ദേഹം ട്രൈകോണ്ടിനെന്റൽ: ഇൻസ്റ്റിറ്റ്യൂട്ട് ഫോർ സോഷ്യൽ റിസർച്ചിൽ സീനിയർ ഫെല്ലോ ആയിത്തീർന്നു. അവിടെ അദ്ദേഹം അതിരുകളില്ലാത്ത മാർക്സിസത്തെക്കുറിച്ച് പുതിയ തലമുറയിലെ ബുദ്ധിജീവികളെ ഉപദേശിച്ചു. നമ്മുടെ ദീർഘകാല ആശയ പോരാട്ടത്തിനായി അവരുടെ ആത്മവിശ്വാസം വളർത്തിയെടുക്കുന്നതിനായി, ജനകീയ വിദ്യാഭ്യാസത്തിനായി കുറച്ചുസമയം ചെലവഴിക്കാൻ അദ്ദേഹം ഉത്സുകനായിരുന്നു.

ഈ പുസ്തകമായി മാറിയ വിഷയങ്ങളെക്കുറിച്ച് സംസാരിക്കാൻ ഐജാസിനൊപ്പം സമയം ചെലവഴിക്കുക എന്നത് വലിയ കാര്യമാണ്. പല മാർക്സിസ്റ്റുകാരെയുംപോലെ, സ്വന്തം ജീവിതത്തെക്കുറിച്ചോ വ്യക്തിജീവിതത്തെക്കുറിച്ചോ സംസാരിക്കാൻ ഐജാസ് താല്പര്യപ്പെട്ടിരുന്നില്ല. അവയെപ്പറ്റി പരാമർശിക്കുമ്പോൾ രാഷ്ട്രീയത്തിലേക്കോ ബൗദ്ധിക കാര്യങ്ങളിലേക്കോ അദ്ദേഹം വിഷയം മാറ്റും. പക്ഷേ, ഈ വിഷയമാറ്റത്തിന്റെ ഉപരിതലത്തിനടിയിൽ, ഒരു മനുഷ്യനെ കണ്ടെത്താനാകും, തന്റെ ജീവിതകാലം മുഴുവൻ ചരിത്രത്തിന്റെ യഥാർത്ഥ ചലനം മനസ്സിലാക്കാൻ ശ്രമിച്ച ഒരു വ്യക്തി. തീർച്ചയായും ചരിത്രത്തിന്റെ യഥാർത്ഥ ചലനം സോഷ്യലിസത്തിലേക്കുള്ള മനുഷ്യ നാഗരികതയുടെ ചലനമാണ്. അതാണ് ഐജാസ് അഹമ്മദ് ഉൾക്കൊള്ളുന്ന മാർക്സിസത്തിന്റെ സത്ത.

യൗവനം, പുസ്തകങ്ങൾ

വിജയ് പ്രഷാദ്: താങ്കളുടെ ചെറുപ്പകാലത്ത് വായിച്ച പുസ്തകങ്ങളെക്കുറിച്ച് പറഞ്ഞ് തുടങ്ങാം.

ഐജാസ് അഹമ്മദ്: ഞാൻ വായിച്ച പുസ്തകങ്ങൾ? കൊള്ളാം, അതൊരു രസകരമായ ചോദ്യമാണ്. സ്കൂളോ വൈദ്യുതിയോ ഇല്ലാത്ത ഒരു ഗ്രാമത്തിലാണ് ഞാൻ വളർന്നത്. അതുകൊണ്ട് എനിക്ക് വീട്ടിൽ വച്ചുതന്നെ പരിശീലനം ലഭിക്കുകയായിരുന്നു. വളരെ ചെറിയ പ്രായത്തിൽത്തന്നെ മെട്രിക്കുലേഷൻ പാസായ ഞാൻ അതിനുമുൻപുള്ള കേവലം മൂന്നുവർഷങ്ങൾ മാത്രമേ സ്കൂളിൽ പോയിട്ടുള്ളു. നിങ്ങൾ ഒരുപക്ഷേ, നാട്ടുപ്രമാണി (റൂറൽ ജെൻട്രി) എന്നൊക്കെ വിളിക്കുന്ന എല്ലാതരം ഉല്ലാസങ്ങൾക്കും തികയുന്നതും, എന്നാൽ അതി ധനികരാകാൻ മാത്രം തികയാത്തതുമായ ഭൂമി കൈവശമുള്ള അംഗങ്ങളുള്ള ഒരു വർഗ്ഗ വിഭാഗത്തിൽനിന്നാണ് ഞാൻ വരുന്നത്. ആൽബർട്ട് ഹൗറാനി അദ്ദേഹത്തിന്റെ *അറബ് തോട്ട് ഇൻ ദി ലിബറൽ എയ്ജ്* എന്ന പ്രശസ്തമായ പുസ്തകത്തിൽ പറയുന്നത് പത്തൊമ്പതാം നൂറ്റാണ്ടിന്റെ അവസാനത്തിൽ ഈജിപ്തിലുണ്ടായിരുന്ന ഏറ്റവും സർഗ്ഗശേഷിയുള്ള വിഭാഗം ഈ നാട്ടുപ്രമാണിമാർ ആണെന്നാണ്. കർഷകർക്ക് മുകളിലും എന്നാൽ ഫ്യൂഡൽ സ്വത്തുടമകൾക്ക് വളരെ താഴെയുമായ ചെറുകിട ഭൂവുടമകളുടെ ഒരു സാമൂഹിക തട്ടിനെയാണ് അദ്ദേഹം നാട്ടുപ്രമാണി എന്നതുകൊണ്ട് ഉദ്ദേശിക്കുന്നത്. സാമ്പ്രദായികവും സുരക്ഷിതവുമായ ഒരു സാംസ്കാരിക അടിത്തറ അവർക്കുണ്ടായിരുന്നു. എന്നാൽ പഴയ ക്രമങ്ങളെ അതുപോലെ നിലനിർത്തുവാൻ മെനക്കെടാതിരുന്നതിനാൽ തന്നെ പുതിയ ആശയങ്ങളോട് അവർക്ക് തുറന്ന മനസ്സായിരുന്നു. ഹൗറാനിയെ സംബന്ധിച്ചിടത്തോളം, ആ പുതിയ ആശയങ്ങൾ എന്നത്

മതപരവും സാമൂഹികവും നീതി-ന്യായവുമായി ബന്ധപ്പെട്ടതും വിദ്യാഭ്യാസപരവുമായ പരിവർത്തനങ്ങളുടേതുമായിരുന്നു. മഹാനായ ഈജിപ്ഷ്യൻ നിയമജ്ഞനും പരിഷ്കർത്താവുമായ മുഹമ്മദ് അബ്ദുവും ഇത്തരം പുതിയ ആശയങ്ങളുടെ ഭാഗമായിരുന്നു. ഞാൻ ജനിച്ച യു പി മുസ്ലീങ്ങളുടെ ഇടയിൽ ഒരുപക്ഷേ, അബ്ദുവിന് സമാനമായ സ്ഥാനമുള്ളയാളായിരുന്നു സൈദ് അഹ്മദ് ഖാൻ. രാഷ്ട്രീയത്തിൽ, 1940 കളോട് കൂടി സാമ്രാജ്യത്വ-വിരുദ്ധത, ജന്മിത്ത-വിരുദ്ധത, കമ്യൂണിസം തുടങ്ങിയവയും ഈ 'പുതിയ ആശയങ്ങ'ളോട് ചേർക്കപ്പെട്ടു. രാഷ്ട്രീയത്തിൽ നെഹ്റുവും സാഹിത്യത്തിൽ പ്രേംചന്ദും വീട്ടിൽ സ്ഥിരമായി കേൾക്കുന്ന വാക്കുകളായി.

സ്കൂൾ കാണാത്ത സ്ത്രീകളും കോളേജിൽ പോയിട്ടില്ലാത്ത പുരുഷന്മാരുമുള്ള ഒരു കുടുംബത്തിൽ സ്വാതന്ത്ര്യത്തിന് തൊട്ടുമുന്നെ ആയിരുന്നു എന്റെ ജനനം. എങ്കിലും വീട് നിറയെ പുസ്തകങ്ങളായിരുന്നു. എല്ലാദിവസവും ഉച്ചതിരിഞ്ഞ് ജില്ലാ ആസ്ഥാനമായ മുസഫർ നഗറിൽ നിന്നും യാത്രക്കാരെയും വഹിച്ചുകൊണ്ടുള്ള ഒരു ബസ് എത്തിച്ചേരുമായിരുന്നു. പത്രക്കെട്ടുകളും മാസികകളും പുസ്തകങ്ങളും ഉൾപ്പെടെയുള്ള മെയിലുകൾ വന്നിരുന്നതും ആ ബസിൽ തന്നെയായിരുന്നു. ഈ അന്തരീക്ഷത്തിൽ, പുരോഗമനാശയങ്ങൾക്കൊണ്ട് സമ്പന്നമായ ഫിക്ഷനുകളും കവിതകളും ഉൾപ്പടെയുള്ള ഉറുദു സാഹിത്യം വളരെയധികം വായിച്ചുകൊണ്ടാണ് ഞാൻ വളർന്നത്. രസകരമായൊരു കാര്യം എന്താണെന്ന് വച്ചാൽ, പെൺകുട്ടികൾ പർദ്ദയിലായിരുന്നെങ്കിലും സ്കൂളിൽ പോയിരുന്നില്ലെങ്കിലും ഇസ്മത് ചുഗ്തായ്, മാന്റോ തുടങ്ങിയവരെയൊന്നും വായിക്കുന്നതിന് വിലക്കില്ലായിരുന്നു, അറിയാമല്ലോ അവരെല്ലാം ചിത്രീകരിക്കപ്പെട്ടിരുന്നത് അശ്ലീല സാഹിത്യകാരായിട്ടാണ്. മാത്രവുമല്ല, അവരുടെയെല്ലാം എഴുത്തുകളെക്കുറിച്ച് വളരെ ചൂടുപിടിച്ച ചർച്ചകളും നടക്കുമായിരുന്നു. പരമ്പരാഗതമായ ജീവിതരീതികളിൽ അങ്ങേയറ്റം തൃപ്തരായിരിക്കുകയും അതേ സമയം തന്നെ വിശാലമായ ലോകത്തേക്കുള്ള ജാലകം തുറന്ന 'നവ ആശയങ്ങ'ളോട് ഉത്സാഹത്തോടെ പ്രതികരിക്കുകയും ചെയ്തൊരു അന്തരീക്ഷം.

ഞാൻ ഒരുപാട് നോവലുകൾ വായിച്ച് കൂട്ടുകയാണെന്ന് ഒരു സമയത്ത് എന്റെ പിതാവ് കണ്ടുപിടിച്ചു. അദ്ദേഹത്തെ സംബന്ധിച്ചിടത്തോളം അവയിൽ മിക്കവാറും നോവലുകൾ വെറും നേരംകൊല്ലികൾ മാത്രമായിരുന്നു. അദ്ദേഹം എന്നെ അടുത്തേക്ക് വിളിച്ച് നാലു പുസ്തകങ്ങൾ തന്നു. പഴയൊരു കമ്യൂണിസ്റ്റുകാരൻ ബാരി അലിഗിന്റെ *കമ്പനി കി ഹുക്കുമത്* (കമ്പനി ഭരണം) ആയിരുന്നു ഒന്ന്. *ഫരംഗി കാ ജാൽ* (*വെള്ളക്കാരന്റെ കെണി*) ആയിരുന്നു മറ്റൊന്ന്. അത് എഴുതിയത് ആരായിരുന്നുവെന്ന് ഞാൻ ഓർക്കുന്നില്ല. പിന്നെ എം എൻ റോയ് യുടെ *ഹിസ്റ്റോറിക്കൽ റോൾ ഓഫ് ഇസ്ലാം* (ഇസ്ലാമിന്റെ ചരിത്രപരമായ പങ്ക്) എന്ന പുസ്തകത്തിന്റെ ഉറുദു വിവർത്തനവും ലെനിന്റെ ഒരു ഹ്രസ്വ

ജീവചരിത്രവും. അതായത്, മന്റോ മുതൽ ലെനിൻ വരെയുണ്ടായിരുന്ന അത്തരമൊരു ലോകത്താണ് ഞാൻ വളർന്നത്. ഇവയെല്ലാംകൊണ്ട് തന്നെ, ഉറുദു സാഹിത്യത്തിൽ വളരെ സമ്പന്നമായൊരു വിദ്യാഭ്യാസം എനിക്ക് ലഭിച്ചു. കഥാ സാഹിത്യത്തിന് പുറമേ പലതരത്തിലുള്ള പുരോഗമന എഴുത്തുകളും വായിക്കുമായിരുന്നു. സ്കൂളിലെത്തിയപ്പോൾ ഇംഗ്ലീഷ് നന്നായി പഠിക്കുന്ന ഒരു വിദ്യാർത്ഥിയായി ഞാൻ മാറി. എഴുത്തിന്റെയും വായനയുടെയും കാര്യത്തിലായിരുന്നു ഇത്. എന്നാൽ എന്റെ ഇരുപതുകൾ വരെ എനിക്ക് ഇംഗ്ലീഷിൽ നേരിയ ഒഴുക്കോടെ പോലും സംസാരിക്കാൻ സാധിച്ചിരുന്നില്ല. അതേസമയം, ഞാൻ ഉറുദു ഭാഷയിലെ ഒരു സാഹിത്യകാരനാകാൻ എന്നെ പരുവപ്പെടുത്തുകയായിരുന്നു. എന്റെ ഇത്തരത്തിലുള്ള അനുഭവങ്ങൾ ഏതെങ്കിലുംവിധത്തിൽ അസാധാരണമായ ഒന്നാണെന്ന് ഞാൻ കരുതുന്നില്ല. യു പിയിലെ നിരവധി പുരോഗമന സാഹിത്യകാരും കമ്യൂണിസ്റ്റ് പോരാളികളുമെല്ലാം, പ്രത്യേകിച്ചും യു പി മുസ്ലീങ്ങൾ, ഇതേ ചെറുകിട ഭൂവുടമസ്ഥതയുടേതായ സാമൂഹ്യ പശ്ചാത്തലത്തിൽനിന്നും വന്നവരായിരുന്നു. എന്നെ ആവേശം കൊള്ളിക്കുകയും സ്വാധീനിക്കുകയും ചെയ്ത, എനിക്ക് തൊട്ടുമുൻപുള്ള തലമുറയെക്കുറിച്ചാണ് ഞാൻ പറയുന്നത്.

വിജയ്: എന്തുകൊണ്ടാണങ്ങനെ? ഹൗറാനി സൂചിപ്പിക്കുന്ന സർഗ്ഗാത്മകത സൃഷ്ടിക്കുന്നവരായി എന്തുകൊണ്ടാണ് ആ ചെറുകിട ഭൂവുടമാ വർഗ്ഗം മാറുന്നത്? അവരിൽ പലരും കമ്യൂണിസ്റ്റുകാരായി മാറുന്നതിലൂടെ യു പിയിൽ ഇത് ശരിയാണെന്ന് തെളിയിക്കപ്പെട്ടത് എന്തുകൊണ്ടാകും?

ഐജാസ്: എന്റെ അറിവനുസരിച്ച്, കമ്യൂണിസ്റ്റ് എഴുത്തുകാരും കവികളും ആക്ടിവിസ്റ്റുകളുമായി മാറിയവർ കോളേജിൽ വച്ച് കമ്യൂണിസത്തെ പരിചയപ്പെട്ടവരാണ്. എന്റെ പിതാവ് ഒരിക്കലും കോളേജിൽ പോയിട്ടുണ്ടായിരുന്നില്ല. എന്നാൽ അദ്ദേഹത്തിന്റെ വായനയിലൂടെയും പ്രാദേശിക രാഷ്ട്രീയത്തിലെ ഒരുതരം രഹസ്യമായ ഇടപെടലിലൂടെയും തിരിച്ചറിയും വിധമുള്ളൊരു ലെഫ്റ്റ് - നെഹ്രുവിയൻ ആയി അദ്ദേഹം മാറിയിരുന്നു. നെഹ്രുവിനൊപ്പം പ്രവർത്തിച്ച (പ്രത്യേകിച്ച് മുസ്ലീം ബഹുജന സമ്പർക്ക കാമ്പെയിനിൽ) പ്രശസ്ത കമ്യൂണിസ്റ്റുകാരനും സുപ്രധാന ചരിത്രകാരനുമായ കെ എം അഷ്റഫ് ഒരകന്ന ബന്ധു ആയിരുന്നു. അദ്ദേഹത്തോട് എന്റെ പിതാവിന് വലിയ തോതിലുള്ള ആദരവുണ്ടായിരുന്നു. അദ്ദേഹത്തിന്റെ ഉത്ഭവവും ഞാൻ സൂചിപ്പിച്ച ആ നാട്ടുപ്രമാണി വർഗ്ഗത്തിലാണ്. അങ്ങനെയുള്ള ഒരുപാട് ആളുകൾ അലഹബാദിലെയും ലഖ്നൗവിലെയും ഒപ്പം അലിഗഡിലെയും കോളേജുകളിലേക്കും സർവ്വകലാശാലകളിലേക്ക് പോയി. പലരും കോൺഗ്രസിൽ ചേർന്നു. ചിലർ പ്രത്യേകിച്ച് അലിഗഡിൽനിന്ന്, മുസ്ലീംലീഗിൽ ചേർന്നു. എന്നാൽ എടുത്തുപറയത്തക്കവിധം വലിയൊരു വിഭാഗം കമ്യൂണിസ്റ്റുകാരായി മാറുകയും പുരോഗമന സാഹിത്യത്തിന് നീണ്ട കാലം

നിലനില്ക്കുന്ന സംഭാവനകൾ നല്കുകയും ചെയ്തു. ഇതൊരു താല്പര്യജനകമായ പ്രതിഭാസമാണ്. ആധുനിക ആശയങ്ങളോട് ഇടപെടാനും അതിനനുസരിച്ച് ജീവിതത്തിൽ തീരുമാനങ്ങൾ എടുക്കാനും കെല്പുണ്ടായിരുന്നവരാണിവർ. അതേ സമയം തങ്ങളുടെ മണ്ണിനോടുള്ള ഒരു പ്രത്യേകതരം അടുപ്പവും തങ്ങളുടെ വേരുകൾ കിടക്കുന്ന വിശാലമായ സമൂഹത്തിനുമേലുള്ള ഭൂപ്രഭുത്വത്തിന്റെ വരിഞ്ഞുപിടുത്തത്തോടുള്ള സമരോത്സുകമായ പുച്ഛവും ചേർന്ന് സൃഷ്ടിച്ച സാമൂഹികമായ ഒരു വിമതത്വത്തിലേക്ക് ചാഞ്ഞവരുമായിരുന്നു അവർ. കൗമാരകാലത്ത് ഞാൻ വായിച്ചുകൊണ്ടിരുന്ന എഴുത്തുകാരുടെ തലമുറയിൽ വൈദേശിക ഭരണത്താൽ ചതച്ചരയ്ക്കപ്പെടുന്നതിന്റെ ഒരു ബോധം ഉണ്ടായിരുന്നു. വിശാല ഏഷ്യയുടെ മറ്റുഭാഗങ്ങളിലും, ഇറാഖിലും സിറിയയിലും ഉൾപ്പെടെ പ്രധാന കാർഷിക സമൂഹങ്ങൾ ഉള്ളിടത്തെല്ലാം, ഇതുതന്നെയാണ് സംഭവിച്ചത്. നിലവിലുള്ള അധികാര ക്രമത്തിൽ ശ്വാസം മുട്ടുകയും വളരെ നൈസർഗ്ഗികമായി തന്നെ കൊളോണിയൽ വിരുദ്ധ, ജന്മിത്ത വിരുദ്ധ ബോധമുള്ളവരായി മാറുകയും ചെയ്ത വളരെ അസംതൃപ്തരായ യുവത്വത്തെയാണ് ചെറുകിട ഭൂവുടമകളുടെ ഇടയിൽ നിന്നും സൃഷ്ടിക്കപ്പെടുന്നത്.

നിങ്ങൾക്കറിയാമോ, പലപ്പോഴും നമ്മൾ പുരോഗമന സാഹിത്യത്തിനുണ്ടായിരുന്ന സ്വാധീനത്തെ കുറച്ച് കാണുകയാണ്. ഞാൻ കറാച്ചിയിൽ സ്റ്റഡി സർക്കിളുകളും ട്രേഡ് യൂണിയൻ പ്രവർത്തനവുമൊക്കെയായി നടന്നിരുന്ന ഒരു പ്രത്യേക കാലത്തെ ഒരനുഭവം പറയാം. കറാച്ചിയിലെ തൊഴിലാളികളിൽ മിക്കവരും വടക്ക്-പടിഞ്ഞാറൻ അതിർത്തി പ്രവിശ്യയിൽനിന്നും ഉള്ളവരായിരുന്നു. പഠാന്മാരായിരുന്നു അവർ. എങ്ങനെയാണ് നിങ്ങൾ ഇടതുപക്ഷത്തേക്ക് ആകർഷിക്കപ്പെട്ടതെന്ന് ഞാൻ അവരോട് അന്വേഷിക്കുമായിരുന്നു. ഒന്നൊഴിയാതെ അവരോരോരുത്തരും പുരോഗമന സാഹിത്യം, മിക്കവാറും കഥാ സാഹിത്യം, വായിച്ചതിനെക്കുറിച്ച് സംസാരിച്ചു. അവർ മന്റോയെയും രജീന്ദർ സിങ് ബേദിയെയും കൃഷൻ ചന്ദറിനെയും വായിച്ചിരുന്നു; കുട്ടിയായിരുന്നപ്പോൾ ഞാൻ വായിച്ചതുപോലുള്ളവ തന്നെ. റഷ്യൻ, സോവിയറ്റ് എഴുത്തുകാരെക്കൂടി ഞാൻ വായിച്ചിരുന്നു - ഗോർക്കിയും തുർഗെനേവും ചെഖോവും തുടങ്ങിയവർ. അവരുടെ കൃതികൾ ഉറുദുവിലേക്ക് വിവർത്തനം ചെയ്ത് പ്രോഗ്രസ് പബ്ലിഷേഴ്സ് പ്രസിദ്ധീകരിച്ചിരുന്നു. ഇന്ത്യയിൽനിന്നും പാകിസ്ഥാനിൽനിന്നും ഒരുപാട് പുരോഗമനകാരികളായ എഴുത്തുകാർ, മുഴുവൻ സമയ വിവർത്തകരായി മോസ്കോയിലേക്ക് പോയി. കറാച്ചിയിൽ കൂടെ പ്രവർത്തിച്ചിരുന്ന തൊഴിലാളികളെ സംബന്ധിച്ചിടത്തോളവും റിയലിസത്തിന്റെ ഒരു വിശാലമായ ശ്രേണിയുടെയും തങ്ങളുടെ നാട്ടിൽ ഉറുദുവിൽ പ്രസിദ്ധീകരിക്കുന്ന പുരോഗമന സാഹിത്യത്തിന്റെയും സംയോജനം തന്നെയായിരുന്നു ഉണ്ടായിരുന്നത്.

വിജയ്: രസകരമായൊരു കാര്യം താങ്കൾ പറഞ്ഞു. 'ഫ്രസ്ട്രേറ്റഡ്'

എന്ന് വാക്ക് ഉപയോഗിക്കുകയും ഉറുദു സാഹിത്യത്തിലെ ഒരു എഴുത്തുകാരനായി നിങ്ങൾ മാറുമെന്ന് കണക്ക് കൂട്ടിയിരുന്നെന്ന് പറയുകയും ചെയ്തു. എന്തൊക്കെയായിരിക്കും താങ്കൾ എഴുതിയിട്ടുണ്ടാവുക, അല്ലെങ്കിൽ എന്തിനെയൊക്കെക്കുറിച്ചാണ് എഴുതേണ്ടിയിരുന്നത്?

ഐജാസ്: ബാരിയെയും എം എൻ റോയ് യെയും മറ്റുള്ളവരെയും പത്ത് വയസ്സുപോലും തികയുന്നതിനു മുൻപ് ഞാൻ വായിച്ചിരുന്നു. ആ സമയം ഞാൻ ഒരു എഴുത്തുകാരൻ ആകുന്നതിനെക്കുറിച്ച് ആലോചിച്ചിരുന്നില്ല. നേരത്തെ സൂചിപ്പിച്ച വിധമുള്ള ആ ഇഛാഭംഗത്തിന്റെ (തങ്ങളുടെ സമൂഹത്തെ നിയന്ത്രിച്ചിരിക്കുന്ന അധികാര ഘടനയോട് യുവാക്കൾക്കും യുവതികൾക്കും തോന്നുന്നത്) ഒരു തരിമ്പുപോലും എന്റെ കൗമാരകാലംവരെ ഞാൻ അനുഭവിച്ചിരുന്നുമില്ല. ആ അസ്വസ്ഥത യൗവനത്തോടുകൂടിയാണ് പിടികൂടുന്നത്. സാംസ്കാരികമായി വളരെ സുരക്ഷിതമായ ബാല്യമായിരുന്നു എന്റേത്. സ്വാതന്ത്ര്യ ലബ്ധിയുടെ സമയത്ത് ഞാൻ ഒരു ചെറിയകുട്ടി ആയിരുന്നു. ആ ദിവസം, 1947 ആഗസ്ത് 15, എന്റെ ഏറ്റവും ആദ്യകാലത്തെ രണ്ട് ഓർമ്മകളിൽ ഒന്നാണ്. എന്റെ പിതാവിന്റെ അമ്മാവനൊപ്പം ഗ്രാമത്തിൽ ഇന്ത്യൻ പതാക യുയർത്തിയ ജയഘോഷങ്ങളുടെ ആ ദിവസം ഞാൻ ഓർക്കുന്നുണ്ട്. വിഭജനത്തിന്റെ യാഥാർത്ഥ്യങ്ങളാണ് അസ്വസ്ഥതകൾ സൃഷ്ടിക്കാൻ ആരംഭിച്ചത്. എന്നാലും ആദ്യകാലത്ത് അത് അവ്യക്തമായ ഒന്നായിരുന്നു. ക്രമേണ ആ അസ്വസ്ഥത വ്യക്തമായി. അൻപതുകളുടെ മദ്ധ്യത്തിൽ എന്റെ പിതാവ് പാകിസ്ഥാനിലേക്ക് കുടിയേറാൻ തീരുമാനിച്ചപ്പോഴാണ് യഥാർത്ഥ ഞെട്ടലും തുടർന്ന് വർദ്ധിച്ചുകൊണ്ടിരിക്കുന്ന നിരാശയും എന്നിലേക്ക് പടർന്നത്. അദ്ദേഹം ഒരു ഇടത് നെഹ്രൂവിയൻ ആയിരുന്നെന്ന് ഞാൻ നേരത്തേ പറഞ്ഞല്ലോ. അതുകൊണ്ടുതന്നെ അദ്ദേഹത്തിന് പലായനം ചെയ്യണമെന്ന് ഉണ്ടായിരുന്നില്ല. എവിടെയായിരുന്നോ അവിടെത്തന്നെ തന്റെ ജീവിതം തുടരാൻ അദ്ദേഹം തീരുമാനിക്കുകയായിരുന്നു. എന്നാൽ തനിക്ക് ചുറ്റും വർദ്ധിച്ചുവരുന്ന ഹിന്ദു വർഗ്ഗീയതയുടെ അക്രമോത്സുകത നിറഞ്ഞ അന്തരീക്ഷം അദ്ദേഹത്തെ കൂടുതൽ തളർത്തി. അത് യു പിയിലെ കോൺഗ്രസിന്റെ പ്രാദേശിക ഘടകങ്ങളിലേക്ക് പടർന്നുകൊണ്ടിരിക്കുകയുമായിരുന്നു. ആ കുടിയേറ്റം എന്റെ കുടുംബത്തെ തകർത്തു, അച്ഛൻ ഉൾപ്പെടെ എല്ലാവരെയും. പലായനം ചെയ്യുമ്പോൾ ഞാൻ കുറച്ചുകൂടി ചെറുപ്പമായിരുന്നെങ്കിൽ ആ അനുഭവം അത്രമാത്രം ആഘാതം എന്നിൽ ഉണ്ടാക്കുമായിരുന്നില്ലായിരിക്കാം. കുറച്ചുകൂടി എളുപ്പത്തിൽ ഞാൻ എന്റെ പുതിയ രാജ്യവുമായി പൊരുത്തപ്പെട്ടേനെ. അപ്പോഴേക്കും ഞാൻ കൗമാര പ്രായക്കാരനായിരുന്നു. വ്യക്തിപരമായി ഏനിക്ക് ഏറ്റവും സുരക്ഷിതമായ, വൈകാരിക മേഖലയായ ഇന്ത്യയിൽ കുട്ടിക്കാലം മുഴുവൻ ചെലവിട്ടതിനു ശേഷമാണിത്. കലങ്ങി മറിയുന്ന മനസ്സുമായാണ് ഞാൻ പുതിയ രാജ്യത്തെ കോളേജിൽ പ്രവേശിക്കുന്നത്.

താങ്കളുടെ ചോദ്യത്തിലേക്ക് തന്നെ വന്നാൽ, അങ്ങനെ, ഒരു എഴുത്തുകാരനാകാൻ സ്വയം തയ്യാറെടുക്കാൻ തുടങ്ങിയപ്പോഴേക്കും ഞാൻ വളർന്നുവന്ന ചുറ്റുപാടിൽനിന്ന് പൂർണ്ണമായും പറിച്ചുമാറ്റപ്പെട്ടിരുന്നു. അതിനെക്കുറിച്ച് എഴുതുക എന്നത് എനിക്ക് അസ്തിത്വപരമായ ഒരു അനിവാര്യതയായിരുന്നില്ല. അപ്പോൾ അതിന് ശ്രമിക്കുകയാണെങ്കിൽ ഗൃഹാതുരതയിലേക്ക് ഊളിയിടാനുള്ള ഒരു വ്യായാമമാകുമായിരുന്നു അത്. മറുവശത്ത്, ഒരിടത്തുനിന്നും പറിച്ച് മാറ്റി മറ്റൊരു സാമൂഹിക ലോകത്തേക്ക് വലിച്ചെറിയപ്പെട്ടതുമായിരുന്നു. ആ അനുഭവം എഴുതിത്തുടങ്ങാൻ തോന്നാത്തവിധം വളരെ പുതിയതും പച്ചയായതും അതുകൊണ്ടുതന്നെ രൂപരഹിതവുമായിരുന്നു. കുറച്ചുകാലം ഞാൻ ആടിയുലയുകയായിരുന്നുവെന്നും അതിൽനിന്നുമുള്ള രക്ഷ എന്നനിലയിൽ സാഹിത്യത്തെ ഒരു ക്രാഫ്റ്റ് എന്നവിധം പഠിക്കാൻ ആരംഭിക്കുകയായിരുന്നുവെന്നും തോന്നുന്നു. സ്ഥാനഭ്രംശത്തിന്റെ ആഘാതം എന്നിൽ ഏല്പിച്ച മുറിവ് വളരെ ആഴത്തിലുള്ളതായിരുന്നു. ആ മുറിവുണക്കലിന്റെ ഒരു കാലഘട്ടത്തിലൂടെ എനിക്ക് കടന്നുപോകേണ്ടിയിരുന്നു. തിരിഞ്ഞുനോക്കുമ്പോൾ എനിക്ക് അങ്ങനെയാണ് തോന്നുന്നത്. അതുകൊണ്ടുതന്നെ എന്തിനെക്കുറിച്ചാണ് എഴുതേണ്ടത് എന്നത് സംബന്ധിച്ച ദൃഢമായ ബോദ്ധ്യം ഉണ്ടാക്കിയെടുക്കുവാൻ ഞാൻ എന്നെ അനുവദിച്ചില്ല. മറിച്ച്, എങ്ങനെ എഴുതാം എന്ന് പരിശീലിപ്പിക്കുന്നതിലായിരുന്നു ഞാൻ മുഴുകിയത്. എന്റെ ബൗധിക ബോദ്ധ്യങ്ങൾ അനുസരിച്ച് ആ സമയം ഞാൻ ഒരു ഇടതുപക്ഷ അനുഭാവി ആയിരുന്നു. ഹൈസ്കൂൾ പഠനം പൂർത്തിയാകുന്ന സമയമായപ്പോഴേക്കും ഞാൻ ചെറുപ്പക്കാരനായ ഒരു കമ്യൂണിസ്റ്റുകാരനുമായി വളരെ അടുത്ത സൗഹൃദത്തിലായിരുന്നു. ഇന്ത്യയിലായിരുന്ന കാലത്ത് എന്റെ അച്ഛന്റെ ചങ്ങാതിയുടെ മകനായിരുന്നു അവൻ. അവന്റെ അച്ഛനാകട്ടെ കോൺഗ്രസിലും. അവനൊപ്പം ഞാൻ പലതരം രാഷ്ട്രീയ- സാംസ്കാരിക പരിപാടികൾക്ക് പോവുകയും അതിന്റെ ഭാഗമായ കാര്യങ്ങളിൽ പങ്കെടുക്കുകയും ചെയ്യുമായിരുന്നു. സ്വയം ഒരു കമ്യൂണിസ്റ്റായി തിരിച്ചറിഞ്ഞിരുന്നില്ലെങ്കിലും അത്തരം പ്രവർത്തനങ്ങളുടെയൊക്കെ ഓരത്ത് ഞാൻ സജീവമായി ഉണ്ടായിരുന്നു. എന്നാലും അൻപതുകളുടെ തുടക്ക കാലത്ത് ജീവിച്ച ഒരാളെ സംബന്ധിച്ചിടത്തോളം കമ്യൂണിസം ഒരു സജീവ അനുഭവം തന്നെയായിരുന്നു. പുരോഗമന എഴുത്തുകാരെ അതുപോലെ അനുകരിക്കുവാനായിരുന്നു ഞാൻ ശ്രമിച്ചത് എന്ന് തോന്നുന്നു, അങ്ങനെ ഒരു ഉദ്ദേശ്യം ഇല്ലെങ്കിൽത്തന്നെ. സാഹിത്യമെന്നാൽ എനിക്ക് അന്ന് അങ്ങനെ മാത്രമായിരുന്നു.

വിജയ്: ഓർമ്മയിലുള്ള ആദ്യത്തെ എഴുത്തുകൾ എന്തിനെയൊക്കെക്കുറിച്ചായിരുന്നു?

ഐജാസ്: സത്യത്തിൽ ആദ്യം എഴുതിയത് ഒരു സ്കൂൾ നാടകമായിരുന്നു. ദിലീപ് കുമാറിന്റെ ചലച്ചിത്രങ്ങളിൽനിന്നും ബൽ രാജ്

സാഹ്നിയുടെ ദോ ഭിഗാ സമീനിൽ നിന്നുമൊക്കെ ഓരോ ഭാഗങ്ങളെടുത്ത് അവ ചേർത്തുവച്ച് തയ്യാറാക്കിയ, കർഷകരുടെ ദുരിതങ്ങൾ പറയുന്ന, കുട്ടികളുടെ ഒരു നാടകം. കോളേജിലെത്തിയപ്പോഴേക്കും ഞാൻ കുറേക്കൂടി ഗൗരവമായി എഴുതിത്തുടങ്ങിയിരുന്നു. ബിരുദ വിദ്യാർത്ഥിയായിരിക്കുമ്പോൾ തന്നെ ചെറുകഥകളും വിവർത്തനങ്ങളും പ്രസിദ്ധീകരിച്ചു. പിന്നീട് കവിതകളും ലേഖനങ്ങളും വന്നു തുടങ്ങി.

വിജയ്: എവിടെയായിരുന്നു കോളേജ് വിദ്യാഭ്യാസം? എന്താണ് പഠിച്ചത്?

ഐജാസ്: പതിനഞ്ച് വയസ്സുപോലും തികയും മുൻപാണ് ഇന്ത്യയിലെ എന്റെ സ്കൂൾ വിദ്യാഭ്യാസം പൂർത്തിയാക്കുന്നത്. പതിമൂന്നോ മറ്റോ ആയിരിക്കണം. ശരിക്കും എനിക്ക് എന്റെ ജന്മദിനം ഏതാണെന്നറിയില്ല. അതുകഴിഞ്ഞ് ഞങ്ങൾ പാകിസ്ഥാനിലേക്ക് കുടിയേറി. ലാഹോറിലെ കോളേജിലാണ് ഞാൻ ചേർന്നത്. ഫോർമാൻ ക്രിസ്ത്യൻ കോളേജ്. സാഹിത്യവും സാമൂഹ്യ ശാസ്ത്ര വിഷയങ്ങളും പഠിച്ചു. കോളേജിൽ മൂന്നാം വർഷം ആയപ്പോഴേക്കും ഞാൻ എന്റെ രചനകൾ പ്രസിദ്ധീകരിക്കാൻ തുടങ്ങി. ബിരുദാനന്തര ബിരുദം ഇംഗ്ലീഷിലായിരുന്നു. എഴുത്തും, വളരെ മുതിർന്ന ഉറുദു എഴുത്തുകാരായ ഇൻതിയാസ് ഹുസ്സൈൻ, നാസിർ കാസ്മി, അഹ്മദ് മുഷ്താഖ് ഉൾപ്പടെയുള്ളവർക്കൊപ്പം ചായക്കടകളിൽ സമയം ചെലവഴിക്കുന്നതുമായിരുന്നു എന്റെ പ്രധാന പരിപാടി.

വിജയ്: തങ്ങൾക്ക് ചുറ്റും വന്നുകൂടുന്നവരോടും ചോദ്യങ്ങൾ കൊണ്ട് അലോസരപ്പെടുത്തുന്ന ചെറുപ്പക്കാരോടും അവർ കാര്യമായി തന്നെ ഇടപെടുമായിരുന്നോ?

ഐജാസ്: ഡൽഹിയിൽ കാണപ്പെടാത്ത ഒരു കഫേ സംസ്കാരം അക്കാലത്ത് ലാഹോറിൽ ഉണ്ടായിരുന്നു. ചിലപ്പോൾ കൊൽക്കത്തയിൽ ഉണ്ടായിരുന്നിരിക്കാം. പക്ഷേ, നിശ്ചയമായും ഡൽഹിയിൽ അത്തരമൊന്ന് ഇല്ല. അവിടെ ചില ചട്ടങ്ങളും രീതികളുമൊക്കെയുണ്ടായിരുന്നു. എപ്പോൾ ആരെ അലോസരപ്പെടുത്തണമെന്ന് എല്ലാവർക്കും അറിയാമായിരുന്നു. ഈ ചിട്ടകൾ ലംഘിച്ച പുതുക്കക്കാരെ ഏറിയോ കുറഞ്ഞോ സൗമ്യമായി തന്നെ അച്ചടക്കം പഠിപ്പിച്ചു. പൊതുവെ, അറിയപ്പെടുന്ന എഴുത്തുകാരെല്ലാം പ്രതിഭാധനരായ യുവാക്കളെ സ്വാഗതം ചെയ്യുമായിരുന്നു.

വിജയ്: അക്കാലത്ത് വായിച്ചിരുന്ന പുസ്തകങ്ങൾ എന്തൊക്കെയായിരുന്നു?

ഐജാസ്: എല്ലാത്തരത്തിലുമുള്ള ഉറുദു സാഹിത്യം. അക്ഷരാർത്ഥത്തിൽ പഴയ ക്ലാസിക്കൽ കൃതികളും, ആദ്യകാല കവിതകളും മുതൽ എന്റെ സമകാലീനരുടേത് വരെയുള്ളത് വായിക്കുമായിരുന്നു. ഞാൻ സ്വല്പം പേർഷ്യൻ പഠിച്ചു. നിങ്ങൾക്ക് ഉറുദു നന്നായി അറിയാമെങ്കിൽ കുറച്ച് പേർഷ്യൻ എളുപ്പത്തിൽ പഠിച്ചെടുക്കാനാകും.

ഞാനതാണ് ചെയ്തത്. ഇംഗ്ലീഷ് സാഹിത്യത്തിലാണ് ഞാൻ ബിരുദാനന്തര ബിരുദം ചെയ്തത്. അത്യുത്സാഹത്തോടെ ഞാൻ ഇംഗ്ലീഷിൽ വായിച്ചുകൂട്ടി. എന്നാൽ വായിച്ചവയിൽ വലിയൊരു ഭാഗം മറ്റ് സാഹിത്യലോകത്ത് നിന്നും ഇംഗ്ലീഷിലേക്ക് വിവർത്തനം ചെയ്യപ്പെട്ടവയായിരുന്നു. എന്റെ വായനയുടെ ഭാഗമായ പ്രത്യേക വിഭാഗം പുസ്തകങ്ങൾ എനിക്ക് ഉണ്ടായിരുന്നില്ല. എന്റെ താല്പര്യങ്ങൾ വളരെ വേഗം മാറിക്കൊണ്ടേയിരുന്നു. അക്കാലത്ത് ഡിഗ്രി കോഴ്സ് രണ്ടായി വിഭജിക്കപ്പെട്ടിരുന്നു. ആദ്യ രണ്ട് വർഷങ്ങൾക്ക് ശേഷം നിങ്ങൾക്ക് ഒരു സർവ്വകലാശാല തല പരീക്ഷ എഴുതാനുണ്ടാകും. അതുകഴിഞ്ഞാൽ ഒരു ഇന്റർമീഡിയറ്റ് സർട്ടിഫിക്കറ്റും ലഭിക്കും. രണ്ട് വർഷം കഴിഞ്ഞാൽ വീണ്ടും ഒരു സർവ്വകലാശാല തല പരീക്ഷ. അത് കഴിഞ്ഞാലാണ് ബി എ അവാർഡ് ചെയ്യുക. ഇന്റർമീഡിയറ്റ് കാലത്തെ രണ്ട് വർഷങ്ങളിലാണ് ഞാൻ ഇക്കണോമിക്സിലേക്ക് ഊളിയിട്ടത്. ഹൈസ്കൂളിൽ സാമ്പത്തിക ശാസ്ത്രം ഇല്ലാതിരുന്നതിനാൽത്തന്നെ കോളേജിൽ എത്തിയപ്പോൾ മാത്രമാണ് ഞാൻ ആ വിഷയത്തെക്കുറിച്ച് മനസ്സിലാക്കുന്നത്. ആ സമയത്ത് എനിക്ക് വളരെ മികച്ചൊരു സാമ്പത്തികശാസ്ത്ര പ്രൊഫസറുണ്ടായിരുന്നു. എന്നാൽ അതിനെ തുടർന്നുള്ള രണ്ട് വർഷങ്ങളിൽ എനിക്ക് ഉജ്ജ്വലരായ രണ്ട് ചരിത്രാദ്ധ്യാപകരെ ലഭിച്ചു. അങ്ങനെ ബി എയുടെ രണ്ടു വർഷങ്ങളിൽ ഞാൻ ചരിത്ര പഠനത്തിന്റെ അനുഭൂതിയിലേക്ക് വലിച്ചടുപ്പിക്കപ്പെടുകയായിരുന്നു. അവസാനമായപ്പോഴേക്കും എന്റെ പ്രാഥമികമായ അക്കാദമിക് താല്പര്യ മേഖല വീണ്ടും മാറുകയും ഇംഗ്ലീഷിൽ ബിരുദാനന്തര ബിരുദത്തിനായി ചേരുകയും ചെയ്തു. നിങ്ങൾ ഇതിനെ എക്ലെക്റ്റിസിസം (ഏതെങ്കിലും ഒന്നിൽ ഉറച്ച് നില്കാതെ പലവിധ കേന്ദ്രങ്ങളിൽ നിന്നും ആശയങ്ങളും ചിന്തകളുമൊക്കെ രൂപീകരിച്ചെടുക്കൽ) എന്ന് വിളിച്ചേക്കാം. നിങ്ങൾ എക്ലെക്റ്റിസിസം എന്ന് വിളിക്കുന്ന താല്പര്യ മേഖലകളുടെ ഈ വിപുലത, പിന്നീടുള്ള ജീവിതം മുഴുവൻ എന്നോടൊപ്പമുണ്ടായിട്ടുണ്ട്. മാനവികതയ്ക്കും സാമൂഹിക ശാസ്ത്രത്തിനും ഇടയിലുള്ള, മൂർച്ചയുള്ള അതിർത്തി നിർണ്ണയം അന്തർലീനമായി തെറ്റാണെന്നും കാവ്യാത്മകമെന്നും പ്രായോഗികമെന്നും നമ്മൾ വിശേഷിപ്പിക്കുന്നവയുടെ ഇടയിലുണ്ടായിരുന്ന പഴയ ആ ഐക്യം പുനഃസ്ഥാപിക്കണമെന്നും ഞാൻ ഉറച്ച് വിശ്വസിക്കുന്ന തലം വരെ അത്, എന്റൊപ്പം കൂടിയിട്ടുണ്ട്.

അങ്ങനെയാണ് വ്യത്യസ്തമായ അക്കാദമിക് ശാഖകളിലൂടെ ഞാൻ അലഞ്ഞുനടന്നത്. പക്ഷേ, എന്നെ വലിയ തോതിൽ സഹായിച്ച മറ്റൊന്നു കൂടി ഉണ്ടായിരുന്നു. എന്താണോ പ്രധാനപ്പെട്ടത് അത് എനിക്ക് വായിക്കണമായിരുന്നു. ഏത് അക്കാദമിക ശാഖയിൽപ്പെട്ടതാണ് എന്നതൊന്നും ഞാൻ നോക്കിയിരുന്നില്ല. ഫ്രോയ്ഡ് എന്ന പ്രധാനപ്പെട്ടൊരാളുണ്ടെന്ന് എന്നോട് ആരെങ്കിലും പറഞ്ഞാൽ ഞാൻ ഫോർമാൻ ക്രിസ്ത്യൻ കോളേജ് ലൈബ്രറിയിലേക്ക് (ചെറുതാണെങ്കിലും മികച്ചൊരു

ലൈബ്രറി ആയിരുന്നു അത്) പോയി അവിടുള്ളവരോട് എനിക്ക് ഫ്രോയ്ഡിനെ വായിക്കണമെന്നും എന്താണ് വായിക്കേണ്ടതെന്നും ചോദിക്കുമായിരുന്നു. ശരിക്കും എത്ര നല്ല ഗുണമാണത്. അറിയാതെ തന്നെ ഞാൻ എന്നിൽ വളർത്തിയെടുത്ത ഒരു ശീലമാണത്. ഒരാളെക്കുറിച്ച് മനസ്സിലാക്കാനായി, മറ്റാരെങ്കിലും അയാളെക്കുറിച്ച് എഴുതിയതിയത് വായിക്കുന്നതിനും മുൻപ് അയാൾ എഴുതിയത് തന്നെ വായിക്കുക എന്നത്. ഇതുപോലെയാണ് ഞാൻ മാർക്സിനെയും ലെനിനെയും ഫ്രോയ്ഡിനെയും സാർത്രിനെയും ഒക്കെ വായിച്ചത്. ഞാൻ ആ എഴുത്തുകളുമായി ഗുസ്തി പിടിച്ചു. ആ സമയത്ത് കമന്ററികൾ വായിച്ച് തുടങ്ങണം എന്ന ചിന്ത എനിക്ക് വന്നതേയില്ല.

രാഷ്ട്രീയപ്രവേശം

വിജയ് പ്രഷാദ്: സജീവമായ രാഷ്ട്രീയ ജീവിതം ആരംഭിച്ച നാളുകളെക്കുറിച്ച് പറയാമോ?

ഐജാസ് അഹമ്മദ്: ഈജിപ്തിന്റെ സൂയസ് കനാൽ പ്രദേശത്തെ ആംഗ്ലോ-ഫ്രഞ്ച്-ഇസ്രായേലി അധിനിവേശത്തിനെതിരായുള്ള പ്രതികരണമായിരുന്നു എന്റെ ആദ്യത്തെ രാഷ്ട്രീയ ഇടപെടൽ. 1956 ൽ, ഞാൻ ഒന്നാം വർഷ കോളേജ് വിദ്യാർത്ഥിയായിരിക്കുമ്പോഴായിരുന്നു ഇത്. അധിനിവേശത്തിനെതിരായിനടന്ന വലിയ വിദ്യാർത്ഥി പ്രകടനത്തിലും ഞാൻ അണിചേർന്നു. ബ്രിട്ടീഷ്, കൊളോണിയൽ വിരുദ്ധമായ ബോദ്ധ്യത്തിൽനിന്നാണ് അത് സംഭവിക്കുന്നത്. ആ നശിച്ച ബ്രിട്ടീഷുകാർ ഈജിപ്തിലെമ്പാടും വീണ്ടും കടന്നുകയറി. ഞാനും ആ പ്രകടനത്തിന്റെ ഭാഗമായി. ഇപ്പോൾ തിരിഞ്ഞുനോക്കുമ്പോൾ തമാശയാണെങ്കിലും അന്ന് ഒരു ബ്രിട്ടീഷ് ഉദ്യോഗസ്ഥന്റെ വസതിയുടെ വരാന്തയിലേക്ക് ചാടിക്കയറിയ ഞാൻ അവിടിരുന്ന ഒരു കസേരയെടുത്ത് നിലത്തെറിഞ്ഞ് തകർക്കുന്നുണ്ട്.

ഇന്ത്യയിലെ കുട്ടിക്കാലത്തുനിന്ന് എനിക്ക് കിട്ടിയ ചില ബോദ്ധ്യങ്ങൾ ഉണ്ടായിരുന്നു. പിതാവിന്റെ ഇടത് ചായ്‌വ്, പുരോഗമന സാഹിത്യത്തിലുള്ള എന്റെ വായന, ഹൈസ്കൂളിലായിരിക്കുമ്പോൾ തന്നെ കമ്യൂണിസ്റ്റ് വിദ്യാർത്ഥിപ്രസ്ഥാനവുമായുള്ള ചെറിയ ഇടപെടൽ ഒക്കെ ചേർന്ന് രൂപപ്പെടുത്തിയ ബോദ്ധ്യങ്ങളായിരുന്നു അവ. ലാഹോറിലെ കോളേജ് വിദ്യാർത്ഥിയായി ഞാൻ എത്തിയപ്പോഴേക്കും എല്ലാം നഷ്ടപ്പെട്ട് രണ്ടറ്റവും കൂട്ടിമുട്ടിക്കുവാൻ പാടുപെടുന്ന അവസ്ഥയിലായിരുന്നു എന്റെ മാതാപിതാക്കൾ. അതേസമയം അവരെന്നെ ഒരു അങ്ങേയറ്റം ഉപരിവർഗ്ഗ കോളേജിൽ പഠിക്കാനുമയച്ചു. ഒരു മിഷനറി

കോളേജ് ആയതുകൊണ്ട് തന്നെ ഫീസ് വളരെ കുറവായിരുന്നുവെന്നതാണ് കാരണം. വളരെ സമ്പന്നരായ ഒരു കൂട്ടം വിദ്യാർത്ഥികൾ എന്റെ ചുറ്റുമുണ്ടായിരുന്നു. എനിക്കാണെങ്കിൽ അതിനോട് സാമൂഹ്യമായ നീരസവും. ഓക്സ്ഫോർഡ്-കേംബ്രിഡ്ജ് ലോകത്തെത്തുന്ന തൊഴിലാളി വർഗ്ഗത്തിൽപ്പെട്ട വിദ്യാർത്ഥികൾക്ക്, പിന്നീട് അവരുടെ രംഗത്ത് ഉന്നതങ്ങളിൽ എത്തിയിട്ടുപോലും, ആ പരിസരത്തോട് ഇഴയടുപ്പം തോന്നാത്തതിനെക്കുറിച്ച് വളരെ സൂക്ഷ്മമായി റെയ്മണ്ട് വില്യംസും ടെറി ഈഗിൾട്ടണും എഴുതിയിട്ടുണ്ട്. വെയിൽസിലെ തന്റെ തൊഴിലാളി വർഗ്ഗ പശ്ചാത്തലത്തെക്കുറിച്ച് അങ്ങേയറ്റം ഊഷ്മളതയോടെയും ഹൃദയസ്പർശിയായും എഴുതുന്ന വില്യംസ് പിന്നീട്, മറ്റൊരിടത്ത് കേംബ്രിഡ്ജിനെ ലോകത്തെ ഏറ്റവും തണുത്ത മൂലകളിൽ ഒന്നായി വിവരിക്കുമ്പോൾത്തന്നെ അദ്ദേഹം ശരിക്കും എന്താണ് ഉദ്ദേശിച്ചതെന്ന് എനിക്ക് അറിയാം. സമാനമായി, ഒരു പ്രവിശ്യാ പോസ്റ്റ്മാന്റെ മകനായ, മഹാനായ ഫ്രഞ്ച് സോഷ്യോളജിസ്റ്റ് ബോർദിയോയും സ്ഥാപന ശ്രേണിയുടെ ഉന്നതങ്ങളിൽ എത്തുന്ന ആദ്യ തലമുറ ബുദ്ധിജീവികൾ എക്കാലവും അവിടെ ജീവിക്കുന്നത് ഒരുതരം അകല്ച്ചയോടെയും താൻ പുറത്തുള്ളൊരാളാണെന്ന വിചാരത്തോടെയും ചിലപ്പോ നുഴഞ്ഞുകയറിയൊരാളാണെന്ന തോന്നലോടെയുമെല്ലാമാണെന്ന് എഴുതുന്നുണ്ട്. അത്തരം വിശകലനങ്ങൾ കാണുമ്പോഴെല്ലാംതന്നെ ഫോർമാൻ ക്രിസ്ത്യൻ കോളേജിലെ എന്റെ നാളുകളെക്കുറിച്ച് ഞാൻ ഓർക്കും.

അതായിരുന്നു ഒരു ബുദ്ധിമുട്ട്. കൂടെ ആ സ്ഥാപനത്തിന്റെ യാഥാസ്ഥിതികതയും രാഷ്ട്രീയമായ നട്ടെല്ലില്ലായ്മയും എന്നെ അമർഷം കൊള്ളിച്ചിരുന്നു. 1958 ൽ അയൂബ് ഖാന്റെ നേതൃത്വത്തിലുള്ള അട്ടിമറി നടന്നപ്പോൾ ഞാൻ കോളേജിലായിരുന്നു. രണ്ട് മന്ത്രിമാർക്ക് കോളേജിൽ വന്ന് വിദ്യാർത്ഥികളെ അഭിസംബോധന ചെയ്യണമെന്ന് കോളേജിന് അറിയിപ്പ് കിട്ടി. എല്ലാ വിദ്യാർത്ഥികളെയും അതിനായി വിളിച്ചു ചേർക്കാനുള്ള ഒരുക്കത്തിലായിരുന്നു പ്രിൻസിപ്പാൾ. വിദ്യാർത്ഥി യൂണിയന്റെ ഉപാദ്ധ്യക്ഷനായിരുന്നു ഞാൻ. “ഒരു കാരണവശാലും പറ്റില്ല. പട്ടാള നിയമത്തിൻ കീഴിലെ രണ്ട് മന്ത്രിമാർക്ക് ഇവിടെന്ത് കാര്യം?” എന്ന് ഞാൻ ചോദിച്ചു. സൈനിക സ്വേച്ഛാധിപതികൾക്ക് ഞങ്ങളുടെ കാമ്പസിൽ പ്രവേശിക്കാനുള്ള ഒരവകാശവും ഇല്ലെന്ന് ഞങ്ങൾക്ക് തോന്നി. “കാലം മാറിയിരിക്കുന്നു. എനിക്ക് മറ്റൊരു ചോയ്സ് ഇല്ല” പ്രിൻസിപ്പാൾ പറഞ്ഞു. “അങ്ങനാണെങ്കിൽ ആ മന്ത്രിമാരെ ഞങ്ങൾ സ്വാഗതം ചെയ്യാൻ പോകുന്നില്ല” എന്നതായിരുന്നു ഞങ്ങളുടെ മറുപടി. ഉടനെ തന്നെ ഞങ്ങളെല്ലാവരും രാജിവച്ചു. കോളേജ് അധികാരികൾക്കെതിരെ അത്തരത്തിലുള്ള അമർഷം അവിടെ അലയടിച്ചിരുന്നു.

വിജയ്: അപ്പഴേക്കും പാകിസ്ഥാന് പതിനൊന്ന് വയസ്സായിരുന്നു. പട്ടാളം കൂടുതൽ തീവ്രതയോടെ ഇടപെടാൻ തുടങ്ങിയ സമയം. രാജ്യത്തെക്കുറിച്ചുള്ള താങ്കളുടെ അക്കാലത്തെ തോന്നലുകൾ എന്തായി

രുന്നു?

ഐജാസ്: നോക്കൂ, ഞാൻ വളരെ ചെറുപ്പമായിരുന്നു. വീട്ടിൽ തന്നെയിരുന്ന് പഠനം നടത്തി. പിന്നീട് നേരിട്ട് എട്ടാം ക്ലാസിൽ ചേർന്ന കുട്ടിയായിരുന്നു ഞാൻ. പതിമൂന്നോ പതിനാലോ വയസ്സിൽ തന്നെ ഞാൻ ഹൈസ്കൂൾ പൂർത്തിയാക്കിയിട്ടുണ്ടാകണം. ഇരുപത് വയസ്സ് തികയുന്നതിന് മുൻപ് ഞാൻ എം എ എടുത്തു. അതേ സമയം, ഞങ്ങൾ പാകിസ്ഥാനിലേക്ക് കുടിയേറിയിട്ടുണ്ടായിരുന്നുവെങ്കിലും ഞങ്ങൾ ശരിയായ മുസ്ലീം ലീഗുകാരോ മതാചാരങ്ങളെ തീരെ പിന്തുടർന്നവരോ ആയിരുന്നില്ല. ഏതെങ്കിലും തരത്തിലുള്ള മതാചാരങ്ങൾ അനുഷ്ഠിക്കുന്നതിൽ നിന്നും കുട്ടിക്കാലത്ത് എന്നെ വിലക്കിയിരുന്നു. ഭയത്തിന്റെ അന്തരീക്ഷത്തിലാണ് ഞങ്ങൾ പാകിസ്ഥാനിലേക്ക് പോകുന്നത്. ഞങ്ങൾക്ക് എല്ലാം നഷ്ടപ്പെടുകയും ചെയ്തു. അതുകൊണ്ട് തന്നെ എനിക്ക് പാകിസ്ഥാനോടുണ്ടായിരുന്ന അമർഷം തികച്ചും വ്യക്തിപരം കൂടിയായിരുന്നു. അങ്ങനെ ലാഹോറിൽ എത്തിച്ചേർന്നു. പഞ്ചാബി സംസാരിക്കുന്ന നഗരത്തിലെ ഉറുദു സംസാരിക്കുന്നയാളായിരുന്നു ഞാനവിടെ. കറാച്ചിയിലല്ല എത്തിപ്പെട്ടത് എന്നതിൽ എനിക്ക് സന്തോഷം തോന്നിയിരുന്നു. അത് ശരിക്കും ഒരു ചേരിയായിരുന്നു – ഒരു അഭയാർത്ഥി ചേരി. എന്നാലും പറിച്ച് മാറ്റപ്പെട്ടതിന്റെ വലിയ വേദന അപ്പോഴും ഉണ്ടായിരുന്നു. എന്നെ സംബന്ധിച്ചിടത്തോളം പാകിസ്ഥാൻ ആ അടർത്തിമാറ്റലിനെ പ്രതിനിധീകരിച്ചു. വീട് നഷ്ടപ്പെട്ട ഒരവസ്ഥ. എന്നെ ഞാൻ ചേർത്തുവെക്കുന്ന രാജ്യം എപ്പഴും ഇന്ത്യയായിരുന്നു. മിക്കവാറും ആളുകൾ അസാധാരണമായ ഈ ദ്വന്ദ്വചിന്തയിൽ പെട്ടു. ഔദ്യോഗികമായ ആശയത്തിൽ ഇന്ത്യയാണ് ശത്രു. ഇത് വളരെ വ്യാപകമായി ആളുകൾ ഉള്ളിൽ ക്കൊണ്ട് നടക്കുകയും ചെയ്തിരുന്നു. നിങ്ങൾ നിരാകരിച്ച ഒരു വലിയ ചരിത്രത്തിന്റെ താളുകളെ പേറുന്ന പേര്. അതേസമയം, ഒരിക്കലും തിരിച്ച് പിടിക്കാനാവാത്ത ഒരുകാലത്തെ നിങ്ങളുടെ വിശാലമായ ഗൃഹം കൂടിയായിരുന്നു ഇന്ത്യ. ഇതെല്ലാം ചേർന്ന് ബൗദ്ധികവും ധാർമ്മികവുമായ സങ്കീർണ്ണതകൾക്ക് കാരണമാകുന്ന ഒന്ന് നമ്മളിലേക്ക് കുത്തിനിറയ്ക്കുന്നുവെന്നു ഞാൻ പറയും.

വിജയ്: വൈകാരികമായ തലത്തിൽ?

ഐജാസ്: അതെ. ഒപ്പം സാമൂഹികമായും. അതുകൊണ്ട് തന്നെ, ഉദാഹരണത്തിന്, ഉറുദു സാഹിത്യത്തിലെവിടെയും പാകിസ്ഥാന്റെ സൃഷ്ടിയെ ആഘോഷിക്കുന്ന ഒന്നും നിങ്ങൾക്ക് കാണാനാകില്ല. അതെപ്പോഴും ഒരു ദുരന്തമായാണ് സാഹിത്യത്തിൽ ചിത്രീകരിക്കപ്പെടുന്നത്. ആ ഉറുദു സാഹിത്യമാണ് പാകിസ്ഥാനി സാഹിത്യം. 'മഹത്തരമായ ദേശീയ മാതൃരാജ്യത്തിന്റെ സൃഷ്ടി' എന്ന ഒന്ന് ഇല്ലേയില്ല. ആ അർത്ഥത്തിലുള്ള ഒരു മോശം എഴുത്തുപോലും ഇല്ല. 'ഇൻ ദി മിറർ ഓഫ് ഉറുദു' എന്ന് പേരിട്ട ഒരു നീണ്ട പ്രഭാഷണത്തിനായി ഞാനതിനെക്കുറിച്ച് എഴുതിയിരുന്നു. സ്വാതന്ത്ര്യത്തെ വിഭജനത്തിന്റെ നിഴൽ മൂടിയതിനാൽ

ത്തന്നെ, ഒരു രാജ്യത്തിന്റെ പിറവി ആഘോഷിക്കുന്ന ഉറുദുവിലുള്ള ഒരെഴുത്തും ഇന്ത്യയിലും ഉണ്ടായിരുന്നില്ല. 1965 ലെ ഇന്ത്യാ-പാകിസ്ഥാൻ യുദ്ധംവരെയും ഉറുദു സാഹിത്യം പൂർണ്ണമായും വിഭജനത്തിന്റെ ആഘാതത്തിലായിരുന്നു. പാകിസ്ഥാനി സാഹിത്യത്തിലും അങ്ങനെ തന്നെ. പാകിസ്ഥാന്റെ പിറവി രണ്ടാംതരം കാര്യം മാത്രമായിരുന്നു. സത്യത്തിൽ അതിനെ നല്ല ഒന്നായി അവതരിപ്പിക്കുന്നതൊന്നും സാഹിത്യത്തിൽ ഇല്ല എന്നുതന്നെ പറയാം. ബംഗാളുമായുള്ള താരതമ്യം നന്നായിരിക്കും. കൊൽക്കത്തയിലെ ഒരുപാട് ബുദ്ധിജീവികൾ വിഭജനവും സ്വാതന്ത്ര്യവും ആഘോഷിച്ചിരുന്നു. ഇതുതന്നെയാണോ എല്ലാ ഭാഷാ സമൂഹങ്ങളിലും സംഭവിച്ചതെന്ന് ഒരു പഠനം നടത്തുന്നത് മൂല്യവത്തായിരിക്കും. പാകിസ്ഥാനി സാഹിത്യ ഭാവനയിൽ ഒരു പുതിയ രാജ്യത്തിന്റെ പിറവിയെ, ഏതെങ്കിലും തരത്തിലുള്ള വിമോചനമോ നേട്ടമോ ആയി കാണുകയേ ചെയ്തിരുന്നില്ല.

വിജയ്: താങ്കൾ വിദ്യാർത്ഥി ആയിരിക്കുകയും മിലിട്ടറി ബാരക്കുകളിൽനിന്നും പുറത്തേക്ക് വരികയും ചെയ്ത ഈ കാലത്ത് കമ്യൂണിസ്റ്റുകാരുമായി വല്ല ഇടപാടുകളും ഉണ്ടായിരുന്നോ?

ഐജാസ്: രാഷ്ട്രീയമായി അടിച്ചമർത്തപ്പെട്ടവരും സാമൂഹികമായി ബഹിഷ്കരിക്കപ്പെട്ടവരുമായിരുന്നു പാകിസ്ഥാനി കമ്യൂണിസ്റ്റുകാർ. പാകിസ്ഥാൻ യു എസുമായി ബന്ധം തുടങ്ങിയ 50 കളുടെ ആരംഭത്തിൽ തന്നെ, കമ്യൂണിസ്റ്റുകാർക്കെതിരായ സമ്പൂർണ്ണ അടിച്ചമർത്തൽ ആരംഭിച്ചിരുന്നു. റാവൽപ്പിണ്ടി ഗൂഢാലോചനാക്കേസോടുകൂടി അത് അതിന്റെ പാരമ്യതയിലെത്തുകയും ചെയ്തു. സൈനിക അട്ടിമറിക്കും മുൻപായിരുന്നു ഇത്. അതുകൊണ്ടുതന്നെ സൈനിക സ്വേച്ഛാധിപത്യം വന്നപ്പോഴേക്കും കമ്യൂണിസ്റ്റ് അടിച്ചമർത്തൽ അംഗീകരിക്കപ്പെട്ട ഒരു വസ്തുതയായി മാറിക്കഴിഞ്ഞിരുന്നു. സൈന്യം ചെയ്ത ഏറ്റവും മുഖ്യമായ കാര്യമെന്താണെന്ന് വച്ചാൽ കമ്യൂണിസ്റ്റ് സമീപനമുണ്ടായിരുന്ന പാകിസ്ഥാനി ടൈംസ് പോലുള്ള പ്രസുകൾ ഏറ്റെടുത്തതാണ്. വിഭജനത്തിനുശേഷം, സോവിയറ്റ് യൂണിയനുമായുള്ള ബന്ധം ഉപയോഗിച്ച് കൽക്കരി ഇറക്കുമതി ചെയ്യാനുള്ള അനുവാദം നേടിയെടുത്ത, ഇടതു കോൺഗ്രസുകാരനായിരുന്ന മിയാൻ ഇഫ്തിഖറുദ്ദീൻ അതുവഴി പണം സമ്പാദിച്ചു. അതിൽനിന്നുള്ള ഒരു ഭാഗമാണ് വിഭജനാനന്തരമുള്ള ആദ്യ നാളുകളിൽ കമ്യൂണിസ്റ്റ് പാർട്ടിയെ ഫണ്ട് ചെയ്തത്. അദ്ദേഹം തന്നെയാണ് പാകിസ്ഥാൻ ടൈംസ് പ്രൈവറ്റ് ലിമിറ്റഡും ആരംഭിച്ചത്. ജീവിതകാലം മുഴുവൻ കമ്യൂണിസ്റ്റായിരുന്ന മസർ അലി ഖാൻ ആയിരുന്നു അവരുടെ ഇംഗ്ലീഷ് പത്രം എഡിറ്റ് ചെയ്തത്. താരിഖ് അലിയുടെ പിതാവാണ് അദ്ദേഹം. ആ ഗ്രൂപ്പിൽ നിന്നുള്ള എല്ലാ വാർത്താ പത്രങ്ങളുടെയും ചീഫ് എഡിറ്റർ ഫൈസ് അഹമദ് ഫൈസ് ആയിരുന്നു. അതായത്, വലിയ സർക്കുലേഷൻ ഉണ്ടായിരുന്ന പത്രങ്ങളും പ്രസിദ്ധീകരണങ്ങളും നടത്തിക്കൊണ്ടിരുന്ന കമ്യൂണിസ്റ്റുകാർ ഉണ്ടായിരുന്നു എന്നർത്ഥം. 1958

ലെ അട്ടിമറിയെ തുടർന്ന് ഗവണ്മെന്റ് അവയെല്ലാം ഏറ്റെടുക്കുകയും അവരെയെല്ലാം പുറത്താക്കുകയും ചെയ്തു. ഫൈസ് ജയിലിലടയ്ക്കപ്പെട്ടു. മസർ അലി ഖാൻ തടവിലായില്ല എന്ന് തോന്നുന്നു.

ഞാൻ കമ്യൂണിസ്റ്റുകാരുമായി സമ്പർക്കം പുലർത്തിയിരുന്നോ? ഉണ്ടെന്നും ഇല്ലെന്നും പറയാം. പാർട്ടി നിരോധിക്കപ്പെടുകയും തുടർന്ന് സ്വയം പിരിച്ചുവിടപ്പെടുകയും ചെയ്തിരുന്നു. എങ്കിലും പഴയ പാർട്ടിയിലെ ഒരു വിഭാഗം പുനഃസംഘടിച്ച് ഒരു അണ്ടർഗ്രൗണ്ട് പാർട്ടി രൂപീകരിച്ചു. ആ അണ്ടർഗ്രൗണ്ട് പാർട്ടിയും പിളർന്നു. ഇന്ത്യയിലെ പാർട്ടി പിളർപ്പിന്റെ മറ്റൊരു പ്രതിഫലനം തന്നെയായിരുന്നു അത്. അതുകൊണ്ട് തന്നെ കമ്യൂണിസ്റ്റ് പാർട്ടി ഓഫ് പാകിസ്ഥാനിൽ അവശേഷിച്ചത് വളരെ ചെറിയ ചില അവശേഷിപ്പുകൾ മാത്രമായിരുന്നു. ഒരു കമ്യൂണിസ്റ്റുകാരനും പരസ്യമായി തങ്ങളാരാണെന്ന് വെളിപ്പെടുത്താനായില്ല. ചിലരുടെ കാര്യത്തിൽ അത് ഏതൊരാൾക്കും അറിയാമായിരുന്നു. എന്നാൽ മറ്റ് ചിലരുടെ കാര്യത്തിൽ അത് ദൂരീകരിക്കപ്പെടാത്ത സംശയം മാത്രമായി. നിരോധനത്തിന് മുൻപ് തന്നെ കമ്യൂണിസ്റ്റുകാരായി അറിയപ്പെട്ടിരുന്നവരായതിനാൽ, പഴയ തലമുറയിലെ കുറച്ചധികം പേരെ എനിക്ക് തീർച്ചയായും അറിയാമായിരുന്നു. അതിലൊന്ന്, തന്റെ ചെറുപ്പകാല കമ്യൂണിസ്റ്റ് നാളുകളിൽത്തന്നെ വലിയ തരത്തിൽ അറിയപ്പെട്ടിരുന്ന ഫൈസ് തന്നെയായിരുന്നു. മറ്റൊരാൾ, കൊൽക്കത്ത കോൺഗ്രസിനെ തുടർന്ന് പാകിസ്ഥാനിൽ പാർട്ടി സംഘടിപ്പിക്കാൻ കമ്യൂണിസ്റ്റ് പാർട്ടി ഓഫ് ഇന്ത്യ അയച്ച സിബ്തെ ഹസൻ ആയിരുന്നു. സിബ്തെ സാഹെബാണ് കമ്യൂണിസ്റ്റ് ടെക്സ്റ്റുകൾ വായിക്കാനുള്ള രീതിശാസ്ത്രത്തെ സംബന്ധിച്ച ആദ്യ പാഠങ്ങൾ എനിക്ക് പകർന്നു തന്നത്.

ഹബീബ് ജാലിബിനെ തീർച്ചയായും എനിക്ക് അറിയാമായിരുന്നു. തൊഴിലാളി അല്ല, അങ്ങേയറ്റം സാധാരണക്കാരനായിരുന്നു അദ്ദേഹം. അതീവ ദരിദ്രൻ. (അദ്ദേഹം കൂടുതലും പ്ലബിയൻ ആയിരുന്നു, പ്രോലട്ടേറിയറ്റ് അല്ല). കമ്യൂണിസ്റ്റ് പാർട്ടി ഓഫ് പാകിസ്ഥാനുമായി അദ്ദേഹത്തിന് വളരെ അടുത്തബന്ധമാണുണ്ടായിരുന്നത്. അതൊരു അണ്ടർഗ്രൗണ്ട് ബന്ധം മാത്രമായിരുന്നു. ഞങ്ങളിൽ ചിലർക്ക് അക്കാര്യം അറിയാമായിരുന്നു. മറ്റ് പലരും അതങ്ങനെ ആയിരിക്കുമെന്ന് ഊഹിക്കുകയും ചെയ്തു. അതുകൊണ്ടുതന്നെ വാലിഖാന്റെ നാഷണൽ അവാമി പാർട്ടിയുമായി അദ്ദേഹത്തിന് അടുത്ത ബന്ധം ഉണ്ടായി. അവിടെയായിരുന്നു മിക്കവാറും കമ്യൂണിസ്റ്റുകാർ അവരുടെ ബഹുജന പ്രവർത്തനം നടത്തിയിരുന്നത്. ജാലിബിന്റെയും ഫൈസിന്റെയും വർഗ്ഗപരമായ പശ്ചാത്തലത്തിലെ വ്യത്യാസം വളരെ വലുതായിരുന്നു. അതവരുടെ സാഹിത്യ സംസ്കാരത്തിലും രീതിയിലും പ്രകടമാവുകയും ചെയ്തു. കൂടുതലും ബഹുജനങ്ങളെ സംഘടിപ്പിക്കുവാൻ ശേഷിയുള്ള കവിയായിരുന്നു ജാലിബ്.

വിജയ്: നിങ്ങളുടെ എഴുത്തുകളിൽ പ്രധാനമായിത്തീരുന്ന തീമു

കളിൽ ഒന്ന്, ആശ്രിത സിദ്ധാന്തം (ഡിപന്റൻസി തിയറി) എന്ന് ചുരുക്കി വിളിക്കാവുന്ന ഒന്നോ അല്ലെങ്കിൽ ആഗോള മുതലാളിത്തത്തിന്റെ പശ്ചാത്തലത്തിൽ നമ്മൾ ജീവിക്കുന്ന ലോകത്തെ എങ്ങനെ മനസ്സിലാക്കാം എന്നതോ ആണ്. ഈ ധാരയിൽ പാകിസ്ഥാനിൽ ഉയർന്നുവന്ന പേര് ഹംസ അലവിയുടേതാണ്. എങ്ങനെയാണ് ഇത്തരം ചിന്തകൾ താങ്കളുടെ എഴുത്തുകളിലേക്ക് കടന്നുവന്നത്?

ഐജാസ്: ഹംസ എന്നേക്കാൾ പത്തുവയസ്സിലധികമോ മറ്റോ മാത്രം മുതിർന്നയാളായിരുന്നു. സ്വാതന്ത്ര്യത്തിന്റെ സമയത്ത് അദ്ദേഹം ഇന്ത്യൻ ഫിനാൻഷ്യൽ സർവ്വീസിന്റെ ഭാഗമായിരുന്നു. പാകിസ്ഥാൻ നിലവിൽവന്നപ്പോൾ അവർക്ക് ഒരു ബ്യൂറോക്രസിയോ ടെക്നോക്രസിയോ കാര്യങ്ങൾ നോക്കിനടത്താൻ കഴിയുന്ന ഭരണ നിർവ്വഹണ ചുമതലയുള്ള പ്രമാണി വർഗ്ഗമോ ഉണ്ടായിരുന്നില്ല. സാമാന്യം താഴ്ന്ന പദവികളിൽ ഉണ്ടായിരുന്നവർക്ക് വളരെ വലിയ സ്ഥാനങ്ങൾ നല്കപ്പെട്ടു. ഹംസ റിസർവ് ബാങ്ക് ഓഫ് പാകിസ്ഥാനിലെ സാമാന്യം ഉന്നതമായൊരു പദവിയിൽ അവരോധിക്കപ്പെട്ടു. എന്നാൽ പിന്നീട് തന്റെ ജോലിയിൽ അനിഷ്ടം തോന്നിയ അദ്ദേഹം രാജിവെക്കുകയാണുണ്ടായത്. അദ്ദേഹം ആദ്യം കിഴക്കൻ ആഫ്രിക്കയിലേക്കും പിന്നീട് ഇംഗ്ലണ്ടിലേക്കും പോയി, എന്നിട്ട് സ്വയം ഒരു സാമൂഹിക ശാസ്ത്രജ്ഞനായി തന്നെ പുനർനിർമ്മിച്ചു. അദ്ദേഹത്തിന്റെ ഗവേഷണം പഞ്ചാബ് കർഷകരെക്കുറിച്ചായിരുന്നു. വളരെ വിശാലമായ ബൗദ്ധിക സംസ്കാരത്തിനുടമയായ ഒരാളായിരുന്നു അദ്ദേഹം. കുറച്ചുകാലത്തേക്ക് ആശ്രിതത്വസിദ്ധാന്തം അദ്ദേഹത്തെ സ്വാധീനിച്ചിരുന്നുവെങ്കിലും അത് അധികകാലം നീണ്ടുനിന്നില്ല. ബംഗ്ലാദേശ് പ്രതിസന്ധിയുടെ കാലമായപ്പോഴേക്കും അദ്ദേഹം വളരെ വ്യത്യസ്തമായ തരത്തിലുള്ള ബൗദ്ധിക വ്യാപാരങ്ങളിൽ ഇടപെടുകയായിരുന്നു. ആ തലമുറയുടെ കാലഘട്ടത്തിന്റെ അവസാനം വരെയും പാകിസ്ഥാനിൽ സാമൂഹ്യ ശാസ്ത്ര മേഖല അത്ര കാര്യമായി വികസിച്ചിരുന്നില്ല. എന്നാൽ ഹംസ അതിൽനിന്നും ഒറ്റപ്പെട്ടു നിന്നു.

നിങ്ങൾ ഇന്ത്യയെ നോക്കുകയാണെങ്കിൽ സ്വാതന്ത്ര്യത്തിനുശേഷം ഇന്ത്യയിലെ സ്കോളർഷിപ്പുകളിൽ വലിയതോതിൽ ഗുണപരമായ വളർച്ചയും വികാസവുമുണ്ടായിട്ടുണ്ട് എന്ന വസ്തുത ആശ്ചര്യപ്പെടുത്തുന്നതാണ്. ഡി ഡി കോസാംബിയോ ഇർഫാൻ ഹബീബോ മറ്റനേകം പേരിൽ ആരുമോ ആവട്ടെ, നമ്മുടെ മനസ്സിലേക്ക് വരുന്ന ഏറ്റവും സ്വാധീന ശേഷിയുള്ള ചരിത്രകാരന്മാരും സാമ്പത്തിക ശാസ്ത്രജ്ഞരുമെല്ലാം സ്വാതന്ത്ര്യത്തിനുശേഷംവന്നവരാണ്. സ്വാതന്ത്ര്യത്തിനുശേഷം ഇന്ത്യയിലെ സ്കോളർഷിപ്പിൽ മുന്നോട്ടുള്ള വലിയൊരു കുതിച്ചു ചാട്ടം ഉണ്ടായി. ഗണപരമായും ഗുണപരമായുമുള്ള മാറ്റം.

ബൗദ്ധികപരമായി കണക്കാക്കിയാൽ യഥാർത്ഥത്തിൽ ഉപഭൂഖണ്ഡത്തിന്റെ പ്രാന്തപ്രദേശമായിരുന്ന മേഖലകളാണ് പാകിസ്ഥാനായി മാറിയത്. ലാഹോർ ഒരു വലിയ സാംസ്കാരിക കേന്ദ്രമായിരുന്നു.

എങ്കിലും അവിടത്തെ ബുദ്ധിജീവികളിൽ വലിയൊരു വിഭാഗവും സിഖുകാരും ഹിന്ദുക്കളുമായിരുന്നു. ബംഗാളിന്റെ ബൗദ്ധിക കേന്ദ്രം കൽക്കത്ത ആയിരുന്നു. ധാക്ക സർവ്വകലാശാല താരതമ്യേന ചെറിയൊരു തുരുത്ത് മാത്രമായിരുന്നു. പാകിസ്ഥാനിലെ ഭരണ കക്ഷിക്ക് കൊളോണിയൽ വിരുദ്ധ ഉള്ളടക്കം ഉണ്ടായിരുന്നില്ല. കമ്യൂണിസ്റ്റുകാർ ചിന്നിച്ചിതറപ്പെട്ടു. സിവിൽ-സൈനിക ഉദ്യോഗ പദവികളിലോ അല്ലെങ്കിൽ വളരെ ദ്രുതഗതിയിൽ വളർന്നുവരുന്ന പുതിയ സ്വകാര്യ മേഖലയിലോ കയറിപ്പറ്റാൻ തല്പരരായിരുന്ന പുതിയ മദ്ധ്യവർഗ്ഗം രാഷ്ട്രീയമായി വളരെയധികം നിശ്ചലമായിരുന്നു. ഹംസയെയും ഇഖ്ബാൽ അഹമദിനെയും എന്നെയും പോലുള്ളവർ ചില അപവാദങ്ങൾ മാത്രമായിരുന്നു. ഞങ്ങളെല്ലാം തന്നെ ഒന്നല്ലെങ്കിൽ മറ്റൊരു കാരണംകൊണ്ട് രാജ്യത്തിന്റെ പുറത്ത് എത്തിപ്പെടുകയും ചെയ്തു.

ലോക മുതലാളിത്തക്രമത്തിൽ സ്വന്തം രാജ്യത്തിന്റെ സ്ഥാനം എന്താണെന്നതിനെക്കുറിച്ചുള്ള ധാരണ ഞങ്ങളെങ്ങനെയാണ് രൂപപ്പെടുത്തിയതെന്ന് താങ്കൾ ചോദിച്ചല്ലോ. എന്നെ സംബന്ധിച്ചിടത്തോളം ക്രിയാത്മകവും സാമാന്യം വിപുലവുമായ കൊടുക്കൽ വാങ്ങലുകൾ നടന്ന ഒരേയൊരു പാകിസ്ഥാനി ബുദ്ധിജീവി ഹംസ അലവിയായിരുന്നു. അത് മിക്കവാറും ഞങ്ങൾ തമ്മിൽ നേരിട്ട് നടന്ന സംഭാഷണങ്ങളിലൂടെയായിരുന്നു, എഴുത്തിലൂടെയല്ല. ബാക്കിയുള്ളവയ്ക്കായി ഇന്ത്യയിൽ നിന്നുള്ള പഠനങ്ങളിലേക്കും ചില സോവിയറ്റ് എഴുത്തുകാരിലേക്കും ചില ബ്രിട്ടീഷ് അല്ലെങ്കിൽ അമേരിക്കൻ പ്രസിദ്ധീകരണങ്ങളിലൂടെ എന്നിലേക്കുവന്ന മാർക്സിസത്തിലേക്കും ഞാൻ ഉറ്റു നോക്കുകയായിരുന്നു. മന്ത്‌ലി റിവ്യൂ മാഗസിൻ എന്നിൽ ദീർഘകാലം വലിയ സ്വാധീനം ചെലുത്തിയിരുന്നു. ബാരൻ, സ്വീസി, മഗ്ഡോഫ് തുടങ്ങിയവരുടെയും അവരുടെ സഹപ്രവർത്തകരുടെയും എഴുത്തുകൾ മാത്രമല്ല, അവരുടെ പ്രസുകളിൽനിന്നും പ്രസിദ്ധീകരിക്കുന്ന ട്രൈക്കോണ്ടിനെന്റലിനെ (ഏഷ്യ, ആഫ്രിക്ക, ലാറ്റി അമേരിക്ക) സംബന്ധിച്ച എഴുത്തുകളും. ആ പ്രസിദ്ധീകരണങ്ങളിലേക്ക് തിരിഞ്ഞുനോക്കുമ്പോൾ അവയെല്ലാം അസാധാരണ മികവുള്ളവയായിരുന്നുവെന്ന് കാണാം. ഡിപ്പൻഡൻസി തിയറിയെ സംബന്ധിച്ചിടത്തോളം, ഉപയോഗപ്രദമായി തോന്നിയവ മാത്രം ഞാൻ അതിൽനിന്നും സ്വീകരിച്ചു. എന്നാൽ അത്തരം ചട്ടക്കൂടിനൊപ്പം പ്രവർത്തിക്കാൻ കഴിയാത്തത്ര ആഴമുള്ള ഒന്നായി എഴുപതുകളുടെ മദ്ധ്യത്തോടെ മാർക്സിസവുമായുള്ള എന്റെ സൈദ്ധാന്തിക ഇടപെടലുകൾ മാറിക്കഴിഞ്ഞിരുന്നു.

ഇഖ്ബാൽ, ഫിറോസ്, ഐജാസ്

വിജയ് പ്രഷാദ്: എപ്പോഴാണ് രാഷ്ട്രീയത്തെക്കുറിച്ച്, ഒന്നുകൂടി വ്യക്തമായി, പാകിസ്ഥാനി രാഷ്ട്രീയത്തെക്കുറിച്ച് എഴുതാൻതുടങ്ങിയത്?

ഐജാസ് അഹമ്മദ്: പാകിസ്ഥാനിലുണ്ടായിരുന്നപ്പോൾ ഞാൻ രാഷ്ട്രീയമായി സജീവമായിരുന്നു; എന്റെ സാഹിത്യ ജീവിതവും. എന്നാൽ ഞാൻ രാഷ്ട്രീയത്തെക്കുറിച്ച് ആശയപരമായ രീതിയിൽ ആലോചിക്കുകയോ എഴുതുകയോ ചെയ്യുന്നുണ്ടായിരുന്നില്ല. എന്റെ ചിന്താപരമായ ലോകം - എന്റെ ബൗദ്ധികലോകം - യഥാർത്ഥത്തിൽ സാഹിത്യമായിരുന്നു. എന്റെ രാഷ്ട്രീയ പ്രവർത്തനത്തെ രൂപപ്പെടുത്തിയത് മിലിറ്ററിസത്തോടുള്ള എതിർപ്പും വിദ്യാർത്ഥി രാഷ്ട്രീയത്തിലെ ഇടപെടലും, മിക്കവാറും അണ്ടർഗ്രൗണ്ടിലായിരുന്ന ഇടതുപക്ഷവുമായുള്ള എന്റെ ബന്ധവും ഒക്കെയായിരുന്നു. രാഷ്ട്രീയമായും വ്യക്തിപരമായും ഭാഗികമായി നാടുകടത്തപ്പെട്ടവനായി അമേരിക്കയിൽ എത്തിയതിനു ശേഷം ഉടനെതന്നെ, അക്ഷരാർത്ഥത്തിൽ ഒരാഴ്ചയ്ക്കകം, ഞാൻ വിയറ്റ്നാം യുദ്ധവിരുദ്ധ പ്രസ്ഥാനത്തിന്റെ ഭാഗമായി. തുടർന്ന് ബ്ലാക്ക് വിമോചന പ്രസ്ഥാനത്തിന്റെയും. രണ്ടുമായും വളരെ തീവ്രമായി താദാത്മ്യപ്പെടാൻ എനിക്കായിരുന്നു. ഇവിടെനിന്നാണ് ഞാൻ രാഷ്ട്രീയം പഠിച്ചത്. അതായത് വിശാലമായ ലോകത്തെക്കുറിച്ച് രാഷ്ട്രീയമായി ചിന്തിക്കാൻ പഠിച്ചത്. വളരെ പക്വമായ രാഷ്ട്രീയ ചിന്തകളുള്ളവരെ കാണാൻ തുടങ്ങിയത്. അനുഭവസമ്പന്നരും ചിന്താശേഷിയുള്ളവരുമായ ആക്ടിവിസ്റ്റുകളായിരുന്നു അവർ. യു എസ് രാഷ്ട്രീയത്തിൽ ഉള്ളവർ മാത്രമല്ല, ലാറ്റിൻ അമേരിക്കയിൽനിന്നും അറബ് ലോകത്ത് നിന്നും എന്തിന് ക്യൂബയിൽനിന്നും വിയറ്റ്നാമിൽനിന്നുംപോലും ഉള്ളവരും സൗത്ത് ആഫ്രിക്കയിലെയും യെമനിലെയും കമ്യൂണിസ്റ്റുകാരുമെല്ലാം

അക്കൂട്ടത്തിൽ ഉണ്ടായിരുന്നു.

ന്യൂയോർക്ക് സിറ്റിയിലെ രണ്ട് പ്രധാന യുദ്ധ വിരുദ്ധ മുന്നണികളിൽ ഒന്നിന്റെ, 'സമാധാനത്തിനും നീതിക്കുമായുള്ള മുന്നണി', ഭാഗമായി ഞാൻ മാറി. എല്ലാ രണ്ടോമൂന്നോ മാസത്തിലും ആ മുന്നണി ഒരു കോർഡിനേഷൻ കമ്മിറ്റിയെ തെരഞ്ഞെടുക്കുമായിരുന്നു. എന്റെ ഓർമ്മ ശരിയാണെങ്കിൽ നാല്പത് പേരടങ്ങുന്ന ഒരു സമിതി. ഒരുതവണ, ചെറിയ ഒരു കാലത്തേക്ക് ഞാനും അതിലേക്ക് തെരഞ്ഞെടുക്കപ്പെട്ടു. അത്തരമൊരു മീറ്റിങ്ങിൽ അരസികമായ ഒരു പ്രസംഗം നടക്കുന്നതിനിടയിൽ മറ്റാരൊക്കെയാണ് പങ്കെടുക്കുന്നതെന്നറിയാൻ ഞാൻ ചുറ്റിലും നോക്കി. കൃത്യമായി ഓർമ്മിക്കാൻ ആവുന്നില്ലെങ്കിലും അതിൽ പങ്കെടുത്തവരുടെ എണ്ണം ഏകദേശം ഇങ്ങനെ ആയിരുന്നു, ഏതെങ്കിലും ഒരു ചർച്ചിന്റെ ഭാഗമായിരുന്ന അഞ്ചോ ഏഴോ സമാധാനവാദികൾ, ന്യൂ ലെഫ്റ്റിൽ (അങ്ങനെയാണവർ അറിയപ്പെട്ടിരുന്നത്) നിന്നുള്ള പത്തോളം പേർ, അത്രയുംതന്നെ കമ്യൂണിസ്റ്റ് പാർട്ടി അംഗങ്ങളും, മുൻ കമ്യൂണിസ്റ്റ് പാർട്ടി അംഗങ്ങളും. അതായത്, ഏകദേശം പകുതി പേരും കമ്യൂണിസ്റ്റ് പാർട്ടിയിൽ ഉള്ളവരോ ഉണ്ടായിരുന്നവരോ ആയിരുന്നു.

കുറച്ചുവർഷങ്ങൾക്കിടയിൽ എല്ലാത്തരം ആളുകളുമായും ഞാൻ സമ്പർക്കത്തിലേർപ്പെട്ടു. സമാധാനവാദിയായ സോഷ്യലിസ്റ്റ് ഡെവെ ഡെല്ലിഞ്ചെറുമായി വളരെ അടുത്ത് പ്രവർത്തിച്ച കുറച്ച് മാസങ്ങളും പിന്നീട് ഇഖ്ബാൽ അഹ്മദുമൊത്ത് പ്രവർത്തിച്ച കുറച്ച് വർഷങ്ങളുമുണ്ടായിരുന്നു.

വിജയ്: ന്യൂയോർക്കിലെത്തും മുൻപ് താങ്കൾക്ക് ഇഖ്ബാൽ അഹ്മദിനെ അറിയുമായിരുന്നോ?

ഐജാസ്: അറിയുമെന്നും ഇല്ലെന്നും പറയാം. യു എസിൽ എത്തിയ ഉടനെതന്നെ ഞാൻ ഇഖ്ബാലിനെക്കുറിച്ച് അറിഞ്ഞു. പറഞ്ഞുവന്നപ്പോൾ അദ്ദേഹത്തിന് എന്നെയും അറിയാമായിരുന്നു. പക്ഷേ, ഞങ്ങൾ കണ്ടുമുട്ടിയിരുന്നില്ല. ഒടുവിൽ, ഹെൻറി കിസ്സിഞ്ചെറിനെ റാഞ്ചാനുള്ള ഗൂഢാലോചനയെന്ന വ്യാജ കുറ്റം ചാർത്തി അദ്ദേഹം അറസ്റ്റ് ചെയ്യപ്പെട്ടപ്പോഴാണ് ഞങ്ങൾ ആദ്യമായി കണ്ടത്. ശരിക്കും കോളേജിലെ ഒന്നാം വർഷകാലത്ത് എന്റെ ചരിത്ര പ്രഫസർ ആയിരുന്നയാളാണ് അദ്ദേഹമെന്നു അപ്പോഴാണ് ഞാൻ തിരിച്ചറിഞ്ഞത്. *ദി നേഷനിൽ* പ്രസിദ്ധീകരിച്ച എന്റെ ഒരു ലേഖനം അദ്ദേഹം വായിച്ചിട്ടുണ്ടായിരുന്നെന്നും അന്നുമുതൽ എന്നെ തിരയുകയായിരുന്നെന്നും അദ്ദേഹം എന്നോട് പറഞ്ഞു.

വിജയ്: ഈ സമയം താങ്കൾ പി എച്ച് ഡി ചെയ്യുകയായിരുന്നോ?

ഐജാസ്: ഞാൻ ഒരിക്കലും പി എച്ച് ഡി ചെയ്തിട്ടില്ല. ഒരു ആറുമാസത്തേക്ക് കൊളമ്പിയ സർവ്വകലാശാലയിലേക്ക് പോയിരുന്നു. എന്നെ സംബന്ധിച്ചിടത്തോളം അത് വെറും സമയം കളയൽ മാത്രമാണെന്ന് എനിക്ക് പെട്ടെന്നുതന്നെ മനസ്സിലായി. എഴുപതിലോ എഴുപ

ത്തൊന്നിലോ മറ്റോ ആവണം അത്. അങ്ങേയറ്റം താല്പര്യത്തോടുകൂടി രാഷ്ട്രീയ കാര്യങ്ങളിലായിരുന്നു ഞാൻ ഇടപെട്ടുകൊണ്ടിരുന്നത്. പി എച്ച് ഡി ചെയ്യുന്നതിൽ എന്തെങ്കിലും കാര്യമുണ്ടെന്ന് തോന്നിയതേയില്ല.

ബ്ലാക്ക് നാഷണലിസ്റ്റ് പ്രസ്ഥാനത്തിലെ പങ്കാളിത്തവും അതിന്റെ ഭാഗമായ കോളേജിലെ സമരങ്ങളും കാമ്പസുകൾ പിടിച്ചെടുത്തതുമൊക്കെയായിരുന്നു ഏറ്റവും താല്പര്യജനകമായ കാര്യങ്ങളിൽ ഒന്ന്. ന്യൂയോർക്കിൽ അത്തരത്തിലൊരു കാമ്പസ് പിടിച്ചെടുക്കലിന്റെ മുൻനിരയിൽ ഞാൻ ഉണ്ടായിരുന്നു. അതിനെത്തുടർന്ന് ന്യൂയോർക്ക് സ്റ്റേറ്റ് യൂണിവേഴ്സിറ്റി എന്നെ ബ്ലാക്ക് ലിസ്റ്റിൽ പെടുത്തുകയും യൂണിവേഴ്സിറ്റി സംവിധാനത്തിനകത്തെ സ്ഥാപനങ്ങളിൽ എനിക്ക് ജോലിക്ക് വിലക്ക് ഏർപ്പെടുത്തുകയും ചെയ്തു. ന്യൂയോർക്ക് സ്റ്റേറ്റിൽ എനിക്ക് ജോലി കിട്ടില്ലെന്നായി. അങ്ങനെയാണ് ഞാൻ ന്യൂ ജേഴ്സിയിലെ റുട്ജേർസ് യൂണിവേഴ്സിറ്റിയിൽ എത്തിച്ചേരുന്നത്.

വിജയ്: ഈ സമരങ്ങളുടെയെല്ലാം ഭാഗമായിരുന്നതിനാൽ തന്നെ എന്തൊക്കെയായിരുന്നു അക്കാലത്ത് താങ്കൾ വായിച്ചിരുന്നത്?

ഐജാസ്: ഒരു കുന്നോളം പുസ്തകങ്ങൾ. അതെല്ലാം ഓർമ്മിച്ചെടുക്കുക പ്രയാസമാണ്. യുദ്ധവും യുദ്ധ വിരുദ്ധ പ്രസ്ഥാനവും സൃഷ്ടിച്ച അന്തരീക്ഷം കാരണം വിയറ്റ്നാമിനെക്കുറിച്ചുള്ള ഒരുപാട് പുസ്തകങ്ങൾ അക്കാലത്ത് വായിച്ചത് ഓർക്കുന്നുണ്ട്. യു എസ് സാമ്രാജ്യത്വത്തെക്കുറിച്ച് വായിക്കുകയായിരുന്നു ആ ദശകത്തിലെ പ്രധാന ഏർപ്പാടുകളിൽ ഒന്ന്. പിന്നെ ബ്ലാക്ക് ഹിസ്റ്ററിയും ബ്ലാക്ക് ലിറ്ററേച്ചറും, സവിശേഷമായും ഇപ്പോൾ ബ്ലാക്ക് റാഡിക്കൽ ട്രഡീഷൻ എന്ന് അറിയപ്പെടുന്ന ധാരയിൽ ഉള്ളവ. അത് പ്രത്യേകമായും ആവശ്യമായിരുന്നു. കാരണം ഇവയെല്ലം റുട്ജേർസിലെ കറുത്തവർഗ്ഗക്കാരായ എന്റെ വിദ്യാർത്ഥികളെ എനിക്ക് പഠിപ്പിക്കണമായിരുന്നു.

വിജയ്: ഇതുവരെ നമ്മൾ കടക്കാത്ത കാര്യങ്ങളിൽ ഒന്ന്, എപ്പഴാണ് താങ്കൾ മാർക്സിനെ വായിച്ച് തുടങ്ങിയത് എന്നതാണ്.

ഐജാസ്: പാകിസ്ഥാനിൽ ഉള്ളപ്പോൾ തന്നെ രഹസ്യമായി ഞാൻ മാർക്സിനെ വായിക്കാൻ തുടങ്ങിയിരുന്നു: *കമ്യൂണിസ്റ്റ് മാനിഫെസ്റ്റോ*യും *ജർമ്മൻ ഐഡിയോളജി*യും പോലുള്ള അദ്ദേഹത്തിന്റെ പതിവ് പുസ്തകങ്ങൾ. കോളേജ് കാലത്താണ് *മാനിഫെസ്റ്റോ* വായിക്കുന്നത്. അതുപോലെ *സിവിൽ വാർ ഇൻ ഫ്രാൻസ്, എയിറ്റീൻത് ബ്രുമേർ* എന്നിവയിലെ ഭാഗങ്ങൾ. *ക്ലാസ് സ്ട്രഗിൾ ഇൻ ഫ്രാൻസ്* അപ്പോഴും വായിച്ചിരുന്നില്ല. അക്കാലത്ത് ലാഹോറിൽ ഈ പുസ്തകങ്ങൾ തേടിപ്പിടിക്കുക എളുപ്പമായിരുന്നില്ല. *മൂലധനം* ഞാൻ വായിക്കുന്നത് ഒരുപാട് കഴിഞ്ഞിട്ടാണ്. *മൂലധനം* വായിക്കാനുള്ള ശേഷി എനിക്ക് ഉണ്ടായിരുന്നില്ല. അതെങ്ങനെ വായിക്കണമെന്ന് എനിക്ക് പിടികിട്ടുമായിരുന്നില്ല. *മാനിഫെസ്റ്റോ* ആയിരുന്നു *ബൈബിൾ*. ഏതാനും ആഴ്ചകൾക്ക് മുൻപ് ബിരുദ സെമിനാറിൽ ഞാൻ മാനിഫെസ്റ്റോ പഠിപ്പിക്കുകയായിരുന്നു.

അപ്പോഴും എനിക്ക് അതിൽ പുതിയ കാര്യങ്ങൾ കാണാൻ കഴിഞ്ഞു. അതൊരു അസാദ്ധ്യ പുസ്തകമാണ്. അതിന്റെ സാന്ദ്രമായ ഒഴുക്കിൽ വശീകരിക്കപ്പെട്ട ഒരാളാണ് ഞാൻ. എത്രയെത്ര വിഷയങ്ങളാണ് അത്രയും ചെറിയ ഒരു പുസ്തകത്തിൽ ഉൾക്കൊള്ളിച്ചിരിക്കുന്നത് എന്നത് എന്നെ ആശ്ചര്യപ്പെടുത്തി. ആ സംക്ഷിപ്തത, എഴുത്തിന്റെ അഴക് - എഴുത്തെന്ന് പറയുമ്പോൾ പറയാനുള്ളവ രൂപപ്പെടുത്തിയതിന്റെ ഭംഗി - എന്നിവയെല്ലാം ഹൃദ്യമായിരുന്നു. അതിനൊരു പ്രവചനാത്മക ശേഷി ഉണ്ട്. ലെഫ്റ്റ് വേഡ് *കമ്യൂണിസ്റ്റ് മാനിഫെസ്റ്റോ* പ്രസിദ്ധീകരിച്ചത് (സത്യത്തിൽ ലെഫ്റ്റ് വേഡ് പ്രവർത്തനമാരംഭിച്ച ശേഷം ആദ്യം പ്രസിദ്ധീകരിച്ചത് 1999 ൽ പുറത്തിറങ്ങിയ ഈ പുസ്തകമായിരുന്നു) ഞങ്ങൾ ചിലരുടെകൂടി ലേഖനങ്ങൾ ഒപ്പം ചേർത്തുകൊണ്ടായിരുന്നു. അതിൽ ഞാനിങ്ങനെ എഴുതിയത് ഓർക്കുന്നുണ്ട്, 'മാർക്സ് അദ്ദേഹത്തിന്റെ കാലത്തെക്കുറിച്ചാണ് എഴുതുന്നത്, എന്നാൽ വരാനിരിക്കുന്ന ഓരോ തലമുറയും അവരുടെകാലത്തെ ആ പുസ്തകത്തിൽ കാണുംവിധമാണ് അദ്ദേഹം എഴുതിയിരിക്കുന്നത്.' തിരിഞ്ഞുനോക്കുമ്പോൾ, എന്നെ സംബന്ധിച്ചിടത്തോളം അസാധാരണമായി തോന്നിയ കാര്യമെന്താണെന്നുവച്ചാൽ *മൂലധനം* എഴുതിയ കാലത്ത് മുതലാളിത്തം എന്താണ് എന്ന് മാത്രം പറഞ്ഞ് പോകുന്നതിനപ്പുറം മുതലാളിത്തം എങ്ങനെയാണ് രൂപാന്തരം പ്രാപിക്കാൻ പോകുന്നത് എന്ന് ആ പുസ്തകം നിങ്ങളോട് പറയുന്നുണ്ട്. കാരണം തന്റെ കാലത്ത് എന്തൊക്കെയാണോ സംഭവിക്കുന്നത് അതിന്റെ ചലനാത്മകതയെ മാർക്സ് കൃത്യമായി വായിച്ചു. ഒട്ടും കലർപ്പില്ലാത്ത യുക്തിയാണത്.

വിജയ്: അതായത്, നിഗൂഢതാവാദത്തിൽ നിന്നല്ല, യുക്തിയിൽ നിന്നാണ് ദീർഘദർശനം സാദ്ധ്യമാകുന്നത്.

ഐജാസ്: നിശ്ചയമായും. പരമമായ യുക്തിയിൽനിന്ന്. അതുകൊണ്ടാണ് ഹെഗലിന്റെ *സയൻസ് ഓഫ് ലോജിക്* വായിക്കാത്തവർക്ക് *മൂലധനം* പൂർണ്ണമായും മനസ്സിലാക്കാനാകില്ലെന്ന് ലെനിൻ പറഞ്ഞത്. അത്രയും ശുദ്ധമായ യുക്തിയാണത്. മുതലാളിത്ത ഉല്പാദന രീതി നിലനില്ക്കുന്നിടത്തോളം കാലം മുതലാളിത്തത്തെ വിശകലനം ചെയ്യാനുള്ള കേന്ദ്ര പുസ്തകമായി *മൂലധനം* ഉണ്ടാകും. മുതലാളിത്തത്തിന്റെ പ്രവർത്തനരീതിയെ അത്രയും കൃത്യമായി മാർക്സ് പിടിച്ചെടുത്തിട്ടുണ്ട്.

വിജയ്: ഇഖ്ബാൽ ദി നേഷനിൽ വായിച്ച താങ്കളുടെ ലേഖനത്തിലേക്ക് വരാം. എന്താണ് താങ്കൾ എഴുതിയതെന്നും എങ്ങനെയാണ് താങ്കൾ ആ പ്രക്ഷോഭത്തെ കണ്ടതെന്നും പറയാമോ. കാരണം പിന്നീട് വന്ന ചില എഴുത്തുകൾ അതിനെ ആശ്രയിച്ചുള്ളവയാകാം.

ഐജാസ്: അക്കാലത്തെയും തുടർന്നുള്ളതുമായ എഴുത്തുകളിൽ ആ പ്രക്ഷോഭം എങ്ങനെ പ്രതിഫലിക്കപ്പെട്ടു എന്നതിനെ രൂപപ്പെടുത്തിയ നാല് ഘടകങ്ങൾ ഉണ്ടായിരുന്നു. 1) ലാഹോറും റാവൽപ്പിണ്ടിയുമായിരുന്നു മുഖ്യ കേന്ദ്രങ്ങൾ 2) വലിയ തോതിൽ വിദ്യാർത്ഥികളാൽ

നയിക്കപ്പെട്ട ഒന്നായിരുന്നു അത് 3) അതിന്റെ മുഖ്യ ഗുണഭോക്താവായി സുൽഫിക്കർ അലി ഭൂട്ടോ മാറി 4) ജനറൽ അയൂബിൽ നിന്ന് ജനറൽ യഹ്യയിലേക്ക് അധികാരം കൈമാറ്റം ചെയ്യപ്പെട്ടതോടെ പ്രക്ഷോഭം അവസാനിച്ചു, എന്നാൽ അപ്പോഴും, ഒരുപക്ഷേ, കൂടുതൽ കരുത്തോടെ, സൈന്യം തന്നെയായിരുന്നു ഭരണത്തിൽ. ബംഗ്ലാദേശ് യുദ്ധത്തോടെ, ഈ പുതിയ ഭരണകൂടം തകരുന്നതുവരെ അതങ്ങനെ തുടർന്നു. ആ യുദ്ധത്തെത്തുടർന്ന് കൂടുതൽ ചെറുതായി മാറിയ പാകിസ്ഥാന്റെ അധികാര പഥത്തിലേക്ക് ഭൂട്ടോ കടന്നുവന്നു.

മേൽപ്പറഞ്ഞ ഓരോ ഊന്നലും ഭാഗികമായി മാത്രം സത്യമായിരുന്നു. ലാഹോർ തീർച്ചയായും മുഖ്യ കേന്ദ്രം തന്നെയായിരുന്നു. എന്നാൽ എല്ലാ പ്രധാനപ്പെട്ട നഗരങ്ങളും വളരെ പെട്ടെന്ന് തന്നെ പ്രക്ഷോഭഭരിതമായി. പാകിസ്ഥാന്റെ കിഴക്കും പടിഞ്ഞാറുമുള്ള എല്ലാ പ്രദേശങ്ങളിലേക്കും, ചെറു പട്ടണങ്ങളിലേക്കും പ്രാന്ത പ്രദേശങ്ങളിലേക്കും വരെ പ്രക്ഷോഭം പടർന്നുപിടിച്ചിരുന്നു. ഇതിൽ വിദ്യാർത്ഥികൾ തീർച്ചയായും മുഖ്യ പങ്ക് വഹിച്ചവർ തന്നെയായിരുന്നു. പ്രത്യേകിച്ച് പ്രക്ഷോഭത്തിന്റെ ആദ്യ ഘട്ടത്തിൽ. എന്നാൽ മാധ്യമങ്ങളിലും അക്കാദമിക് എഴുത്തുകളിലും വല്ലാതെ ഊതിപ്പെരുപ്പിച്ചാണ് അത് അവതരിപ്പിക്കപ്പെട്ടത്. തൊഴിലാളി യൂണിയനുകളും തൊഴിലാളിവർഗ്ഗം പൊതുവിലും, അണ്ടർഗ്രൗണ്ടിലായിരുന്ന കമ്യൂണിസ്റ്റുകാരും വിവിധ അനുനയങ്ങളിൽപ്പെട്ട ഇടതുപക്ഷക്കാരും, പല തരത്തിലുള്ള ബഹുജനങ്ങളും മത സംഘങ്ങളും എന്നുമാത്രമല്ല അത്തരം എല്ലാ സാമൂഹ്യ ശക്തികളും പങ്കെടുക്കുകയും പെട്ടന്നുതന്നെ പ്രക്ഷോഭം കേവലം 'വിദ്യാർത്ഥി' അല്ലെങ്കിൽ 'യുവജന' പ്രക്ഷോഭത്തേക്കാൾ എത്രയോ വിപുലമായ ഒന്നായി വളരുകയും ചെയ്യുകയായിരുന്നു. സിന്ധിലും പഞ്ചാബിലും ഭൂട്ടോയും അദ്ദേഹത്തിന്റെ പീപ്പിൾസ് പാർട്ടിയും (പാകിസ്ഥാൻ പീപ്പിൾസ് പാർട്ടി, പിപിപി) ആയിരുന്നു സംശയങ്ങൾക്കതീതമാം വിധം പ്രക്ഷോഭത്തിന്റെ നേട്ടം കൊയ്തത്. എന്നാൽ കിഴക്കൻ പാകിസ്ഥാനിലും (പിന്നീട് ബംഗ്ലാദേശ് ആയി മാറിയ) അത്രതന്നെ നേട്ടമുണ്ടാക്കാൻ മുജീബിനും അദ്ദേഹത്തിന്റെ അവാമി ലീഗിനും സാധിച്ചു. പടിഞ്ഞാറൻ പാകിസ്ഥാന്റെ മറ്റ് രണ്ട് പ്രവിശ്യകളിൽ, ഇന്നത്തെ പഖ്തുഖ്വയും ബലൂചിസ്ഥാനും, ഭൂട്ടോയായിരുന്നില്ല ഗുണകാംക്ഷിയായത്. ബംഗ്ലാദേശ് യുദ്ധത്തിനുശേഷം ആ രണ്ട് പ്രവിശ്യകളിലും സഖ്യസർക്കാരുകൾ രൂപീകരിക്കാൻ മാത്രം ശേഷിയുള്ള രണ്ട് തുല്യപ്രാധാന്യമുള്ള കക്ഷികളായി മതേതര ദേശീയ അവാമി പാർട്ടിയും (എൻ എ പി) ദൈവഹിതത്തിന്റെ എന്ന പേരിൽ പ്രവർത്തിച്ചുവന്ന ജാമിയത്ത് ഉലമ-ഇ-ഇസ്ലാമും (ജെ യു ഐ) ഉയർന്നുവന്നു. കൂടാതെ, ജനറൽ അയൂബിൽനിന്ന് ജനറൽ യഹ്യയിലേക്കുള്ള അധികാരം കൈമാറ്റം സൈനിക ഭരണത്തിന്റെ ലളിതമായ പുനർ വിന്യാസം മാത്രമാണെന്ന ധാരണയും അതുപോലെ തന്നെ തെറ്റിദ്ധരിപ്പിക്കുന്നതാണ്. മുജീബിന്റെ അവാമി ലീഗിന് പാകി

സ്ഥാനിൽ വ്യക്തമായ ഭൂരിപക്ഷം നല്കിയ 1970 ലെ തിരഞ്ഞെടുപ്പ് പാകിസ്ഥാന്റെ ചരിത്രത്തിലെ തികച്ചും സ്വതന്ത്രവും നീതിയുക്തവുമായ, 1958 ന് ശേഷം സൈന്യം കർശനമായി നിഷ്പക്ഷത പാലിച്ച ഒരേയൊരു തിരഞ്ഞെടുപ്പുമായിരുന്നു എന്നതാണ് അടിസ്ഥാന വസ്തുത. എന്നാൽ ഇതെല്ലാം ജനറൽ യഹ്യയുടെ നിരീക്ഷണത്തിലാണ് സംഭവിച്ചത്. രാഷ്ട്ര കാര്യങ്ങളേക്കാൾ ഒരുപക്ഷേ, അദ്ദേഹത്തിന് കൂടുതൽ താല്പര്യമുണ്ടായിരുന്നത് വിസ്കിയോടായിരുന്നു. സ്വയം ഒരു കാവൽ രാഷ്ട്രത്തലവനായാണ് അദ്ദേഹം അദ്ദേഹത്തെ സങ്കല്പിച്ചതെന്ന് തോന്നുന്നു. നാവിക മേധാവി അഹ്സനെപ്പോലുള്ള രസകരമായ വ്യക്തികളെ ഉൾപ്പെടുത്തിയുള്ളതായിരുന്നു അദ്ദേഹത്തിന്റെ ഭരണ സംഘം. ഭൂട്ടോയാൽ തള്ളി മാറ്റപ്പെട്ടതോടെ യഹ്യയുടെ ആക്രമണം അവസാനിക്കുകയും സ്വന്തം രാജ്യത്തിന്റെ പകുതി നഷ്ടപ്പെടുകയും ചെയ്തത് ഒരുപക്ഷേ, ഹെഗൽ 'ചരിത്രത്തിന്റെ കൗശലം' എന്ന് വിളിച്ചതിന്റെ ഒരു ഉദാഹരണമായിരിക്കാം.

ആദ്യത്തെ പ്രതിഷേധ പ്രകടനങ്ങൾക്കും യഹ്യ അധികാരം പിടിച്ചെടുക്കുന്നതിനും ഇടയിലെ ഹ്രസ്വമായൊരു കാലഘട്ടം മാത്രമല്ല അതു കഴിഞ്ഞ്, അടുത്ത രണ്ട് വർഷവും അതിനുശേഷവും എന്ത് സംഭവിച്ചുവെന്നതും കൂടി ശ്രദ്ധേയമാണ്. അയൂബിന്റെ ഏകാധിപത്യ കാലത്ത് പാകിസ്ഥാന്റെ രാഷ്ട്രീയ സമൂഹം അങ്ങേയറ്റം അടിച്ചമർത്തപ്പെട്ടിരുന്നു. ആ അടിച്ചമർത്തലിന്റെ മൂടി നീക്കിയത് പ്രക്ഷോഭമാണ്. പിന്നീട് യഹ്യ ഗവണ്മെന്റിന് ഒരിക്കലും ആ മൂടി തിരികെ വെക്കാനായിട്ടില്ല. അടിച്ചമർത്തപ്പെട്ടവയിൽ നിന്ന് പുതിയ രാഷ്ട്രീയ ശക്തികൾ ഉയർന്നുവന്നു. ഞാൻ നേരത്തെ സൂചിപ്പിച്ച രാഷ്ട്രീയ പാർട്ടികൾ ആ രണ്ട് ശക്തികളാൽ വളരെയധികം ഏകീകരിക്കപ്പെട്ടു. ഒരിക്കലും ഇല്ലാതാക്കാൻ പറ്റാത്തവിധം ബംഗ്ലാദേശി ദേശീയത വലിയ തോതിൽ വളർന്നു. പാകിസ്ഥാനെ, വിശേഷിച്ച് കറാച്ചിയെ ചുറ്റിപ്പടർന്ന തൊഴിലാളി പ്രക്ഷോഭങ്ങൾ (പ്രത്യേകിച്ചും ഭൂട്ടോ ഗവണ്മെന്റിന്റെ ആദ്യ വർഷങ്ങളിൽ), 70 കളിൽ പഷ്തൂണുകൾക്കിടയിൽ നടന്ന കർഷകരുടെ ബഹുജന പ്രസ്ഥാനം, അതേ വർഷങ്ങളിലെ ബലൂച് കലാപം എന്നിവയും ഉയർന്നുവന്നു. പ്രക്ഷോഭത്തിനു ശേഷം, ആ ശക്തികളുടെയെല്ലാം ബീജാവാപത്തിന്റെയും വളർച്ചയുടെയും വർഷങ്ങളായിരുന്നു.

ഇവയിൽ പലതിനെയുംകുറിച്ച് എനിക്ക് വ്യക്തത വന്നത് പിന്നീടാണ്. ആദ്യം ന്യൂയോർക്കിലെ പ്രവാസത്തിനിടയിലും പിന്നീട് 1970 കളിൽ പാകിസ്ഥാനിലേക്ക് മടങ്ങാൻ സാധിച്ചപ്പോൾ നേരിട്ടും ഈ പ്രക്ഷോഭങ്ങളിൽ ചിലതിന്റെ ഭാഗമാകാൻ കഴിഞ്ഞതോടെയാണത്. അപ്പോഴേക്കും ഞാൻ രാഷ്ട്രീയമായി പക്വതയാർജ്ജിക്കുകയും മാർക്സിസ്റ്റ് വിശലകന ക്രമങ്ങൾ കൂടുതൽ ദൃഢമായി ഗ്രഹിക്കാൻ തുടങ്ങുകയും ചെയ്തിരുന്നു. അതുകൊണ്ടുതന്നെ പാകിസ്ഥാനിലെ സംഭവങ്ങളെക്കുറിച്ച് എനിക്കുണ്ടായ ബോദ്ധ്യങ്ങൾ രൂപപ്പെട്ടത് സുസ്ഥിരവും

ശ്രദ്ധാപൂർവ്വവുമായ വിശകലനങ്ങളിലൂടെയായിരുന്നു.

ജനകീയമായ ആ പ്രക്ഷോഭത്തിൽ സുൽഫിക്കർ അലി ഭൂട്ടോ വലിയ പങ്ക് വഹിച്ചിരുന്നു. തുടക്കത്തിൽ ഞാനയാളെ തെറ്റായി വായിക്കുകയും അയാളിൽ പ്രതീക്ഷകൾ അർപ്പിക്കുകയും ചെയ്തിരുന്നു. ഭൂട്ടോ ഒരു ഇടതുപക്ഷക്കാരനായും വളരെ തീവ്രമായ സാമ്രാജ്യത്വ വിരുദ്ധനായും, പ്രസിദ്ധമായ ചുവന്ന വർഷങ്ങളിലെ നെഹ്റുവിനെ പ്രതിഫലിപ്പിക്കും വിധവുമാണ് സ്വയം അവതരിപ്പിച്ചത്. ആ മനുഷ്യനെക്കുറിച്ചുള്ള എന്റെ നിഷ്കളങ്കമായ ധാരണ താങ്കൾ നേരത്തെ സൂചിപ്പിച്ച ലേഖനത്തിൽ പ്രതിഫലിച്ചത് കാണാം. ബംഗ്ലാദേശ് പ്രതിസന്ധിക്കാലത്ത് ഭൂട്ടോയുടെ ഭീകരമായ നികൃഷ്ടതയ്ക്ക് സാക്ഷ്യം വഹിച്ചപ്പോഴാണ് അയാളെക്കുറിച്ചുള്ള സത്യം ഞാൻ മനസ്സിലാക്കിയത്. ഭൂട്ടോയെക്കുറിച്ചുള്ള മിഥ്യാ ധാരണകൾ ഇല്ലാതായപ്പോൾ മറ്റ് പലതിനെയും കുറിച്ചുള്ള മിഥ്യാ ധാരണകളും മാറിക്കിട്ടി. ഉദാഹരണത്തിന് മുജീബുർ റഹ്മാനെക്കുറിച്ചും അവാമി ലീഗിനെക്കുറിച്ചുമുണ്ടായിരുന്ന ഖേദങ്ങൾ. ഇഖ്ബാലുമായുള്ള ചർച്ചകൾ നിശ്ചയമായും എനിക്ക് സഹായകരമായിരുന്നു. അൾജീരിയൻ വിപ്ലവകാലത്ത് ടുണീഷ്യലായിരുന്ന അദ്ദേഹത്തിന് രാഷ്ട്രീയ നിലപാടുകളെക്കുറിച്ചും വ്യക്തിപരമായ അഭിലാഷങ്ങളെക്കുറിച്ചും കൂടുതൽ സൂക്ഷ്മമായ ധാരണയുണ്ടായിരുന്നു. ഇക്ബാലിനെപ്പോലെ പാകിസ്ഥാന്റെ തകർച്ച ഒരു ദുരന്തമായി ഞാൻ കരുതിയില്ല. പക്ഷേ, അദ്ദേഹവും ഞാനും ബംഗ്ലാദേശിന്റെ കാര്യത്തിൽ സമാനമായ നിലപാടാണ് സ്വീകരിച്ചത്. ഞങ്ങൾ രണ്ടുപേരും ബംഗ്ലാദേശിന് സ്വാതന്ത്ര്യം എന്നതിന്റെ യുക്തിയെ പൂർണ്ണമായും പരസ്യമായും പിന്തുണച്ചു. എന്നാൽ പാകിസ്ഥാൻ സൈന്യത്തിന്റെ വംശഹത്യാപരമായ നടപടികളും അതിന് പടിഞ്ഞാറൻ പാകിസ്ഥാനിലെ വരേണ്യ വിഭാഗത്തിനിടയിൽനിന്നും ലഭിച്ച ആവേശകരമായ പിന്തുണയുമായിരുന്നു ഞങ്ങളെ ആ നിലപാടിലേക്കെത്തിച്ച പ്രാഥമികമായ കാരണങ്ങൾ. മുജീബിനോ അവാമി ലീഗിനോ ഞങ്ങളെക്കൊണ്ട് വലിയ ഉപകാരമൊന്നും ഉണ്ടായിരുന്നില്ല. അവർ ഉയർത്തിക്കൊണ്ടുവന്നതരത്തിലുള്ള ദേശീയതയെ ഞങ്ങൾ പ്രകീർത്തിച്ചുമില്ല. പടിഞ്ഞാറൻ ബംഗാളിനെ ഒഴിവാക്കിയതിനാൽത്തന്നെ അതൊരു ബംഗാളി ദേശീയത പോലും ആയിരുന്നില്ല. മറിച്ച് പാകിസ്ഥാൻ പൗരന്മാരായിത്തീർന്ന ബംഗാളികളുടെ മാത്രം ദേശീയതയായിരുന്നു അത്.

വിജയ്: 1970 ൽ താങ്കൾ ന്യൂയോർക്കിലാണ്. തുടർന്നുള്ള മാസങ്ങളിൽ പാകിസ്ഥാന്റെ ഇരുവശങ്ങളിലുമുള്ള സംഭവങ്ങൾ പിന്തുടരുകയായിരുന്നു. പടിഞ്ഞാറൻ പാകിസ്ഥാനെ (1971 ഓടെ ബംഗ്ലാദേശ്) സംബന്ധിച്ച പ്രശ്നത്തിൽ മാത്രമല്ല ബലൂചിസ്ഥാൻ പ്രശ്നത്തിലും താങ്കൾ മുഴുകുന്നുണ്ട്.

ഐജാസ്: യുദ്ധ വിരുദ്ധ പ്രസ്ഥാനവും, ബ്ലാക്ക് നാഷണലിസ്റ്റ് പ്രസ്ഥാനവും എന്നെ തീവ്രമായി രാഷ്ട്രീയവല്ക്കരിച്ചു. ഒപ്പം, ഘട്ടം ഘട്ട

മായി, എന്നാൽ വളരെ വിപുലമായി മാർക്സിസവും വിവിധ നിറങ്ങളിലെ സാമ്രാജ്യത്വ വിരുദ്ധ ചരിത്ര രേഖകളും ഞാൻ വായിക്കുകയായിരുന്നു. എന്റെ ജീവിതത്തിലെ ആ മൂന്ന് നാല് വർഷങ്ങൾ ബൗദ്ധികമായും പ്രയോഗപരമായും വളരെ വേഗം കടന്നുപോയി. കൃത്യമായി ആ സമയത്താണ് ബംഗ്ലാദേശ് വിഷയം ഉയർന്നുവരുന്നത്. യുദ്ധ വിരുദ്ധ പ്രസ്ഥാനത്തിലൂടെയും ബ്ലാക്ക് ദേശീയ പ്രസ്ഥാനത്തിലൂടെയും കൂടുതൽ അമൂർത്തമായ എന്റെ വായനകളിലൂടെയും ഞാൻ നേടിയെടുത്ത പരിശീലനത്താൽ പിന്നീട് പാകിസ്ഥാനിലെ സംഭവങ്ങളിൽ ശ്രദ്ധ കേന്ദ്രീകരിക്കാൻ കഴിഞ്ഞു. കിഴക്കൻ പാകിസ്ഥാനിലെ വംശഹത്യയുടെ വ്യാപ്തി എന്നെ ഞെട്ടിച്ചു.

1975–79: രാഷ്ട്രീയ പ്രതിസന്ധിയുടെ കാലം

വിജയ് പ്രഷാദ്: നമ്മൾ ഇപ്പോൾ 1970 കളിലാണ്. ചരിത്രം ഏതു ദിശയിലേക്കും പോകുമെന്ന് തോന്നി. നിങ്ങൾ ന്യൂയോർക്ക് സിറ്റിയിലിരുന്ന് പാകിസ്ഥാനെക്കുറിച്ച് എഴുതുന്നു, ഇറാനിയൻ വിദ്യാർത്ഥികളെ കണ്ടുമുട്ടുന്നു, അഫ്ഗാനിസ്ഥാനിലെ സംഭവങ്ങളെ പിൻതുടരുന്നു. 1977 ൽ സിയാ ഉൾ ഹഖിന്റെ സൈനിക സ്വേച്ഛാധിപത്യത്തിന്റെ വരവോടെ പാകിസ്ഥാനിൽ ഒരു പ്രതിവിപ്ലവമുണ്ടായി. ദശാബ്ദത്തിന്റെ അവസാനത്തിൽ രണ്ട് പ്രധാന വിപ്ലവങ്ങൾ നടക്കുന്നു: 1978 ആഗസ്തിൽ അഫ്ഗാനിസ്ഥാനിൽ നടന്ന സൗർ വിപ്ലവവും അടുത്ത വർഷം ഇറാനിയൻ വിപ്ലവവും. അതെല്ലാം എങ്ങനെ നോക്കിക്കണ്ടു? ആ സമയത്ത് നിങ്ങൾ എന്താണ് ചിന്തിച്ചത്?

ഐജാസ് അഹമ്മദ്: ആ സമയത്ത് ഞാൻ പാകിസ്ഥാനിലേക്ക് മാത്രമായി നോക്കിയിരുന്നില്ല. എന്നെ സംബന്ധിച്ചിടത്തോളം, 1975 നും 1979 നും ഇടയിൽ, ഒരു രാഷ്ട്രീയ പ്രതിസന്ധി ഉണ്ടായിരുന്നു. ഞാൻ തന്നെ ഒരു രാഷ്ട്രീയ പ്രതിസന്ധിയിലായിരുന്നു; ഞാൻ ജീവിച്ചിരുന്ന ലോകത്തെ എനിക്ക് മനസ്സിലാക്കേണ്ടിയിരുന്നു. 1975 ൽ ഇന്ത്യയിലെ അടിയന്തരാവസ്ഥ പ്രഖ്യാപനത്തിനും 1977 ൽ പാകിസ്ഥാനിൽ സൈനിക അധികാരം ഏറ്റെടുക്കുന്നതിനും, പിന്നീട് 1978 ൽ അഫ്ഗാനിസ്ഥാനിലെ കമ്യൂണിസ്റ്റ് അട്ടിമറിക്കും 1979 ൽ ഇറാനിലെ ഇസ്ലാമിക വിപ്ലവത്തിനും ഇടയിൽ ലോകം വളരെ വേഗത്തിലും പരസ്പരവിരുദ്ധമായും മാറി. മിഡിൽ ഈസ്റ്റിന്റെ ചരിത്രത്തിലെ ഏറ്റവും വലിയ തൊഴിലാളിവർഗ്ഗ പ്രക്ഷോഭം ഒരു ഇസ്ലാമിക് റിപ്പബ്ലിക്കിന്റെ സൃഷ്ടിയിലേക്ക് നയിക്കുന്നു, അത് കമ്യൂണിസ്റ്റുകാർക്കും രാജ്യത്തെ മറ്റെല്ലാ ഇടതുപക്ഷ പ്രവണതകൾക്കും എതിരെ ഏറ്റവും ഭീകരമായ അടിച്ചമർത്തൽ അഴിച്ചുവിടുന്നു. അതുകൊണ്ട്, ഞാൻ അതെല്ലാം വളരെ ഗൗരവത്തോടെ കണ്ടു. ഇറാ

നെക്കുറിച്ചും, കമ്യൂണിസത്തിന്റെ ചരിത്രങ്ങളെക്കുറിച്ചും പ്രദേശത്തുട നീളമുള്ള സാമ്രാജ്യത്വ വിരുദ്ധ പ്രസ്ഥാനങ്ങളെക്കുറിച്ചും, കലാപകാരി കളുടെയും ഷിയാസത്തിന്റെയും ചരിത്രത്തെക്കുറിച്ചും, ഇഖ്വാന്റെ നിര വധി അവതാരങ്ങളെക്കുറിച്ചുമുള്ള ആഴത്തിലുള്ള വായനയിൽ ഞാൻ മുഴുകി. യൂറോപ്യൻ ഫാസിസത്തിന് മിഡിൽ ഈസ്റ്റിൽ വിശാലമായ ശക്തികളുണ്ടായിരുന്നു, അത് ലെബനീസ് ഫലാഞ്ച് മുതൽ വിവിധ രാജ്യങ്ങളിലെ ബാത്തിസ്റ്റുകളിലും ഇറാനിലെ ജലാൽ അൽ-ഇ-അഹ്മദ്, അലി ശരീഅത്തി തുടങ്ങിയ പ്രഭാവമുള്ള വ്യക്തികൾ വരെയും എത്തി. (അഹ്മദ് ഒരിക്കൽ കമ്യൂണിസ്റ്റായിരുന്നു, എന്നാൽ ശരീഅത്തി യഥാർ ത്ഥത്തിൽ ഒരു വിരോധാഭാസ സ്വഭാവമുള്ളയാളായിരുന്നു). 1970 കളുടെ ഭൂരിഭാഗവും പാകിസ്ഥാനിലാണ് ഞാൻ ചെലവഴിച്ചിരുന്നത്, മാത്രമല്ല കെയ്റോ, ബെയ്റൂട്ട്, ദമാസ്കസ് തുടങ്ങിയ സ്ഥലങ്ങളിലേക്ക് പതിവായി യാത്രചെയ്യുകയും ചെയ്തു. കെയ്റോയിലെ റോസ് അൽ-യൂസഫ്, ബെയ്റൂട്ടിലെ അസ്-സഫീർ തുടങ്ങിയ പ്രസിദ്ധീകരണങ്ങളിൽ എന്റെ എഴുത്തിന്റെ ചില ഭാഗങ്ങൾ പ്രസിദ്ധീകരിക്കുകയുണ്ടായി. അടിയന്തരാ വസ്ഥയ്ക്ക് ശേഷം ഞാൻ ഇന്ത്യയിൽ വന്നിരുന്നു. പക്ഷേ, ഇന്ത്യൻ രാഷ്ട്രീയത്തിന്റെ സങ്കീർണ്ണതകളെക്കുറിച്ച് കാര്യമായൊന്നും അറിയില്ലാ യിരുന്നു. അതിനാൽ ആർ എസ് എസ് മുതൽ മാവോയിസ്റ്റുകൾ വരെ യുള്ള സർക്കിളുകൾക്കിടയിൽ പ്രചരിച്ചിരുന്ന അടിയന്തരാവസ്ഥ വിരുദ്ധ പ്രസ്താവനകൾ ഞാൻ മുഴുവനായി വിഴുങ്ങി.

എന്നാൽ കുറച്ചുകാലം എന്റെ ചിന്തയുടെ കേന്ദ്രം ഇറാൻ മാത്രമാ യിരുന്നു. അപ്പോഴാണ് 'ജനങ്ങളു'മായുള്ള എന്റെ പ്രണയം എനിക്ക് നഷ്ടമായത്. ഫാസിസത്തെ അതിന്റെ എല്ലാ വകഭേദങ്ങളിലും മനസ്സി ലാക്കാനുള്ള ആവേശവും അചഞ്ചലവുമായ താല്പര്യവും എന്നിൽ ജനി പ്പിച്ചത് ഇറാനാണ്. ഖൊമേനി ഭരണകൂടത്തെ പൗരോഹിത്യ-ഫാസിസ്റ്റ് എന്ന് വിശേഷിപ്പിക്കുന്നതിലേക്ക് ഞാൻ വളരെ വേഗം എത്തി. പുതിയ ഭരണവർഗ്ഗത്തിന്റെ ന്യൂക്ലിയസായി പുരോഹിതരെ മുന്നോട്ട് വച്ചു; കൂടാതെ പല തലങ്ങളിലും 'ഫാസിസ്റ്റു'മായി. ഒന്നാമതായി, പശ്ചിമേ ഷ്യയുടെ ചരിത്രത്തിലെ ഏറ്റവും വലിയ ജനകീയ പ്രക്ഷോഭത്താൽ നയിക്കപ്പെട്ട ഒരു യഥാർത്ഥ ബഹുജന പ്രസ്ഥാനത്തിന്റെ തലപ്പത്ത് ഖൊമേനി ഭരണകൂടം അധികാരത്തിൽവന്നു; അതൊരു ബോണപാർ ട്ടിസ്റ്റ് അട്ടിമറിയോ ആ പ്രദേശത്ത് സാധാരണമായ ഒരു സൈനിക സ്വേച്ഛാധിപത്യമോ ആയിരുന്നില്ല. അത് ദ്വിമുഖ വർഗ്ഗ സ്വഭാവമുള്ള ഫാസിസ്റ്റ് ഭരണകൂടം ആയിരുന്നു. ഒരു വശത്ത്, തൊഴിലാളി പ്രസ്ഥാ നത്തെയും എല്ലാത്തരം കമ്യൂണിസ്റ്റുകളെയും അടിച്ചമർത്താൻ തുടക്കം മുതൽ ശ്രമിച്ചിരുന്നു. മറുവശത്ത്, നിലവിലുള്ള ഭരണക്രമത്തിന്റെ എല്ലാ വശങ്ങളും തകർക്കാൻ ശ്രമിച്ച രാജവാഴ്ച വിരുദ്ധ വിപ്ലവത്തിന്റെ തലപ്പത്ത് അവർ വിജയകരമായി സ്വയം അവരോധിച്ചു. അത് രാജാ വിനെ മാത്രമല്ല, 'രാജാധിപത്യ-ബൂർഷ്വാസി' എന്ന് [എർവാണ്ട്] അബ്ര

ഹാമിയൻ വിളിക്കുന്ന വർഗ്ഗ വിഭാഗത്തെയും തകർത്തു. മറ്റൊരു വിധത്തിൽ പറഞ്ഞാൽ, ഇറാനി സമ്പദ്‌വ്യവസ്ഥയിൽ ആധിപത്യം പുലർത്തിയിരുന്ന ഇരുന്നൂറോളം കുടുംബങ്ങളെ അത് ഒഴിവാക്കി. വലതുപക്ഷത്തിന്റെ ഈ വിപ്ലവത്തിന് അതിന്റേതായ വർഗ്ഗതീവ്രവാദവശമുണ്ടായിരുന്നു. ആദ്യകാലത്ത് നാസികൾക്കിടയിലും ശക്തമായ ഒരു ഇടതുപക്ഷപ്രവണത ഉൾച്ചേർന്നിരുന്നു എന്നത് അധികമാരും ഇപ്പോൾ ഓർക്കാത്ത കാര്യമാണ്. ഹിറ്റ്ലറും അദ്ദേഹത്തിന്റെ അടുത്ത കൂട്ടാളികളും ഫിനാൻസ് മൂലധനവുമായി പൂർണ്ണമായി ഒത്തുചേരാൻ തീരുമാനിച്ചപ്പോൾ മാത്രം അടിച്ചമർത്തപ്പെട്ട, വളരെ ശക്തമായ ഒരു ഇടതുപക്ഷ പ്രവണത നാസികളിൽ ഉണ്ടായിരുന്നുവെന്നത് ഇപ്പോൾ ആരും ഓർക്കുന്നില്ല. ഭരണകൂടം ഏകീകരിക്കപ്പെട്ടപ്പോൾ ഖൊമേനി ഭരണകൂടത്തിലെ ഇടതുപക്ഷവും സമാനമായി അടിച്ചമർത്തപ്പെട്ടു. എന്നാൽ ആ വർഗ്ഗതീവ്രസ്വഭാവം പൂർണ്ണമായും അപ്രത്യക്ഷമായിട്ടില്ല. പുതിയ ഇസ്ലാമിസ്റ്റ് ബൂർഷ്വാസിക്കും അതിന്റെ വിദേശ സുഹൃത്തുക്കൾക്കും അനുകൂലമായ നവലിബറൽ നയങ്ങളും വിപുലമായ ഭരണകൂടനിയന്ത്രണങ്ങളും തൊഴിലാളിവർഗ്ഗത്തിനും ദരിദ്രർക്കും അനുകൂലമായ നിരവധി നടപടികളുമായി സംയോജിപ്പിച്ചിരിക്കുന്നു എന്ന വൈരുദ്ധ്യം ഇതിൽ കാണാൻ കഴിയും ('മുസ്തസാഫിൻ', അറബോ-ഫാർസി). അത്തരം നടപടികളുടെയും ഇറാനി സമൂഹമാകെ സാമ്രാജ്യത്വത്തിൽ നിന്ന് നേരിടുന്ന നഗ്നമായ ആക്രമണങ്ങളുടെയും സംയോജനമാണ് ബഹുഭൂരിപക്ഷം ജനങ്ങളെയും ഭരണകൂടത്തോട് ചേർത്തുനിർത്തുന്നത്. എല്ലാ ഫാസിസങ്ങളെയുംപോലെ, ഇതിനും ഒരു വംശീയ-ദേശീയത പ്രത്യയശാസ്ത്രമുണ്ട്. നാസി പ്രത്യയശാസ്ത്രത്തിൽ വംശം ചെയ്ത പങ്ക് അല്ലെങ്കിൽ ഇന്ത്യയിലെ ആർ എസ് എസ് പ്രത്യയശാസ്ത്രത്തിൽ മതം ചെയ്യുന്ന അതേ പങ്ക്, ഇറാനിൽ മതം വഹിക്കുന്നു. എന്നാൽ, ഇറാന്റെ കാര്യത്തിൽ, ഈ മതപരമായ ഘടകത്തിന് രണ്ട് വ്യത്യസ്ത പാളികളുണ്ട്. ഇറാനി പുരോഹിതർ അവരെ ഷിയാ വിഭാഗീയ ലോകത്തിന്റെ കാതലായി സ്വയം കാണുകയും പ്രത്യേകിച്ച് ആ ലോകത്ത് വിന്യാസം തേടുകയും ചെയ്യുന്നു. എന്നിരുന്നാലും, ഇറാന് കൂടുതൽ വിശാലമായ 'ഇസ്ലാമിക' മാനങ്ങളുണ്ട്, അതിനാൽ അത് പലസ്തീനിലെ ഹമാസുമായി യോജിച്ച് നില്ക്കുന്നു, അഫ്ഗാനിസ്ഥാനിലെ താലിബാനിൽ പലരും ഷിയാ വിരുദ്ധരാണെങ്കിലും താലിബാനുമായി വളരെ സങ്കീർണ്ണമായ ബന്ധമുണ്ട്. സൗദി അറേബ്യയോടുള്ള ഇറാന്റെ എതിർപ്പിന്റെ കാതൽ അവർ സുന്നിയാണെന്നല്ല, മറിച്ച് അവിടത്തെ രാജവാഴ്ചയാണ്; അവർ അമേരിക്കക്കാരുടെ പാവകളാണ് എന്നതാണ്. ഇറാനിലെ ഇസ്ലാമിക വിപ്ലവത്തിന്റെ രാഷ്ട്രീയ വേരുകൾ രാജകീയ വിരുദ്ധമായിരുന്നുവെന്നും അത് സൃഷ്ടിച്ചത് ഷിയാ രാഷ്ട്രമല്ല, ഇസ്ലാമിക് റിപ്പബ്ലിക്കാണെന്നും നാം ഓർക്കണം. വംശീയ-മത ദേശീയത എന്നത് വളരെ പരിചിതമായ ഒരുതരം റൊമാന്റിക് ദേശീയതയുടെ ഒരു

പാളിയാണ്. ഇത് ആധുനിക ഇറാന്റെ അതിരുകൾക്കപ്പുറത്തേക്ക് അഗാധമായ സ്വാധീനം ചെലുത്തിയ സാമ്രാജ്യത്വ ഭൂതകാല അഭിമാനം, സാഹിത്യം, വാസ്തുവിദ്യ, മറ്റ് കലകൾ എന്നിവയുടെ മഹത്തായ സാംസ്കാരിക പാരമ്പര്യങ്ങളിലൂന്നി നില്ക്കുന്നു.

ചൈനക്കാരെപ്പോലെ, എന്നാൽ ഇന്ത്യൻ ഭരണവർഗ്ഗത്തിൽനിന്ന് വ്യത്യസ്തമായി, ഇറാനി വരേണ്യവർഗ്ഗം പാശ്ചാത്യ രാജ്യങ്ങൾ ഏല്പിച്ച, ഏല്പിച്ചുകൊണ്ടിരിക്കുന്ന എല്ലാ മുറിവുകളും ഓർമ്മിക്കുന്നു. ചൈനയെ വെറുക്കുന്ന അതേ കാരണത്താൽതന്നെ അമേരിക്ക ഇറാനെയും വെറുക്കുന്നു; കാരണം ഈ രണ്ട് രാജ്യങ്ങളും പരമാധികാര സ്ഥാപനങ്ങളായി പരിഗണിക്കപ്പെടാൻ ആഗ്രഹിക്കുന്നു. അതുകൊണ്ടു തന്നെ ഈ ഭരണകൂടങ്ങൾ യു എസ് വിരുദ്ധമാണ്. നാസികളുടെ ഫാസിസ്റ്റ് സ്വഭാവം ബ്രിട്ടീഷ്, യു എസ് മൂലധനവുമായുള്ള വൈരുദ്ധ്യങ്ങൾ പരിഹരിക്കാത്തതുപോലെ, അവർ പൗരോഹിത്യ ഫാസിസ്റ്റുകളാണെന്നത് സാമ്രാജ്യത്വവുമായുള്ള അവരുടെ വൈരുദ്ധ്യം പരിഹരിക്കണമെന്നില്ല. ഇന്ത്യയെക്കുറിച്ചും വർഗ്ഗീയതയെക്കുറിച്ചും ആർ എസ് എസിനെക്കുറിച്ചും മറ്റും എഴുതാൻ തുടങ്ങിയപ്പോൾ, ഇറാനിലും പശ്ചിമേഷ്യയിലും നടത്തിയ വിപുലമായ ഗവേഷണങ്ങളിൽനിന്നും ഞാൻ പഠിച്ചത് എന്റെ ബൗദ്ധിക വ്യാപാരത്തിന്റെ ഭാഗമായിരുന്നുവെന്നതും സമ്മതിക്കണം.

വിജയ്: പാകിസ്ഥാനിലെ ദ്രുതഗതിയിലുള്ള സംഭവവികാസങ്ങളെക്കുറിച്ച് ആ സമയത്ത് നിങ്ങളുടെ കാഴ്ചപ്പാട് എന്തായിരുന്നു?

ഐജാസ്: 1970 കളുടെ തുടക്കത്തിൽ ഹംസ അലവി പാകിസ്ഥാനിലെ ഇസ്ലാമികവല്ക്കരണത്തിന്റെ സാദ്ധ്യതകളെക്കുറിച്ച് വളരെ രസകരമായ ഒരു നിരീക്ഷണം നടത്തുകയുണ്ടായി. ഇസ്ലാമിക രാഷ്ട്രീയ പാർട്ടികൾക്ക് പാകിസ്ഥാൻ സമൂഹത്തിൽ സ്വാധീനം കുറവായിരുന്നു എന്നതാണ് അദ്ദേഹത്തിന്റെ നിരീക്ഷണം. എന്നാൽ ഒരുകാലത്ത് രാജ്യത്തിലെ മതേതര ശക്തിയുടെ നെടും തൂണായിരുന്ന പാകിസ്ഥാൻ സൈന്യം സമൂലമായി മാറിക്കൊണ്ടിരിക്കുകയാണെന്നും സൈനിക ശക്തിയും ഓഫീസർമാരുടെ സേനയിലെ ഉയർന്ന വിഭാഗങ്ങളും വളരെയധികം യാഥാസ്ഥിതികവും മതാധിഷ്ഠിതവുമായി കൊണ്ടിരിക്കുകയാണെന്നും അദ്ദേഹം വാദിച്ചു. പാകിസ്ഥാൻ എപ്പോഴെങ്കിലും ഒരു ഇസ്ലാമിക അധിനിവേശത്തിന് വിധേയമായാൽ അതിനുള്ള മുൻകൈ സിവിൽ സമൂഹത്തിനുള്ളിൽനിന്നല്ല, സായുധ സേനയിൽ നിന്നായിരിക്കും എന്ന അദ്ദേഹത്തിന്റെ വാദം ശരിയാണെന്നു പില്ക്കാലത്തു തെളിയിക്കപ്പെട്ടു. പ്രധാനമായും രണ്ട് വ്യത്യസ്ത ഉറവിടങ്ങളിൽ നിന്നാണ് ആ ധാരണ വന്നത്. ഒരു വശത്ത്, റിസർവ് ബാങ്കിലെ മുൻ ജോലിയും കുടുംബ പശ്ചാത്തലവും കാരണം ഹംസയ്ക്ക് പാകിസ്ഥാൻ അധികാര കേന്ദ്രങ്ങളിലെ ഒരു വിഭാഗവുമായി നിരവധി ബന്ധങ്ങളുണ്ടായിരുന്നു. അതിനാൽ, നിലവിലുള്ള ഭരണ ജീവികൾക്കുള്ളിൽ വളരുന്ന ചില പ്രവണതകളെക്കുറിച്ച് അദ്ദേഹത്തിന് നല്ല ഗ്രാഹ്യമുണ്ടാക്കാൻ

കഴിഞ്ഞു. മറുവശത്ത്, മദ്ധ്യ പഞ്ചാബിലെ സാമ്പത്തിക സാമൂഹിക മാറ്റങ്ങളെക്കുറിച്ചും അദ്ദേഹം പഠിച്ചു.

പാകിസ്ഥാൻ നിലവിൽ വന്നപ്പോൾ, ഇന്ത്യൻ സൈന്യത്തിലെ അരഡസനോളം വരുന്ന മുസ്ലീം ഓഫീസർമാർ പാകിസ്ഥാന്റെ സേനയുടെ നേതൃത്വകേന്ദ്രമായി മാറി. അവർ സാൻഹർസ്റ്റിൽ പരിശീലനം നേടിയ, വിസ്കി കുടിക്കുന്ന ഓഫീസർമാരായിരുന്നു. അതിനാൽ തന്നെ അവർ പഴയ ബ്രിട്ടീഷ് ഇന്ത്യൻ ആർമിയുടെ ധാർമ്മികത പാകിസ്ഥാൻ സൈന്യത്തിലേക്ക് ആവാഹിച്ചു. സൈന്യം വികസിച്ചപ്പോൾ ഓഫീസർമാരുടെ വൃന്ദവും വികസിച്ചു. യു പിയിലെയും ബിഹാറിലെയും ഉറുദു സംസാരിക്കുന്ന കുടിയേറ്റക്കാരിലെ ഉയർന്ന ക്ലാസിൽ നിന്നോ ലാഹോറിലെയും അതിന്റെ ചുറ്റുപാടുകളിലെയും പ്രൊഫഷണൽ ക്ലാസുകളിൽ നിന്നോ പഷ്തൂൺ വിഭാഗത്തിലെ പഴയ സൈനിക കുടുംബങ്ങളിൽ നിന്നോ ആണ് ആദ്യ തലമുറ വന്നത്. എന്നാൽ മൂന്നാം തലമുറയിലെ ഒരു വിഭാഗം മദ്ധ്യ പഞ്ചാബിലെ കുലാക്കുകളിൽനിന്നാണ് വന്നത്, അവരിൽ പലരും വിഭജന സമയത്ത് കിഴക്കൻ പഞ്ചാബിൽ നിന്ന് കുടിയേറിയവരാണ്. വിഭജന കാലത്തെ മുറിവുകൾ അവരുടെ മനസ്സിൽ പേറി നടക്കുന്നു. മറ്റ് ചില ഉദ്യോഗസ്ഥർ, പ്രത്യേകിച്ച് സൈനികരിലെ വലിയ വിഭാഗം, പോത്തോഹാർ പീഠഭൂമിയിലെ വരണ്ട പ്രദേശങ്ങളിൽ നിന്നോ ബഹവൽപൂർ, മുൾട്ടാൻ ഡിവിഷനുകൾ പോലെയുള്ള മറ്റ് സാമൂഹിക യാഥാസ്ഥിതിക പ്രദേശങ്ങളിൽനിന്നോ ഉള്ളവരാണ്. 1971 ൽ യുദ്ധത്തിനിറങ്ങിയ പാകിസ്ഥാൻ ആർമിയിലെ പല പുതു തലമുറ ഉദ്യോഗസ്ഥരും, പ്രത്യേകിച്ച് ലെഫ്റ്റനന്റുകളും ക്യാപ്റ്റൻമാരും, വ്യതിരിക്തമായ പിന്തിരിപ്പൻ, ഇസ്ലാമിക പശ്ചാത്തലത്തിൽ നിന്നുള്ളവരാണ്. അവർ അവരുടെ ഇംഗ്ലീഷ് സംസാരിക്കുന്ന, വിസ്കി കുടിക്കുന്ന ഉന്നത ഉദ്യോഗസ്ഥ വൃന്ദത്തോട് നീരസപ്പെട്ടു. ഇപ്പോൾ അവർ തോല്‌വിയുടെ മുറിവുകളും കൂടി പേറുന്നു. എഴുപതുകളുടെ അവസാനത്തോടെ, അവർ പുതിയ ബ്രിഗേഡിയർമാരും യുവ ജനറൽമാരുമായിരുന്നു, അവരിൽ പലരും സൗദി അറേബ്യയിലും മറ്റ് ഗൾഫ് രാജ്യങ്ങളിലും പാകിസ്ഥാൻ സൈനിക സംഘങ്ങളിൽ സേവനമനുഷ്ഠിച്ചിട്ടുണ്ട്. ആ രാജ്യങ്ങളിലെ പെട്രോ-ഇസ്ലാം ഇപ്പോൾ കൂടുതൽ അപകടകാരിയായി. ഈ പാകിസ്ഥാൻ സൈന്യം രാഷ്ട്രീയ ഇസ്ലാമിന്റെ പ്രധാന വഴിത്തിരിവായിരിക്കുമെന്ന് ഹംസ പ്രവചിച്ചിരുന്നു. അതിനുമപ്പുറത്തേക്കുള്ള കാര്യങ്ങളിൽ അദ്ദേഹം ഉൾക്കാഴ്ചയുള്ള ഒരു നിരീക്ഷണം നടത്തി. ഞാൻ അത് വളരെ വ്യക്തമായി ഓർക്കുന്നു; സിയാ ഉൾ ഹഖിനേയും സൈന്യത്തിൽ അദ്ദേഹത്തെ പിന്തുണയ്ക്കുന്നവരെയും അവലോകനം ചെയ്യുമ്പോൾ എന്റെ മനസ്സിൽ പതിഞ്ഞ ശക്തമായ വിശദീകരണം. ബ്രിട്ടീഷ് ഇന്ത്യൻ ആർമിയിൽ നോൺ-കമ്മീഷൻഡ് ഓഫീസറായിരുന്ന സിയാ, കുലക് പശ്ചാത്തലമുള്ള ഒരു അർദ്ധ സാക്ഷര സന്താനമായിരുന്നു. ഞാൻ ഓർക്കുന്നത്

ശരിയാണെങ്കിൽ, പാകിസ്ഥാൻ സൃഷ്ടിച്ചതിനുശേഷം അദ്ദേഹത്തിന് നിയമനം ലഭിച്ചു. പുതിയ, സാമൂഹികമായി പിന്നാക്കം നില്ക്കുന്ന, ഇസ്ലാമികവല്ക്കരിക്കപ്പെട്ട, യുദ്ധത്തിൽ മുറിവേറ്റ ഉദ്യോഗസ്ഥ വൃന്ദത്തെ നയിക്കാൻ പ്രാപ്തിയുള്ള വ്യക്തിയായിരുന്നു സിയ. എന്നാൽ ഈ ഉദ്യോഗസ്ഥ വൃന്ദം മറ്റുള്ളവർക്കൊപ്പം, സുൽഫിക്കർ അലി ഭൂട്ടോയെ അദ്ദേഹത്തിന്റെ സവർണ്ണ പെരുമാറ്റം, ഇടതുപക്ഷ നാട്യങ്ങൾ തുടങ്ങിയ കാര്യങ്ങൾകൊണ്ട് പുച്ഛിച്ചു. ഇതായിരുന്നു 1977 ൽ സൈന്യത്തിന്റെ ഇസ്ലാമിസ്റ്റ് വിഭാഗം നടത്തിയ അട്ടിമറിയുടെ സാമൂഹിക അടിത്തറ.

മറ്റൊരുതലത്തിൽ, 1971 ലെ ബംഗ്ലാദേശ് വേർപിരിയൽ പാകിസ്ഥാന്റെ ശേഷിക്കുന്ന ഭാഗങ്ങളിൽ പൊതുവെ സ്വത്വം എന്ന് വിളിക്കപ്പെടുന്ന, ആഴത്തിലുള്ള ഒരു പ്രതിസന്ധി സൃഷ്ടിച്ചു. ഇതേക്കുറിച്ച് അന്ന് ഞാൻ എഴുതിയിരുന്നു. 1971 ന് മുമ്പ് ബ്രിട്ടീഷ് ഇന്ത്യയിലെ ഭൂരിഭാഗം മുസ്ലീങ്ങളുടെയും ജന്മദേശം പാകിസ്ഥാൻ ആയിരുന്നു. അതിനുശേഷം ഇന്ത്യയിൽ ജീവിച്ചിരുന്ന മുസ്ലീങ്ങളേക്കാൾ കുറവായിരുന്നു അവിടെ. 1971 ന് മുമ്പ്, ലോകത്തിലെ ഏറ്റവും വലിയ മുസ്ലീം രാജ്യമെന്ന അവകാശവാദത്തിനായി പാകിസ്ഥാൻ ഇന്തോനേഷ്യയുമായി മത്സരിച്ചു. ആ മുസ്ലിം ജനസംഖ്യയുടെ പകുതി ഇന്ത്യയുടെയും പശ്ചിമേഷ്യയുടെയും അതിർത്തിയിലും മറ്റൊന്ന് ഇന്ത്യയുടെയും തെക്കുകിഴക്കൻ ഏഷ്യയുടെയും അതിർത്തികളിലുമായിരുന്നു. എന്നാൽ 1971 ന് ശേഷം, അതിന്റെ കിഴക്കൻ പകുതിയും ജനസംഖ്യയുടെ ഭൂരിപക്ഷവും നഷ്ടപ്പെട്ടു. എന്നുമാത്രല്ല, ബംഗ്ലാദേശിനും ഇന്ത്യക്കും പിറകിൽ ഉപഭൂഖണ്ഡത്തിലെതന്നെ മൂന്നാമത്തെ വലിയ ജനസംഖ്യയുള്ള രാജ്യമായി മാറി. എന്തുകൊണ്ടാണ് അത് നിലനിന്നത്? കിഴക്കൻ പാകിസ്ഥാനുമായുള്ള യുദ്ധം - അതായത് ഇന്നത്തെ ബംഗ്ലാദേശ്-പാശ്ചാത്യ പകുതിയുടെ സമ്പദ്വ്യവസ്ഥയെ പാപ്പരാക്കുകയും തടസ്സപ്പെടുത്തുകയും ചെയ്തു. ഈ സാമ്പത്തിക പ്രതിസന്ധിക്കും സ്വത്വ പ്രതിസന്ധിക്കും ഇടയിൽ, ഭൂട്ടോ സൗദി അറേബ്യയുടെ കീഴാളനാകാൻ തുനിഞ്ഞു. അതിനാൽ, ഈ പ്രതിസന്ധി പരിഹരിക്കാൻ പെട്രോ-ഇസ്ലാം പാകിസ്ഥാനിൽ പ്രവേശിച്ചു. തുടർന്നങ്ങോട്ട്, പാകിസ്ഥാൻ എന്നത് ബ്രിട്ടീഷ് കൊളോണിയൽ ഇന്ത്യയിലെ ഭൂരിഭാഗം മുസ്ലീങ്ങളുടെയും മാതൃഭൂമിയായിരുന്നില്ല, മറിച്ചു യഥാർത്ഥ ഭക്തരുടെ ജന്മദേശമാണ് എന്നതായിരുന്നു രാജ്യത്തിന്റെ യുക്തി. ഭൂട്ടോ പാകിസ്ഥാനെ ഇസ്ലാമികവല്ക്കരിക്കുന്നില്ല, പക്ഷേ, അദ്ദേഹം അതിനെ ദക്ഷിണേഷ്യയിൽ നിന്ന് മരുഭൂമിയിലെ ഇസ്ലാമിലേക്ക് പുനഃക്രമീകരിച്ചു. തുടർന്ന് വലിയ ഒരു സമൂഹത്തിൽ വളരെ ഇടുങ്ങിയതും ആഴംകുറഞ്ഞ അടിത്തറയുള്ളതുമായ ഈ സൈനിക ഇസ്ലാമിക തരംഗം വരുന്നു. പിന്നെ എങ്ങനെയാണ് രാഷ്ട്രീയ ഇസ്ലാമിന് വ്യാപകമായ ബഹുജന സ്വീകാര്യത ഉണ്ടാക്കുക? ഈ പ്രതിസന്ധികളിൽ ചിലത് പരിഹരിക്കപ്പെടാൻ തുടങ്ങിയത് അഫ്ഗാനിസ്ഥാനിൽ യുഎസ് യുദ്ധം ആരംഭിച്ചതിനുശേഷം മാത്രമാണ്. സൽമാൻ

റുഷ്ദിയുടെ *ഷെയിം* എന്ന നോവലിൽ, സോവിയറ്റുകൾ അഫ്ഗാനിസ്ഥാനിലേക്ക് പ്രവേശിക്കുന്നതിനെക്കുറിച്ച് സിയ കേൾക്കുമ്പോൾ, അദ്ദേഹം തന്റെ പ്രാർത്ഥന പായ പുറത്തെടുത്ത് തന്റെ മൂന്ന് സഹായികളോടൊപ്പം നിസ്കരിക്കുന്നു. ഇതായിരുന്നു അള്ളാഹു നല്കിയ ഏറ്റവും വലിയ സമ്മാനം, സിയ ഇങ്ങനെ പറഞ്ഞു; ഇപ്പോൾ ജിഹാദ് ആരംഭിക്കാൻ അവന്റെയും സൈന്യത്തിന്റെയും മേൽ ഡോളറുകളും ആയുധങ്ങളും വർഷിക്കും.

വിജയ്: ഈ കാലയളവിലാണു നിങ്ങളുടെ കുട്ടികളുടെ ജനനം, നിങ്ങൾ അവരുമായി തിരക്കിലായി. പക്ഷേ, തീവ്രമായ വായന മുടക്കിയില്ല. 1982 നും 1985 നും ഇടയിലുള്ള ഈ വായനയിൽ നിന്ന് മൂന്ന് ഭാഗങ്ങളുള്ള 'രാഷ്ട്രീയ ഇസ്ലാം: ഒരു വിമർശനം' എന്ന ലേഖനം പ്രസിദ്ധീകരിക്കുന്നു. നിങ്ങളുടെ ആ സമയത്തെ വായനകൾ എന്തെല്ലാമായിരുന്നു?

ഐജാസ്: ഇന്ത്യയിലേക്ക് മടങ്ങുന്നതിന് മുമ്പ് 1970 കളിലും 1980 കളുടെ തുടക്കത്തിലും എന്റെ മിക്ക എഴുത്തുകളും യഥാർത്ഥത്തിൽ ഉറുദുവിലായിരുന്നു. അതിൽ ഭൂരിഭാഗവും രാഷ്ട്രീയവും രാഷ്ട്രീയ സമ്പദ് വ്യവസ്ഥയുമായി ബന്ധപ്പെട്ടിരിക്കുന്നു. കൂടാതെ ലെനിൻ മുതൽ കബ്രാൾ, എൽ ഡുൺ വരെയുള്ളവരെക്കുറിച്ചുള്ള എഴുത്തുകൾ. പൊളിറ്റിക്കൽ ഇസ്ലാമിനെക്കുറിച്ചുള്ള എന്റെ മൂന്ന് ഭാഗങ്ങളുള്ള ലേഖനവുമായി ബന്ധപ്പെട്ട് ഞാൻ വായിച്ചതിനെക്കുറിച്ചായിരുന്നു നിങ്ങൾ എന്നോട് ചോദിച്ചത്. മറ്റ് കാര്യങ്ങൾക്കൊപ്പം, അക്ഷരാർത്ഥത്തിൽ ഇസ്ലാമിനെയും മിഡിൽ ഈസ്റ്റിനെയും കുറിച്ചുള്ള നൂറുകണക്കിന് പുസ്തകങ്ങൾ വായിച്ചു. തുടക്കത്തിൽ ഇറാനിയൻ വിപ്ലവത്താൽ പൊളിറ്റിക്കൽ ഇസ്ലാം പ്രചോദിപ്പിക്കപ്പെട്ടിരുന്നുവെങ്കിലും അപ്പോഴേക്കും വിവിധതരത്തിലുള്ള ഇസ്ലാമിസം അറബ് ലോകത്തും വ്യാപിക്കുകയായിരുന്നു. എന്റെ വായനകളിൽ മാർക്സിസ്റ്റു രചനകൾക്കപ്പുറത്തു തികച്ചും ലിബറൽ മുതൽ മിഡിൽ ഈസ്റ്റിലെ വലതുപക്ഷ സി ഐ എ സ്പോൺസർ ചെയ്ത രചനകൾ വരെ ഉൾപ്പെട്ടു. അതേസമയം, രാഷ്ട്രീയ ഇസ്ലാമിനെക്കുറിച്ച് മാത്രമല്ല, പ്രദേശത്തെക്കുറിച്ചുള്ള ഇടതുപക്ഷ രചനകളും ഞാൻ വായിക്കുന്നുണ്ടായിരുന്നു. കൂടുതലായും ഞാൻ ചെയ്യാറുണ്ടായിരുന്നത് തീവ്ര വലതുപക്ഷത്തുള്ള എഴുത്തുകാരെ വായിക്കുക എന്നതാണ്. അതുകൊണ്ടാണ് ഞാൻ ഈ ദിവസങ്ങളിൽ കാൾ ഷ്മിറ്റിനെ വീണ്ടും വായിക്കുന്നത്. ഈ വായനകളിൽ നിന്നും യഥാർത്ഥത്തിൽ എന്താണ് നിലനില്ക്കുന്നതെന്ന് വിശകലനം ചെയ്യുന്നതിനായി എനിക്ക് ആവശ്യമുള്ളത് അവരിൽനിന്ന് ശേഖരിക്കുന്നു. കൂടാതെ ഒരുപാട് ചരിത്രവും സാമൂഹിക ശാസ്ത്രവും വായിച്ചു. സ്വന്തം ചിന്തകളെ പരിപോഷിപ്പിക്കുന്നതിനായി നിങ്ങൾക്ക് അനുഭവഭേദ്യമായ ഒരു ഡാറ്റ ഉണ്ടായിരിക്കണം, അത് നിങ്ങൾ വായിക്കുന്ന പുസ്തകങ്ങളുടെ വിശകലനങ്ങളിലേക്ക് കടക്കാൻ സഹായിക്കുന്നു.

വിജയ്: ഇക്ബാൽ അഹമ്മദ്, ഫിറോസ് അഹമ്മദ് എന്നിവരെ പോലെയുള്ളവരുമായി ബൗദ്ധികവും രാഷ്ട്രീയവുമായ പദ്ധതികളിൽ മുൻകാലങ്ങളിൽ നിങ്ങൾ ഇടപെട്ടിരുന്നു. നിങ്ങൾ അവരോട് പൂർണ്ണ മായി സഹകരിച്ചില്ലെങ്കിൽപോലും വിവിധതലങ്ങളിൽ ഇടപെട്ടിരുന്നു. 1977 ൽ സിയയുടെ ആരോഹണം മുതൽ 1980 കളുടെ മദ്ധ്യം വരെ, നിങ്ങൾ ഇടപെട്ടിരുന്നവർ ആരൊക്കെയായിരുന്നു?

ഐജാസ്: 1973 ന് ശേഷം ഈജിപ്ത്, പലസ്തീൻ, ലെബനൻ, ജോർദാൻ, സിറിയ എന്നിവിടങ്ങളിലെ പ്രവാഹങ്ങളുമായി ഞാൻ വളരെയധികം ഇടപെട്ടു. 1920 കളിൽ സ്ഥാപിതമായ ഈജിപ്ഷ്യൻ ജേർണലായ *റോസ് അൽ-യൂസഫിന്* വേണ്ടി ഞാൻ 1973 മുതൽ 1979 വരെ എഴുതി. 1971 ന് ശേഷം ഞാൻ ജോർദാനിലെ പലസ്തീൻ ക്യാമ്പു കളിലേക്ക് പോകുന്നു. അവിടെ ഇസ്ലാം പൂർണ്ണമായി നിലവിലുണ്ടെന്ന് എനിക്ക് കാണാൻ കഴിഞ്ഞു; ക്യാമ്പുകളിൽ നിറയെ *ഖുറാൻ* പാരായ ണങ്ങൾ, വിവിധ തരത്തിലുള്ള ഇസ്ലാമിക കാസറ്റുകൾ എന്നിവയുണ്ടാ യിരുന്നു. ഞാൻ വീണ്ടും ലെബനനിലേക്ക് വരികയും പി എഫ് എൽ പി [പോപ്പുലർ ഫ്രണ്ട് ഫോർ ദി ലിബറേഷൻ ഓഫ് പലസ്തീൻ], ഡി എഫ് എൽ പി [ഡെമോക്രാറ്റിക് ഫ്രണ്ട് ഫോർ ദി ലിബറേഷൻ ഓഫ് പലസ്തീൻ] എന്നിവിടങ്ങളിൽ നിന്നുള്ള സഖാക്കളെ കണ്ടുമുട്ടുകയും ചെയ്യുന്നു. അവർ ബിർസൈറ്റിലെ ഇസ്ലാമിസത്തെക്കുറിച്ചും ക്യാമ്പു കളിലെ ഇസ്ലാമിസത്തെക്കുറിച്ചും സംസാരിക്കുന്നു. ഞാൻ തുർക്കി യിലേക്ക് പോയി, റൂമിയുടെ ശവകുടീരം കാണാൻ. ഇസ്താംബൂളിൽ നിന്ന് കോനിയയിലേക്ക് ബസിൽ പോകുന്നു (ഞാൻ ഒരാളുടെ ശവ കുടീരത്തിൽ പോയ ഒരേയൊരു സന്ദർഭം). മൂന്നാഴ്ചയോളം ഞാൻ അന റ്റോലിയയിലൂടെ പോയി, ചെറിയ പട്ടണങ്ങളിൽ തങ്ങി, അടിസ്ഥാന പരമായി ചില തുർക്കി എഴുത്തുകാരിൽനിന്ന് എനിക്ക് തോന്നിയ ഒരു കാര്യം മനസ്സിലാക്കാൻ ശ്രമിച്ചു-രണ്ട് ടർക്കികളുണ്ട്: ഒന്ന് യൂറോപ്യൻ വല്ക്കരിക്കപ്പെട്ട, ഇസ്താംബൂളിലും അങ്കാറയിലും മറ്റ് ചില നഗര കേന്ദ്ര ങ്ങളിലും കേന്ദ്രീകരിക്കപ്പെട്ട ടർക്കി. ഇവ പ്രധാനമായും രാജ്യത്തിന്റെ പടിഞ്ഞാറൻ ഭാഗങ്ങളിലാണ്. മറുവശത്ത് ഇസ്താംബൂളിലെ ദരിദ്ര ജില്ലകളിൽ ഞാൻ കണ്ട മറ്റൊരു തുർക്കി ഉണ്ടായിരുന്നു. എന്നാൽ 1970 കളുടെ തുടക്കത്തിൽ അനറ്റോലിയയുടെ ഉൾപ്രദേശങ്ങളിലേക്ക് പോയ പ്പോൾ, മുസ്ലീമായ ഒരു പുതിയ ബൂർഷ്വാസി ഉയർന്നു വന്നെന്നു ഞാൻ മനസ്സിലാക്കി. അവർക്ക് അവരുടെ ഏറ്റവും പഴയ സ്ഥാപനങ്ങൾ ഉണ്ടാ യിരുന്നു-മസ്ജിദ്, കോഫി ഷോപ്പ്, ഓഹരി വിപണി തുടങ്ങി എല്ലാം; അവർ ഇവിടെ കാപ്പി കുടിക്കുകയും വിലപേശൽ നടത്തുകയും പിന്നീട് പ്രാർത്ഥനയ്ക്കായി പള്ളിയിൽ പോകുകയും ചെയ്യും. ആ ചെറുതും ഇടത്തരവുമായ പട്ടണങ്ങളിൽ ഒരു പുതിയ, ദൃഢമായ ഇസ്ലാമിക ബൂർഷ്വാസി ഉയർന്നുവന്നു എന്നതൊഴിച്ചാൽ, 1970 കളിൽ മുഴുവൻ ഗ്രാമീണ, നഗരപ്രാന്ത, ചെറുപട്ടണമായ അനറ്റോലിയ പൂർണ്ണമായും

കേടുകൂടാതെയിരുന്നു. അതിൽ ഭൂരിഭാഗവും കാലഹരണപ്പെടാത്ത താണെന്നും താമസിയാതെ അല്ലെങ്കിൽ പിന്നീട് കെമാലിസ്റ്റ് മാതൃക യിലേക്ക് നീങ്ങുമെന്നും ഇസ്താംബൂളിലെ എന്റെ ഇടതുപക്ഷ സുഹൃ ത്തുക്കൾ കരുതി. ഞാൻ അവരോട് പറഞ്ഞു: ഇസ്താംബൂളും അങ്കാ റയും നിങ്ങളുടെ ഭൂതകാലമായി മാറിയേക്കാം, ചെറിയ പട്ടണമായ അന റ്റോലിയയിൽ നിങ്ങളുടെ ഭാവിയുടെ വിത്തുകൾ ഉണ്ടായിരിക്കാം. ഏറ്റവും ആശ്ചര്യപ്പെടുത്തുന്ന ഇടങ്ങളിൽ രാഷ്ട്രീയ ഇസ്ലാം കടന്നുവരു ന്നത് ഞാൻ കണ്ടു. ഞാൻ പ്രതീക്ഷിച്ചിരുന്ന അവസാന സ്ഥലമായിരുന്നു തുർക്കി, പക്ഷേ, വളരെ വലിയ ഫാഷനബിൾ ജില്ലകൾ ഒഴികെ എല്ലാ യിടത്തും അത് ഉണ്ടായിരുന്നു. കെയ്റോയുടെ പ്രാന്തപ്രദേശങ്ങളിലും ഞാൻ ഇതു കണ്ടു, തുടർന്ന് ഡെൽറ്റയിലെ ടൗൺഷിപ്പുകളിലേക്ക് യാത്ര ചെയ്തു. റോസ് അൽ-യൂസഫിൽ ഇതിനെക്കുറിച്ചുള്ള ഒരു മുഴുവൻ ലക്കമുണ്ട്. എന്റെ ഓർമ്മകൾ മങ്ങിയിരിക്കുന്നു, പക്ഷേ, ലക്കത്തിന്റെ മൊത്തത്തിലുള്ള തലക്കെട്ട് 1973 ൽ 'ഹുക്കൂമത്ത് അൽ-മഷൈഖ്' (ശൈഖുമാരുടെ ഭരണം) എന്നായിരുന്നു എന്നതാണെന്റെ ഓർമ്മ.

വിജയ്: സാദത്ത് 1971 ൽ ഈജിപ്ഷ്യൻ ഭരണഘടന മാറ്റി, ഇസ്ലാ മിനെ പരമോന്നത മദ്ധ്യസ്ഥനായി കൊണ്ടുവന്നു.

ഐജാസ്: അതെ, മുസ്ലീം ബ്രദർഹുഡുമായുള്ള ബന്ധത്താൽ, ഒരിക്കൽ നാസറിന് വളരെ ഉപകാരപ്പെട്ട ഒരാളായിരുന്നു സാദത്ത്. സയ്യിദ് ഖുതുബിന്റെ വിചാരണയുടെയും ശിക്ഷാവിധിയുടെയും മേൽനോട്ടം വഹിക്കാൻ നാസർ സാദത്തിനെ നിയമിച്ചു. അതുവഴി അദ്ദേഹവും അദ്ദേ ഹത്തിന്റെ മുൻ ബ്രദർഹുഡ് സുഹൃത്തുക്കളും തമ്മിൽ രക്തച്ചൊരിച്ചിൽ ഉണ്ടാകുകയും സാദത്തിനു നാസറിന്റെ വിശ്വസ്തനായി തുടരുകയ ല്ലാതെ മറ്റൊരു മാർഗ്ഗവുമില്ലാതാകുകയും ചെയ്തു. സാദത്ത് ഈജിപ് ഷ്യൻ ഭരണഘടന ഇസ്ലാമികവല്ക്കരിച്ചു. എന്നാൽ അദ്ദേഹത്തെ കൊന്ന ഇസ്ലാമിസ്റ്റ് റാഡിക്കലുകൾക്ക് സാദത്തിനെതിരെ രണ്ട് പ്രധാന ആരോപണങ്ങൾ ഉണ്ടായിരുന്നു: ഒന്ന് ഇസ്രായേലിന് കീഴടങ്ങൽ, രണ്ട് ഖുതുബിനെ കൊലപ്പെടുത്തിയതിലെ പങ്ക്. എന്തായാലും, സാദത്തിന്റെ ഉയർച്ചയോടെ നാസറിസ്റ്റ്, സോഷ്യലിസ്റ്റ് ഭാവങ്ങൾ വളരെ വേഗത്തിൽ മാറ്റിവക്കപ്പെട്ടു. 1967 ൽ ഇസ്രായേലികൾ ഈജിപ്തിനെ പരാജയപ്പെടു ത്തിയതിന്റെ അനന്തരഫലമായി ഈജിപ്ത് പാർശ്വവല്ക്കരിക്കപ്പെടു കയും അറബ് ലോകത്തെ പ്രബല ശക്തിയായി സൗദി അറേബ്യ ഉയർ ന്നുവരുകയും ചെയ്തു. യെമനിലെ രാജവാഴ്ചയും റിപ്പബ്ലിക്കനിസവും തമ്മിലുള്ള ഏറ്റുമുട്ടൽ പരിഹരിക്കാൻ ഈജിപ്തും സൗദി അറേബ്യയും നടത്തിയ യുദ്ധം ഇപ്പോൾ ഇസ്രായേലികൾ പരിഹരിച്ചു. പലസ്തീന്റെ ബാക്കി ഭാഗങ്ങൾ പിടിച്ചടക്കാനുള്ള അവരുടെ സ്വപ്നം സാക്ഷാൽക്ക രിക്കാൻ ഇസ്രായേലികൾ 1967 ൽ യുദ്ധം നടത്തി. കൂടാതെ, രാജവാഴ് ചകൾ ആടിയുലയുന്ന അറബ് ലോകത്തെ പ്രബലശക്തിയായിരുന്ന ഈജിപ്തിന്റെ സമ്പൂർണ്ണ പരാജയത്തോടെ, അധികാരത്തിന്റെ

സന്തുലിതാവസ്ഥ നിർണ്ണായകമായി മാറി. സൗദി ആധിപത്യം ക്രമേണ, പക്ഷേ, ഒഴിച്ചുകൂടാനാവാത്തവിധം വളർന്നു. അതിന്റെ അനന്തരഫലമായി ഞാൻ അപ്പോൾ വിചാരിച്ചത് കൂടുതൽ ഇസ്ലാം ധാരകൾ -രാഷ്ട്രീയ ഇസ്ലാം, വലതുപക്ഷ വഹാബി ഇസ്ലാം, ഡെസേർട്ട് ഇസ്ലാം എന്ന് ഞാൻ വിളിക്കുന്ന നാഗരികതയുടെ മഹത്ത്വവും സൂക്ഷ്മതയും ഒന്നുമില്ലാത്ത മെഡിറ്ററേനിയൻ ഇസ്ലാം- ഉണ്ടാകുമെന്നാണ്. പെട്രോ-ഇസ്ലാം പ്രഭാവമുള്ള ഒരു ഗൾഫ് അതിനുശേഷം ഉയർന്നുവരുമെന്ന് ഉറപ്പായിരുന്നു. 1969 ൽ ലിബിയയിൽ നാസറിസം വന്നപ്പോൾ അത് ഇസ്ലാമിക നാസറിസത്തിന്റെ ഒരു രൂപമായിരുന്നു. മറ്റൊരുവിധത്തിൽ പറഞ്ഞാൽ, ഗദ്ദാഫിയുടെ ഗ്രന്ഥം - *ഗ്രീൻ ബുക്ക്* - ഇടതുപക്ഷ റാഡിക്കലിസത്തിന്റെയും രാഷ്ട്രീയ ഇസ്ലാമിന്റെയും സമാഹരണം ആയിരുന്നു.

വിജയ്: ഇത്തരം വിഷയങ്ങളിലെല്ലാം ഏത് ചിന്തകരുമായാണ് അങ്ങ് സംഭാഷണം നടത്തിയിരുന്നത്?

ഐജാസ്: ഓരോ ദശാബ്ദത്തിലും വീടു മാറേണ്ടിവരുന്നതിന്റെ അനന്തരഫലങ്ങളിലൊന്ന്, എനിക്ക് ധാരാളം ആശയവിനിമയം നടത്താനുതകുന്ന ഒരു ജീവിതം നയിക്കാനുള്ള അവസരം ലഭിച്ചു എന്നതാണ്. എന്നാൽ ഇത്തരം ആശയവിനിമയങ്ങൾ കൂടുതലും ഹ്രസ്വകാലത്തേക്കായിരുന്നു. പ്രത്യേക ആളുകളുമായി സുസ്ഥിരവും ദീർഘകാലത്തേക്കുള്ളതുമായ സംഭാഷണം നടത്താൻ ഒരാൾക്ക് ഏതെങ്കിലും തരത്തിലുള്ള സ്ഥിരമായ താമസസ്ഥലം ഉണ്ടായിരിക്കണം. മുപ്പത് വർഷത്തോളം ഇന്ത്യയിൽ ജീവിച്ചതുകൊണ്ടാണ് എനിക്ക് അത് അവിടെ സാദ്ധ്യമായത്. അതിനുമുമ്പ്, പാകിസ്ഥാനിൽ ആയിരുന്നപ്പോൾ, വർഷങ്ങളോളം ഹംസയുമായായിരുന്നു ബൗദ്ധിക സംഭാഷണങ്ങൾ. അല്ലെങ്കിൽ രാജ്യത്തിനകത്തുള്ള ഇടതുപക്ഷ സഖാക്കൾ, കൂടുതലും മസ്ദൂർ പാർട്ടിയുടെ, മേജർ ഇസ്ഹാഖിനെയും അഫ്സൽ ബംഗഷിനെയും പോലെയുള്ള ആളുകൾ. ഞാൻ ഈജിപ്തിൽ ആവർത്തിച്ച് പോകുകയും ധാരാളം ആളുകളെ വീണ്ടും കാണുകയും ചെയ്തു; ഇവരെല്ലാം ഇടതുപക്ഷക്കാരും, കമ്യൂണിസ്റ്റുകാരും, ഇടത്-നാസറിസ്റ്റുകളും, പത്രാധിപരുമൊക്കെയായിരുന്നു. ഈ പത്രാധിപരിൽ പകുതി പേരും നാസറിന്റെ ജയിലുകളിലും പുറത്തും കഴിഞ്ഞവരാണ്. എന്നാൽ യഥാർത്ഥത്തിൽ ഞാൻ വേരൂന്നിയ ഒരു പരിസരമായിരുന്നില്ല ഇത്. ലെബനനിലും ഇതുതന്നെയായിരുന്നു അവസ്ഥ, അവിടെ ഞാൻ *അസ്-സഫീറിൽ* ലേഖനങ്ങൾ പ്രസിദ്ധീകരിക്കുകയും പലസ്തീനിയൻ ഗ്രൂപ്പുകളിലെ (പീ എഫ് എൽ പി, ഡി എഫ് എൽ പി, ചെറിയ ബാത്തിസ്റ്റ് വിഭാഗം പോലും) ആളുകളെ കാണുകയും ചെയ്യുമായിരുന്നു. അല്ലെങ്കിൽ സാദിഖ് അൽ-അസ്മിനെപ്പോലുള്ള സ്വതന്ത്ര മാർക്സിസ്റ്റുകളെ കണ്ടു. അവരിൽനിന്ന് യഥാർത്ഥ രാഷ്ട്രീയവും അതിനെക്കുറിച്ചുള്ള അവരുടെ ധാരണയും എനിക്ക് ലഭിച്ചു. പിന്നീട് ഫവ്വാസ് ട്രാബൂൾസിയെപ്പോലുള്ളവരെ കണ്ടുമുട്ടി. അറബ് ബുദ്ധിജീവികളിൽ എന്റെ പ്രിയ ചങ്ങാതി ഇസ്ലാമിക പണ്ഡിതൻ അസീസ് അൽ-അസ്മെഹ് ആയിരുന്നു. എന്റെ പുസ്തകം

ഇൻ തിയറിയും അദ്ദേഹത്തിന്റെ *ഇസ്ലാമുകളും ആധുനികതകളും* എന്ന പുസ്തകവും ഏകദേശം ഒരു വർഷത്തിനുള്ളിൽ പ്രസിദ്ധീകരിച്ചു. 1990 കളുടെ പകുതി മുതൽ അദ്ദേഹവും ഞാനും വളരെ സുസ്ഥിരമായ സംഭാഷണങ്ങൾ നടത്തിയിട്ടുണ്ട്. നിർഭാഗ്യവശാൽ, ഞങ്ങൾ രണ്ടു പേരും ഒരേ സ്ഥലത്ത് താമസിച്ചിട്ടില്ല, ബൗദ്ധിക സംഭാഷണത്തിന് ഇ മെയിൽ എന്ന മാധ്യമം ഉപയോഗിച്ചിരുന്നുമില്ല.

എന്നിരുന്നാലും, എന്താണ് സംഭവിക്കുന്നതെന്ന കാര്യത്തിൽ ഇടതുപക്ഷ പണ്ഡിതന്മാരെക്കാൾ വലതുപക്ഷ പണ്ഡിതന്മാർ കൂടുതൽ ജാഗ്രത പുലർത്തിയിരുന്നുവെന്ന് കാണാം. ഇടതുപക്ഷത്തിന്റെ ഭൂരി ഭാഗവും അക്കാലത്ത് തങ്ങളെക്കുറിച്ചും ലോകത്തെക്കുറിച്ചുള്ള അവ രുടെ സ്വന്തം വീക്ഷണത്തെക്കുറിച്ചും വളരെ ശുഭാപ്തി വിശ്വാസമുള്ള വരായിരുന്നു. ഇസ്ലാമിക രാഷ്ട്രീയത്തിന്റെയും സംസ്കാരത്തിന്റെയും അതിസങ്കീർണ്ണമായ ലോകത്തിന്റെ ഭാഗമായല്ല, മറിച്ച് അനാക്രോണി സമായാണ് (പഴഞ്ചൻ ആശയങ്ങൾ) അവർ ഈ ഇസ്ലാമിസ്റ്റുകളെ വീക്ഷിച്ചത്. അറബ് ദേശീയതയുടെ മതേതര സ്വഭാവത്തെക്കുറിച്ചും കെമാലിസ്റ്റ് ഭരണകൂടത്തെക്കുറിച്ചും ഇടതുപക്ഷത്തിന് അമിത ആത്മ വിശ്വാസമുണ്ടായിരുന്നു. ഫ്രെഡ് ഹാലിഡേയുടെ ഇറാനെക്കുറിച്ചുള്ള പുസ്തകമാണ് ഒരു മികച്ച ഉദാഹരണമായി കാണാവുന്നത്. ഇസ്ലാമിക വിപ്ലവം പൊട്ടിപ്പുറപ്പെടുമ്പോൾ തന്നെ അത് വ്യക്തമായി രചിക്കുകയും പ്രസിലേക്ക് അയക്കുകയും ചെയ്തു, എന്നാൽ പുരോഹിതന്മാരെക്കുറിച്ച് ഒന്നുംതന്നെ അതിൽ പറയുന്നില്ല.

വിജയ്: പലസ്തീനിയൻ മാർക്സിസ്റ്റ് ഹന്ന ബറ്റാറ്റുവിന്റെ കാര്യമോ?

ഐജാസ്: ഞാൻ അദ്ദേഹത്തെ കണ്ടിട്ടില്ല, പക്ഷേ, ഇറാഖിനെക്കു റിച്ചുള്ള അദ്ദേഹത്തിന്റെ പ്രശംസനീയമായ പുസ്തകം എനിക്ക് നന്നായി അറിയാം. വീണ്ടും, ബറ്റാറ്റുവിനെ സംബന്ധിച്ചിടത്തോളം, പുസ്തകം കമ്യൂണിസ്റ്റുകളും മാർക്സിസ്റ്റുകളും ബാത്തിസ്റ്റുകളും തമ്മിലുള്ള പോരാട്ടത്തെ അടയാളപ്പെടുത്തുന്നു, എന്നാൽ ഇറാഖിലെ ഭൂപ്രഭുത്വ വുമായി ആഴത്തിൽ ബന്ധപ്പെട്ടിരിക്കുന്ന പുരോഹിതന്മാരെക്കുറിച്ച് ഒന്നു മില്ല. വൻകിട ഭൂവുടമ വർഗ്ഗവും വ്യാപാരികളും ഇറാഖിലെ പുരോഹിത ന്മാരുമായി അടുത്ത ബന്ധം പുലർത്തുന്നു, തുടർന്ന് അവർ രാജ്യത്ത് വളരെ പ്രധാനപ്പെട്ട ഒരു രാഷ്ട്രീയ ശക്തിയായി രൂപപ്പെട്ടു. എന്നാൽ ബറ്റാറ്റുവിന്റെ വളരെ വിശദവും ഗംഭീരവുമായ പുസ്തകത്തിൽ ഇതി നെക്കുറിച്ച് വളരെക്കുറച്ചേ പരാമർശിക്കുന്നുള്ളൂ. യു എസ് അധിനിവേശ ത്തിനുശേഷം ഇറാഖിൽ സംഭവിച്ചതിന്റെ ചരിത്രപരമായ പശ്ചാത്തലം നിങ്ങൾക്ക് മനസ്സിലാക്കണമെങ്കിൽ അദ്ദേഹത്തിന്റെ പുസ്തകത്തിന് പരിമിതികളുണ്ട്. മറ്റ് പലകാര്യങ്ങളിലും ഇത് വളരെ നല്ലതാണ്, പ്രത്യേ കിച്ച് കൊളോണിയൽ ഗവൺമെന്റിന്റെ രഹസ്യ ആർക്കൈവിന്റെ വളരെ ഗണ്യമായ ഭാഗം അദ്ദേഹത്തിന് ലഭ്യമായിരുന്നു.

ഗാലിബ്

വിജയ് പ്രഷാദ്: നിങ്ങൾ ആദ്യമായി യുണൈറ്റഡ് സ്റ്റേറ്റ്സിൽ വന്ന സമയത്തേക്ക് നമുക്ക് മടങ്ങാം. യു എസിൽ എത്തിയ ഉടൻ തന്നെ, *ഗാലിബി*നെ വിവർത്തനം ചെയ്യാനുള്ള ഒരു പരമ്പരയുടെ ഭാഗമായി. അഡ്രിയൻ റിച്ച്, വില്യം സ്റ്റാഫോർഡ്, ഡബ്ല്യു എസ് മെർവിൻ എന്നിവരൊത്തുള്ള ഈ സൃഷ്ടിയുടെ ആദ്യ പതിപ്പുകൾ 1969 ൽ ദി ഹഡ്സൺ റിവ്യൂ ആൻഡ് പോയട്രിയിൽ പ്രസിദ്ധീകരിച്ചു, തുടർന്ന് 1970 ൽ കൊളംബിയ യൂണിവേഴ്സിറ്റി പ്രസിൽനിന്ന് ഒരു പുസ്തകം - *ഗാലിബിന്റെ ഗസലുകൾ* - പുറത്തിറങ്ങി. ഈ പ്രോജക്റ്റിനെക്കുറിച്ച് ഞങ്ങളോട് പറയാമോ?

ഐജാസ് അഹമ്മദ്: കൈയിൽ ഒരു പൈസയുമില്ലാതെയാണ് ഞാൻ യുണൈറ്റഡ് സ്റ്റേറ്റ്സിൽ എത്തിയത്; പണത്തിനായി ഞാൻ ഇതുവരെ ചെയ്തിട്ടുള്ള ഒരേയൊരു കാര്യവും ഈ വിവർത്തനമാണ്. ആ സമയത്തു *ഗാലിബി*ന്റെ ശതാബ്ദി ആഘോഷം ഉണ്ടായിരുന്നു. ഈ ആഘോഷത്തിനായി ഒരു വിവർത്തന പുസ്തകം തയ്യാറാക്കാൻ ഏഷ്യാ സൊസൈറ്റി എന്നോട് ആവശ്യപ്പെട്ടു. അപ്പോഴേക്കും ഞാൻ ഉറുദുവിൽ ധാരാളം എഴുതുകയും പ്രസിദ്ധീകരിക്കുകയും ചെയ്തിരുന്നു. പാകിസ്ഥാൻ സന്ദർശിച്ച ചില അമേരിക്കൻ എഴുത്തുകാരെ കണ്ടുമുട്ടി. ഞാൻ യു എസിൽ ഉള്ളതിനാലും രണ്ട് ഭാഷകളിലും സാഹിത്യശേഷിയുള്ളതിനാലും അവരിൽ ഒരാൾ ഏഷ്യാ സൊസൈറ്റിയോട് എന്റെ കാര്യം നിർദ്ദേശിച്ചു. അതിനാൽ, അവർ എന്നോട് *ഗാലിബ്* വിവർത്തനം ചെയ്യാൻ ആവശ്യപ്പെട്ടു. *ഗാലിബ്* വിവർത്തനം ചെയ്യാനാകുന്നതല്ലെന്നും അതുകൊണ്ട് പൂർണ്ണമായ ഒരു വിവർത്തനത്തിന് ശ്രമിക്കില്ലെന്നും ഞാൻ അവരോട് പറഞ്ഞു. എന്നിരുന്നാലും, വ്യക്തിപരമായും

കത്തിടപാടുകളിലൂടെയും മറ്റും പരിചയപ്പെട്ട ചില പ്രമുഖ അമേരിക്കൻ കവികളോടും കൂടാതെ *ഗാലിബിന്* സാഹിത്യപരമായ ചില പ്രതികരണങ്ങൾ നല്കാൻ താല്പര്യമുള്ളവരുമായ മറ്റ് ചിലരോടും ചോദിക്കാമെന്ന് ഞാൻ പറഞ്ഞു. അവർ സമ്മതിച്ചു, പിന്നെ ഞാൻ മൂന്നോ നാലോ കാര്യങ്ങൾ ചെയ്തു. ഒന്ന്, പുസ്തകത്തിൽ കാണുന്ന അക്ഷരീയ വിവർത്തനങ്ങൾ ചെയ്തു. പിന്നീട് *ഗാലിബിന്റെ* നാല്പതോളം ഗസലുകൾ പാരായണം ചെയ്തു കാസറ്റുകൾ തയ്യാറാക്കി. തുടർന്ന് ബീഗം അക്തറിനെപ്പോലുള്ള ഗായകർ *ഗാലിബിന്റെ* ഗസലുകൾ പാടുന്ന മറ്റൊരു കാസറ്റ്. ബീഗം അക്തർ പാടിയ *ഗാലിബിന്റെ* കുറച്ച് ഗസലുകളെ കൂടാതെ മറ്റ് ചില ഗായകർ പാടിയ ഗസലുകളും ഞാൻ കണ്ടെത്തി. സഹകാരികളാകാൻ സാദ്ധ്യതയുള്ളവരോട് ഞാൻ പറഞ്ഞു: കുറച്ച് കുറഞ്ഞ പദാവലിയുള്ള അക്ഷരീയ വിവർത്തനം ഇതാ, ഇത് പാരായണം ചെയ്യുമ്പോൾ എങ്ങനെയിരിക്കും, പാടുമ്പോൾ അത് എങ്ങനെയിരിക്കും എന്നെല്ലാം ഈ കാസറ്റുകളിൽനിന്ന് വ്യക്തമാകും. അപ്പോൾ അവർക്ക് ഇഷ്ടമുള്ളത് ചെയ്യാൻ സ്വാതന്ത്ര്യമുണ്ടായിരുന്നു. അവർ എനിക്ക് നല്കിയതിൽ ഭൂരിഭാഗവും ഗാലിബിന്റെ കൈയിലുള്ള ഗ്രന്ഥങ്ങളിൽ വളരെ പ്രധാനപ്പെട്ട, അതിന്റെ സത്ത ചോർന്നുപോകാത്ത ഇംഗ്ലീഷിലുള്ള വളരെ നല്ല കവിതകളായിരുന്നു. പക്ഷേ, കർശനമായി പറഞ്ഞാൽ, അവ വിവർത്തനങ്ങളായിരുന്നില്ല. പുസ്തകത്തിന്റെ ഉപശീർഷകത്തിൽ ഞാൻ അവയെ 'പതിപ്പുകൾ' എന്ന് വിളിച്ചു. ചുരുക്കത്തിൽ 'വിവർത്തനം' എന്നതിൽനിന്ന് 'പതിപ്പ്' എന്നതിലേക്കുള്ള ഈ മാറ്റം നല്ല കവിത അതിന്റെ യഥാർത്ഥ ഭാഷയിൽ പൂർണ്ണമായും വിവർത്തനം ചെയ്യാൻ കഴിയാത്തവിധം ആഴത്തിൽ വേരൂന്നിയതാണ് എന്ന ആശയത്തോടുള്ള ആദരവാണ്.

വിജയ്: നിങ്ങൾ ഈ പുസ്തകം പൂർത്തിയാക്കി; എന്നാൽ ഞാൻ മറ്റൊരിടത്തും കണ്ടിട്ടില്ലാത്ത ഒരു രീതിയാണിത്. ഒരുപക്ഷേ, എനിക്ക് പരിചിതമല്ലാത്ത ഒരു രീതി.

ഐജാസ്: ഒരു ബോദ്ധ്യം നടപ്പിലാക്കാനും ഒരു തടസ്സം പരിഹരിക്കാനും വേണ്ടി മാത്രമാണ് ഞാൻ ഇത്തരമൊരു രീതി സ്വീകരിച്ചത്.

വിജയ്: ഇതുപോലുള്ളവ കൂടുതൽ ഉണ്ടായാൽ നന്നായിരിക്കും.

ഐജാസ്: അതെ എന്നും അല്ല എന്നും പറയാം. ഒരു പ്രത്യേക ചരിത്രകാരണത്താൽ അതെ എന്ന് പറയാം. ഇംഗ്ലീഷ് പദ്യത്തിലെ ആധുനിക അതികായരിൽ പലർക്കും മറ്റ് യൂറോപ്യൻ ഭാഷകൾ നന്നായി അറിയാം, അതിനാൽ ലാറ്റിനമേരിക്കൻ കവിതകൾ പോലും സ്പാനിഷ്, പോർച്ചുഗീസ് എന്നിവയിൽനിന്ന് വിവർത്തനം ചെയ്യാൻ കഴിയും, അല്ലെങ്കിൽ ആഫ്രിക്കയിൽനിന്നും കരീബിയൻ ദ്വീപുകളിൽ നിന്നുമുള്ള ഫ്രഞ്ച് കവിതകൾ. സഹകാരികളായ മെർവിൻ, റിച്ച്, മാർക്ക് സ്ട്രാൻഡ് എന്നിവർതന്നെ നല്ലൊരു ഉദാഹരണമാണ്. അല്ലെങ്കിൽ എഷ്ലെമാന്റെ സെസൈറിന്റെ ഗംഭീരമായ വിവർത്തനങ്ങൾ നോക്കുക. പക്ഷേ, അവർ

ക്കൊന്നും ഉറുദുപോലൊരു ഭാഷ അറിയില്ല. യഥാർത്ഥ കാവ്യാത്മകതയുടെ വിവർത്തനങ്ങൾ ഇംഗ്ലീഷിൽ നമുക്ക് ലഭിക്കണമെങ്കിൽ, അറ്റ്ലാന്റിക്കിന്റെ ഇരുവശത്തുനിന്നും ഒരു ഉറുദു കവിയും/പണ്ഡിതനും ഇംഗ്ലീഷ് സാഹിത്യത്തിലെ ഗുരുക്കന്മാരും തമ്മിലുള്ള സഹകരണം അനിവാര്യമാണ്. എന്നാൽ ഈ വിവർത്തനം ഒരു പരീക്ഷണമാണെന്ന യാഥാർത്ഥ്യം മനസ്സിലാക്കി വേണം കൈകാര്യം ചെയ്യാൻ. റിച്ചിന്റെ അല്ലെങ്കിൽ സ്റ്റാഫോർഡിന്റെ സൃഷ്ടിയിലൂടെ വരുന്നതിനാൽ 'പതിപ്പിന്റെ' താല്ക്കാലികത നാം പലപ്പോഴും അംഗീകരിക്കേണ്ടിവരും.

നേരത്തെ പറഞ്ഞത് പോലെ 'ഇല്ല' എന്നും ഉത്തരമുണ്ട്. ഈ രീതിയുടെ പ്രശ്നം അത് കേവലമായ ആത്മാഭിലാഷത്തിനും കള്ളത്തരത്തിനും എളുപ്പത്തിൽ ഇരയാകാം എന്നതാണ്. സ്വയം ഒരു കവിയായി അഭിസംബോധന ചെയ്യുന്ന ആർക്കും യഥാർത്ഥ കവിയുമായി പൂർണ്ണ സ്വാതന്ത്ര്യമെടുക്കാൻ മടിക്കേണ്ടതില്ല. *ഗസൽ ഓഫ് ഗാലിബി*ലെ വില്യം ഹണ്ടിന്റെ രചനകൾ മോശമായ ഉദാഹരണമല്ല എങ്കിലും അത്തരത്തിലുള്ള ആത്മാഭിലാഷത്തിന്റെ ഉദാഹരണമാണത്. പലപ്പോഴും അവ എന്നിൽനിന്ന് അദ്ദേഹത്തിന് ലഭിച്ച കാര്യങ്ങളുമായി ഒരു സ്പർശനബന്ധം പോലുമില്ലാത്ത, അദ്ദേഹത്തിന്റെ സ്വന്തം രചനകളാണ്. ഞാൻ ആ വിവർത്തനങ്ങൾ കൂടുതൽ ചെയ്യണമായിരുന്നുവെന്നും അവ അതേപടി പ്രസിദ്ധീകരിക്കണമായിരുന്നുവെന്നും അവ ഉപയോഗിച്ച് എന്തെങ്കിലും ചെയ്യാൻ അമേരിക്കൻ കവികളോട് ആവശ്യപ്പെടേണ്ടിയിരുന്നില്ല എന്നും മെർവിൻ പിന്നീട് എന്നോട് പറഞ്ഞു.

ഈ ഉദ്യമത്തിനു ശേഷം ഇത്തരത്തിലുള്ള എന്തെങ്കിലും ചെയ്യാൻ എനിക്ക് താല്പര്യമില്ലായിരുന്നു. മറ്റ് ഭാഷകളിൽനിന്ന് ഒരുപാട് കവിതകൾ ഞാൻ ഉർദുവിലേക്ക് വിവർത്തനം ചെയ്തിട്ടുണ്ട്. ഇവ ഇന്ത്യൻ, പാകിസ്ഥാൻ ജേർണലുകളിൽ പ്രസിദ്ധീകരിച്ചു. ഉറുദു ഭാഷയിൽ ആധുനിക പദ്യങ്ങൾ എങ്ങനെ എഴുതാമെന്നും കൂടാതെ വ്യത്യസ്തങ്ങളായ കവിതകളുടെ ഉച്ചാരണങ്ങളും രൂപങ്ങളും ഉറുദുവിലേക്ക് എങ്ങനെ മാറ്റാമെന്നുമുള്ളതും എന്റെ താല്പര്യങ്ങളായി തുടർന്നു. തീർച്ചയായും ഗദ്യത്തിന്റെ കാര്യത്തിലും ഈ താല്പര്യം ഉണ്ടായിരുന്നു. ഒരു ഘട്ടത്തിൽ, മോസ്കോയിൽ നിന്ന് വന്ന ലെനിന്റെ മുഷിഞ്ഞ ഉർദു വിവർത്തനങ്ങൾ എനിക്ക് മടുത്തു. അവയിൽ ചിലത് യഥാർത്ഥ ഉർദു സംസാരിക്കുന്നവർക്കിടയിലെ സാധാരണമായ ഭാഷയിലേക്കും വാക്യഘടനയിലേക്കും ഞാൻ മാറ്റി എഴുതി. ഞാനെഴുതിയ *വാട്ട് ഈസ് ടു ബി ഡണി*ന്റെ പതിപ്പ് അക്കാലത്ത് പാകിസ്ഥാനിലെ പല കമ്യൂണിസ്റ്റ് സ്റ്റഡി സർക്കിളുകളിലും വളരെ പ്രചാരമുള്ള ഒരു ഗ്രന്ഥമായി. തീർച്ചയായും ഒരു വിവർത്തകനെന്ന നിലയിൽ എന്റെ താല്പര്യം ഉറുദുവിലാണ്, ഇംഗ്ലീഷിലല്ല.

ശരിയാണ്, എന്റെ *ഗാലിബ്* പുസ്തകം തന്നെ അമേരിക്കയിലുട നീളമുള്ള വിവർത്തന പരിപാടികളിൽ പഠിപ്പിച്ചു. ആ വിവർത്തന രീതി

യാണ് അവരെ ആകർഷിച്ചത്. കൂടാതെ അഡ്രിയൻ റിച്ച്, മെർവിൻ, വില്യം സ്റ്റാഫോർഡ് തുടങ്ങിയ പ്രശസ്ത കവികൾ, അവർ ഇതുവരെ കേട്ടിട്ടില്ലാത്ത ഒരു കവിയുടെ സൃഷ്ടിയുമായും, അവർ ഒരിക്കലും നേരിട്ടിട്ടില്ലാത്ത ഗസൽ എന്ന കാവ്യരൂപവുമായും മല്ലിടുന്നത് പുതുമയായിരുന്നു. കൂടാതെ അവർ ഒരിക്കലും കേട്ടിട്ടില്ലാത്ത ഒരാളുടെ - എന്റെ- മദ്ധ്യസ്ഥതയും കൊളംബിയ യൂണിവേഴ്സിറ്റി പ്രസിന്റെ പ്രസിദ്ധീകരണവും ഇതോടൊപ്പം ചേർത്ത് വെക്കാം. അഡ്രിയൻ റിച്ചിനൊപ്പം, പ്രത്യേകിച്ച്, അവരുടെ വിവർത്തനങ്ങളുടെ ഡ്രാഫ്റ്റുകൾക്കൊപ്പം ഞാൻ വളരെ അടുത്ത് പ്രവർത്തിച്ചു. ഗാലിബിന്റെ യഥാർത്ഥ അർത്ഥത്തോട് ചേർന്നുനില്ക്കാൻ അവർ ആഗ്രഹിച്ചു, അതേസമയം ഈരടി രൂപത്തെ പഴഞ്ചൊല്ലായി മാറ്റാതിരിക്കാനും അവർ ശ്രദ്ധിച്ചു.

ഞാൻ ചെറിയൊരു അനുഭവം പറയാം. ഫ്രാൻസിലാണ് മെർവിൻ താമസിച്ചിരുന്നത്. അദ്ദേഹം അവിടെനിന്ന് തന്റെ കവിതകൾ എനിക്ക് അയച്ചിരുന്നു. അദ്ദേഹത്തിന്റെ പതിപ്പുകളോട് ഞാൻ പ്രതികരിച്ചില്ല. കുറച്ച് കഴിഞ്ഞ് ന്യൂയോർക്കിൽ വന്നപ്പോൾ അദ്ദേഹം എന്നെ വിളിച്ചു: 'ഞാൻ ന്യൂയോർക്കിലുണ്ട്. സുഖമാണോ?' എന്നിട്ട് അദ്ദേഹം ചോദിച്ചു: 'നിങ്ങൾക്ക് അവ ലഭിച്ചോ?' ഞാൻ പറഞ്ഞു: 'അതെ, ലഭിച്ചിരുന്നു, എനിക്ക് നിങ്ങളോട് അവയെക്കുറിച്ച് സംസാരിക്കണം. നിങ്ങളെന്താ വീട്ടിൽ വരാത്തത്?' അങ്ങനെ, അദ്ദേഹം എന്റെ ഫ്ളാറ്റിൽ വന്നു. തുടർന്ന്, ഞങ്ങൾ ഫ്രാൻസിനെപ്പറ്റി പലതും സംസാരിച്ചു. അങ്ങനെ, ഏകദേശം അരമണിക്കൂറിനുശേഷം, അദ്ദേഹം എഴുന്നേറ്റുനിന്നു പറഞ്ഞു: 'അതിനാൽ, വ്യക്തമായി, നിങ്ങൾക്ക് എന്റെ ഡ്രാഫ്റ്റുകൾ ഇഷ്ടപ്പെട്ടില്ല. ഞാൻ തിരികെ വരാം.' പോയി ഇരുപത് മിനിറ്റിനുശേഷം അദ്ദേഹം നാല് കുപ്പി ചാറ്റോന്യൂഫ്-ഡു-പേപ്പുമായി വീണ്ടും പ്രത്യക്ഷപ്പെട്ടു. അവ മേശപ്പുറത്ത് വെച്ചു, ഉച്ചത്തിൽ പറഞ്ഞു, 'ഇനി നമുക്ക് സംസാരിക്കാം. എന്താണ് കുഴപ്പമെന്ന് എന്നോട് പറയൂ.' തുടർന്ന്, ആ ഒരു രാത്രി നീണ്ട സംഭാഷണങ്ങളായിരുന്നു. തുടർന്ന് ഞാൻ ഇങ്ങനെ പറഞ്ഞു: 'ബിൽ, നിങ്ങൾക്ക് ഇംഗ്ലീഷ് ഭാഷയിൽ വളരെ സവിശേഷമായ വൈഭവമുണ്ട്. ഒരുപക്ഷേ, ആർക്കും ഈ ഒരു വൈഭവം ഉണ്ടായിട്ടില്ല, ഒരിക്കലും ഉണ്ടാകുകയുമില്ല. ഡ്രാഫ്റ്റുകളിൽ അതില്ല. പക്ഷേ, നിങ്ങൾ ചെയ്ത പതിപ്പുകൾ വളരെ നിഷ്പക്ഷമാണ്. അതിനാൽ, അത് ഗാലിബുമല്ല, മെർവിനുമല്ല.' രണ്ടു കുപ്പികൾ തീരുന്നതുവരെ ഈ തർക്കം തുടർന്നു. നിങ്ങൾ എന്താണ് ഉദ്ദേശിക്കുന്നതെന്ന് ഇപ്പോൾ കാണിക്കൂ എന്ന് മെർവിൻ പറഞ്ഞതനുസരിച്ചു ഞങ്ങൾ വീണ്ടും ആ പതിപ്പുകളിലേക്ക് പോയി. പിന്നീട് മെർവിൻ തിരികെപ്പോയി. എന്നാൽ ഞാൻ എന്റെ വാദത്തിൽനിന്നും മാറിയില്ല. തുടർന്ന് ഞാൻ മെർവിനോട് പറഞ്ഞു: നിങ്ങൾ തന്നത് അതേപടി പ്രസിദ്ധീകരിക്കണമെന്ന് ആഗ്രഹിക്കുന്നുവെങ്കിൽ ചെയ്തിരിക്കും, സംശയമില്ല, കാരണം നിങ്ങൾ എനിക്ക് നല്കുന്നതെന്തും പ്രസിദ്ധീകരിക്കുമെന്ന് ഞാൻ എല്ലാവർക്കും വാക്കു

കൊടുത്തിരുന്നു - എന്നാൽ നിങ്ങളുടേതായി ഇത് പ്രസിദ്ധീകരിക്കുന്നതിൽ ഞാൻ നിരാശനാണ്. രണ്ടാഴ്ചയ്ക്ക് ശേഷം എനിക്ക് മെർവിന്റേതായി ഒരു കവർ ലഭിച്ചു. 'ഞാൻ കുറച്ച് കാര്യങ്ങൾ ചെയ്തിട്ടുണ്ട്, ഒന്ന് നോക്കൂ,' അദ്ദേഹം എഴുതി. തീർച്ചയായും അവയെല്ലാം പുസ്തകത്തിലുണ്ട്. ഏകദേശം പതിനഞ്ച് വർഷങ്ങൾക്ക് ശേഷം, അദ്ദേഹം തന്റെ തെരഞ്ഞെടുത്ത വിവർത്തനങ്ങളുടെ ഒരു വാല്യം പ്രസിദ്ധീകരിച്ചിരുന്നു. അതിൽ ഞാൻ പ്രസിദ്ധീകരിച്ചിട്ടില്ലാത്ത എല്ലാ വിവർത്തനങ്ങളും ഉണ്ടായിരുന്നു, പക്ഷേ, ഞാൻ പ്രസിദ്ധീകരിച്ചവ ഒന്നുപോലും ഉണ്ടായിരുന്നില്ല.

സാമ്രാജ്യത്വവിരുദ്ധത

വിജയ് പ്രഷാദ്: 1973 ൽ, ബ്രിട്ടീഷ് കമ്യൂണിസ്റ്റായ ബിൽ വാറൻ *ന്യൂ ലെഫ്റ്റ് റിവ്യൂവിൽ* ഒരു ഉപന്യാസം എഴുതി. അത് മൂന്നാം ലോക രാജ്യങ്ങളിൽ മുതലാളിത്തം വികസിക്കുമെന്നും അതിനാൽ സാമ്രാജ്യത്വം അസാധുവാക്കപ്പെട്ടുവെന്നും വാദിച്ചു. അദ്ദേഹത്തിന്റെ മരണാനന്തര പുസ്തകമായ *ഇംപീരിയലിസം: പയനിയർ ഓഫ് ക്യാപ്പിറ്റലിസ*ത്തിൽ വിശദീകരിക്കപ്പെട്ട ഒരു വാദമാണിത്. ആ പുസ്തകത്തെ ഖണ്ഡിച്ചുകൊണ്ട് താങ്കൾ ഒരു വിപുലമായ നിരൂപണ ലേഖനം എഴുതി. പിന്നീട് 'ഇന്റർമീഡിയറ്റ് ക്ലാസുകളെ' സംബന്ധിച്ച് ഒരു ഉപന്യാസവും എഴുതി. ഇവ രണ്ടും തൂലിക പ്രസിദ്ധീകരിച്ച തിരഞ്ഞെടുത്ത ഉപന്യാസങ്ങളുടെ ഒരു വാല്യത്തിൽ അടുത്തടുത്തായി വീണ്ടും അച്ചടിക്കപ്പെട്ടു. വാറൻ-പുസ്തകം വിശകലനം ചെയ്ത ഉപന്യാസത്തെക്കുറിച്ചും 'ഇന്റർമീഡിയറ്റ് ക്ലാസുകൾ' എന്ന ലേഖനത്തെക്കുറിച്ചും അല്പം സംസാരിക്കാമോ?

ഐജാസ് അഹമ്മദ്: പാകിസ്ഥാനിലും പശ്ചിമേഷ്യയിലും കുറച്ചധികം സമയം ചെലവഴിച്ചതിനുശേഷം ഞാൻ അമേരിക്കയിൽ പഠിപ്പിച്ചുകൊണ്ടിരിക്കുകയായിരുന്നു. ആ രണ്ട് ഉപന്യാസങ്ങൾക്കും പ്രമേയ തുടർച്ചയുണ്ടാകാനുള്ള കാരണം - തീർച്ചയായും ഒരേ സമയത്താണ് പ്രത്യക്ഷപ്പെടുന്നത് എന്നതിന്റെ കാരണവും - അന്ന് എന്റെ സുഹൃത്തും സഹപ്രവർത്തകനുമായിരുന്ന ലാറ്റിനമേരിക്കൻ വിദഗ്ദ്ധനായ ഡെയ്ൽ ജോൺസൺ ഇത്തരം പ്രശ്നങ്ങളെ പ്രതിപാദിക്കുന്ന പുസ്തകങ്ങളുടെ ഒരു പരമ്പര സൃഷ്ടിക്കാമെന്ന് പ്രതീക്ഷിച്ച് ഒരു പദ്ധതിക്ക് തുടക്കമിട്ടു എന്നതാണ്. ആ പരമ്പരയുടെ ഒന്നും രണ്ടും വാല്യങ്ങളിലാണ് രണ്ട് ഉപന്യാസങ്ങളും വന്നത്. ഇന്റർമീഡിയറ്റ് ക്ലാസ് ഉപന്യാസം മദ്ധ്യവർഗ്ഗ

ങ്ങളെക്കുറിച്ചുള്ള ഒരു വാല്യത്തിലാണ് എഴുതിയത്. ആശ്രിതത്വ സിദ്ധാന്തത്തെക്കുറിച്ചുള്ള ഒരു പുസ്തകത്തിന് വേണ്ടിയാണ് വാറൻ-പുസ്തകം വിശകലനം ചെയ്ത ഉപന്യാസം എഴുതിയത്.

വാറൻ എഴുതിയ ലേഖനം എനിക്ക് അപമാനകരമായി തോന്നി. ചില രീതികളിൽ ഡേവിഡ് ഹാർവിയും, മറ്റുള്ളവരും - പ്രത്യേകിച്ച് ഹാർഡ്റ്റ്, നെഗ്രി എന്നിവരും - പറയുന്നപോലെ, ഇപ്പോൾ നടന്നുകൊണ്ടിരിക്കുന്നതിന്റെ വളരെ നേരത്തെയുള്ള പതിപ്പാണത്. പടിഞ്ഞാറ്, കിഴക്കുനിന്ന് സമ്പത്ത് കൈക്കലാക്കിക്കൊണ്ടിരുന്ന സാമ്രാജ്യത്വ കാലത്തുനിന്ന് വ്യത്യസ്തമായി മൂലധനത്തിന്റെ ഒഴുക്ക് പടിഞ്ഞാറ് നിന്ന് കിഴക്കോട്ടേക്കായി എന്ന് ഹാർവി വാദിക്കുന്നു; കൂടാതെ, യു കെയും യു എസും മുൻകാലങ്ങളിൽ ആയിരുന്നതുപോലെ, ചൈനയാണ് ഇപ്പോൾ 'ലോകത്തിന്റെ വർക്ക്ഷോപ്പ്' എന്നും ഹാർവി പറയുന്നു. നെഗ്രിയും ഹാർഡ്റ്റും കൂടുതൽ മുന്നോട്ട് പോയി, സ്വതന്ത്രമായി ഒഴുകുന്ന മൂലധനത്തിന്റെ വികേന്ദ്രീകൃതവും പ്രദേശരഹിതവുമായ ഒരു 'സാമ്രാജ്യമേ' ഉള്ളൂവെന്നും, ആഗോളതലത്തിൽ ജെഫേഴ്സോണിയൻ ജനാധിപത്യ പദ്ധതിയെ നയിക്കുന്ന ശക്തിയായ യു എസിനെക്കുറിച്ച് ഒരു സാമ്രാജ്യത്വ ശക്തിയെന്ന നിലയിലുള്ള ഏത് വിമർശനവും പിന്തിരിപ്പനാണെന്നും വാദിക്കുന്നു. അധികാരം തികച്ചും പിന്തിരിപ്പനാണ്. ഇവയുമായി താരതമ്യപ്പെടുത്തുമ്പോൾ, വാറൻ ഇപ്പോഴും പഴയ രീതിയിലാണ് - എന്നാൽ ആ വ്യത്യാസം തന്നെ മാറുന്ന കാലത്തിന്റെ അടയാളമാണ്. മുതലാളിത്തപൂർവ്വ സമൂഹങ്ങളുടെ മുഴുവൻ ശ്രേണിയിലും മുതലാളിത്തത്തെ അവതരിപ്പിച്ചു എന്ന അർത്ഥത്തിൽ കൊളോണിയലിസം ഒരു പുരോഗമനപരമായ പങ്ക് വഹിച്ചുവെന്ന് വാദിച്ചുകൊണ്ടാണ് വാറൻ ആരംഭിക്കുന്നത്. ഇതൊരു മാർക്സിസ്റ്റ് നിലപാടാണെന്ന് വാദിക്കാൻ പലപ്പോഴും ഉപയോഗിച്ചിട്ടുള്ള പല ചിതറിയ പരാമർശങ്ങളും മാർക്സിന്റെ എഴുത്തുകളിൽ ഉണ്ട്. അത്തരം തർക്കത്തിൽ മൂന്ന് കാര്യങ്ങൾ പരിഗണിക്കുന്നില്ല. ആദ്യം, 1850 കളുടെ തുടക്കത്തിൽ, കൊളോണിയലിസത്തെക്കുറിച്ച് മാർക്സ് എഴുതാൻ ആരംഭിക്കുമ്പോൾ, അദ്ദേഹം ഈ പ്രതിഭാസത്തെ പുരോഗമന/പിന്തിരിപ്പൻ വൈരുദ്ധ്യാത്മകതയുടെ കണ്ണടയിലൂടെ വീക്ഷിച്ചു. മുതലാളിത്ത വികാസത്തിന്റെ കൊളോണിയൽ രൂപങ്ങളെ സംശയത്തോടെ കാണുന്ന മനോഭാവം വച്ചുപുലർത്തിക്കൊണ്ടാണെങ്കിലും പ്രധാനമായും ഫ്യൂഡലിസത്തിൽ നിന്ന് മുതലാളിത്തത്തിലേക്കുള്ള പരിവർത്തനത്തെക്കുറിച്ച് അദ്ദേഹം വികസിപ്പിച്ചെടുത്ത വാദം ഏഷ്യയുടെ കാര്യത്തിൽ പ്രയോഗിച്ചു. രണ്ടാമതായി, മുതലാളിത്തത്തിന്റെ സ്ഥാപക ഘടനയിലെ അടിമത്തത്തിന്റെയും പിടിച്ചുപറിക്കലിന്റെയും ചരിത്രത്തെ അപലപിക്കുന്ന അനശ്വരമായ ആ വരികൾ വായിക്കാൻ ഒരാൾക്ക് *മാനിഫെസ്റ്റോ*യിലേക്ക് മടങ്ങുകയേ വേണ്ടൂ. ഒപ്പം, മുന്നോട്ട് സഞ്ചരിച്ചാൽ കൊളോണിയൽ ഭരണത്തിൻ കീഴിലുള്ള ഏതൊരു പുരോഗതിയുടെയും പ്രതീക്ഷ

നഷ്ടപ്പെട്ട മാർക്സിന്റെ എഴുത്തുകളും കാണാം. മൂന്നാമതായി, ഇന്ത്യയും ചൈനയും പോലുള്ള കോളനിവല്ക്കരിക്കപ്പെട്ടതും അർദ്ധ കോളനിവല്ക്കരിക്കപ്പെട്ട രാജ്യങ്ങൾക്ക് ദേശീയ സ്വയം നിർണ്ണയാവകാശത്തിനും സ്വാതന്ത്ര്യത്തിനും വേണ്ടിയുള്ള തങ്ങളുടെ സമ്പൂർണ്ണ പിന്തുണയിൽനിന്ന് മാർക്സോ എംഗൽസോ ഒരിക്കലും പിന്മാറിയില്ല. ഈ അവസാന വിഷയത്തിൽ പോലും വാറൻ മാർക്സിനെ തെറ്റായി വായിക്കുന്നു. കോളനികൾക്കുള്ള ദേശീയ സ്വയം നിർണ്ണയ സിദ്ധാന്തം ലെനിനിൽനിന്ന് ഉത്ഭവിച്ചതല്ല; അയർലണ്ടിനെക്കുറിച്ചുള്ള അവരുടെ രചനകളിൽ തുടങ്ങി മാർക്സിലും ഏംഗൽസിലുമാണ് ഇത് ഉത്ഭവിക്കുന്നത്. ചരിത്രത്തിന്റെ പിന്നീടുള്ള ഘട്ടത്തിൽ ലെനിൻ ഈ സിദ്ധാന്തത്തിന് കൂടുതൽ സമഗ്രമായ ഒരവതരണം നല്കുന്നു.

എന്നാൽ വാറന്റെ ഉപന്യാസത്തിന് മറ്റ് രണ്ട് പശ്ചാത്തലങ്ങൾ കൂടിയുണ്ട്. ഈ വിഷയങ്ങളിൽ അദ്ദേഹം എഴുതാൻ തുടങ്ങിയപ്പോഴേക്കും, 'ഏഷ്യൻ കടുവകൾ' എന്ന് അന്ന് വിളിക്കപ്പെട്ട നാടുകളെക്കുറിച്ച് വലിയ ആവേശം വളർന്നുവരികയായിരുന്നു. ദക്ഷിണ കൊറിയയെക്കുറിച്ചുള്ള ആവേശത്തിൽനിന്നാണ് അദ്ദേഹത്തിന്റെ ലേഖനം ഭാഗികമായി ഉരുത്തിരിയുന്നത്, ചൈനയുടെ അതിശയകരമായ വളർച്ചയെ മുൻനിർത്തി സാമ്രാജ്യത്വ യുഗത്തിന്റെ അവസാനത്തെക്കുറിച്ചുള്ള തന്റെ സിദ്ധാന്തം ഹാർവി കെട്ടിപ്പടുക്കുന്നതിനു സമാനമായിത്തന്നെ. ഫ്രെഡ് ഹാലിഡേയെപ്പോലുള്ള മാർക്സിസ്റ്റുകളും അന്തർദ്ദേശീയവാദികളുമായ ഇംഗ്ലീഷ് വിദ്യാർത്ഥികളുടെ ഒരു വലിയ തലമുറയെയും സ്കൂൾ ഓഫ് ഓറിയന്റൽ ആൻഡ് ആഫ്രിക്കൻ സ്റ്റഡീസിൽ വാറൻ പഠിപ്പിച്ചിരുന്നതിനാൽ അതിനെക്കുറിച്ച് എഴുതാൻ എനിക്ക് പ്രത്യേക താല്പര്യമുണ്ടായിരുന്നു. വാറന് അവരുടെയിടയിൽ വലിയ സ്വാധീനമുള്ളതുകൊണ്ടുതന്നെ യൂറോപ്പിൽ മുതലാളിത്തത്തിന്റെ പ്രാഥമിക കൂടിച്ചേരലിലും ഉയർച്ചയിലും കൊളോണിയലിസത്തിന് ഒരു സ്ഥാപക പങ്ക് നല്കാൻ അവരിൽ പലരും വളരെ വിമുഖത കാണിച്ചുപോരുന്നു. അതുകൊണ്ട് തന്നെ വാറനെക്കുറിച്ച് എഴുതാനുള്ള ഒരു പ്രധാന പ്രചോദനമായിരുന്നു അത്.

ബിൽ വാറനെക്കുറിച്ച് മാത്രമായിരുന്നില്ല ഇത്. പ്രത്യേകതരം പാശ്ചാത്യ മാർക്സിസത്തിൽനിന്നും യൂറോപ്യൻ കമ്യൂണിസത്തിൽ നിന്നും വളർന്നുവരുന്ന ഒരു വലിയ പ്രവണതയുടെ ഭാഗമായിരുന്നു അദ്ദേഹം. ഉദാഹരണത്തിന്, അൾജീരിയ വിഷയത്തിൽ പാർട്ടിയുടെ അവ്യക്തവും അന്തർല്ലീനവുമായ ഫ്രഞ്ച്-ദേശീയതയിലൂന്നിയ നിലപാടിൽ നിന്നുള്ള വിയോജിപ്പിൽനിന്ന് തുടങ്ങി പി സി എഫിനുള്ളിൽ (ഫ്രഞ്ച് കമ്യൂണിസ്റ്റ് പാർട്ടി) നിരവധി വിയോജിപ്പുകൾ ഉന്നയിച്ചിരുന്ന എറ്റിയെൻ ബാലിബറും അദ്ദേഹത്തിന്റെ ചില സഖാക്കളും ഒടുവിൽ, 1981 ൽ, പുറത്തായി. തൊഴിലാളികളുടെ നേട്ടമെന്ന നിലയിൽ ഫ്രഞ്ച് എയറോനോട്ടിക് വ്യവസായത്തിൽ നിന്നുള്ള ഏറ്റവും പുതിയതും അത്യാധുനികവുമായ വിമാനത്തിന്റെ ചിത്രം പാർട്ടി പത്രം പ്രസിദ്ധീക

രിച്ചിരുന്നു. ആഫ്രിക്കയിലെ എല്ലാ മുൻ കോളനികളിലും സൈനിക സാന്നിദ്ധ്യം തുടരുന്ന ഫ്രാൻസിനെ സാങ്കേതികവിദ്യയുടെ നിർമ്മാതാവായി മാത്രം കാണാൻ കഴിയില്ലെന്ന് ബാലിബറും അദ്ദേഹത്തിന്റെ ഒരു കൂട്ടം സഖാക്കളും സംയുക്ത കത്ത് എഴുതി. കൊളോണിയൽ ദൗത്യത്തിന്റെ തുടർച്ചയ്ക്ക് വേണ്ടിയായിരുന്നു അടിസ്ഥാനപരമായി ആ പുതിയ വിമാനം. കൊളോണിയലിസവും സാമ്രാജ്യത്വവും സംബന്ധിച്ച മുഴുവൻ ചോദ്യവും നിഷേധിക്കുകയോ അതിൽനിന്നും ഒഴിഞ്ഞുമാറുകയോ ചെയ്ത ഒരു നീണ്ട ചരിത്രമാണ് പി സി എഫിനുള്ളതെന്നും, കോളനിവല്ക്കരിക്കപ്പെട്ട രാജ്യങ്ങളുടെ സമ്പത്തുകൊണ്ട് ജീവിത നിലവാരം ഉയർത്തിയ യൂറോപ്യൻ രാജ്യങ്ങൾ, കോളനികൾക്ക് നഷ്ട പരിഹാരവും സമ്പത്തും തിരികെ നല്കേണ്ടതല്ലേ എന്ന ചോദ്യം ഉന്നയിക്കാതെ ഒരു കമ്യൂണിസ്റ്റ് പരിപാടി സങ്കല്പിക്കാൻ കഴിയില്ലെന്നും അവർ പറഞ്ഞു. അവരെ പാർട്ടി പുറത്താക്കി. കമ്യൂണിസ്റ്റ് ഇടതുപക്ഷത്തിന്റെ വലിയ വിഭാഗങ്ങൾ ഉൾപ്പെടെയുള്ള പാശ്ചാത്യ ഇടതുപക്ഷത്തിന്റെ സാമ്രാജ്യത്വ നിഷേധത്തിന്റെ മറ്റൊരു ഉദാഹരണമായിരുന്നു ഇത്. അവരിൽ പലരും കൊളോണിയലിസത്തെ ഒരു നാഗരിക ദൗത്യമെന്ന പഴയ ആശയത്തിന് ഒരു മാർക്സിസ്റ്റ് ആവരണം നല്കി. വാറനെക്കുറിച്ച് എഴുതുന്നത് ആ പ്രവണതയോട് സംവദിക്കാനുള്ള ഒരു മാർഗ്ഗമായിരുന്നു.

വിജയ്: ചില അപവാദങ്ങളുമുണ്ട്. *മന്ത്‌ലി റിവ്യൂ* വേറിട്ടു നില്ക്കുന്ന ഒന്നായി താങ്കൾ പലപ്പോഴും ചൂണ്ടിക്കാണിക്കാറുണ്ട്.

ഐജാസ്: പോൾ ബാരനും പോൾ സ്വീസിയും അതിഗംഭീര ഗ്രഹണശേഷിയുള്ളവരും പ്രധാനപ്പെട്ട മാർക്സ് പഠിതാക്കളുമായിരുന്നു. അതിനാൽ 1940 കളുടെ അവസാനത്തിൽ മുതലാളിത്തത്തെ നോക്കിക്കണ്ടപ്പോൾ - 1949 ൽ *മന്ത്‌ലി റിവ്യൂ* ആരംഭിച്ചപ്പോൾ- അവർ അപകോളനിവല്ക്കരണത്തിന്റെ കാലഘട്ടം നിരീക്ഷിച്ച് ചോദിച്ചു: ഇപ്പോൾ ഇവ സ്വതന്ത്ര രാജ്യങ്ങളാണ്, ഇവയ്ക്ക് വികസിക്കാൻ അവസരമുണ്ടോ? അവർ മാർക്സിസത്തിന്റെ ചില വിഭാഗങ്ങളെ പരിഷ്കരിക്കുകയും പുനർവിചിന്തനം ചെയ്യുകയും ചെയ്തു. വളർച്ചയുടെ രാഷ്ട്രീയ സമ്പദ് വ്യവസ്ഥയെ മനസ്സിലാക്കുന്നതിനായി മിച്ച മൂല്യത്തിൽനിന്ന് വ്യത്യസ്തമായ മിച്ചത്തിന്റെ വിഭാഗത്തെ കൂട്ടിച്ചേർക്കുകയും ചെയ്തു (ഇത് ബാരന്റെ *1957* പുസ്തകത്തിന്റെ തലക്കെട്ടായിരുന്നു).

ബാരന്റെ പുസ്തകം മുതലാളിത്തമെന്ന വിഷയവുമായി പലപ്പോഴും പെരിഫെറി (പുറം ദേശം) എന്ന് വിളിക്കപ്പെടുന്ന, പക്ഷേ, ഞാൻ ട്രൈകോണ്ടിനെന്റൽ (ത്രിഭൂഖണ്ഡം - ഏഷ്യ, ആഫ്രിക്ക, ദക്ഷിണ അമേരിക്ക എന്നിവ ചേർന്നത്) എന്ന് വിളിക്കാൻ ആഗ്രഹിക്കുന്ന, ഇടത്തുനിന്ന് സംവദിക്കുന്നു. സാമ്രാജ്യത്വം സൃഷ്ടിച്ച സാഹചര്യങ്ങൾ കാരണം പുതുതായി സ്വതന്ത്രമായ രാജ്യങ്ങളുടെ യഥാർത്ഥ വളർച്ചയ്ക്കുള്ള സാദ്ധ്യതകൾ അദ്ദേഹത്തിന് വളരെ പരിമിതമായി തോന്നുന്നു. ഒരു

ദശാബ്ദത്തിനു ശേഷം, *മന്ത്‌ലി റിവ്യൂ*വിന്റെ മൂന്നാമത്തെ എഡിറ്ററായി മാറിയ ഹാരി മഗ്ഡോഫ്, *ദി എയ്ജ് ഓഫ് ഇംപീരിയലിസം* എഴുതി, അവിടെ അദ്ദേഹം ലെനിന്റെ സാമ്രാജ്യത്വ വിഭാഗങ്ങൾ പുനരവലോകനം ചെയ്തു. *ന്യൂ ലെഫ്റ്റ് റിവ്യൂ* (എൻ എൽ ആർ) പാരമ്പര്യത്തിലോ ഫ്രഞ്ച് മാർക്സിസത്തിന്റെ പാരമ്പര്യത്തിലോ അത്തരത്തിലുള്ള ഒന്നുമില്ല. *ന്യൂ ലെഫ്റ്റ് റിവ്യൂ*വും അതിന്റെ പ്രസിദ്ധീകരണശാലയും തീർച്ചയായും സാമ്രാജ്യത്വത്തെക്കുറിച്ച് ധാരാളം രചനകൾ പ്രസിദ്ധീകരിച്ചു. അവയിൽ പലതും വളരെ നല്ലതാണ്. എന്നാൽ *എം ആർ* (*മന്ത്‌ലി റിവ്യൂ*) പാരമ്പ ര്യത്തിൽ കാണുന്ന സിദ്ധാന്തത്തിന്റെ തലത്തിൽതന്നെ സാമ്രാജ്യത്വ വുമായുള്ള ഇടപെടൽ പലപ്പോഴും കാണാതെ പോകുന്നു. ആ അർ ത്ഥത്തിൽ, *എം ആർ* ചെയ്തത് തികച്ചും അദ്വിതീയമാണ്, തുടർന്ന് ഈ പാരമ്പര്യമുള്ളതിനാൽ, ചൈന, ഇന്ത്യ, പ്രത്യേകിച്ച് ലാറ്റിനമേരിക്ക എന്നിവയെക്കുറിച്ച് അവരുടെ പ്രസിദ്ധീകരണശാലയിൽ നിന്ന് ധാരാളം മികച്ച രചനകൾ പ്രസിദ്ധീകരിച്ചു. ബുഖാരിൻ, ലക്സംബർഗ് എന്നിവരിൽ തുടങ്ങി സാമ്രാജ്യത്വത്തിന്റെ നിരവധി സൈദ്ധാന്തിക രെയും അവർ പ്രസിദ്ധീകരിച്ചു. ഉദാഹരണത്തിന്, സമീർ അമീന്റെ എല്ലാ കൃതികളും അവർ ഇംഗ്ലീഷിൽ പ്രസിദ്ധീകരിച്ചു, എം ആറിന്റെ നിലവിലെ എഡിറ്റർമാരും ഈ സമ്പ്രദായം തുടരുന്നു. ത്രിഭൂഖണ്ഡ ത്തിന്റെ ഏത് ഭാഗത്തുനിന്നുമുള്ള മാർക്സിസ്റ്റ് കൃതികൾ പ്രസിദ്ധീക രിക്കാൻ അവർ തുറന്ന മനസ്സുള്ളവരായിരുന്നു. ഇതിൽ ദേശീയ വിമോ ചന സമരങ്ങളും ഉൾപ്പെടുന്നു, അതിൽ അവർ നിരവധി പുസ്തകങ്ങൾ ചെയ്തു. സ്വീസിയും മഗ്ഡോഫും ക്യൂബ സന്ദർശിച്ചു. അവർ ക്യൂബ, ചിലി, ഗിനിയ-ബിസാവു, മൊസാംബിക്ക്, വിപ്ലവം, പ്രതിവിപ്ലവം, ദേശീയ വിമോചന സമരങ്ങൾ എന്നിവയെക്കുറിച്ച് മികച്ച എഴുത്തുകൾ പ്രസിദ്ധീകരിച്ചു. നല്ല മാർക്സിസ്റ്റ് വിശകലനം കണ്ടെത്തുന്ന ഏത് പ്രദേശവുമായും, ത്രിഭൂഖണ്ഡത്തിലെ മുഴുവൻ രാഷ്ട്രീയവും സമ്പദ് വ്യവസ്ഥയുമായി ഇടപഴകിയവരായിരുന്നു അവർ. പ്രസിദ്ധീകരിക്കാൻ താല്പര്യപ്പെട്ട പുസ്തകങ്ങളുടെ അടിസ്ഥാനപരമായ മാർക്സിസ്റ്റ് സ്വഭാവത്തിൽ ഒരിക്കലും അവർ വിട്ടുവീഴ്ച ചെയ്തില്ല. *മന്ത്‌ലി റിവ്യൂ* മാസികയും അതേ കാര്യം തന്നെ ചെയ്തു. എനിക്ക് മഗ്ഡോഫിനെ നന്നായി അറിയാമായിരുന്നു. സ്വീസി എന്നോടു പ്രതികരിക്കുന്നവനും വാത്സല്യമുള്ളവനുമായിരുന്നു, പക്ഷേ, അദ്ദേഹത്തിന് ഒരു ന്യൂ ഇംഗ്ല ണ്ടിലെ ഉന്നതന്റെ പെരുമാറ്റമുണ്ടായിരുന്നു, ചിലപ്പോഴൊക്കെ എനിക്കത് ബുദ്ധിമുട്ടായിരുന്നു. അക്കാലത്ത് ന്യൂയോർക്ക് സന്ദർശിച്ചിരുന്ന, ലോക മെമ്പാടുമുള്ള മാർക്സിസ്റ്റുകളും കമ്യൂണിസ്റ്റുകളും ഉൾപ്പെടെ സമാന ചിന്താഗതിക്കാരായ നിരവധി ആളുകൾ ഒത്തുകൂടുന്ന ഓഫീസാണ അവരുടേത്. അവിടെ ഉച്ചഭക്ഷണത്തിന് ഞാൻ പലപ്പോഴും പോകാറുണ്ടാ യിരുന്നു. അവിടെ ചിലപ്പോൾ പോർച്ചുഗീസ് കമ്യൂണിസ്റ്റുകളും എ എൻ സി [ആഫ്രിക്കൻ നാഷണൽ കോൺഗ്രസ്] മിലിറ്റന്റുകളും മറ്റ് സമയത്ത്

മെസ്സാറോസിനെപ്പോലുള്ള വ്യക്തികളും ഉണ്ടാകും. ഞാൻ ന്യൂയോർക്കിൽ താമസിക്കുമ്പോൾ ഇടയ്ക്കിടെ അവിടെ സന്ദർശിക്കാറുണ്ടായിരുന്നു, കൂടാതെ അവരുമായി ചേർന്ന് കുറച്ച് ലേഖനങ്ങൾ പ്രസിദ്ധീകരിക്കുകയും ചെയ്തിരുന്നു. അയ്യായിരം വാക്കുകളിൽ കവിയാത്ത, കഠിന പദപ്രയോഗങ്ങളൊന്നും ഉപയോഗിക്കാത്ത ലേഖനങ്ങളാണ് അവർക്ക് വേണ്ടത്. കാരണം അവരുടെ മനസ്സിലുണ്ടായിരുന്ന വായനക്കാരിൽ വിദ്യാർത്ഥികളും തടവുകാരും മറ്റും ഉൾപ്പെടുന്നു. മറ്റേതൊരു ജേണലിൽനിന്നും വ്യത്യസ്തമായി ഒരു പ്രത്യേകതരം മാർക്സിസ്റ്റ് രാഷ്ട്രീയ സംസ്കാരം സൃഷ്ടിക്കാൻ അവർ ആഗ്രഹിച്ചു.

വിജയ്: നിങ്ങൾ ബിൽ വാറനുമായി ഇടപെട്ടിരുന്ന കാലത്ത്, റൊണാൾഡ് റീഗനും യുണൈറ്റഡ് സ്റ്റേറ്റ്സും മദ്ധ്യ അമേരിക്കയിലേക്ക് അവരുടെ കുതിപ്പ് നടത്തുകയും ലാറ്റിനമേരിക്കയിലെ സൈനിക സ്വേച്ഛാധിപത്യം തഴച്ചുവളരുകയുമായിരുന്നു - നഗ്നമായ സാമ്രാജ്യത്വം, അല്ലേ?

ഐജാസ്: അതെ, എന്നാൽ അത് അക്കാലത്ത് വാറൻ ഉൾപ്പെട്ടിരുന്ന വിശാലവും തുടർച്ചയായതുമായ പ്രവണതയാണ്. അവസരമുണ്ടായാൽ, വാറൻ തീർച്ചയായും റീഗനെയും സി ഐ എയെയും പെന്റഗണിനെയും മറ്റും അപലപിക്കും. പക്ഷേ, സൈദ്ധാന്തിക വാദത്തിന്റെ കാര്യം വരുമ്പോൾ, തങ്ങൾ മൂലധനത്തിന്റെ ദീർഘകാല യുക്തിയാണ് വരച്ചുകാട്ടുന്നത് - മൂലധനം, വംശം, ദേശീയത മുതലായവയിൽ അന്ധമാണ് എന്ന് അദ്ദേഹവും മറ്റുള്ളവരും പറയും. അവരുടെ ചിന്തയുടെ ശൈലികൾ/പ്രയോഗങ്ങൾ ഫ്രാൻസിസ് ഫുകുയാമയുടെ 'ചരിത്രത്തിന്റെ അന്ത്യം' എന്ന ആശയത്തിൽ ഉൾപ്പെടുന്ന വാദങ്ങൾക്ക് വളരെയധികം സമാനമാണ്. നവലിബറലിസത്തിന്റെ വിജയം ശാശ്വതമാണ്, എന്നാൽ അഫ്ഗാനിസ്ഥാനിലെയും ഇറാഖിലെയും ചെറിയ യുദ്ധങ്ങൾ പോലെ എപ്പിസോഡുകളും തടസ്സങ്ങളും ഉണ്ടാകില്ലെന്ന് ഇതിനർത്ഥമില്ല എന്ന് ഫുകുയാമ വാദിക്കുന്നു. ദീർഘകാലാടിസ്ഥാനത്തിൽ സാമ്രാജ്യത്വം മുതലാളിത്തം കൊണ്ടുവരും, ഇത് ഫ്യൂഡലിസത്തേക്കാളും മറ്റ് മുൻകാല മുതലാളിത്തത്തേക്കാളും മികച്ചതാണെന്ന് വാറൻ പറയുന്നു. അതായത്, സാമ്രാജ്യത്വം പുരോഗതിയുടെ ഉപകരണമാണെന്നാണു വാറന്റെ വാദം.

വിജയ്: ഈ സമയത്ത്, ത്രിഭൂഖണ്ഡത്തിലുടനീളവും സാമ്രാജ്യത്വത്തെക്കുറിച്ച് സ്വന്തം നിലയ്ക്ക് വിവരങ്ങൾ ശേഖരിക്കുന്ന ബുദ്ധിജീവികളുണ്ട് - ചിലിയിലെ ഇ സീ എൽ എ സി [ഇക്കണോമിക് കമ്മീഷൻ ഫോർ ലാറ്റിനമേരിക്ക ആൻഡ് കരീബിയൻ] സ്കൂൾ, ടാൻസാനിയയിലെ വാൾട്ടർ റോഡ്നി, ഇസ ശിവ്ജി എന്നിവരെയും ഇന്ത്യയിലെ ഉല്പാദന രീതി ചർച്ചയിൽ ഉൾപ്പെട്ടവരെയും കുറിച്ചാണ് ഞാൻ ചിന്തിക്കുന്നത്. ഇവരെല്ലാം വ്യത്യസ്ത രീതികളിൽ ആശ്രിതത്വ സിദ്ധാന്തത്തിന്റെ ഇടതുപക്ഷ വിമർശകരാണ്. വാറനെക്കുറിച്ചുള്ള താങ്കളുടെ വിമർശനം

വായിക്കുമ്പോൾ, അങ്ങയുടെ ശബ്ദം വാറനെ വായിക്കുകയും അതിനോട് പ്രതികരിക്കുകയും ചെയ്യുന്ന ഒരാളുടെ ശബ്ദമെന്നതിലുപരിയായി, ത്രിഭൂഖണ്ഡത്തിലെ ആ സംവാദങ്ങളുമായി സംഭാഷണം നടത്തുന്ന ഒരാളുടെ ശബ്ദമാണെന്നു തോന്നുന്നു. ലാറ്റിനമേരിക്കയിൽനിന്നും ഇന്ത്യയിൽനിന്നുമുള്ള എഴുത്തുകളുടെ ഒരു വലിയ സ്വാധീനം താങ്കളുടെ ലേഖനത്തിനു പിന്നിൽ ഉണ്ടെന്ന് തോന്നുന്നു.

ഐജാസ്: തീർച്ചയായും, പല തരത്തിലുമുണ്ട്. ഈ കാലഘട്ടത്തിലെ ഇന്ത്യയിലെ മാർക്സിസ്റ്റ് പഠനം വളരെ ഉയർന്ന നിലവാരമുള്ളതാണ്. ഇവിടുത്തെ പരിവർത്തന സംവാദം എനിക്കറിയാമായിരുന്നു. കൊളോണിയൽ ഇടപെടൽ കൂടാതെ ഇന്ത്യയിൽ മുതലാളിത്തത്തിലേക്കുള്ള ഒരു മാറ്റം സാദ്ധ്യമാണോ എന്ന ചോദ്യത്തിന് മറുപടിയായുള്ള ഇർഫാൻ ഹബീബിന്റെ രചനകൾ ഉൾപ്പെടെ, ഞാൻ അദ്ദേഹത്തെ ആദരവോടെയും വിപുലമായും വായിച്ചിരുന്നു. ഒരു അഭിപ്രായവ്യത്യാസമൊഴിച്ചാൽ ഈ വിഷയത്തെക്കുറിച്ചുള്ള അദ്ദേഹത്തിന്റെ ഉപന്യാസത്തിൽ നിന്ന് ഒരുപാട് കാര്യങ്ങൾ പഠിച്ചു. കൗണ്ടർഫാക്ചൽസ് (എതിർമുഖം) സംഭവിച്ചില്ലെങ്കിൽ എന്ത് സംഭവിക്കുമായിരുന്നു എന്ന തരത്തിലുള്ള ചിന്തയുൾപ്പെടെയുള്ള കാര്യങ്ങളിൽ വളരെയധികം ഊന്നൽ നല്കുന്നതിൽ ഞാൻ മിക്കവാറും സംശയാലുവാണ്. ലാറ്റിനമേരിക്കയെക്കുറിച്ച്, ആശ്രിതത്വ സൈദ്ധാന്തികർ ഉൾപ്പെടെയുള്ള ലാറ്റിനമേരിക്കക്കാരും പാശ്ചാത്യ ലാറ്റിൻ അമേരിക്കനിസ്റ്റുകളും ഉൾപ്പെടെയുള്ളവരെ ഞാൻ ഒരുപാട് വായിച്ചു. അവരിൽ ചിലർ എന്റെ സുഹൃത്തുക്കളും, രണ്ടുപേർ സഹപ്രവർത്തകരുമായിരുന്നു. *മന്ത്‌ലി റിവ്യൂ* മാസികയും പ്രസിദ്ധീകരണവിഭാഗവും അക്കാര്യത്തിൽ പ്രധാനമാണ്. എന്നാൽ എൻ എ സി എൽ എ [നോർത്ത് അമേരിക്കൻ കോൺഗ്രസ് ഓൺ ലാറ്റിൻ അമേരിക്ക], ലാറ്റിൻ അമേരിക്കൻ പേഴ്സപെക്റ്റീവ്സ് എന്നിവയുടെ മുഴുവൻ ഫയലുകളും എന്റെ പക്കലുണ്ടായിരുന്നു. ആ ജേണലുകളുടെ എഡിറ്റോറിയൽ കൂട്ടായ്മയിലെ ചില അംഗങ്ങൾ സുഹൃത്തുക്കളായിരുന്നു. അക്കാലത്തെ ഇടതുപക്ഷ ലാറ്റിനമേരിക്കൻ സിനിമകളോട് എനിക്ക് അഭിനിവേശമുണ്ടായിരുന്നു, വികസനത്തിന്റെ സാമൂഹ്യശാസ്ത്രത്തെക്കുറിച്ചുള്ള എന്റെ കോഴ്സുകളിൽ ആ സിനിമകൾ പലപ്പോഴും ഉപയോഗിച്ചു. ക്യൂബൻ വിപ്ലവം തീർച്ചയായും എന്റെ രാഷ്ട്രീയ രൂപീകരണത്തിലെ ഒരു കേന്ദ്ര സംഭവമായിരുന്നു. ഈ സംവാദങ്ങളെക്കുറിച്ചെല്ലാം എനിക്ക് വളരെയേറെ ബോധമുണ്ടായിരുന്നു, അതിനാൽ ആ ഉപന്യാസത്തിന്റെ നിലപാട്, പാശ്ചാത്യ മാർക്സിസത്തിന്റെ ഈ പ്രത്യേക ബ്രാൻഡിനെതിരായ ഒരു ത്രിഭൂഖണ്ഡ നിലപാടാണ്.

വിജയ്: 'ഇന്റർമീഡിയറ്റ് ക്ലാസുകൾ' ഉപന്യാസം ഒരു മുന്നറിയിപ്പാണ്. ഗ്രാംഷിയുടെ ഒരു ഉദ്ധരണിയുണ്ട്, ഈ ഉപന്യാസം അതിനു ചുറ്റുമാണ് നില കൊള്ളുന്നത്: 'സാധാരണ പെരിഫറൽ രാജ്യങ്ങളിൽ,

തൊഴിലാളിവർഗ്ഗത്തിനും മുതലാളിത്തത്തിനും ഇടയിൽ ഇടത്തരം വർഗ്ഗങ്ങളുടെ ഒരു വിശാലമായ വർണ്ണരാജി വ്യാപിച്ചുകിടക്കുന്നു - തൊഴിലാളിവർഗ്ഗത്തിന്റെ വിശാലമായ ശ്രേണികളെ സ്വാധീനിക്കുന്ന സ്വന്തം നയങ്ങളും പ്രത്യയശാസ്ത്രങ്ങളും നടപ്പിലാക്കാൻ ശ്രമിക്കുന്ന വർഗ്ഗങ്ങൾ. എന്നാൽ ഇത് പ്രത്യേകിച്ചും കർഷകരെ ബാധിക്കുന്നു.' ഞാൻ ഉപന്യാസം വീണ്ടും വായിക്കുകയായിരുന്നു, ഇത് വളരെ കൗതുകകരമാണെന്ന് ഞാൻ കരുതുന്നു, കാരണം ഇത് പാകിസ്ഥാനിൽ നിങ്ങൾ ഇതിനകം ചെയ്തിട്ടുള്ള പ്രവർത്തനങ്ങളെയും ഈ സമൂഹങ്ങളിൽ ഉയർന്നുവരുന്ന ഇന്റർമീഡിയറ്റ് ക്ലാസുകളെക്കുറിച്ചുള്ള ചോദ്യത്തെയും സൂചിപ്പിക്കുന്നു. ഈ പുതുതായി സ്വതന്ത്രമായ ചില രാജ്യങ്ങളുടെ ദൗർബല്യം മനസ്സിലാക്കണമെങ്കിൽ സാമ്രാജ്യത്വ സമ്മർദ്ദത്തെ നേരിടാൻ ശക്തിയില്ലാത്ത ഭരണകൂടങ്ങളുള്ള സമൂഹങ്ങളും ഇന്റർമീഡിയറ്റ് വിഭാഗങ്ങളും സാമ്രാജ്യത്വവും തമ്മിലുള്ള ബന്ധവും മനസ്സിലാക്കേണ്ടതുണ്ട്. ഏതുതരത്തിലുള്ള സംവാദങ്ങളാണ് ഈ ഉപന്യാസത്തിന് പിന്നിലുള്ളത്?

ഐജാസ്: ഈ ലേഖനം ഭാഗികമായി ഹംസ അലവിയുമായുള്ള സംവാദമാണ്. പോസ്റ്റ്-കൊളോണിയൽ സ്റ്റേറ്റിനെക്കുറിച്ച് ആദ്യമായി എഴുതിയത് ഹംസയാണ്. അദ്ദേഹം ചോദിച്ചു: സൈനിക-ബ്യൂറോക്രാറ്റിക് ഭരണകൂടം എവിടെ നിന്നാണ് ഉയർന്നുവരുന്നത്? കോളനിവല്ക്കരണത്തിനു ശേഷമുള്ള സാഹചര്യത്തിൽ, തദ്ദേശീയ ബൂർഷ്വാസി ദുർബ്ബലമാവുക കോളനി സ്ഥാപിച്ച ബൂർഷ്വാസി പിൻവാങ്ങുകയും ചെയ്യുമ്പോൾ, ഭൂവുടമകൾക്ക് ഭരണകൂടത്തിൽ സ്വയം ആധിപത്യം സ്ഥാപിക്കാൻ കഴിയാത്ത സാഹചര്യമാണുള്ളത്. അവിടെ, വളരെ ദുർബ്ബലരായ തദ്ദേശീയ ആധിപത്യ വർഗ്ഗങ്ങളിൽനിന്നും, അതുപോലെ തന്നെ, കോളനിവല്ക്കരണം അവസാനിച്ച രാജ്യത്തിന്റെ ആപേക്ഷിക സ്വാതന്ത്ര്യം കാരണം പോസ്റ്റ്-കൊളോണിയൽ ഭരണകൂടത്തിലൂടെ മാത്രം ഇപ്പോൾ ഇടപെടാൻ കഴിയുന്ന പുറമെ നിന്നുള്ള ഭരണവർഗ്ഗത്തിൽനിന്നും, രാജ്യത്തിനകത്തും പുറത്തുമുള്ള വിവിധ സ്വത്തവകാശമുള്ള വർഗ്ഗങ്ങളിൽ നിന്നുമൊക്കെ സൈനിക-ഉദ്യോഗസ്ഥ ഭരണകൂടം താരതമ്യേന സ്വയം ഭരണാധികാരമുള്ളതായിരിക്കുമെന്ന് അദ്ദേഹം വാദിക്കുന്നു. ഹംസയുമായുള്ള എന്റെ തർക്കം, അദ്ദേഹത്തിന്റെ വാദം യഥാർത്ഥത്തിൽ വർഗ്ഗ രാഷ്ട്രീയത്തിൽ നങ്കൂരമിട്ടിട്ടില്ല എന്നതാണ്; അദ്ദേഹത്തിന്റേത് ഒരു ഘടനാപരമായ പ്രവർത്തന (സ്ട്രക്ചറൽ-ഫങ്ഷണലിസ്റ്റ്) വാദമാണ്. ഈ ബ്യൂറോക്രാറ്റിക്, സൈനിക വിഭാഗങ്ങൾ എവിടെ നിന്ന് വരുന്നു? എന്താണ് അവരുടെ സാമൂഹിക അടിസ്ഥാനം? അദ്ദേഹത്തിന്റെ 'സൈനിക-ബ്യൂറോക്രാറ്റിക് സ്ട്രാറ്റ' ഒരു വർഗ്ഗത്തിലും നങ്കൂരമിട്ടിട്ടില്ല. ഒരു വർഗ്ഗമെന്നനിലയിൽ ബൂർഷ്വാസി വളരെ ദുർബ്ബലമാണെങ്കിലും ഭരണകൂടം ഏതെങ്കിലും തരത്തിലുള്ള വർഗ്ഗ രൂപീകരണത്തിൽ നങ്കൂരമിടേണ്ടതുണ്ട്. അപ്പോൾ, ഭരണകൂടത്തിന്റെ ഈ ആപേക്ഷിക

സ്വയംഭരണത്തിന്റെ വർഗ്ഗ സാഹചര്യം എന്താണ്? ഇവിടെയാണ് ഇന്റർമീഡിയറ്റ് ക്ലാസുകൾ വരുന്നത്, കാരണം ഇവ ഭരണകൂടത്തിന് സാമൂഹിക അടിത്തറ നല്കുന്നു. ഒരു ഭരണവർഗ്ഗം എന്ന നിലയിലല്ല, മറിച്ച് ഏംഗൽസ് ഭരണവർഗ്ഗത്തിൽനിന്ന് നിശിതമായി വേർതിരിക്കുന്ന 'ഭരണ ജാതി' എന്ന നിലയിൽ. ഇന്റർമീഡിയറ്റ് ക്ലാസുകളിൽനിന്നുള്ള ഉദ്യോഗസ്ഥർ തങ്ങളുടെ അധികാര സ്ഥാനങ്ങൾ സിവിൽ, മിലിട്ടറി ബ്യൂറോക്രസികളിൽ ഉപയോഗിക്കുന്നത് 'അഴിമതി' എന്ന് വിളിക്കപ്പെടുന്ന ഒരുതരം പ്രാകൃതമായ സ്വത്ത് ശേഖരണത്തിന് വേണ്ടിയാണ്, അതിലൂടെ സ്വത്തവകാശമുള്ള ഭരണവർഗ്ഗത്തിന്റെ ഒരു പ്രത്യേക വിഭാഗമായി മാറാൻ വേണ്ടിയാണ്. വാസ്തവത്തിൽ, ബൂർഷ്വാസിയും-നിലവിലുള്ള, ദുർബ്ബലമായ ബൂർഷ്വാസിയും- ഭാവിയിലെ ബൂർഷ്വാസിയായി മാറുന്നതിനുള്ള ഘട്ടത്തിലുള്ള, മദ്ധ്യവർഗ്ഗത്തിൽ നിന്ന് ഉയർന്നുവരുന്ന വിഭാഗവും തമ്മിലുള്ള മത്സരമാണ്. അങ്ങനെ ആ ആശയമായിരുന്നു, എനിക്ക് പ്രധാന പ്രചോദനം. ഞാൻ ഗ്രാംഷിയെ വായിക്കുകയും ഗ്രാംഷി പറയുന്ന പല കാര്യങ്ങളുമായി പൊരുത്തപ്പെടാൻ ശ്രമിക്കുകയും ചെയ്തു. പാകിസ്ഥാൻ, ഇന്ത്യ, മലേഷ്യ മുതലായവ മുന്നിൽവച്ചുകൊണ്ട് ഗ്രാംഷിയെക്കുറിച്ച് എങ്ങനെ ചിന്തിക്കണമെന്ന് ആശയപരമായി കണ്ടുപിടിക്കാൻ ശ്രമിച്ചു. അന്നുമുതൽ എന്റെ ചിന്തയുടെ ഒരു പ്രധാന നങ്കൂരമായി ഗ്രാംഷി തുടർന്നു.

വിജയ്: ഉപന്യാസത്തിന്റെ തൊട്ടടുത്ത പശ്ചാത്തലം പാകിസ്ഥാൻ ആയിരുന്നു, എന്നാൽ ഇത് ആൻഡിയൻ രാജ്യങ്ങളിൽനിന്ന് തെക്കുകിഴക്കൻ ഏഷ്യയിലേക്കും (തായ്‌ലൻഡിൽ 1977 ൽ ഒരു അട്ടിമറി നടന്നു) പിന്നീട് ആഫ്രിക്കയിലുടനീളം അനുരണനം ഉണ്ടാക്കിയിരുന്ന ഒന്നായിരുന്നു. റൂത്ത് ഫസ്റ്റിന്റെ *ബാരൽ ഓഫ് ദി ഗൺ* എന്ന പുസ്തകം അട്ടിമറിയെയും സൈനിക-ഉദ്യോഗസ്ഥ ഭരണകൂടത്തെയും കുറിച്ചുള്ള സംവാദത്തിൽ ഏർപ്പെട്ടു.

ഐജാസ്: റൂത്ത് ഫസ്റ്റിന്റെ പുസ്തകം വീണ്ടും വായിക്കേണ്ടതായുണ്ട്. അവയെക്കുറിച്ച് എനിക്ക് ഓർമ്മയില്ല. ഞാൻ അൾജീരിയയെക്കുറിച്ചാണ് ചിന്തിച്ചത് - പക്ഷേ, അത് ഫാനോണിലൂടെയല്ല, അൾജീരിയൻ വിപ്ലവത്തെക്കുറിച്ചാണ്. കൊളോണിയൽ കാലഘട്ടത്തിലെ അവിടുത്തെ ബൂർഷ്വാസി തികച്ചും ബാഹ്യവും വിപ്ലവത്തിന്റെ സൈന്യം - ബാഹ്യ സൈന്യമാണെന്ന് ഓർക്കണം - പുതിയ സൈനിക-ബ്യൂറോക്രാറ്റിക് ഭരണജാതിയായി മാറിയതുമായ ഒരു രാജ്യമാണ്. രാജ്യത്തിന്റെ ഭരണത്തിലൂടെ നേരിട്ട് സ്വത്ത് ശേഖരണം തടയുന്നതിൽ ഏറക്കുറെ വിജയിച്ചതാണ് ആ ഭരണ ജാതി. അൾജീരിയൻ വിപ്ലവത്തിന്റെ വിവിധ വശങ്ങൾ പഠിക്കുന്നതിലുള്ള എന്റെ താല്പര്യം ഫാനോണുമായുള്ള എന്റെ കണ്ടുമുട്ടലിന് മുമ്പ് തന്നെയുണ്ട്. അമിൽകാർ കബ്രാളിനോട് എനിക്ക് വലിയ ബഹുമാനം ഉണ്ടായിരുന്നു, നിങ്ങൾക്ക് അറിയാവുന്നതുപോലെ, പെറ്റി ബൂർഷ്വാസിയുടെ പ്രശ്നം പോർച്ചുഗീസ് കോളനി

കളിലെ ഒരു സറോഗേറ്റ്/പകരംനില്ക്കുന്ന ബൂർഷ്വാസിയെന്ന നിലയിൽ ഉയർത്തിക്കാട്ടുന്ന അദ്ദേഹത്തിന്റെ ലേഖനങ്ങളെക്കുറിച്ച് ഞാൻ വളരെയധികം ചിന്തിച്ചിരുന്നു. പോർച്ചുഗീസ് ഭരണകൂടവും അതിന്റെ സ്വന്തം മെട്രോപൊളിറ്റൻ/നാഗരിക ബൂർഷ്വാസിയും, ബ്രിട്ടീഷ് കൊളോണിയലിസം ഇന്ത്യയിൽ ഉണ്ടാക്കിയിടത്തോളംപോലും ഒരു കൊളോണിയൽ ബൂർഷ്വാസിയെ ഉല്പാദിപ്പിക്കാൻ കഴിയാത്തത്ര പിന്നോക്കമായിരുന്നു. ജനങ്ങളിൽനിന്ന് അകന്ന കൊളോണിയൽ പ്രവർത്തകരുടെ ഒരു പെറ്റി ബൂർഷ്വാസിയെ അത് സൃഷ്ടിച്ചു. ഇത്തരം സാഹചര്യങ്ങളിൽ സാമൂഹ്യമായ അന്യവല്ക്കരണം പെറ്റി ബൂർഷ്വാസിക്ക് മാത്രമുള്ളതാണെന്നും, സ്വന്തം സാംസ്കാരിക വേരുകളിൽ നിന്ന് അകന്നുപോകാത്ത കർഷകരും പെറ്റി ബൂർഷ്വാസിയും തമ്മിലുള്ള സാംസ്കാരിക വൈരുദ്ധ്യത്തിനുപോലും കാരണമാകുന്നെന്നും കബ്രാൾ പറയുന്നു. കൊളോണിയൽ യജമാനന്മാരുടെ സംസ്കാരവുമായി താദാത്മ്യം പ്രാപിക്കുന്ന പ്രശ്നം കർശനമായും ഒരു പെറ്റി ബൂർഷ്വാ പ്രശ്നമാണ്, കർഷകരുടെതല്ല. വീണ്ടും, കബ്രാളിന്റെ ഈ മുഴുവൻ വാദവും ഇന്റർമീഡിയറ്റ് ക്ലാസുകൾ സംബന്ധിച്ച ചോദ്യത്തിന്റെ ഒരു വകഭേദമായി വായിക്കാം.

വിജയ്: ഈ അന്യവല്ക്കരണം നീരസത്തിന്റെ ദേശീയതകളിലേക്ക് നയിച്ചേക്കാം; വളരെ വിഷലിപ്തമായ, പിന്നോക്കം നോക്കുന്ന തരത്തിലുള്ള ദേശീയത. ഇത്തരത്തിലുള്ള പെറ്റി-ബൂർഷ്വാ അന്യവല്ക്കരണം കർഷകരെ എങ്ങനെ ബാധിക്കുന്നു എന്നതിനെക്കുറിച്ചുള്ള ഗ്രാംഷിയുടെ മുന്നറിയിപ്പുകളിൽ ഇതുണ്ട്, കാരണം ഈ പെറ്റി ബൂർഷ്വാസിയിൽ നിന്നാണ് സ്കൂൾ അദ്ധ്യാപകരെ റിക്രൂട്ട് ചെയ്യുന്നത്.

ഐജാസ്: തീർച്ചയായും. സ്കൂൾ അദ്ധ്യാപകർ എന്ന നിലയിലും ഗ്രാമങ്ങളിലെ പുരോഹിതർ എന്ന നിലയിലും പെറ്റി ബൂർഷ്വാസി അതിന്റെ പഠന പ്രവർത്തനങ്ങളിലൂടെ കർഷകരുമായുള്ള സ്വന്തം അന്യവല്ക്കരണം പകർന്നു നല്കുന്നു എന്നതാണ് ഇവിടെയുള്ള വാദം. യഥാർത്ഥത്തിൽ, ഗ്രാംഷിക്ക് ഗ്രാമങ്ങളിലെയും, നഗരങ്ങളിലെ പാവപ്പെട്ടവരുടെ അയൽപക്കങ്ങളിലെയും പുരോഹിതന്റെ സാമൂഹിക സ്ഥാനത്തെക്കുറിച്ച് വളരെ വൈരുദ്ധ്യാത്മകമായ വീക്ഷണമുണ്ട്. സഭയുടെ ഉന്നത തലത്തിനുവേണ്ടി യാഥാസ്ഥിതികത്വത്തിന്റെയും മാമൂലുകളോട് പൊരുത്തപ്പെട്ട് ജീവിക്കുന്നതിന്റെയും പദ്ധതി പുരോഹിതൻ നടപ്പിലാക്കുന്നു. ഒപ്പം സ്വത്തിന്റെ ഘടനകൾ തന്റെ കീഴിലുള്ള വിശ്വാസിസമൂഹത്തിനുമേൽ അടിച്ചേല്പിക്കുന്ന യഥാർത്ഥ ഭൗതിക സാഹചര്യങ്ങളുമായി അദ്ദേഹത്തിന് താദാത്മ്യപ്പെടാൻ സാധിക്കുകയും ചെയ്യുന്നു. മതത്തിന്റെ ഈ സാമൂഹിക പ്രവർത്തനം പലപ്പോഴും വർഗ്ഗപരമായ റാഡിക്കലിസത്തിന് തികച്ചും പ്രാപ്തമാണ്. ഇറ്റാലിയൻ സമൂഹത്തിലും പ്രത്യേകിച്ച് തെക്ക് ഭാഗത്തും മതത്തിന്റെയും സഭയുടെയും പങ്കിനെക്കുറിച്ചുള്ള ഗ്രാംഷിയുടെ ഉയർന്ന വൈരുദ്ധ്യാത്മക വീക്ഷണത്തിന്റെ ഭാഗമാണിത്. ഇറ്റലിയിലെ കർഷകരെക്കുറിച്ചുള്ള *ദ സതേൺ*

ക്വസ്റ്റ്യനിൽ ഇതിൽ ചിലത് വരുന്നുണ്ട്. ഇവിടത്തെ ഒരു പ്രധാന വാദം, അദ്ദേഹത്തിന്റെ കാലത്തെ ഇറ്റലിയിൽ, രാജ്യത്തിലെ ഭൂരിഭാഗം കർഷകരും, വടക്കൻ- തെക്കൻ മേഖലകൾക്കിടയിൽ വലിയ അന്തരമുള്ളിടത്ത്, അതായത്, സ്വന്തം ജൈവ ബുദ്ധിജീവികൾ ഉള്ള (പുരോഹിതന്മാർ) കർഷക ജനതയെ കൂടെ നിർത്തുന്നത് തൊഴിലാളി വർഗ്ഗത്തിന് വലിയ മുന്നേറ്റമുണ്ടാക്കാൻ നിർണ്ണായകമാണ് എന്നതാണ്. വികസിത മുതലാളിത്ത രാജ്യങ്ങളിലെപ്പോലെ മുതലാളിത്ത രീതിയിലുള്ള വർഗ്ഗങ്ങൾ പൂർണ്ണമായി ധ്രുവീകരിക്കപ്പെട്ടിട്ടില്ലെന്നും അദ്ദേഹം വാദിക്കുന്നു; ബൂർഷ്വാസിക്കും തൊഴിലാളിവർഗ്ഗത്തിനും ഇടയിൽ ഇന്റർമീഡിയറ്റ് ക്ലാസുകളുടെ അനവധി പാളികളും, വർഗ്ഗ ഘടകങ്ങളും, വൈവിദ്ധ്യമാർന്ന സാമൂഹിക തട്ടുകളും, പിന്നെ അവർക്ക് താഴെ, പ്രത്യേകിച്ച് വടക്ക് ഭാഗത്ത്, ദരിദ്രരായ ഒരു കർഷകസമൂഹവും ഉണ്ടായിരുന്നു. ഒരു മിലിറ്റന്റും ഇറ്റലിയുടെ മൊത്തത്തിലുള്ള നേതാവും ആകുന്നതിന് മുമ്പ് ഗ്രാംഷി തന്നെ സാർഡീനിൽനിന്നുള്ള ഒരു തെക്കൻ ആയിരുന്നു. ഗ്രാംഷിയെ സംബന്ധിച്ചിടത്തോളം, അച്ചുതണ്ടിലുടനീളം, അഗ്രം മുതൽ അടിത്തറവരെയുള്ള, വർഗ്ഗ രൂപീകരണത്തിന്റെ ഈ മുഴുവൻ സങ്കീർണ്ണതയും - അവ്യക്തതകളും - ആണ് യഥാർത്ഥ വിഷയം. അതിനെ അദ്ദേഹം ചിലപ്പോൾ 'രാജ്യത്തിന്റെ രൂപശാസ്ത്രം' എന്ന് വിളിച്ചു. പക്ഷേ, ഞാൻ അൾജീരിയയെക്കുറിച്ചും ചിന്തിച്ചിരുന്നു. കാരണം കോളനി സ്ഥാപിച്ചവരുടെ മുകളിലെ പാളികൾ കുടിയേറ്റക്കാർക്കിടയിലെ ഭരണവർഗ്ഗമായിരുന്നു; കോളനി സ്ഥാപിച്ചവർക്കിടയിൽ മറ്റ് വർഗ്ഗ പാളികൾ ഉണ്ടായിരുന്നെങ്കിൽ പോലും - നഗരങ്ങളിലും ഗ്രാമങ്ങളിലും, അവരിൽ ചിലർ വളരെ ദരിദ്രരായിരുന്നു. എന്നാൽ ഈ കോളനി സ്ഥാപിച്ചവരെ നീക്കംചെയ്താൽ സമൂഹത്തിന്റെ ഉയർന്ന തലങ്ങളിൽ അവശേഷിക്കുന്നത് ബൂർഷ്വാസിയോ വലിയ ഭൂവുടമകളോ പോലുമില്ലാത്ത അൾജീരിയൻ ഇന്റർമീഡിയറ്റ് വർഗ്ഗങ്ങളാണ്. ഇന്റർമീഡിയറ്റ് തലങ്ങൾക്ക് അവരുടേതായ ഒരു സഞ്ചയവും ഇല്ല. അവരിൽ ചിലർ ഫ്രഞ്ച് ഭാഷ സ്വീകരിക്കുകയും ഫ്രഞ്ച് മര്യാദകൾ ഉൾക്കൊള്ളുകയും ചെയ്തു, അതേസമയം ഭൂരിഭാഗവും ഇസ്ലാമും അറബിയും സംസാരിക്കുന്നവരുമായി തുടരുന്നു. കൂടാതെ ഫ്രാങ്കോ-അൾജീരിയൻ, അറബോ-ഇസ്ലാമിക് എന്നിവരെല്ലാം ബെർബർ ഭാഷ സംസാരിക്കുന്നവരുടെ പ്രശ്നം ഒഴിവാക്കാനും അവരെ അടിച്ചമർത്താനും ആഗ്രഹിക്കുന്നു. തദ്ദേശീയരായ മദ്ധ്യവർഗ്ഗങ്ങൾക്കിടയിലെ ഈ വൈരുദ്ധ്യങ്ങൾ എങ്ങനെ പരിഹരിക്കപ്പെടും? അവരെ ചേർത്തുനിർത്തുന്ന ദേശീയത എന്തായിരിക്കും? സാമ്രാജ്യത്വവുമായുള്ള അവരുടെ ബന്ധങ്ങൾ എന്തായിരിക്കും? പുതിയ രാഷ്ട്രവും ഇസ്ലാമിക നീക്കങ്ങളും തമ്മിലുള്ള ബന്ധം എന്തായിരിക്കും? ഇത്തരം ചോദ്യങ്ങൾ വളരെക്കാലമായി എന്റെ മനസ്സിലുണ്ടായിരുന്നു.

വിജയ്: പക്ഷേ, ഈ ലേഖനം വായിച്ചപ്പോൾ എന്റെ മനസ്സിൽ

വന്നത് ആർ എസ് എസിനെക്കുറിച്ചാണ്. വ്യക്തമായും, ഇന്ത്യൻ സാഹചര്യം വ്യത്യസ്തമാണ്; സ്വാതന്ത്ര്യത്തിന് മുമ്പ് ആത്മവിശ്വാസമുള്ള ഒരു ബൂർഷ്വാസി ഉയർന്നുവന്നു, 1944 ൽ ബോംബെ പ്ലാൻ എഴുതിയ അവർക്ക് രാജ്യത്തെക്കുറിച്ച് ഒരു കാഴ്ചപ്പാടുണ്ട്. ഇത് ഒരു വലിയ രാജ്യമാണ്, ബൂർഷ്വാസിക്ക് രാജ്യത്തെ മുഴുവൻ ഭരിക്കാൻ കഴിയില്ല. ഇന്റർമീഡിയറ്റ് ഗ്രൂപ്പുകൾ ഉയർന്നുവരുന്നു. ആർ എസ് എസും ഹിന്ദുത്വത്തിന്റെ ഉദയവുമായി അവർക്കെന്താണ് ബന്ധം?

ഐജാസ്: അത് വളരെ വലിയ, വ്യത്യസ്തമായ വിഷയമാണ്. ക്യാപ്പിറ്റലിസ്റ്റും ബൂർഷ്വായും തമ്മിലുള്ള അതിർത്തി രേഖകൾ വ്യക്തമായി വരയ്ക്കാൻ ഞാൻ ചിലപ്പോൾ ആഗ്രഹിക്കുന്നു. ഇന്ത്യൻ മുതലാളിമാർക്കായി 'ബൂർഷ്വാസി' എന്ന പദം ഉപയോഗിക്കുന്നു, അത് പതിവായതിനാൽ ഞാനും അത് ചെയ്യുന്നു. എന്നാൽ ജംഷഡ്ജി ടാറ്റയോ മറ്റ് ചില പാഴ്സി മുതലാളിമാരോ ഒഴികെയുള്ള ഇന്ത്യൻ മുതലാളിത്ത വർഗ്ഗം ഒരു ബൂർഷ്വാ ആണെന്ന് എനിക്ക് ഒരിക്കലും തോന്നിയിട്ടില്ല; അവർ സാമ്പത്തിക-രാഷ്ട്രീയ ലാഭത്തിനായി ജനത്തെ ചൂഷണം ചെയ്യുന്നവരാണ്. അവരുടെ മതം പണമാണ്. അവർക്ക് സ്വന്തമായി ചരിത്രപരമോ സാംസ്കാരികമോ ആയ ഒരു ദൗത്യവുമില്ല. ജർമ്മൻ മുതലാളിത്ത വർഗ്ഗങ്ങൾ കമ്യൂണിസ്റ്റുകാരോടുള്ള യഥാർത്ഥ വർഗ്ഗ ഭയംമൂലം നാസികളെ എതിർത്തില്ല, ഹിറ്റ്ലറുടെ അധികാരം ചോദ്യം ചെയ്യപ്പെടാനാകാത്തവിധം ഉയർന്നുവന്നതിന് ശേഷം മാത്രമാണ് ഹിറ്റ്ലർക്ക് കീഴടങ്ങിയത്. ഇന്ത്യൻ മുതലാളിത്ത വർഗ്ഗം ഒരിക്കലും ശിവസേനയുടെയോ ആർ എസ് എസ് ഗുണ്ടകളുടെയോ വളരെ താഴ്ന്ന നിലവാരത്തിലെ പെരുമാറ്റത്തിനെതിരെ ഒരു ബൂർഷ്വാ പ്രതിരോധവും നടത്തിയിട്ടില്ല. യഥാർത്ഥത്തിൽ കമ്യൂണിസ്റ്റുകാരോടും ട്രേഡ് യൂണിയനുകളോടും പോരാടാനുള്ള ഗുണ്ടകളുടെ ഒരു സംഘം എന്ന നിലയിൽ ശിവസേന അവരുടെ സ്വന്തം സൃഷ്ടിയായിരുന്നു. അതിനുശേഷം ആ സംഘം നിയന്ത്രണം വിട്ട് മറാത്താ ഉപരാഷ്ട്രവാദത്തിന്റെയും ഹിന്ദുത്വ മത-വംശീയതയുടെയും വക്താക്കളായി സ്വയംഭരണാധികാര സ്രോതസ്സുകൾ വികസിപ്പിച്ചെടുത്തു. 1992 ലെ ബോംബെ കൂട്ടക്കൊലയ്ക്ക് ശേഷം ബാൽ താക്കറെയെ അറസ്റ്റുചെയ്യാൻ ആഹ്വാനംചെയ്ത ഒരേയൊരു മുതലാളി ജംഷഡ്ജി ആണെന്ന് അറിയപ്പെടുന്നു, അതും സർക്കാരും ബിസിനസും തമ്മിലുള്ള രഹസ്യ യോഗങ്ങളുടെ സ്വകാര്യതയിൽ. ശിവസേന കമ്യൂണിസ്റ്റ് വിരുദ്ധ ഗുണ്ടകളുടെ ഒരു സംഘമായി മാറിയിട്ട് വളരെക്കാലത്തിനുശേഷവും, ഇന്ത്യയുടെ സാമ്പത്തിക തലസ്ഥാനത്ത് തന്നെയുള്ള ശിവസേനയുടെ കൊള്ളക്കാരുമായി അവർ നടത്തിയ നിരവധി സഹകരണങ്ങൾ ഈ മുതലാളിത്തവർഗ്ഗത്തിന്റെ ബൂർഷ്വാ ഇതര സ്വഭാവം വ്യക്തമാക്കുന്നു. പഴയ രാജകുടുംബങ്ങൾ മുൻകാലങ്ങളിൽ ചെയ്തതുപോലെയും വാണിയ ജാതികളിലെ നഗര വ്യാപാരികൾ ആർ എസ് എസിനും അതിന്റെ മുന്നണികൾക്കും എല്ലായ്

പ്പോഴും ധനസഹായം നല്കിയതുപോലെയും ഈ മുതലാളിമാരിൽ പലരും ആർ എസ് എസിലേക്ക് വളരെ എളുപ്പത്തിൽ ആകർഷിക്കപ്പെട്ടത് എന്തുകൊണ്ടാണെന്നും ഇത് വിശദീകരിക്കുന്നു. ഇന്ത്യയിൽ നിലനില്ക്കുന്ന ഏത് ബൂർഷ്വാ സംസ്കാരവും മദ്ധ്യവർഗ്ഗത്തിലെ വ്യത്യസ്ത വിഭാഗങ്ങളിൽനിന്നുള്ളതാണ്. ഇന്ത്യൻ ദേശീയ പ്രസ്ഥാനത്തിന്റെ പ്രധാനികൾ പോലും മദ്ധ്യവർഗ്ഗത്തിൽ നിന്നാണ് വന്നത്, അവരിൽ വലിയൊരു ശതമാനവും ബാരിസ്റ്റർമാരും അഭിഭാഷകരുമായിരുന്നു. കാശ്മീരി പണ്ഡിറ്റും ധനികനായ ഒരു അഭിഭാഷകന്റെ മകനുമായ നെഹ്റു, തന്റെ വ്യക്തിസംസ്കാരത്തിൽ ശരിയായ ബൂർഷ്വാ ആയിരുന്നതിനാൽ 'പ്രഭുവായി' കണക്കാക്കപ്പെട്ടു. മഹാത്മാവിനെയും പട്ടേലിനെയും മറ്റുള്ളവരെയുംക്കുറിച്ച് ഇത് പറയാനാവില്ല. അതിനാൽ, ഇന്ത്യയിലെ ഇടത്തരക്കാരെ സംബന്ധിച്ച ഈ ചോദ്യം വളരെയേറെ സാദ്ധ്യതകളുള്ളതാണ്.

ഇന്ത്യൻ ബൂർഷ്വാസിയുടെ ദേശീയ ആഭിമുഖ്യം -ബിർളകളുടെയും ബജാജുകളുടെയും മഹാത്മാവിന്റെ മറ്റ് പേട്രണുകളുടെയും- ഒരു വലിയ മിഥ്യയാണ്. ബ്രിട്ടീഷുകാർ വിട്ടുപോകണമെന്ന് അവർ ആഗ്രഹിച്ചു, കാരണം അതുവഴി അവർക്ക് ചൂഷണത്തിന്റെ വിപുലമായ സാദ്ധ്യത അവകാശമായി ലഭിക്കും. ഉപയോഗശൂന്യമായ ഒരു വർഗ്ഗമെന്ന നിലയിൽ ദേശീയ ബൂർഷ്വാസിയുടെ ഫാനോണിയൻ മാതൃകയ്ക്ക് അവർ തികച്ചും അനുയോജ്യമാണ്. ബോംബെ പദ്ധതിയെ സംബന്ധിച്ചിടത്തോളം, വിപുലമായ ഒരു പൊതുമേഖല, സംരക്ഷണാത്മക സമ്പദ്വ്യവസ്ഥ മുതലായവ തങ്ങളുടെ ദീർഘകാല താല്പര്യത്തിലാണെന്ന് ബോംബെ മുതലാളിമാരുടെ വിഭാഗങ്ങളെ മനസ്സിലാക്കിക്കുന്നതിൽ നെഹ്റുവും മറ്റ് ചില കോൺഗ്രസ് ഇടതുപക്ഷവും വിജയിച്ചതിനാലാണ് ഇത് നിലവിൽ വന്നത്. ബോംബെ പദ്ധതിയിലേക്ക് കടന്നുവന്ന പ്രചോദനത്തിന്റെ ഭൂരിഭാഗവും സ്വാതന്ത്ര്യാനന്തരം ക്രമേണ ഇല്ലാതായി.

ആർ എസ് എസിന്റെ വിഷയവും വളരെ സങ്കീർണ്ണമാണ്. ഇന്ത്യൻ വർഗ്ഗീയതയെക്കുറിച്ചും ആർ എസ് എസിനെക്കുറിച്ചും അതിന്റെ മുന്നണികളെക്കുറിച്ചും ഞാൻ ധാരാളം ഉപന്യാസങ്ങൾ എഴുതിയിട്ടുണ്ട്, പക്ഷേ, ഒരിക്കലും അതിന്റെ വർഗ്ഗ സ്വഭാവത്തെക്കുറിച്ച് രീതിപരമായി എഴുതിയിരുന്നില്ല. അത് ആർ എസ് എസിനെക്കുറിച്ചുള്ള എന്റെ എഴുത്തുകളുടെ വലിയ ദൗർബല്യമാണ്. അതിന്റെ രാഷ്ട്രീയ പദ്ധതിയെക്കുറിച്ച് എഴുതുന്നതിൽ ഞാൻ വ്യാപൃതനായിരുന്നു; തീവ്ര വലതുപക്ഷത്തിന്റെ രൂപീകരണമെന്ന നിലയിൽ അതിന്റെ സ്വഭാവവും മൂലധനവുമായും സാമ്രാജ്യവുമായുള്ള അതിനുള്ള ബന്ധവും സാഹചര്യത്തിന്റെ സ്വാഭാവികതയെന്നോണം എടുക്കുന്നു. ഇന്ത്യയിലെ വിവിധ വർഗ്ഗങ്ങളിലും ജാതികളിലും അതിന്റെ സ്വാധീനത്തെക്കുറിച്ച് ഞാൻ എഴുതിയപ്പോഴും, അത് ആർ എസ് എസിന്റെ വർഗ്ഗ സ്വഭാവത്തെക്കുറി

ച്ചായിരുന്നില്ല. ആർ എസ് എസ് സ്വഭാവത്തിൽ അന്തർല്ലീനമായിട്ടുള്ളത് ഫാസിസ്റ്റ് രീതി ആണെന്നും, പഴയ ക്ലാസിക്കൽ ഫാസിസങ്ങളെപ്പോലെ, ഇത് കേവലം ഭൂപ്രഭു വർഗ്ഗത്തിന്റെയോ ബൂർഷ്വാസിയുടെയോ സൃഷ്ടിയല്ലെന്നുമുള്ള എന്റെ നിലപാടിൽ നിന്ന് ഞാൻ ഒരിക്കലും വ്യതിചലിച്ചിട്ടില്ല. ആർ എസ് എസ് സ്ഥാപിക്കുകയും അതിൽ പ്രധാന പങ്ക് വഹിക്കുകയും ചെയ്ത മഹാരാഷ്ട്ര ബ്രാഹ്മണർ മദ്ധ്യവർഗ്ഗത്തിലെ വിവിധ വിഭാഗങ്ങളിൽ നിന്നുള്ളവരാണ്. എന്നിരുന്നാലും, ഉയർന്ന ജാതികളിലെ ഒരു പെറ്റി ബൂർഷ്വായ്ക്ക് പലപ്പോഴും തന്നെയും തന്റെ വർഗ്ഗത്തെയും സംബന്ധിച്ച് അതിശയോക്തിപരമായ മഹത്ത്വത്തിന്റെ മിഥ്യാധാരണകളുണ്ട്. ആർ എസ് എസിലെ മദ്ധ്യവർഗ്ഗ മഹാരാഷ്ട്ര ബ്രാഹ്മണർ തങ്ങളെത്തന്നെയാണ് ശിവജി കെട്ടിപ്പടുത്ത ഭരണ കൂടത്തിന്റെ അവകാശികളായി കണക്കാക്കുന്നത്. അതിനാൽ മുഗള ന്മാരെ എതിർക്കുകയും ബ്രിട്ടീഷുകാരെ ഛിന്നഭിന്നമാക്കുകയും ചെയ്ത ഭരണം, എന്ന നിലയിൽ മുഗളന്മാർക്കും ബ്രിട്ടീഷ് ഭരണാധികാ രികൾക്കുംശേഷം ഇന്ത്യയിലെ ശരിയായ ഭരണാധികാരികൾ തങ്ങളാ ണെന്നാണ് അവരുടെ ധാരണ. അത് അവരുടെ ആത്മപ്രതിച്ഛായയുടെ പ്രത്യയശാസ്ത്രരൂപമാണ്. ആ സങ്കല്പം അവർ മഹാരാഷ്ട്രക്കാരാ ണെങ്കിലും അല്ലെങ്കിലും ആർ എസ് എസിന്റെ എല്ലാ ഉന്നതരും പങ്കിടുന്നു. ഈ പ്രത്യയശാസ്ത്രത്തിൽ, ഹിന്ദു രാഷ്ട്രം യഥാർത്ഥത്തിൽ മഹത്തായ ഹിന്ദു രാജ്യങ്ങളിൽ അവസാനത്തേതായ പഴയ മഹാരാ ഷ്ട്രയുടെ വളരെ വിപുലമായ പതിപ്പായിരുന്നു. ഇന്ത്യൻ നാഷണൽ കോൺഗ്രസിനെ നയിച്ച മദ്ധ്യവർഗ്ഗ വിഭാഗങ്ങളുടെ ആധുനീകരണ ദൗത്യത്തിനെതിരായ, പ്രാദേശികവാദികളായ മദ്ധ്യവർഗ്ഗത്തിലെ ഒരു വിഭാഗത്തിന്റെ ഭാഗത്തുനിന്ന് ഇന്ത്യൻ രാഷ്ട്രത്തെക്കുറിച്ചുള്ള ഒരു പാരമ്പര്യ പുനരുജ്ജീവനാത്മകവും, കർശനമായ പ്രതിലോമകരവുമായ ആശയമായിട്ടായിരുന്നു അതിന്റെ ഉത്ഭവം. കോൺഗ്രസിന്റെ ഈ ആധുനീകരണ വിഭാഗത്തിൽ, രാമരാജ്യത്തെയും മറ്റും കുറിച്ചുള്ള അദ്ദേഹത്തിന്റെ എല്ലാ സംഭാഷണങ്ങളും നിലനില്ക്കെ തന്നെ, വളരെ പ്രധാനപ്പെട്ട സ്ഥാനം മഹാത്മാവിനുണ്ടായിരുന്നു. വലിയ ഫ്യൂഡൽ ഭൂപ്രഭുക്കന്മാരിൽ പലരും, ചില നാട്ടുരാജ്യങ്ങളിലെ പഴയ ഭരണകുടും ബങ്ങൾ ഒക്കെ ആർ എസ് എസിനെ സംരക്ഷിക്കുകയും കടയുടമകളുടെ വലിയൊരു വിഭാഗം അവർക്ക് ധനസഹായം നല്കുകയും ചെയ്തതിൽ അതിശയിക്കാനില്ല. എന്നാൽ നാട്ടുരാജ്യങ്ങൾ ഒരു പരാജയപ്പെട്ട വർ ഗ്ഗത്തെ പ്രതിനിധീകരിച്ചു; നെഹ്റുമാരും പട്ടേലുകളും അവരുടെ അധി കാരം വളരെയധികം വെട്ടിച്ചുരുക്കി. അതിനാലാണ് അവർക്ക് നെഹ് റുവിയൻ കോൺഗ്രസിനോടുള്ള വെറുപ്പുളവായത്. 1950 കൾ വരെ ആർ എസ് എസ് ഒരു നാമമാത്ര ശക്തിയായി തുടർന്നു, പിന്നീട് അത് കൂടുതൽ ഹിന്ദു വലതുപക്ഷത്തെ തങ്ങളിലേക്ക് സ്വാംശീകരിക്കാൻ തുടങ്ങി, സ്വതന്ത്ര പാർട്ടി പോലുള്ളവയുടെ പരാജയത്തിന് ശേഷം

അസംതൃപ്തരായ മുതലാളിമാരുടെ വിശ്വാസം നേടാൻ തുടങ്ങി.

അത്തരം ശക്തികളുടെ ഒരു വലിയ സഖ്യം രൂപീകരിക്കപ്പെടുന്നതുവരെ ഇന്ത്യൻ വലതുപക്ഷത്തിന്റെയും മുതലാളിത്തവർഗ്ഗത്തിന്റെയും വിഭാഗങ്ങൾ ആർ എസ് എസിലേക്ക് ആകർഷിക്കപ്പെട്ടു. ആ സഖ്യം ഭരണമാറ്റത്തിനും വലതുപക്ഷ ഏറ്റെടുക്കലിനുംവേണ്ടി 'സമ്പൂർണ്ണ വിപ്ലവം' പോലുള്ള ഭ്രാന്തൻ മുദ്രാവാക്യങ്ങളുമായി ഭരണഘടനാ വിരുദ്ധ പ്രസ്ഥാനം ആരംഭിച്ചു. ഭരണമാറ്റത്തിനായുള്ള ആ ശ്രമം നാമമാത്രമായി ജയപ്രകാശ് നാരായൺ നയിച്ചെങ്കിലും ആർ എസ് എസ് കേഡർമാർ അത് രീതിപരമായി മുന്നോട്ടുകൊണ്ടുപോയതാണ് അടിയന്തരാവസ്ഥ പ്രഖ്യാപിക്കാൻ ഇന്ദിരാഗാന്ധിയെ നിർബ്ബന്ധിതയാക്കിയത്. ഉടനടി ഭരണമാറ്റത്തിനുള്ള പ്രസ്ഥാനത്തെ തടസ്സപ്പെടുത്താൻ അവർക്ക് കഴിഞ്ഞു, പക്ഷേ, കേടുപാടുകൾ സംഭവിച്ചു, ആർ എസ് എസ് താമസിയാതെ തൊണ്ണൂറ്റി നാല് അംഗങ്ങളുമായി പാർലമെന്റിലേക്ക് കടന്നു, ചില പ്രധാന മന്ത്രാലയങ്ങൾ പിടിച്ചെടുത്തു. അവർ ഭരണകൂട അധികാരത്തോട് അടുക്കുംതോറും മുതലാളിത്ത വർഗ്ഗത്തിലെ പല വിഭാഗങ്ങളും അവരിലേക്ക് കൂറുമാറാൻ തുടങ്ങി, 2002 ലെ വംശഹത്യക്ക് ശേഷം, ഫലത്തിൽ ആ വർഗ്ഗത്തിന്റെ മുഴുവൻ ഉന്നതശ്രേണിയും മോദിയുടെ ഉയർച്ചയ്ക്ക് അടിവരയിടാൻ തുടങ്ങി. അങ്ങനെയാണെങ്കിലും, ആർ എസ് എസും അതിന്റെ മുന്നണികളും ആ മൂലധനത്തിന്റെ സൃഷ്ടിയല്ല; മുതലാളിമാർ അവരുടെ പിന്നിൽ ഒന്നിച്ചത്, അവരുടെ രാഷ്ട്രീയ എതിരാളികൾ തകരുകയും അവർ അധികാരത്തിനായുള്ള പ്രധാന മത്സരാർത്ഥികളായി മാറുകയും ചെയ്തതിന് ശേഷമാണ്. എംഗൽസ് മനസ്സിലാക്കിയതുപോലെ, ഭരണവർഗ്ഗത്തിനും ഭരണജാതിക്കും ഇടയിൽ എല്ലായ്പ്പോഴും ഒരു പ്രത്യേക വ്യത്യാസമുണ്ട്, ഘടനാപരമായ ഒരു വിടവ്. കോളനിവല്ക്കരണാനന്തര സമൂഹങ്ങളിൽ, ഈ ഭരണജാതി മൃഗീയഭൂരിപക്ഷവും മദ്ധ്യവർഗ്ഗത്തിൽ നിന്നാണുള്ളത്. ആർ എസ് എസിന്റെ വസ്തുനിഷ്ഠമായ വർഗ്ഗ സ്വഭാവത്തെക്കുറിച്ച് നമുക്ക് കൂടുതൽ അറിയാം, എന്നാൽ അതിന്റെ ആത്മനിഷ്ഠമായ വർഗ്ഗ ഘടനയെക്കുറിച്ചുള്ള അറിവ് വളരെ കുറവാണ്.

വിജയ്: അങ്ങ് ഉപയോഗിക്കുന്ന ഭാഷ ഇപ്പോൾ അപ്രത്യക്ഷമായിക്കൊണ്ടിരിക്കുന്നു എന്ന് തിരിച്ചറിയുന്നത് വളരെ ശ്രദ്ധേയമാണ്. 1980 കളിലെ താങ്കളുടെ ഉപന്യാസങ്ങളിൽ നിന്ന് ഉരുത്തിരിഞ്ഞ പദങ്ങൾ- ഇന്റർമീഡിയറ്റ് ക്ലാസുകൾ, വർഗ്ഗ വിശകലനം-ഇവയാണ്, എന്നാൽ പൊതു ബൗദ്ധിക വ്യവഹാരത്തിൽ ഈ ഭാഷ കാണുന്നില്ല. ഇത് തികച്ചും വേദനാജനകമാണ്. ഒരു നല്ല വിശകലനം നമ്മുടെ മുൻപിലില്ല, കാരണം അതിനുള്ള ഒരു ആശയപരമായ ഭൂമിക നമുക്കില്ല. ഈ അപഗ്രഥന ചട്ടക്കൂട് കാലഹരണപ്പെട്ടെന്നും, സ്വത്വം അല്ലെങ്കിൽ മതം തുടങ്ങിയ പദങ്ങൾ ആധിപത്യം പുലർത്തുന്ന ഒരു ചട്ടക്കൂട് ഉപയോഗിക്കണമെന്നും മതപരമായ സ്വത്വത്തിന്റെ ചട്ടക്കൂടിലൂടെ വേണം സമൂ

ഹത്തിന്റെ സങ്കീർണ്ണത പഠിക്കേണ്ടതെന്നും, രാഷ്ട്രീയ സമ്പദ്വ്യവസ്ഥ, വർഗ്ഗ വിശകലനം, ഇന്റർമീഡിയറ്റ് ക്ലാസുകൾ, സാമ്രാജ്യത്വം തുടങ്ങിയവയുടെ ചോദ്യത്തിലൂടെ അല്ല എന്നുമെല്ലാം ആരോ തീരുമാനിച്ചതുപോലെയാണ്. ആ ഭാഷ അപ്രത്യക്ഷമായി.

ഐജാസ്: അതെ. എന്നാൽ താങ്കൾക്കറിയാമോ, മറ്റൊന്നുണ്ട്. ഇന്ത്യക്ക് അതിശക്തമായ ഒരു മാർക്സിസ്റ്റ് പാരമ്പര്യമുണ്ട്-ലോകത്തിലെ ഏറ്റവും വിശേഷപ്പെട്ടതിൽ ഒന്ന്. ലോകത്തിന്റെ പല ഭാഗങ്ങളിൽ നിന്നും വ്യത്യസ്തമായി, ഈ പാരമ്പര്യം ഇപ്പോഴും തുടരുന്നു. എന്നാൽ ചില പ്രശ്നങ്ങൾ നമ്മൾ പരിഹരിക്കേണ്ടതുണ്ടെന്ന് ഞാൻ കാണുന്നു. ഒന്ന്, ഇന്ത്യൻ രാഷ്ട്രത്തെ സൃഷ്ടിച്ച ദേശീയതയുടെ വിഷയമാണ്. ഉദാഹരണത്തിന്, ഗ്രാംഷിക്ക് ഇറ്റലിയുടെ ഏകീകരണത്തോട് ഉള്ളതുപോലെയുള്ള സൈദ്ധാന്തിക മനോഭാവവും ആഴത്തിലുള്ള സംശയവും നമ്മുടെ സ്വന്തം ദേശീയവാദ ഭൂതകാലത്തോട് അപൂർവ്വമായി മാത്രമേ നമുക്കുണ്ടാകൂ. നമ്മൾ പലപ്പോഴും ഗാന്ധിയുടെയോ നെഹ്റുവിന്റെയോ അല്ലെങ്കിൽ ആരുടെയോ ബലഹീനതയെക്കുറിച്ചോ അല്ലെങ്കിൽ തെറ്റിനെക്കുറിച്ചോ സംസാരിക്കാറുണ്ട്, പക്ഷേ, ഘടനയെ മൊത്തത്തിൽ വിപുലമായി വിമർശിക്കാറില്ല. ഇ എം എസ് പ്രസിദ്ധീകരിച്ച ഗാന്ധിയെക്കുറിച്ചുള്ള ഹ്രസ്വമായ വിലയിരുത്തൽ വളരെക്കാലം മുമ്പായിരുന്നു. എന്റെ തലമുറയിലെ, അല്ലെങ്കിൽ നിങ്ങളുടെ തലമുറയിലെ ഏതെങ്കിലും ഇന്ത്യൻ മാർക്സിസ്റ്റ് മഹാത്മാവിനെക്കുറിച്ചും അദ്ദേഹം നയിച്ച ദേശീയ പ്രസ്ഥാനത്തെക്കുറിച്ചും ധീരവും നിർഭയവുമായ വിമർശനം നടത്തിയിട്ടുണ്ടോ? ഇറ്റാലിയൻ കമ്യൂണിസത്തിന്റെ പരാജയം ഏകീകരണം സൃഷ്ടിച്ച രാഷ്ട്രത്തെ ഗ്രാംഷി കൃത്യമായി രേഖപ്പെടുത്തുന്നു. രാഷ്ട്രത്തിന്റെ അടിസ്ഥാന നിമിഷങ്ങളെക്കുറിച്ച് നമുക്ക് അത്തരം ചിന്താപരമായ സംശയങ്ങളൊന്നുമില്ല. രണ്ടാമത്തെ പ്രശ്നം, നമ്മൾ മികച്ച സാമ്പത്തിക വിദഗ്ദ്ധരെയും ചരിത്രകാരന്മാരെയും സൃഷ്ടിച്ചിരിക്കുമ്പോൾ തന്നെയും, മാർക്സിന്റെ രാഷ്ട്രീയ രചനകളിൽ വേണ്ടത്ര ശ്രദ്ധ ചെലുത്തുന്നില്ല, മാർക്സിന്റെ ദാർശനിക രചനകൾ നമ്മൾ ദാർശനികമായല്ലാതെ വായിക്കുന്നു എന്നതാണ്. സൈദ്ധാന്തികമായി, പതിനെട്ടാം ബ്രൂമെയർ പോലുള്ള മാർക്സിസ്റ്റ് രചനകളുടെ സ്വാധീനം ഞാൻ കണ്ടിട്ടില്ല. ഉല്പാദനരീതിയുടെ അമൂർത്തമായ സൈദ്ധാന്തിക തലത്തിലല്ല, അല്ലെങ്കിൽ ഫ്യൂഡലിസത്തിൽനിന്ന് മുതലാളിത്തത്തിലേക്കുള്ള പരിവർത്തനം പോലുള്ള ഭൂതകാലത്തിന്റെ നീണ്ട ചരിത്ര കാലഘട്ടങ്ങളെ വിശകലനം ചെയ്യുമ്പോഴോ അല്ല, പകരം, രാഷ്ട്രീയ പാർട്ടികൾ, ബ്യൂറോക്രാറ്റിക് സ്ഥാപനങ്ങൾ, പ്രത്യയശാസ്ത്ര ഭരണകൂട ഉപകരണങ്ങൾ, തെരുവുകളിലെ ബഹുജന രാഷ്ട്രീയം എന്നിവയുടെ ദൈനംദിന സമ്പ്രദായങ്ങൾ മൂലം പലപ്പോഴും അവ്യക്തമായ വർഗ്ഗ ഉള്ളടക്കവുമായി നിങ്ങളുടെ കാലഘട്ടത്തിലെ ഒരു നിർണ്ണായക സംയോജനം വിശകലനം ചെയ്യാൻ നിങ്ങൾ വൈരുദ്ധ്യാത്മക രീതിശാസ്ത്രം പ്രയോഗിക്കുമ്പോൾ,

യഥാർത്ഥത്തിൽ അതെങ്ങനെ പ്രവർത്തിക്കും? ജർമ്മൻ വിപ്ലവത്തെക്കുറിച്ചും പ്രതിവിപ്ലവത്തെക്കുറിച്ചും മാർക്സും ഏംഗൽസും ഫ്രാൻസിലെ വർഗ്ഗസമരങ്ങളെക്കുറിച്ചും അവർ എഴുതിയതിന്റെ കാതൽ ഇതാണ്. 1848 നും 1852 നും ഇടയിൽ വർഗ്ഗങ്ങൾ യഥാർത്ഥത്തിൽ എങ്ങനെ പ്രവർത്തിച്ചു എന്നതിനെക്കുറിച്ച് അവർ വളരെയധികം എഴുതിയിട്ടുണ്ട് - ഇത് പതിനെട്ടാം ബ്രൂമെയറിൽ മാർക്സ് സൈദ്ധാന്തികമായും ആശയപരമായും സംഗ്രഹിക്കുന്നു. മാർക്സിന്റെ രാഷ്ട്രീയമായ ഈ വശം ഉൾക്കൊള്ളുന്ന ഗൗരവതരമായ രചനകളൊന്നും ആർ എസ് എസിനെക്കുറിച്ച് ഞാൻ കണ്ടിട്ടില്ല.

വിജയ്: കഴിഞ്ഞ ഇരുപത് വർഷത്തിനിടയിൽ ഇന്ത്യക്ക് പുറത്തുള്ള കാര്യമോ?

ഐജാസ്: ഇന്ത്യക്ക് പുറത്ത് വ്യത്യസ്ത സ്ഥലങ്ങളിൽ കാര്യങ്ങൾ വളരെ വ്യത്യസ്തമാണ്, അവയിൽ പലതിനെക്കുറിച്ചും സംസാരിക്കാൻ ഞാൻ യോഗ്യനല്ല. എനിക്ക് സമയമുണ്ടെങ്കിൽ, ഞാൻ ചെയ്യാൻ ആഗ്രഹിക്കുന്നത്, മാർക്സിന്റെ രാഷ്ട്രീയവും ദാർശനികവുമായ ഓരോ പ്രധാന ഗ്രന്ഥങ്ങളും ആമുഖങ്ങളോടെ പുനഃപ്രസിദ്ധീകരിക്കുകയും പാഠങ്ങളെ അവയുടെ സന്ദർഭത്തിൽ ഉൾപ്പെടുത്തുകയും പാഠങ്ങൾ വായിക്കാൻ സഹായിക്കുന്ന ഏതെങ്കിലും തരത്തിലുള്ള വ്യാഖ്യാനം നല്കുകയും ചെയ്യുക എന്നതാണ്. സാമ്പത്തികവും തത്വശാസ്ത്രപരവുമായ കൈയെഴുത്തുപ്രതികൾ (1844), ഒരുപക്ഷേ, അമ്പത് പേജുള്ള ആമുഖത്തോടുകൂടിയും, *ദ ഗോത പ്രോഗ്രാം*, 1857, 1859 ആമുഖങ്ങൾ-അങ്ങനെ പലതും. സാമ്പത്തിക ശാസ്ത്രം മാത്രമല്ല, മാർക്സിന്റെ വിശാലതയും രാഷ്ട്രീയ നൈപുണ്യവും പുതിയ തലമുറയെ പരിചയപ്പെടുത്തുക എന്നതായിരിക്കും ഉദ്ദേശ്യം. മാർക്സിന്റെ സാമ്പത്തിക ശാസ്ത്രത്തെ അദ്ദേഹത്തിന്റെ മറ്റ് രചനകളിൽ നിന്ന് വേർതിരിക്കുകയാണെങ്കിൽ, നിങ്ങൾ ഇടതുപക്ഷ കെയ്നേഷ്യനിസത്തോട് കൂടുതൽ അടുക്കും.

വിജയ്: മാർക്സിസ്റ്റ് രീതിയുടെ സത്ത അവഗണിച്ചുകൊണ്ട്, നിങ്ങൾക്ക് വാറൻ ചെയ്തതുപോലെ-ഒരു വികസനവാദത്തിലേക്ക് ഉരുത്തിരിയാം, ഏഷ്യൻ കടുവകളുടെ സാമ്പത്തിക ഡാറ്റ പ്രകാരം സാമ്രാജ്യത്വം ഇല്ലെന്ന് സൂചിപ്പിക്കാം. അവർ ഈ സമൂഹങ്ങളെയോ അവയുടെ സന്ദർഭങ്ങളെയോ ഗൗരവമായി എടുക്കുന്നില്ല.

ഐജാസ്: ഈ ഏഷ്യൻ കടുവകൾ ചൈനക്കെതിരായ ചെറിയ മുൻനിര രാഷ്ട്രങ്ങളായിരുന്നില്ലെങ്കിൽ, അമേരിക്കക്കാർ ഒരിക്കലും അവർക്ക് നല്കിയതൊന്നും - അതിന്റെ അടിസ്ഥാനത്തിൽ അവർ ഇന്നത്തെ നിലയായതുമായവ - നല്കില്ല. ദക്ഷിണ കൊറിയയും തായ്‌വാനും ചൈനയുമായുള്ള സാമീപ്യം പ്രയോജനപ്പെടുത്തി. അമേരിക്കക്കാർ അവരോട് സമൂലമായ ഭൂപരിഷ്കരണം നടത്താനും അല്ലെങ്കിൽ തങ്ങളുടെ ചൈനീസ് അയൽവാസികളുടെ കമ്യൂണിസത്തിലേക്ക് വീഴാനും പറഞ്ഞു. ദക്ഷിണ കൊറിയയിലും തായ്‌വാനിലും, അവർ ലാറ്റി

നമേരിക്കൻ ഇടതുപക്ഷത്തിന് ഒരിക്കലും അനുവദിക്കാത്ത തരത്തിലുള്ള സമ്പദ്‌വ്യവസ്ഥയുടെ ഭരണകൂട നിയന്ത്രണം അനുവദിച്ചു. നിക്ഷേപം മാത്രമല്ല, അത്യാധുനിക സാങ്കേതികവിദ്യയും അമേരിക്കക്കാർ അവർക്ക് നല്കി, അല്ലെങ്കിൽ ജപ്പാനിൽനിന്ന് അവർക്ക് ലഭ്യമാക്കി. തായ്‌വാനിലെയും ദക്ഷിണ കൊറിയയിലെയും വിപ്ലവപ്രസ്ഥാനങ്ങൾ അടിച്ചമർത്തപ്പെടത്തക്കവിധം ആ രാജ്യങ്ങളുടെ മുതലാളിത്ത വികസനത്തിന്റെ നിലവാരം വളരെ ഉയർന്നതാണെന്ന് അമേരിക്കക്കാർ ഉറപ്പുവരുത്തിയതിനാൽ ചൈനീസ് വിപ്ലവത്തിൽനിന്ന് ഈ രാജ്യങ്ങൾ വളരെയധികം നേട്ടമുണ്ടാക്കി. അതല്ല കൃത്യമായും മുതലാളിത്തത്തിന്റെ യുക്തി, ഒരു പ്രത്യേക ചരിത്ര സാഹചര്യത്തിൽ അമേരിക്കൻ സാമ്രാജ്യത്വത്തിന്റെ യുക്തിയാണത്.

വിവർത്തന പങ്കാളി: അനുപമ മോഹൻ

പോസ്റ്റ് കൊളോണിയലിസം

വിജയ് പ്രഷാദ്: നമുക്കിനി 1992 ൽ പുറത്തിറങ്ങിയ *ഇൻ തിയറി* എന്ന താങ്കളുടെ ഏറ്റവും പ്രധാനപ്പെട്ട പുസ്തകത്തിലേക്കുവരാം. തുടക്കത്തിൽ സ്പഷ്ടമായതും നേരിട്ടുമുള്ള ആഖ്യാന ചരിത്രങ്ങളിലൂടെ, ഒപ്പം അടുത്തതായി എന്താണ് വരാൻ പോകുന്നത് എന്നതിനെ സംബന്ധിച്ച രണജിത് ഗുഹയുടെ ചില പ്രസ്താവങ്ങളോടെ, 1980 കളിൽ സബാൾടേൺ സ്റ്റഡീസ് (കീഴാളപഠനങ്ങൾ) പ്രത്യക്ഷപ്പെട്ടുതുടങ്ങി. സാമ്രാജ്യത്വത്തെ വെറും രൂപകമായി മനസ്സിലാക്കുന്ന പുസ്തകങ്ങൾ അതിന്റെ ഭാഗമായി ഉണ്ടായി. ഉത്തരാധുനികതയ്ക്ക് അതിന്റെ സ്വാധീനമുണ്ട്. ഇതിന്റെയെല്ലാം ആകത്തുകയായാണ് പോസ്റ്റ് കൊളോണിയലിസം രൂപപ്പെടുന്നതുതന്നെ.

ഐജാസ് അഹമ്മദ്: കീഴാളപഠനവും പോസ്റ്റ് കൊളോണിയലിസവും പരസ്പര സമാനമോ ഒന്ന് മറ്റൊന്നിന് പകരം ഉപയോഗിക്കാവുന്നതോ അല്ല. ഈ വിഷയത്തെക്കുറിച്ചുള്ള തന്റെ പുസ്തകത്തിൽ വിവേക് ചിബ്ബർ വരുത്തിയ ഒരു പിശകാണിത്. ഇവ തമ്മിൽ ഉണ്ടെന്നു പറയുന്ന ബന്ധങ്ങൾ പോലും പിന്നീട് അക്കാദമിക വിപണി, പ്രത്യേകിച്ചും യു എസിലെ, ആസൂത്രണം ചെയ്തുണ്ടാക്കിയവയാണ്. സബാൾട്ടേണിസം ഉയർന്നുവന്നത് ചരിത്രത്തിന്റെയും സാമൂഹ്യ ശാസ്ത്രങ്ങളുടെയും പരിസരങ്ങളിലാണ്, സവിശേഷമായും ഇന്ത്യയുമായി ബന്ധപ്പെട്ട്. രണജീത് ഗുഹ ഒരുകാലത്ത് കമ്യൂണിസ്റ്റ് പോരാളിയായിരുന്നു. *ഫ്രണ്ടിയർ* മാസികയുടെ സുവർണ്ണകാലത്ത് പാർത്ത ചാറ്റർജി അതിൽ സ്ഥിരമായി എഴുതിയിരുന്നു. ഒറിജിനൽ കളക്റ്റിവിൽ ഉണ്ടായിരുന്നതും പിന്നീട് അതിൽനിന്നു വിട്ടുപോയതുമായ സുമിത് സർക്കാരിന് തീർച്ചയായും വളരെ ശക്തമായ ഒരു മാർക്സിസ്റ്റ് അടിത്തറയുണ്ടായിരുന്നു

(അദ്ദേഹം എപ്പോഴെങ്കിലും ഒരു കമ്യൂണിസ്റ്റ് പാർട്ടിയിൽ അംഗമായിരുന്നോ എന്ന കാര്യത്തിൽ എനിക്ക് ഉറപ്പില്ല). ഗ്യാൻ പ്രകാശിനെയും ദീപേഷ് ചക്രബർത്തിയെയും പോലെയുള്ളവരുടെ ആദ്യകാല പുസ്തകങ്ങളെയും ഇതേ ഗണത്തിൽപ്പെടുത്താം. മികച്ച എംപിരിക്കൽ വർക്ക് ചെയ്ത ഡേവിഡ് ഹർഡിമാനെപ്പോലെയുള്ള ആളുകളും ഉണ്ട്. അക്കാലത്തെ തന്റെ എഴുത്തുകൾക്ക് സുമിത് സർക്കാരിന് പ്രചോദനമായിരുന്നത് ഇ പി തോംസന്റെ *History from Below*, അതായത് 'രാഷ്ട്രീയ ചരിത്രത്തിൽ നിന്നും വ്യതിരിക്തമായ സാമൂഹിക ചരിത്രം' എന്നതായിരുന്നു. ആദ്യത്തെ നാലഞ്ചു ലക്കങ്ങൾക്ക് ശേഷം കീഴാള പഠനങ്ങളുടെ മുഖം തന്നെ പൂർണ്ണമായിമാറി. സബാൾട്ടർണിസ്റ്റുകളും പോസ്റ്റ് കൊളോണിയലിസ്റ്റുകളും തമ്മിലുള്ള കൊടുക്കൽ വാങ്ങലുകൾ ആ ഘട്ടത്തിൽ ആരംഭിക്കുകയും പിന്നീടുള്ള വർഷങ്ങളിൽ അത് കൂടുതൽ വേഗത്തിലാവുകയും ചെയ്തു. പാശ്ചാത്യ അക്കാദമിക ലോകത്തിന്റെ പ്രധാന നിമിഷങ്ങളിൽ ഒന്നായിരുന്നു 1988 ൽ ഗായത്രി സ്പിവാക്കും രണജീത് ഗുഹയും ചേർന്ന് എഴുതിയ *സെലെക്റ്റഡ് സബാൾട്ടേൺ സ്റ്റഡീസ്* എന്ന വാല്യത്തിന്റെ വരവ്. പോസ്റ്റ് കൊളോണിയലിസത്തിനും സബാൾട്ടേണിസത്തിനും ഇടയിൽ പാലം രൂപപ്പെടുത്തുന്ന ഒരു ആമുഖം സ്പിവാക് എഴുതി. എഡ്വേർഡ് സെയ്ദ് അതിനൊരു അവതാരികയും നല്കി. ഗുഹയെ ഒരു പോസ്റ്റ്-സ്ട്രക്ചറലിസ്റ്റ് എന്ന് കൃത്യമായി തിരിച്ചറിഞ്ഞത് സെയ്ദാണ്. പിന്നീട്, സബാൾട്ടർണിസ്റ്റുകൾ ആ പാരമ്പര്യം മുന്നോട്ട് കൊണ്ടുപോകുമെന്നും സെയ്ദ് പറഞ്ഞു.

'പോസ്റ്റ് കൊളോണിയൽ' എന്ന പദത്തേക്കാൾ ഒരു പതിറ്റാണ്ട് പഴക്കമുള്ളതായിരുന്നു സബാൾട്ടേണിസ്റ്റ് പദ്ധതി. *സബാൾട്ടേൺ സ്റ്റഡീസി*ന്റെ ആദ്യ വാല്യം പുറത്തിറങ്ങിയത് 1982 ലാണ്. പോസ്റ്റ് കൊളോണിയലിസത്തിന്റെ പ്രധാന സൈദ്ധാന്തികനായി പിന്നീട് കടന്നുവന്ന റോബർട്ട് യങ് എന്നയാൾ *വൈറ്റ് മിത്തോളജീസ്* എന്ന പേരിൽ 1990 ഒരു പുസ്തകം പ്രസിദ്ധീകരിക്കുകയുണ്ടായി. ആ പുസ്തകത്തിന്റെ പകുതിഭാഗവും എഡ്വാർഡ് സെയ്ദ്, ഗായത്രി സ്പിവാക്ക്, ഹോമി ബാബ എന്നിവരെക്കുറിച്ചുള്ള ഉപന്യാസങ്ങളായിരുന്നു. പോസ്റ്റ് കൊളോണിയലിസം എന്ന വാക്ക് അതിന്റെ പദസൂചികയിൽ ഉണ്ടായിരുന്നില്ല. പോസ്റ്റ് കൊളോണിയലിസത്തിന്റെ ആദ്യ മൂന്ന് സൈദ്ധാന്തികരെക്കുറിച്ച് അതിന്റെ ഭാവി വക്താവ് എഴുതിയ പുസ്തകത്തിന്റെ പകുതിയും പോസ്റ്റ് കൊളോണിയലിസം എന്ന വാക്ക് പരാമർശിക്കുന്നില്ല. അത്രത്തോളം പുതിയൊരു പദമാണ് പോസ്റ്റ് കൊളോണിയലിസം എന്നത്. ഈ പദം ഉൾക്കൊള്ളുന്ന കാര്യങ്ങളുടെ നല്ലൊരുഭാഗം തീർച്ചയായും നേരത്തെ പ്രസിദ്ധീകരിച്ചിരുന്നു, എന്നാൽ പോസ്റ്റ് കൊളോണിയലിസം എന്ന പദം തന്നെ 1992 ഓടെ ആക്കം കൂട്ടുകയും ഗണ്യമായി വിപണനക്ഷമത നേടുകയും ചെയ്തു. ഇവ പ്രധാനമായും സാഹിത്യ സാംസ്കാരിക സിദ്ധാന്തത്തിന്റെ മേഖലകളിലായിരുന്നു.

ചരിത്രപരമായും ഘടനാപരമായും ഇതെല്ലാം ഇപ്പോൾ എങ്ങനെ നോക്കിക്കാണണം? *ഇൻ തിയറി* എന്ന പുസ്തകത്തിൽ ഞാൻ വിവരിച്ചതുപോലെ, 1970 കളുടെ പകുതിയിൽ ലോകക്രമത്തിന് ഉണ്ടായ ചരിത്രപരമായ പ്രതിസന്ധിയുടെ ഒരു ഘട്ടത്തിന്റെ പശ്ചാത്തലത്തിലാണ് ഞാനിതിനെ നോക്കിക്കാണുന്നത്. ഏകദേശം ഇതേസമയത്തുതന്നെയാണ് മൂന്നാം ലോക ദേശീയതയുടെയും കമ്യൂണിസ്റ്റ് ഭരണകൂട വ്യവസ്ഥിതിയുടെയും പിൻവാങ്ങൽ ആരംഭിക്കുന്നത്. ഇത് ആദ്യം ചൈനയിലും പിന്നീട് സോവിയറ്റ് യൂണിയനിലും കോമെകോണിലും [The Council for Mutual Economic Assistance] കമ്യൂണിസം തളരുന്നതിലേക്ക് നയിക്കുന്നു. നമ്മൾ വിയറ്റ്നാമിന്റെ വിമോചനം ആഘോഷിച്ചുകൊണ്ടിരുന്ന അതേ സമയത്തുതന്നെയാണ് ചിലിയിൽ, 1973 ൽ, സാൽവഡോർ അലൻഡെക്കെതിരായ അട്ടിമറി സംഭവിച്ചത്. ക്ലാസിക്കൽ മാർക്സിസ്റ്റ് വിശകലനങ്ങളെ ബോധപൂർവ്വമായിത്തന്നെ നിരാകരിക്കണമെന്ന് പരസ്യമായി വാദിക്കുന്ന വിശാലമായ ഇടതുപക്ഷത്തിനുള്ളിൽ അത്തരത്തിലുള്ള നിരവധി പദ്ധതികൾ മുളപൊട്ടാൻതുടങ്ങുന്ന സമയമായിരുന്നു അത്. ഗുഹയുടെ *സബാൾട്ടേൺ സ്റ്റഡീസി*ലെ ആദ്യ വാല്യത്തിലെ പ്രധാന പ്രസ്താവനകളിലൊന്ന്, മാർക്സിസ്റ്റ് വർഗ്ഗ വിശകലനത്തിന്റെ സ്ഥാപിത ചട്ടക്കൂടുകളിൽ നിന്ന് അകന്നുനില്ക്കുകയും 'എലീറ്റ്', 'സബാൾട്ടൺ' തുടങ്ങിയ പദങ്ങൾ ബദലായി ശുപാർശ ചെയ്യുകയും ചെയ്യണമെന്നതായിരുന്നു. ചില സാമൂഹിക ശക്തികൾ മറ്റൊരു സാമൂഹിക ശക്തിയുമായി തട്ടിച്ചു നോക്കുമ്പോൾ എലീറ്റ് (വരേണ്യം) ആയിരിക്കാം, എന്നാൽ അതേ സമയം ആ ശക്തി മറ്റൊരു ശക്തിയോട് കീഴടങ്ങുകയും ചെയ്യുന്നു എന്നായിരുന്നു ഗുഹയുടെ വാദം. 'സബാൾട്ടേൺ' എന്നും മറ്റുമുള്ള വാക്ക് ഉപയോഗിച്ച് ഈ നിരാകരണം പലപ്പോഴും ഗ്രാംഷിയുടെ പേരിൽ ചെയ്യാറുണ്ട്.

വിജയ്: വീട്ടിലേക്ക് കൊണ്ടുപോകാവുന്ന ഒരേയൊരു മാർക്സിസ്റ്റ് ഗ്രാംഷി മാത്രമാണെന്ന് അക്കാലത്ത് ഞങ്ങൾ തമാശ പറയുമായിരുന്നു. 1981 ലെ *സബാൾട്ടേൺ സ്റ്റഡീസ്* എന്ന പുസ്തകത്തിനും, 1985 ൽ ചാന്റൽ മൂഫേയും ഏണസ്റ്റോ ലക്ലൗവും ചേർന്നെഴുതിയ *ഹെജമണി ആൻഡ് സോഷ്യലിസ്റ്റ് സ്ട്രാറ്റജി* എന്ന പുസ്തകത്തിനും ഇടയിൽ ഗ്രാംഷി ഒരു മാർക്സിസ്റ്റ് വിരുദ്ധൻ പോലുമായി ചിത്രീകരിക്കപ്പെട്ടു.

ഐജാസ്: പ്രത്യേകിച്ച് ഒരു കമ്യൂണിസ്റ്റ് വിരുദ്ധൻ എന്ന ഒരു മുഖം കൂടി അവർ ഗ്രാംഷിക്ക് ചാർത്തിനല്കി. 'സംസ്കാരികമാറ്റം' (കൾച്ചറൽ ടേൺ) എന്നു പാശ്ചാത്യ സൈദ്ധാന്തികലോകം വിളിച്ച സംജ്ഞയുടെ ഒരു പിതൃസ്ഥാനീയനായി അവർ ഗ്രാംഷിയെ ഉയർത്തിക്കാട്ടി. സംസ്കാരം മനുഷ്യവംശത്തിന്റെ സാമൂഹിക അനുഭവത്തിന്റെ ഒരു സംഗതി മാത്രമല്ല മറിച്ച് ആ അനുഭവത്തെ നിർണ്ണയിക്കുന്ന ഒന്നു തന്നെയാണെന്ന്, കൾച്ചറൽ ടേണിന് വിശാലമായി അടിവരയിട്ടുകൊണ്ട് കൾച്ചറലിസം മുന്നോട്ടുവെച്ചു. സംസ്കാരത്തിനും സാമൂഹികതയ്ക്കും ഇടം

കൊടുക്കുന്നുണ്ടെങ്കിലും പൊളിറ്റിക്കൽ എക്കോണമിയാണ് സമൂഹത്തിലെ ഏറ്റവും നിർണ്ണായകഘടകം എന്നതാണ് ക്ലാസിക്കൽ മാർക്സിസ്റ്റ് ചിന്താധാരയുടെ അടിസ്ഥാനം. മാർക്സിസ്റ്റ് ചിന്തയിൽ 'നിർണ്ണയം' എന്ന വാക്കിന്റെ അർത്ഥമെന്താണെന്ന് നമുക്ക് വാദിക്കാം. എന്നാൽ ചരിത്രപരമായ മാറ്റത്തിന്റെ പരിധികൾ നിർവ്വചിക്കുന്നതിനുള്ള ഈ അധികാരം ഒരിക്കലും സംസ്കാരത്തിന് കൈമാറപ്പെടുന്നില്ല. പോസ്റ്റ് മാർക്സിസത്തിന്റെ വിവിധ ശാഖകളിൽ ഇതാണ് നടക്കുന്നത്.

വിജയ്: എനിക്ക് വളരെ രസകരമായി തോന്നിയ കാര്യം എന്തെന്നാൽ, സബാൾട്ടേൺ സ്റ്റഡീസ് മുതൽ ലാക്ലൗ, മൗഫ് തൊട്ട് സ്റ്റുവർട്ട് ഹാൾ വരെ, വിവിധ സ്ഥലങ്ങളിൽനിന്നുള്ള ആളുകളുടെ ഒരു ശ്രേണി സംസ്കാരത്തിലേക്കുള്ള ഈ തിരിയലിനെ സാധൂകരിക്കാൻ ഉപയോഗിച്ച വ്യക്തിയാണു ഗ്രാംഷി. എഡ്വേർഡ് സെയ്ദിന്റെ ഓറിയന്റലിസം (1978) പോലും ഗ്രാംഷിയെ ഈ രീതിയിൽ ഉപയോഗിക്കുന്നുണ്ട്. അവർക്ക് ഉപയോഗിക്കുവാൻ പാകത്തിൽ ഗ്രാംഷിയിൽ എന്താണുള്ളത്?

ഐജാസ്: ഗ്രാംഷി ഉയർത്തിയത് പോലുള്ള ചോദ്യങ്ങൾ എല്ലായ്പ്പോഴും ആ രീതിയിൽ (തെറ്റായി) വായിക്കപ്പെടാൻ സാദ്ധ്യതയുണ്ടെന്നാണ് എനിക്ക് തോന്നുന്നത്, പ്രത്യേകിച്ച് കമ്യൂണിസം തിരിച്ചടിയുടെ ഘട്ടത്തിലൂടെ കടന്നു പോകുമ്പോൾ. ലെനിനിൽ നിന്ന് വ്യത്യസ്തമായി ഗ്രാംഷിയെന്നത്, പരാജയത്തിന്റെ മാർക്സിസ്റ്റ് സൈദ്ധാന്തികനാണ്. റോസ ലക്സംബർഗിനെ പരാജയപ്പെടുത്തിയതിനോടൊപ്പം തന്നെ അവരെ കൊല്ലുകയും ചെയ്തിരുന്നു. അവരുടെ എഴുത്തുകളിലുടനീളം നമുക്ക് കാണാൻ കഴിയുന്നത് അവരുടെ ഗംഭീരമായ വിപ്ലവാവേശവും വിപ്ലവകരമായ മാറ്റത്തിലുള്ള വിശ്വാസവും മാത്രമാണ്. മാവോ ആണെങ്കിൽ വിപ്ലവ തന്ത്രങ്ങളിലെ നൂതനാശയങ്ങളുടെ സൈദ്ധാന്തികനാണ്. അത് ക്രമേണ മഹത്തരമായ വിജയത്തിലേക്ക് എത്തിച്ചേരുകയും ചെയ്തു. പരാജയത്തിന്റെ സൈദ്ധാന്തികനാണ് ഗ്രാംഷി. പരാജയത്തെ സിദ്ധാന്തവല്ക്കരിക്കാനാണ് അദ്ദേഹം ശ്രമിക്കുന്നത്. എത്രയോ കാലത്തെ തങ്ങളുടെ പ്രവർത്തനങ്ങളുടെ ഫലത്തെയെല്ലാം കേവലം ആറോ ഏഴോ വർഷത്തെ ഭരണംകൊണ്ട് തുടച്ചു മാറ്റാൻ മുസ്സോളിനിക്ക് സാധിക്കും വിധം ഇറ്റാലിയൻ സമൂഹത്തിനകത്ത് എന്താണുള്ളതെന്ന് ഗ്രാംഷി ചോദിക്കുന്നുണ്ട്. ആ യാഥാർത്ഥ്യത്തെ വിശദീകരിക്കുവാൻ ചരിത്രപരമായ സ്വഭാവത്തിന്റെ ഘടനാപരമായ ഒരു വിശദീകരണം ആവശ്യമായിരുന്നു. ഞാൻ ഉദ്ദേശിച്ചത്, നമ്മുടെ സമൂഹത്തിൽ, നമ്മുടെ ചരിത്രത്തിൽ, നമ്മൾ ഏതുതരം ആളുകളാണ് എന്നതിലെല്ലാം ഒരു യഥാർത്ഥ ഭൗതിക അടിത്തറ ഉണ്ടായിരിക്കണമെന്ന് ഗ്രാംഷി പറഞ്ഞു. ഇന്ത്യയിൽ ആർ എസ് എസിന്റെ ഉയർച്ചയെയും വിശാലമായ സ്വീകാര്യതയെയും കുറിച്ച് ഞാൻ ചോദിക്കുന്ന ചോദ്യം ഇതാണ്. നമ്മുടെ രാജ്യത്തെയും സമൂഹത്തെയും ചരിത്രത്തെയും സംബന്ധിച്ച എന്തിലൂടെയാണ് ഇത് സാദ്ധ്യമാകുന്നത്? ഒരു ചരിത്രപരമായ

ഭൗതികവാദി മാത്രം ചോദിക്കുന്ന ചോദ്യമാണത്. ഇറ്റാലിയൻ സംസ്കാരത്തിന്റെയും സമൂഹത്തിന്റെയും പൂർണ്ണമായ ചരിത്രത്തിലേക്കും വികാസത്തിലേക്കും അദ്ദേഹം ആഴത്തിലിറങ്ങി. ആ ചരിത്ര ധാരയിൽ നിന്നും രൂപപ്പെട്ട അതിന്റേതായ ബുദ്ധിജീവി വിഭാഗത്തെയും വർഗ്ഗങ്ങളെയുംകുറിച്ച് പരിശോധിച്ചു. നിലവിലെ പരാജയത്തിന്റെ നിമിഷത്തെ മനസ്സിലാക്കാൻ ഒരു കമ്യൂണിസ്റ്റ് എന്ന നിലയിൽ അദ്ദേഹം ഇങ്ങനെയാണ് ചെയ്തത്. യഥാർത്ഥത്തിൽ ഒരു ലെനിനിസ്റ്റ് എന്ന നിലയിൽ. എന്നാൽ സബാൾട്ടേണിസ്റ്റുകളും ലാക്ലൗവും ചോദിക്കുന്നത് അത്തരത്തിലുള്ള ചോദ്യമല്ല. പകരം, അവർ ബുദ്ധിജീവികൾ, സഭ, മതം മുതലായവയെക്കുറിച്ചുള്ള അദ്ദേഹത്തിന്റെ പഠനങ്ങളെ മുറുകെപ്പിടിക്കുകയും അതെല്ലാം ഒരു സാംസ്കാരികവാദമാക്കി മാറ്റുകയും ചെയ്യുന്നു. അവർ രാഷ്ട്രീയത്തെ അടർത്തി മാറ്റുകയും അദ്ദേഹത്തിന്റെ ഉൾക്കാഴ്ചകളെ ആനുഷംഗികമായി അവതരിപ്പിക്കുകയും ചെയ്യുകയാണ്. സ്റ്റുവർട്ട് ഹാൾ ഗ്രാംഷിയെക്കുറിച്ച് ഒരു ചെറിയ ഭാഗം എഴുതി. ഇവരാരും ഗ്രാംഷിയെക്കുറിച്ച് വ്യവസ്ഥാപിതമായ ഒരു വിശകലനം നടത്തിയിട്ടില്ല. അല്ലെങ്കിൽ പെറി ആൻഡേഴ്സൺ ഒരിക്കൽ ചെയ്തതുപോലെയുള്ള സൂക്ഷ്മമായ വായനയും നടത്തിയിട്ടില്ല

ബാബരി മസ്ജിദ് തകർക്കപ്പെട്ടത് ടെലിവിഷനിൽ സംപ്രേഷണം ചെയ്തതിനുശേഷം 'ഹിന്ദുത്വയുടെ നാളുകളിൽ ഗ്രാംഷിയെ വായിക്കുമ്പോൾ' എന്നപേരിൽ ഞാനൊരു ലേഖനമെഴുതിയിരുന്നു. മസ്ജിദ് തകർത്തത് ഫാഷിസത്തിന്റെ ഒരു ദൃശ്യമായാണ് ഞാൻ കണ്ടത്. ഗ്രാംഷിയെപ്പറ്റി ഇംഗ്ലിഷിൽ ലഭ്യമായ എല്ലാം തന്നെ വായിക്കാൻ അക്കാലത്ത് ഞാൻ ശ്രമിച്ചു. ആ സംഭവത്തെക്കുറിച്ച് മാത്രമല്ല, ഹിന്ദുത്വ പ്രോജെക്റ്റിനെപ്പറ്റിയും അതിന്റെ സാമൂഹിക വേരുകളെക്കുറിച്ചും ആഴത്തിൽ മനസ്സിലാക്കാനുള്ള ശ്രമത്തിന്റെ ആരംഭത്തിലായിരുന്നു ഞാൻ. ഇറ്റലിയെയും ഇന്ത്യയെയും താരതമ്യം ചെയ്തുകൊണ്ട് ഈ വിഷയത്തെപ്പറ്റി പഠിക്കാൻ അന്ന് ശ്രമിച്ചതുപോലെ ഞാനിന്ന് മുതിരില്ല. ഗ്രാംഷിയുടെ ചിന്താലോകത്തിലൂടെയുള്ള, നേരത്തെ സൂചിപ്പിച്ചവരിൽ നിന്നും വ്യത്യസ്തമായൊരു സഞ്ചാര പഥം സൃഷ്ടിക്കാനായി സമഗ്രമായി അദ്ദേഹത്തെ വായിക്കുകയും ഉദ്ധരണികൾ ഓരോന്നോരോന്നായി ഉപയോഗിക്കുകയും ചെയ്തു. സംസ്കാരത്തെക്കുറിച്ചുള്ള ചിന്തകളിൽ പോലും ഞാൻ ഗ്രാംഷിയെ അവരിൽനിന്നും വ്യത്യസ്തമായി വായിക്കാനാണ് ശ്രമിച്ചത്.

ഗ്രാംഷി ഉപയോഗിച്ച "സബാൾട്ടേൺ" എന്ന പദത്തെ ചുറ്റിപ്പറ്റിയായിരുന്നു *സബാൾട്ടേൺ സ്റ്റഡീസ്* എക്കാലവും നിലനിന്നത്. സബാൾട്ടേൺ എന്നതുകൊണ്ടു ഗ്രാംഷി എന്താണുദേശിച്ചത്? ജയിൽ കുറിപ്പുകളിൽ സബാൾട്ടേൺ എന്ന പദം ഗ്രാംഷി ഉപയോഗിച്ചത് വ്യത്യസ്ത രീതികളിലാണ് എന്ന് പെറി ആൻഡെർസൻ എഴുതിയ ലേഖനത്തിന്റെ ആദ്യ ചില പേജുകളിൽനിന്നുതന്നെ മനസ്സിലാക്കാം. തൊഴിലാളി

വർഗ്ഗത്തെപ്പറ്റിയും ഭരണവർഗ്ഗത്തിന്റെ ബുദ്ധിജീവി സമൂഹത്തെപ്പറ്റിയു മൊക്കെ വിശദീകരിക്കാൻ അദ്ദേഹം ആ പദം ഉപയോഗിച്ചിട്ടുള്ളതായി നമുക്കുകാണാം. ജയിലിലെ ദുരിതജീവിതത്തിനും അധികൃതരുടെ കടുത്ത സെൻസറിങ്ങിനുമിടയിൽ, വ്യത്യസ്ത നോട്ടുബുക്കുകളിലായി ഒരേ സമയം അദ്ദേഹം തന്റെ വിശകലന വിഭാഗങ്ങൾ വികസിപ്പി ക്കുകയായിരുന്നു.

വിജയ്: മൂഫെയോ ലാക്ലൗവോ ഇതുവരെ ഗ്രാംഷിയെക്കുറിച്ച് മാത്രമായുള്ള ഒരു പുസ്തകം തയ്യാറാക്കിയിട്ടില്ല. ഇന്നത്തെ പോപ്പുലിസ ത്തെക്കുറിച്ചുള്ള പൊരുത്തമില്ലാത്ത സാഹിത്യത്തിനും 1980 കളുടെ തുടക്കത്തിൽ നിങ്ങൾ ചെയ്ത ആ ഭാഷയുടെ ഉപേക്ഷിക്കലിനും ഇട യിൽ ഒരു നേർരേഖയുണ്ട്. ലാക്ലൗ പെറോണിസത്തെപ്പറ്റിയും (peronism) മൂഫെ ഇപ്പോൾ പോപ്പുലിസത്തെപ്പറ്റിയും എഴുതുന്നുണ്ട്. മൂഫെ അവരുടെ *Hegemony and Socialist Strategy* എന്ന പുസ്തകം ഇറക്കുമ്പോഴേക്കും വർഗ്ഗസിദ്ധാന്തത്തിന്റെ ഭാഷയിൽനിന്നും പൂർണ്ണ മായും അകന്നുപോകുന്നു. വാസ്തവത്തിൽ, അവർ അതിനെ പുച്ഛിച്ചു തള്ളി. നിരവധി യൂറോപ്യൻ ഇടതുപക്ഷ പാർട്ടികളുടെ രാഷ്ട്രീയ പരിപാടികൾ ഉൾപ്പെടെ പോപ്പുലിസത്തെക്കുറിച്ചുള്ള പല സമകാലിക സാഹിത്യത്തിലേക്കും ആ പുസ്തകത്തിൽനിന്ന് ഒരു നേർരേഖ താങ്കൾ വരയ്ക്കുന്നുണ്ട്. യഥാർത്ഥത്തിൽ ഒരു അർത്ഥവുമില്ലാത്ത പോപ്പുലിസം പോലൊരു കാറ്റഗറിയിലേക്കുള്ള ആ പതനത്തെക്കുറിച്ച് ചിന്തിക്കുന്നത് പോലും മൂല്യവത്താണോ?

ഐജാസ്: ലാക്ലൗ ആദ്യമായെഴുതിയ ഇംഗ്ലിഷ് പുസ്തകത്തിൽ പോപ്പുലിസത്തെപ്പറ്റിയുള്ള ഒരു നീണ്ട ലേഖനമുണ്ട്. ഗ്രാംഷിയിൽ നിന്നും സ്വാധീനം ഉൾക്കൊണ്ടെഴുതിയത് എന്നു പറയപ്പെടുന്ന *ഹെജി മണി ആന്റ് സോഷ്യലിസ്റ്റ് സ്ട്രാറ്റെജി* എന്ന പുസ്തകത്തിന്റെ തുടക്ക ത്തിൽ തന്നെ എന്റെ ശ്രദ്ധയിൽപ്പെട്ട ഒരു വാചകമുണ്ട്: 'അധികാര ത്തിന്റെ ഇടങ്ങളത്രയും ശൂന്യമായ ഇടങ്ങളാണ്.' ആ വാചകം വായിച്ച തോടെ ഞാനാ പുസ്തകം അടച്ചുവെച്ചു, എന്നിട്ട് ചിന്തിച്ചു: തന്റെ എല്ലാ സുപ്രധാന ചിന്തകളും, ഫാഷിസത്തിന്റെ തടവുകാരനായിരിക്കെ രൂപ പ്പെടുത്തിയ ഗ്രാംഷിയുടെ പേരിലാണ് ഇത് എഴുതിയിരിക്കുന്നത്. അധി കാരത്തിന്റെ ഇടങ്ങൾ ശൂന്യമായ ഇടങ്ങളാണെന്ന് വാദിക്കാൻ ഗ്രാംഷിക്ക് എപ്പോഴെങ്കിലും തോന്നിയിട്ടുണ്ടാകുമോ?

മാർക്സിസത്തിൽ വിശ്വാസമില്ലാത്ത ഇത്തരം മിക്ക കേസുകളിലും, മാർക്സിസത്തേക്കാൾ തീവ്രമായ ഒരു റാഡിക്കലിസത്തിലേക്കുള്ള വാദ ങ്ങൾ ഉപേക്ഷിക്കാതെതന്നെ, സ്വന്തം മാർക്സിസ്റ്റ് ഭൂതകാലത്തെ സമൂലമായി നിരാകരിക്കുന്നത് കാണാം. അല്ലെങ്കിൽ ദെരിദയെപ്പോലെ, കമ്യൂണിസ്റ്റ് പാർട്ടികളുമായി ബന്ധപ്പെട്ട എല്ലാ കാര്യങ്ങളോടും താൻ നിരന്തരകലഹത്തിലാണെന്ന് എഴുതുകയും അതേസമയം തന്റെ അപനിർമ്മാണം (ഡീകൺസ്ട്രക്ഷൻ) എന്ന സിദ്ധാന്തം മാർക്സിസ

ത്തിന്റെ 'തീവ്രവല്ക്കരണ'മല്ലാതെ മറ്റൊന്നുമല്ലെന്ന് അവകാശപ്പെടുകയും ചെയ്യുന്ന മറ്റു ചിലരെയും കാണാം. ഇപ്പോൾ പാശ്ച്യാത്യ ഇടത് ബുദ്ധിജീവി സമൂഹം മാർക്സിസ്റ്റ് വിരുദ്ധതയിലേക്കുള്ള ഈ പരിവർത്തനത്തിലാണ്. എന്നാൽ തങ്ങൾ എഴുതുന്നതത്രയും വായിക്കുന്നവരിൽ വലിയൊരു വിഭാഗവും മാർക്സിസത്തോട് ആഭിമുഖ്യമുള്ളവരാണെന്ന വസ്തുതയുമായും അവർക്ക് പൊരുത്തപ്പെടേണ്ടതായി വരുന്നു.

വിജയ്: അതേ കാലഘട്ടത്തിൽത്തന്നെയുള്ള താങ്കളുടെ എഴുത്തുകളത്രയും ഇതിന് ഒരു അപവാദമായിരുന്നല്ലോ. സാമ്രാജ്യത്വത്തിന്റെ ഘടനയെക്കുറിച്ചുള്ള ആശയത്തിൽ ഒരു നിശ്ചിത വ്യക്തത ഉണ്ടായിരുന്നു. കോളനിവല്ക്കരണമോ അർദ്ധകോളനിവല്ക്കരണമോ കാരണം ദുർബ്ബലമായ സമൂഹങ്ങളുടെ ആന്തരിക വർഗ്ഗഗതിയെപ്പറ്റി ഒരു ധാരണ നമുക്കാവശ്യമാണ്. സമ്പദ്വ്യവസ്ഥയെ നിയന്ത്രിക്കുന്നില്ലെങ്കിൽ പോലും ഒരു നിശ്ചിത രാഷ്ട്രീയ ആധിപത്യം കൈവരിക്കുന്നത് ഏതൊക്കെ വർഗ്ഗങ്ങളാണെന്നതിനെയൊക്കെക്കുറിച്ച്. അതുകൊണ്ട് ഇന്റർമീഡിയറ്റ് വിഭാഗം പ്രധാനമാണ്. മുകളിൽ നിന്നുള്ള ഒരു സ്വേച്ഛാധിപത്യംതന്നെ ആവണമെന്നില്ലെങ്കിൽ പോലും, ബഹുജന സ്വഭാവമുള്ള ഒരു പ്രത്യേകതരം വലതുപക്ഷത്തിന്റെ ഉദയത്തിന്റെ കാരണം വിശദീകരിക്കാൻ സഹായിച്ച ഒരു നിശ്ചിത ആശയ പ്രപഞ്ചമായിരുന്നു അത്. ഇന്നിപ്പോൾ ലാക്ലൗവിന്റെയും മൂഫെയുടെയും ചില പോസ്റ്റ് മാർക്സിസ്റ്റുകളുടെയും യാത്ര, പോപ്പുലിസത്തെപ്പറ്റി ചുറ്റിപ്പറ്റിയുള്ളതാണ്. അവർക്ക് ഇത് ഒരു വശത്ത് ഡൊണാൾഡ് ട്രംപിനെ വിശേഷിപ്പിക്കാൻ ഉപയോഗിക്കാം, മറുവശത്ത് നരേന്ദ്ര മോദിയെയും.

ഐജാസ്: പോസ്റ്റ് മാർക്സിസ്റ്റുകളെല്ലാം തന്നെ പാശ്ചാത്യ സർവ്വകലാശാല അക്കാദമിക ലോകത്തുനിന്നുള്ളവരാണ്. തങ്ങൾ ഇടതുപക്ഷമാണെന്ന് സ്വയം പറയുന്ന ഇവർ, യൂണിവേഴ്സിറ്റി അടിച്ചേല്പിക്കുന്ന എല്ലാ ആശയങ്ങളും ഉൾക്കൊള്ളുന്നു. അങ്ങനെ നോക്കിയാൽ ഞാനൊരിക്കലും ഒരു അക്കാദമിക്ക് ആയിരുന്നില്ല. ജീവിതത്തിലൊരിക്കലും അക്കാദമിക് ലോകത്തെ അവസാന വാക്കായി ഒരു ജേർണലിലും ഞാൻ എഴുതിയിട്ടില്ല. ഒരെണ്ണം പോലും അത്തരം റഫേഡ് ജേർണലിലേക്ക് സമർപ്പിച്ചിട്ടില്ല, ഒരിക്കലും അതിന് ആഗ്രഹിക്കുന്നുമില്ല. എന്റെ ഇടം പൂർണ്ണമായും മറ്റൊന്നാണ്. പാകിസ്താനിൽ പട്ടാളഭരണം നടക്കുമ്പോൾ ഞാൻ അമേരിക്കയിലായിരുന്നു. പാകിസ്താനിലേക്ക് തിരിച്ചുപോകാൻ ആ കലുഷിത സാഹചര്യത്തിലും ഞാൻ ശ്രമിച്ചിരുന്നു. പശ്ച്യാത്യ സർവ്വകലാശാലകളിൽ ഞാൻ പഠിപ്പിച്ചിരുന്നതുതന്നെ എനിക്കു അദ്ധ്യാപനത്തോടുള്ള ആവേശംകൊണ്ടും ആ കാലത്ത് അതെനിക്ക് ആവശ്യമായിരുന്നതുകൊണ്ടും മാത്രമാണ്. പാകിസ്ഥാനി കമ്യൂണിസ്റ്റ് പ്രസ്ഥാനത്തിന്റെ ഒരു പ്രത്യേക ശാഖയിലാണ് പാകിസ്ഥാനിലെ എന്റെ ഗൃഹത്തെ ഞാൻ കണ്ടത്. അതെല്ലാം തകർന്ന് സിയ ഉൽ

ഹക്കിന്റെ ഏകാധിപത്യഭരണം ഉയർന്നുവരുന്ന സമയത്ത് ഞാൻ അമേരിക്കയിലേക്കു മടങ്ങിപ്പോയി, അക്കാലം അവസാനിക്കാനായി കാത്തിരുന്നു. ഞാൻ ജനിച്ചതും വളർന്നതുമായ രാജ്യമായതിനാൽ തന്നെ അധികം താമസിയാതെ ഇന്ത്യയിലേക്ക് മടങ്ങാൻ തീരുമാനിച്ചു. എന്നാൽ പ്രാഥമികമായും, അത് ആ രാജ്യത്തിൽ എനിക്കൊരു പുതിയ രാഷ്ട്രീയഭവനത്തെ കണ്ടെത്താനായതിനാലായിരുന്നു. എന്റെ ചിന്തകളുടെ ഭൂരിഭാഗവും നമ്മുടെ ലോകത്തെ യഥാർത്ഥപ്രശ്നങ്ങളെ ചുറ്റിപ്പറ്റിയായിരുന്നു. പൊതുവായി പറഞ്ഞാൽ ട്രൈക്കോണ്ടിനെന്റൽ (ഏഷ്യ, ആഫ്രിക്ക, ലാറ്റിൻ അമേരിക്ക ഭൂഖണ്ഡങ്ങൾ ചേർന്നത്) ലെ വിഷയങ്ങൾ. അങ്ങനെ അതൊരു പൂർണ്ണമായും വ്യത്യസ്തമായ ഇടമാണ്. അതേ സമയം മാർക്സിസം, പൂർത്തിയാകാത്ത ഒരു ശാസ്ത്രമാണെന്നു കരുതുന്ന ഒരു മാർക്സിസ്റ്റാണ് ഞാൻ. സമൂഹത്തിലുണ്ടാവുന്ന ഓരോ പുതിയ വികാസത്തെയും നമുക്ക് മനസ്സിലാക്കേണ്ടതുണ്ട്. എന്നാൽ മാർക്സിസ്റ്റ് നിലപാടിൽ നിന്ന് തന്നെയായിരിക്കണം അത്, ഉരുക്കുപോലുള്ള മാർക്സിസ്റ്റ് ചിന്തയുടെ ചട്ടക്കൂടിനകത്ത് തന്നെ നിന്നുകൊണ്ട്. അതുകൊണ്ട് ഞാൻ വളരെ വിപുലമായി വായിക്കുകയും, പലതരത്തിലുള്ള കാര്യങ്ങളെക്കുറിച്ച് ചിന്തിക്കുകയും എഴുതുകയും ചെയ്യുന്നു. മാർക്സിസത്തെ വെറുമൊരു വാചകക്കസർത്തായി ചുരുക്കാതിരിക്കാനും ഞാൻ കഠിനമായി ശ്രമിച്ചിക്കുന്നു. ചുരുക്കത്തിൽ, ഒരു ബുദ്ധിജീവി എന്ന നിലയിലുള്ള എന്റെ കർത്തവ്യത്തെ അതീവ ഗൗരവത്തോടെയാണ് ഞാൻ കാണുന്നത്. എന്നാൽ ഇതെല്ലാം, ഒരു സവിശേഷമായ രാഷ്ട്രീയ ഭവനവുമായും വ്യക്തമായ രാഷ്ട്രീയ പദ്ധതികളുമായുമുള്ള സജീവ ഇടപെടലുമായി ബന്ധപ്പെട്ടിരിക്കുന്നു. പാശ്ചാത്യ ഇടതുപക്ഷ അക്കാദമിക് വിദഗ്ദ്ധർക്ക് പൊതുവേ ഈ ലോകത്തിൽ തങ്ങളുടെ അത്തരമൊരു സ്ഥാനത്തെക്കുറിച്ച് ബോധമുണ്ടെന്ന് ഞാൻ കരുതുന്നില്ല. തീർച്ചയായും ഉയർന്ന ബഹുമാനത്തോടുകൂടി പലരെയും മാറ്റിനിർത്തിയാണ് ഞാനിത് പറയുന്നത്.

വിവർത്തന പങ്കാളി: അസീദ് കരീം ഹുസൈൻ

ഇന്ത്യയിലേക്കുള്ള മടക്കം

വിജയ് പ്രഷാദ്: 1985 ൽ നിങ്ങൾ ഇന്ത്യയിലേക്ക് മടങ്ങാനുള്ള പ്രധാന കാരണം എന്തായിരുന്നു?

ഐജാസ് അഹമ്മദ്: ഓ, അങ്ങനെ പെട്ടെന്നൊരു കാരണമൊന്നുമുണ്ടായിരുന്നില്ല. കുറേ വർഷങ്ങളായി അത്തരമൊരു മടക്കത്തെക്കുറിച്ച് ഞാൻ ആലോചിക്കുന്നുണ്ടായിരുന്നു. ഇന്ത്യയിലാണ് ഞാൻ വളർന്നത്. ഹൈസ്കൂൾ കഴിഞ്ഞതിനുശേഷം മാത്രമാണ് പാകിസ്ഥാനിലെത്തിയത്. അതിനാൽത്തന്നെ ഇന്ത്യനാണെന്ന ബോധം എന്നിലുണ്ടായിരുന്നു. പാകിസ്ഥാനിൽവന്ന് ലാഹോറിലെ കോളേജിൽ പോകുമ്പോൾ എല്ലായ്പ്പോഴും പുറംനാട്ടുകാരനായി സ്വയം അനുഭവപ്പെട്ടു. പിന്നീട് പാകിസ്ഥാനിൽ ദേശീയതാ പ്രശ്നം ഉയർന്നുവന്നു. അതിൽ ഭൂരിഭാഗവും വംശീയ സങ്കുചിതത്വത്തിലേക്കും അന്യമത വിദ്വേഷത്തിലേക്കും വിരൽചൂണ്ടുന്നതായിരുന്നു. അതിനാൽ ആ രാഷ്ട്രീയ സംസ്കാരം എനിക്ക് കൂടുതൽ അന്യമായതായി തോന്നിത്തുടങ്ങി. 1970 കളുടെ അവസാനത്തോടെ ശിഥിലമാകാൻ തുടങ്ങുകയും 1978 ൽ അഫ്ഗാനിസ്ഥാനിലെ വിപ്ലവത്തിനും പിന്നീട് രണ്ട് വർഷത്തിനുശേഷം അവിടെ നടന്ന സോവിയറ്റ് ഇടപെടലിനുംശേഷം പൂർണ്ണമായും തകരുകയും ചെയ്ത ഒരു രാഷ്ട്രീയ പാർട്ടിയിൽ അംഗമായിരുന്നു ഞാൻ. ഒരു രാഷ്ട്രീയ ഭവനം ഇല്ലാതിരുന്ന ഞാൻ അത്തരമൊന്ന് തേടുകയായിരുന്നു. ഉറച്ച ഒരു രാഷ്ട്രീയ ഭവനം ഇല്ലായിരുന്നതിനാൽ എനിക്ക് പാകിസ്ഥാനിലേക്ക് മടങ്ങാൻ കഴിഞ്ഞില്ല. കൂടാതെ സിയാ ഉൾ ഹക്കിന്റെ അട്ടിമറിക്കുശേഷം അത്തരമൊരു മടക്കം വളരെ അപകടകരവുമായിരുന്നു. ഈ ചിന്തകളെല്ലാം എന്റെ മനസ്സിലേക്ക് വാർന്നിറങ്ങിക്കൊണ്ടിരിക്കുകയായിരുന്നു. ഇതിനിടയിൽ, അമേരിക്കയിൽ ജീവിക്കാൻ ഞാൻ ആഗ്രഹിക്കുന്നില്ലെന്ന

തീരുമാനത്തിലെത്തി. ഇന്ത്യയിലോ പാകിസ്ഥാനിലോ ജീവിച്ചിരുന്നിടത്തോളം തന്നെ കാലം അപ്പോഴേക്കും ഞാൻ ന്യൂയോർക്കിൽ താമസിച്ചിരുന്നെങ്കിലും ആ നാട് എനിക്ക് വളരെ അന്യമായ ഒരു അനുഭവമായിരുന്നു. ഒരു രാഷ്ട്രീയ ഭവനമാകാൻ സാദ്ധ്യതയുള്ള ഒന്ന് എന്ന നിലയിൽ ഇന്ത്യയിലെ കമ്യൂണിസ്റ്റ് പ്രസ്ഥാനം എന്നെ ആകർഷിച്ചിരുന്നു. കൂടാതെ കുട്ടിക്കാലത്തെ ഇന്ത്യയെക്കുറിച്ചുള്ള ഓർമ്മ എന്റെ ജീവിതത്തിലെ പൂർത്തീകരിക്കപ്പെടാത്ത ഏതോ ഒരു വ്യവഹാരത്തെക്കുറിച്ചുള്ള തോന്നലായി എപ്പോഴും അനുഭവപ്പെട്ടിരുന്നു.

തിരികെ പോകാനുള്ള സാദ്ധ്യത ആരാഞ്ഞുകൊണ്ടുള്ള ശ്രമങ്ങൾ ആരംഭിക്കുമ്പോഴും എന്റെ കൈയിലുണ്ടായിരുന്നത് പാകിസ്ഥാൻ പാസ്പോർട്ടായിരുന്നു. ഞാൻ സംസാരിച്ച ആളുകൾ എന്നോട് പറഞ്ഞത് ഇന്ത്യയിലെ താമസം സാദ്ധ്യമാകുമെന്നും എന്നാൽ പാകിസ്ഥാൻ പാസ്പോർട്ടോടുകൂടി അത് നടക്കില്ലെന്നുമാണ്. അങ്ങനെ എനിക്ക് ഒരു പടിഞ്ഞാറൻ രാജ്യത്തിന്റെ പാസ്പോർട്ട് ആവശ്യമായിവന്നു. അതിനായി ഞാൻ ന്യൂയോർക്കിലേക്ക് മടങ്ങുകയും ഒരു അമേരിക്കൻ പാസ്പോർട്ട് നേടിയെടുക്കുകയും ചെയ്തു. അതുതന്നെ ഒരു കഥയാണ്. ഏതായാലും, അമേരിക്കൻ പാസ്പോർട്ട് സ്വന്തമാക്കാനുള്ള കാരണം വിരോധാഭാസമായിരുന്നു. എന്റെ ജന്മനാടായ ഇന്ത്യയിൽ ജീവിക്കാൻ വേണ്ടി അമേരിക്കൻ പാസ്പോർട്ട് നേടിയ ആളാണ് ഞാൻ. ഈ പുതിയ പാസ്പോർട്ടുമായി ഇന്ത്യയിലേക്ക് മടങ്ങിയെത്തിയ ഞാൻ താമസിയാതെ നെഹ്റു മെമ്മോറിയൽ മ്യൂസിയം ആൻഡ് ലൈബ്രറിയിൽ ഫെല്ലോ ആയി.

വിജയ്: ഇന്ത്യൻ ബൗദ്ധിക ലോകവുമായി നിങ്ങൾക്ക് പരിചയമുണ്ടായിരുന്നു, എന്നാൽ ഡൽഹിയിൽ തിരിച്ചെത്തിയതിനുശേഷം നിങ്ങൾക്ക് കൂടുതൽ ആഴത്തിലുള്ള ബന്ധമുണ്ടാവുന്നു, നിങ്ങൾ പെട്ടെന്ന് രാഷ്ട്രീയത്തിൽ ഇടപെട്ടു. നിങ്ങളുടെ ചിന്തകളിലേക്കും പ്രവൃത്തികളിലേക്കും ഭാവനകളിലേക്കും പ്രവേശിക്കാൻ തുടങ്ങിയ പുതിയ വിഷയങ്ങൾ ഏതൊക്കെയായിരുന്നു?

ഐജാസ്: ഇന്ത്യയുമായി താരതമ്യപ്പെടുത്തുമ്പോൾ പാകിസ്ഥാനിലെ ബൗദ്ധിക സംസ്കാരം വളരെ പിന്നോക്കാവസ്ഥയിലാണെന്നതാണ് ഞാൻ ആദ്യം അനുഭവിച്ചറിഞ്ഞത്. മറ്റൊന്ന്, ഞാൻ എവിടെയാണെന്ന് മനസ്സിലാക്കാൻ രണ്ടോ മൂന്നോ നാലോ വർഷമെടുക്കുമെന്നുള്ളത് ഇന്ത്യയിൽ വന്ന് ഏതാനും ആഴ്ചകൾക്കുള്ളിൽ തന്നെ മനസ്സിലാക്കി; ഇത് എന്റെ വീടാണെന്ന വികാരപരമായ ചിന്തയിലല്ലാതെ, എനിക്ക് ഇന്ത്യയെ ശരിക്കും അറിയില്ലായിരുന്നു. സ്വത്വ രാഷ്ട്രീയത്തിന്റെ ആരാധനക്രമമെന്നതുപോലെ എവിടെയെങ്കിലും ജനിച്ചാൽ മാത്രമേ ആ സ്ഥലത്തെക്കുറിച്ച് എന്തെങ്കിലും ധാരണ ലഭിക്കൂ എന്ന് ഞാൻ ഒരിക്കലും വിശ്വസിച്ചിരുന്നില്ല. യഥാർത്ഥത്തിൽ ഞാൻ മറ്റൊരു പഠന രീതിയിലേക്ക് പോയി. 1970 കളുടെ അവസാനവും 1980 കളുടെ ആദ്യ പകുതിയും

വലിയൊരു സമയം വായനയ്ക്കായി ചെലവഴിച്ചു; ആ വർഷങ്ങളിലാണ് ഒരു ബുദ്ധിജീവിയായി ഞാൻ മാറുന്നതെന്നാണ് എന്റെ തോന്നൽ. ഇന്ത്യയെക്കുറിച്ചുള്ള, ഏകദേശം മൂന്നോ നാലോ വർഷം നീണ്ടുനിന്ന പഠനം ഞാൻ ആരംഭിച്ചു; വീണ്ടും, ധാരാളം വായന, ബുദ്ധിജീവികളുമായും പ്രവർത്തകരുമായും അനവധി മീറ്റിങ്ങുകൾ ഒക്കെയുണ്ടായി. പാർട്ടി ബുദ്ധിജീവികളുമായുള്ള ഇടപെടൽ വർദ്ധിച്ചു. സ്വാഭാവികമായും ഒരു ലേർണിങ് കർവ് ഉണ്ടായി, വളരെ പ്രധാനപ്പെട്ട ഒരു പഠന വക്രം.

വിജയ്: ഈ സമയത്ത് എന്തായിരുന്നു വായിച്ചുകൊണ്ടിരുന്നത്?

ഐജാസ്: അതുവരെ ഇന്ത്യയെക്കുറിച്ച് വളരെ ഉപരിപ്ലവമായി അവിടെയും ഇവിടെയും മാത്രമേ ഞാൻ വായിച്ചിരുന്നുള്ളൂ. കൊസാമ്പിയുടെ ഒരു ഭാഗം, ഇർഫാൻ ഹബീബിന്റെ ഭാഗം, അമിയ ബാഗ്ചിയുടെ ഭാഗം, ബിപൻ ചന്ദ്രയുടെ ആദ്യകാല എഴുത്തുകളിൽ നിന്നുള്ളവ; എന്നിങ്ങനെയുള്ള കാര്യങ്ങൾ. അവിടെയെത്തിയപ്പോൾ ഞാൻ രണ്ട് വ്യത്യസ്ത ദിശകളിൽ കൂടുതൽ വ്യവസ്ഥാപിതമായി വായിക്കാൻ തുടങ്ങി. ഒന്ന്, രചയിതാവിന്റെ രാഷ്ട്രീയ ആഭിമുഖ്യങ്ങൾ പരിഗണിക്കാതെ തന്നെ, ഇന്ത്യൻ ചരിത്രത്തെയും സമൂഹത്തെയുംകുറിച്ച് ഞാൻ ധാരാളം വായിക്കുന്നു. വലതുപക്ഷ ചരിത്രകാരന്മാരുടെ രചനകൾ മുതൽ ഓർഗനൈസർ ഫയലുകൾ വരെ വലതുപക്ഷത്തുനിന്നുള്ള രചനകൾ അതിൽ ഉൾപ്പെടുന്നു. അതേ സമയം, ഇന്ത്യൻ മാർക്സിസ്റ്റുകളുടെ കൃതികളും വായിക്കുവാൻ തുടങ്ങി. ഇ എം എസിനെ ഞാൻ വിപുലമായി വായിച്ചു. രണദിവയെ എനിക്ക് കിട്ടാവുന്നത്രയും വായിച്ചു. ട്രേഡ് യൂണിയനുകളെക്കുറിച്ചുള്ള രണദിവെയുടെ മൂന്ന് വാല്യങ്ങളും വാങ്ങിയത് ഞാൻ ഓർക്കുന്നു. ഞാൻ സി പി ഐ (എം) [കമ്യൂണിസ്റ്റ് പാർട്ടി ഓഫ് ഇന്ത്യ (മാർക്സിസ്റ്റ്)] പാർട്ടി സാഹിത്യം വളരെ പതിവായി, കഴിയുന്നത്ര വായിച്ചു. സുകോമൾ സെൻ എഴുതിയ ഇന്ത്യൻ കമ്യൂണിസത്തിന്റെ മുഴുവൻ ചരിത്രവും ഞാൻ വായിച്ചു. സി പി ഐ പുറത്തിറക്കിയ കമ്യൂണിസ്റ്റ് പാർട്ടി ഓഫ് ഇന്ത്യയുടെ ചരിത്രത്തിന്റെ നിരവധി വാല്യങ്ങൾ ഉണ്ടായിരുന്നു; സി പി ഐ (എം) ന്റെ വാല്യങ്ങൾ പിന്നീട് വന്നു. ഞാൻ അതെല്ലാം വായിച്ചു. ഇങ്ങനെ കടന്നുപോയ നാലോ അഞ്ചോ വർഷങ്ങളുടെ അവസാനത്തോടെ ഇന്ത്യയെ സംബന്ധിച്ച പുസ്തകങ്ങൾകൊണ്ട് നിറച്ച നിരവധി ബുക്ക്കെയ്സുകൾ എന്റെ കൈവശം ഉണ്ടായിരുന്നു. തുടർന്ന് പുസ്തകങ്ങളുടെ അലമാരകൾ പെരുകിക്കൊണ്ടേയിരുന്നു.

വിജയ്: സാംസ്കാരിക വശത്തെക്കുറിച്ച്, പേരെടുത്ത് പറഞ്ഞാൽ ജാതിയെക്കുറിച്ച് മനസ്സിലാക്കണമെന്ന് എപ്പോഴാണ് തോന്നിത്തുടങ്ങിയത്? ജാതിയും പലതരത്തിലുള്ള സ്വത്വരൂപങ്ങളും സാമൂഹികമായി കെട്ടിപ്പടുക്കപ്പെട്ടതാണെന്നും അവയ്ക്ക് കൊളോണിയലിസത്തിലും മറ്റും വേരോട്ടമുണ്ടെന്നുമൊക്കെയുള്ള ഉപരിപ്ലവമായ നിരീക്ഷണങ്ങളടങ്ങുന്ന പുതിയ ഒരു സാഹിത്യത്തെക്കുറിച്ച് നിങ്ങൾ സംസാ

രിച്ചത് ഞാൻ നന്നായി ഓർക്കുന്നു. അതിലും നീണ്ട ഒരു ചരിത്രമുണ്ടെന്ന് താങ്കൾ പറയുന്നതും എനിക്ക് ഓർമ്മയുണ്ട്. എപ്പോഴാണ് പിന്നോട്ട് പോകാനും ആദ്യകാല ചരിത്രങ്ങൾ വായിക്കാനും അത്തരം ചില നിഗമനങ്ങളിൽ എത്തിച്ചേരാനും തുടങ്ങിയത്?

ഐജാസ്: അതെ. സബാൾടേൺ സ്റ്റഡീസ്, വർഗ്ഗീയതയുടെയും ജാതിയുടെയും കൊളോണിയൽ നിർമ്മാണം തുടങ്ങിയ കാര്യങ്ങളെ കുറിച്ചുള്ള എന്റെ അഭിപ്രായങ്ങളെയാണ് നിങ്ങൾ പരാമർശിക്കുന്നതെന്ന് ഞാൻ കരുതുന്നു. വർഗ്ഗീയതയെ കൊളോണിയൽ നിർമ്മിതി എന്ന നിലയിൽ കാണുന്ന ഗ്യാനേന്ദ്ര പാണ്ഡെയുടെ പുസ്തകത്തോട് എനിക്ക് വിയോജിപ്പായിരുന്നു. ആശയതലത്തിൽ, നിർമ്മിത സ്വത്വങ്ങളെക്കുറിച്ചുള്ള ആശയം, കാര്യം പറയാതെ കാടടച്ച് വെടിവെക്കുന്ന ഒന്നിലേക്കുള്ള തിരിവാണ്, സാംസ്കാരികമായ ഒന്ന്. ഭൗതികപരമായ വിശദീകരണങ്ങളിൽനിന്ന് മാറി അടുക്കും ചിട്ടയും ഒന്നുമില്ലാത്ത, ഒന്നിലും ഉറച്ചുനില്ക്കാത്ത തരം വിശദീകരണങ്ങളിലേക്കുള്ള കൂടുമാറ്റമാണത്.

കൊളോണിയൽ വ്യവഹാരമാണ് ഭാഷാപരമായ വഴിത്തിരിവിലും സാംസ്കാരികത്തിരിവിലും ചരിത്രത്തെ നിർണ്ണയിക്കുന്നത്. ഉദാഹരണത്തിന്, കൊളോണിയൽ ഭരണകൂടം ജനസംഖ്യാ കണക്കെടുപ്പിലൂടെ മതസമൂഹങ്ങളെയും ജാതി സമുദായങ്ങളെയും രാഷ്ട്രീയ വിഷയങ്ങളാക്കി സൃഷ്ടിക്കുകയോ രൂപപ്പെടുത്തുകയോ ചെയ്തുവെന്നു പറയപ്പെടുന്നു. ഇത് യഥാർത്ഥമാക്കിയത് എന്തായിരുന്നു എന്ന ചോദ്യത്തിന് അടിവരയിടുന്നു. കൊളോണിയൽ വ്യവഹാരത്തിൽ അങ്ങനെ പ്രതിനിധീകരിക്കാൻ കഴിയുന്ന ഒരു ഭൗതിക അടിത്തറ-ചരിത്രപരവും സാമൂഹ്യശാസ്ത്രപരവും ഭൗതികവുമായ അടിത്തറ- ഉണ്ടായിരിക്കണം; എന്നാൽ പ്രാതിനിദ്ധ്യം യാഥാർത്ഥ്യങ്ങളെ സൃഷ്ടിക്കുന്നില്ല. പ്രാതിനിദ്ധ്യവും ഭരണനിർവ്വഹണവും മാറ്റുകയും രൂപപ്പെടുത്തുകയും ചെയ്യുന്ന മറ്റ് ചില യാഥാർത്ഥ്യങ്ങളുണ്ട്. എന്നാൽ യഥാർത്ഥ ബന്ധങ്ങൾ എന്തായിരുന്നു? ഉദാഹരണത്തിന്, കൊളോണിയൽ ഇടപെടലിൽ മൂർച്ചകൂട്ടിയ, വളരെ അവ്യക്തമായ സമൂഹങ്ങളായിരുന്നു ഇവയെന്ന് പറയുമ്പോൾ, അവ്യക്തമായ സമൂഹങ്ങൾ എന്താണെന്ന ചോദ്യം അവശേഷിക്കുന്നു? എന്നാൽ ജാതി ഒരിക്കലും അവ്യക്തമായ ഒരു സമൂഹമായിരുന്നില്ല. ഇവ വളരെ കഠിനവും വേഗതയേറിയതുമായ കമ്യൂണിറ്റികളായിരുന്നു. ഞാൻ ഉദ്ദേശിക്കുന്നത്, ഒരു ദളിതന്റെ നിഴൽ വീഴുന്ന ഒരു സമൂഹം നിങ്ങൾക്കുണ്ടെങ്കിൽ, അല്ലെങ്കിൽ ഒരു ദളിതൻ തെരുവിന്റെ ഒരു വശത്ത് നടക്കുന്നു, കാറ്റ് ആ വഴി വന്ന് ബ്രാഹ്മണനെ സ്പർശിക്കുന്നു.

വിജയ്: ആ വ്യക്തി ഓടിപ്പോയി കുളിക്കണം!

ഐജാസ്: അതെ അയാൾ ഓടണം. ദളിത് വ്യക്തിയെ മാലിന്യമായാണ് കാണുന്നത്, അതിനാൽ അവന്റെ സാന്നിദ്ധ്യം തന്നെ ബ്രാഹ്മണനെ മലിനമാക്കുന്നു; ഒരു സ്പർശനം മാത്രമല്ല, ഒരു നിഴൽ പോലും.

ഉദാഹരണത്തിന്, ബ്രാഹ്മണിസം അതിന്റെ ഹൃദയത്തിൽ ഓർത്തോ പ്രാക്സി പോലെ ഒരു യാഥാസ്ഥിതികതയല്ല (ഓർത്തോഡോക്സി) എന്നു വാദിക്കുന്ന സുവിര ജയ്സ്വാളിനോട് ഞാൻ യോജിക്കുന്നു. മറ്റൊരു വിധത്തിൽ പറഞ്ഞാൽ, ജാതി അതിരുകൾ കർക്കശമായി തുടരുന്നിട ത്തോളം വിശ്വാസങ്ങൾ ഇലാസ്റ്റിക് ആയിരിക്കാം. അതിനാൽ അതിൽ അവ്യക്തതയൊന്നുമില്ല, പക്ഷേ, സമുദായങ്ങൾ അവ്യക്തമായിരുന്നു വെന്നും, മൂർച്ചയുള്ള വരകളില്ലായിരുന്നുവെന്നും, ഈ മൂർച്ചയുള്ള വരകൾ നിർമ്മിച്ചത് കൊളോണിയലുകളാണ് എന്നുമാണ് സുദീപ്ത കവിരാജും അതുപോലുള്ള ആളുകളും പറയുന്നത്. ബ്രാഹ്മണിസം യഥാർത്ഥത്തിൽ ചരിത്രപരമായി എന്തായിരുന്നു എന്നതിന്റെ ആഴ ത്തിലുള്ള നിഷേധമായി ഞാൻ ഇതിനെ കാണുന്നു.

വിജയ്: ഇതിന്റെ കാഠിന്യം മനസ്സിലാക്കിയിരുന്ന അംബേദ്കറിൽ നിന്ന് തികച്ചും വ്യത്യസ്തമാണ്.

ഐജാസ്: അത് ശരിയാണ്. അത് തികച്ചും ബ്രാഹ്മണിക്കൽ സങ്കല്പമാണ്; ഇന്ത്യയിലെ ജാതി എന്താണെന്ന യാഥാർത്ഥ്യത്തിന്റെ നിഷേധമാണിത്. അങ്ങനെ സംഭവിച്ച ഒരു കാര്യം, അംബേദ്കറെപ്പോലു ള്ളവരുടെയും, പെരിയാറിന്റെ ഇംഗ്ലീഷിൽ ലഭ്യമായ രചനകളും, ജാതി യെക്കുറിച്ചു കിട്ടുന്നത്ര രചനകളും വായിക്കാൻ തുടങ്ങി. പത്തു പതി നഞ്ചുവർഷമായി എന്നിൽ സഞ്ചിത സ്വാധീനം ചെലുത്തിയ ജാതിയെ ക്കുറിച്ച് ഞാൻ ധാരാളം വായിച്ചു. അത് ഇന്ത്യയെക്കുറിച്ചുള്ള എന്റെ ബോധത്തെ മാറ്റിമറിച്ചു. ഇന്ത്യയിൽ വളരെ പെട്ടെന്നുതന്നെ ഞാൻ തിരി ച്ചറിഞ്ഞ ഒരു കാര്യമായിരുന്നു ജാതി. വളരെക്കാലം പാകിസ്ഥാനിൽ ജീവിച്ചിട്ട്, മഹത്തായ കമ്യൂണിസ്റ്റ് പാർട്ടികളുള്ള, ഗാന്ധിയും നെഹ്റുവും മതേതരത്വവും മറ്റുമുള്ള, ഇന്ത്യയിലേക്ക് വരുമ്പോൾ, അടിച്ചമർത്തപ്പെട്ട വിഭാഗങ്ങളുടെ വിധേയത്വം എന്നെ വല്ലാതെ ഞെട്ടിച്ചു. ഇതിനെ ഞാൻ ഉടനെ ജാതിയുമായി ചേർത്തുവായിച്ചു. ഉയർന്ന ജാതിക്കാരും സമ്പ ന്നരും ദരിദ്രരോട് പോലും സംസാരിക്കുന്ന രീതി; പാകിസ്ഥാനിലാണെ ങ്കിൽ തല്ലു കിട്ടും. പാകിസ്ഥാനിൽ വർഗ്ഗം, ജാതി, മതം എന്നിവ പരി ഗണിക്കാതെ നിങ്ങളുടെ സ്വന്തം ലിംഗത്തിൽ നിന്നുള്ള എല്ലാവരെയും നിങ്ങൾ ആശ്ലേഷിക്കുന്നു. രണ്ട് പുരുഷന്മാർ കണ്ടുമുട്ടുന്നു, അവർ ആലിംഗനം ചെയ്യുന്നു. ഞാൻ ഡൽഹിയിൽ വന്നപ്പോൾ ജാതി വേർ തിരിവുകളിൽ വിശ്വസിക്കാത്ത, രാഷ്ട്രീയമായി ഇടതുപക്ഷത്തുള്ള, സുഹൃത്തുക്കൾക്കിടയിൽപ്പോലും ശാരീരിക അകലം പാലിക്കുന്ന ഉയർന്ന ജാതി കുടുംബങ്ങളിൽ ജനിച്ച ആളുകളെ ഞാൻ കണ്ടു. പരസ്പരം അഭിവാദ്യം ചെയ്യുമ്പോഴും അതിൽ ജാതി കാണാൻ എനിക്ക് കഴിഞ്ഞു.

വിജയ്: അത് വളരെ രസകരമാണ്. എന്നാൽ ഇത് ഒരു വർഗ്ഗ സമീപനമാണ്, കാരണം ഇന്ത്യയുടെ വിവിധഭാഗങ്ങളിൽ ശരീരങ്ങൾ പ്രവർത്തിക്കുന്നതിന്റെ വ്യത്യസ്ത രീതികൾ കാണാം.

ഐജാസ്: തീർച്ചയായും, പക്ഷേ, ഞാൻ സംസാരിക്കുന്നത് ഡൽഹിയിലെ ബുദ്ധിജീവികളെക്കുറിച്ചാണ്, ഞാൻ ജീവിച്ചിരുന്ന ഇടതുപക്ഷ ഡൽഹി ബുദ്ധിജീവികളെക്കുറിച്ചാണ്; നിങ്ങൾ അകലെനിന്ന് ഹലോ പറയുന്നു. എന്നാൽ ഉത്തരേന്ത്യയിലുടനീളമുള്ള നിരവധി സാമൂഹിക കൂട്ടായ്മകളുടെ കാര്യത്തിലും ഇത് സത്യമാണ്. അതിനാൽ, എന്നെ സംബന്ധിച്ചിടത്തോളം ഇത് വളരെ വിചിത്രമായ ഒരു ആചാരമായിരുന്നു. ഞാൻ ഇതെല്ലാം ശുദ്ധി-മലിനീകരണവുമായി ബന്ധിപ്പിച്ചു. ആളുകൾ വെള്ളം കുടിക്കുന്ന രീതി; നിങ്ങൾ കുപ്പി എടുത്ത് അതിൽ നിന്ന് വെള്ളം കുടിക്കുമ്പോൾ അത് നിങ്ങളുടെ വായിൽനിന്ന് ഇഞ്ച് അകലെ സൂക്ഷിക്കുന്നു - എന്തുകൊണ്ടാണ് നിങ്ങൾക്ക് അത് വായിൽ വയ്ക്കാൻ കഴിയാത്തത്? എനിക്ക് അങ്ങനെ വെള്ളം കുടിക്കാൻ പോലും അറിയില്ല! എന്നെ രൂപപ്പെടുത്തിയ ലോകത്ത് ഒരേ ഗ്ലാസിൽനിന്ന് നിരവധി ആളുകൾ വെള്ളം കുടിക്കുന്നത് സാധാരണമാണ്. അതിനാൽ ദൈനംദിന ജീവിതം, ശരീരങ്ങൾ എങ്ങനെ പ്രവർത്തിക്കുന്നു, പെരുമാറ്റരീതികൾ എങ്ങനെ പ്രവർത്തിക്കുന്നു, ലളിതമായ ദൈനംദിന കാര്യങ്ങൾ; ഇപ്പോൾ ഒരു വിശ്വാസമല്ല, മറിച്ച് ആചാരമായി മാറിയിരിക്കുന്നു.

വിജയ്: അത് വളരെ ആധുനിക കാലഘട്ടത്തിൽ വേരൂന്നിയതല്ല, ഇവ വളരെക്കാലം പിന്നിലേക്ക് പോകുന്നു.

ഐജാസ്: ഇതെല്ലാം ഞാൻ ജാതിയുമായി ബന്ധിപ്പിച്ചു കാണുന്നു. ഇന്ത്യയിൽ നിങ്ങൾ കണ്ടെത്തുന്ന തരത്തിലുള്ള അടിച്ചമർത്തപ്പെട്ട വിഭാഗങ്ങളുടെ വിധേയത്വം വേരുപിടിച്ചിരിക്കുന്നത് ജാതിയിലാണ്; കമ്യൂണിസ്റ്റ് അല്ലെങ്കിൽ സോഷ്യലിസ്റ്റ് സ്വാധീനം തീരെ കുറഞ്ഞ പാകിസ്ഥാൻ പോലൊരു രാജ്യത്ത് നിങ്ങൾക്കത് കാണാനാകില്ല. മുസ്ലീങ്ങളിൽ ഭൂരിഭാഗവും മതം മാറിയവരാണ്. അതിനാൽ, ദക്ഷിണേഷ്യൻ മുസ്ലീങ്ങളുടെ ജീവിതത്തിലേക്ക് ജാതിയും കടന്നുകൂടി. എന്നാൽ ശുദ്ധി-മലിനീകരണം, തൊട്ടുകൂടായ്മ, ഉയർന്ന ജാതിക്കാരുടെ അടുക്കളയിൽ ആർക്ക് പ്രവേശിക്കാം, ആർക്ക് കഴിയില്ല, ആരുടെകൂടെ ഭക്ഷണം കഴിക്കാം എന്നിവയിലൊന്നും ജാതി ഇല്ല. എന്നാൽ വിവാഹ സഖ്യങ്ങൾ, അത്തരത്തിലുള്ള കാര്യങ്ങൾ തെരഞ്ഞെടുക്കുന്നതിൽ ജാതി പ്രകടമാണ്.

വിജയ്: എന്നാൽ ദൈനംദിന ജീവിതാനുഭവങ്ങളിലും ഈ വിധേയത്വ ബോധത്തിലും.

ഐജാസ്: ശരി. അതിനാൽ, ഈ തലത്തിൽ ഇന്ത്യയിലെ ജാതിയെക്കുറിച്ച് എനിക്ക് ബോധമുണ്ടായി, ജാതി മനസ്സിലാക്കാതെ ഇന്ത്യൻ സമൂഹമോ രാഷ്ട്രീയമോ പഠിക്കാൻ കഴിയില്ലെന്ന് കൂടുതൽ മനസ്സിലാക്കാൻ തുടങ്ങി. അധികം താമസിയാതെ, തിരഞ്ഞെടുപ്പ് രാഷ്ട്രീയത്തിലും ജാതി എത്രത്തോളം പ്രധാനമാണെന്ന് ഞാൻ മനസ്സിലാക്കി.

വിജയ്: നിങ്ങൾ ഈ ഇന്ത്യൻ മാർക്സിസ്റ്റ് സാഹിത്യം മുഴുവൻ വായിക്കുന്നു, പക്ഷേ, അതിൽ അധികവും ഈ പാഠം ഉൾക്കൊള്ളുന്നില്ല;

സമൂഹത്തിൽ ജാതിയുടെ വ്യാപനത്തിന്റെ പാഠം, പ്രാക്സിസിന് (Praxis) അത് ഉയർത്തുന്ന തടസ്സങ്ങൾ. അതിനാൽ, ദൈനംദിന ജീവിതത്തിൽ നിന്ന് ഈ പാഠം ഉൾക്കൊള്ളാൻ തുടങ്ങിയ അതേ സമയം നിങ്ങൾ വായിക്കുന്ന സാഹിത്യത്തെക്കുറിച്ച് നിങ്ങൾക്ക് എന്ത് തോന്നുന്നു?

ഐജാസ്: ശരി, ഇടതുപക്ഷ-അംബേദ്കറൈറ്റ് തീസിസ് ശരിയാണെന്ന് ഞാൻ വളരെ നേരത്തെ തന്നെ മനസ്സിലാക്കി; ജാതി ഉന്മൂലനം ഇന്ത്യയിലെ വർഗ്ഗവിപ്ലവത്തിന് മുൻകൂറായി നടത്തേണ്ടതുണ്ട്. അത്, കമ്യൂണിസ്റ്റ് പ്രയോഗത്തിൽ പ്രാവർത്തികമാക്കേണ്ടതുമുണ്ട്. എന്നാൽ അത് അസമത്വപരവും വേണ്ടത്ര ആഴത്തിൽ ഉൾക്കൊള്ളാത്തതുമാണ്.

വിജയ്: അംബേദ്കറെ ബി ബി സി അഭിമുഖം ചെയ്യുന്നതിന്റെ ഒരു ചെറിയ വീഡിയോ ഞാൻ കണ്ടു, അദ്ദേഹം ഒരു കസേരയിൽ ഇരിക്കുന്നു, ബി ബി സി റിപ്പോർട്ടർ അദ്ദേഹത്തിന്റെ അരികിൽ ഇരിക്കുന്നു, അവർ ദൂരത്തേക്ക് നോക്കി പരസ്പരം സംസാരിക്കുന്നു; വളരെ ആകർഷകമായ ഒരു ചെറിയ വീഡിയോ ആണത്. ഇന്ത്യയിലെ ജനാധിപത്യത്തെക്കുറിച്ചും നേതാക്കൾ ജാതി അവസാനിപ്പിക്കാൻ പ്രതിജ്ഞാബദ്ധരാണെന്നും റിപ്പോർട്ടർ പറയുമ്പോൾ, ഇതെല്ലം അസംബന്ധമാണെന്നും നടപടിയാണ് വേണ്ടതെന്നും അംബേദ്കർ പറയുന്നു. എന്നിട്ട് ഒരിടത്ത് അദ്ദേഹം ഇങ്ങനെയും പറയുന്നു, നിങ്ങൾക്ക് വെറും വോട്ട് മാത്രമല്ല വേണ്ടത്; ജനാധിപത്യം ഒരു വിചിത്രമായ കാര്യമാണ്, കാരണം ആളുകൾക്ക് ഭക്ഷണം വേണം, അവർക്ക് ഒരു വീട് ആവശ്യമാണ്, അവർക്ക് അന്തസ്സോടെ ജീവിക്കണം. 1940 കളിൽ നടന്ന ഈ ഇന്റർവ്യൂവിൽ ഇതെല്ലം കേട്ട റിപ്പോർട്ടർ നിങ്ങൾ ഒരു കമ്യൂണിസ്റ്റുകാരനാണെന്ന് തോന്നുന്നു എന്നാണ് അംബേദ്കറോട് പറഞ്ഞത്. എന്നാൽ അംബേദ്കർ മറുപടിയായി പറഞ്ഞത് 'അതെ, നിങ്ങൾക്കറിയാമോ, ഇതാണ് മുന്നോട്ടുള്ള വഴി' എന്നാണ്.

ഐജാസ്: ഓ, അതെ. അംബേദ്കറുടെ സ്വന്തം അഭ്യൂഹങ്ങൾ എന്നെ ആകർഷിച്ചു. വിദ്യാഭ്യാസം, ബോദ്ധ്യം, സ്വഭാവം എന്നിവയാൽ, അദ്ദേഹം വളരെ തിരിച്ചറിയാവുന്ന തരത്തിലുള്ള ആംഗ്ലോ-അമേരിക്കൻ ഭരണഘടനാവാദിയാണ്. അത്തരം ആളുകൾ സാമൂഹികമായും രാഷ്ട്രീയമായും തികച്ചും യാഥാസ്ഥിതികരാണ്. എന്നാൽ ദളിത് വംശജനായ, ജാതി ഉന്മൂലനത്തിനായുള്ള പോരാളി എന്ന നിലയിൽ, ഇന്ത്യൻ സാഹചര്യത്തിൽ സാമൂഹികമായും രാഷ്ട്രീയമായും യാഥാസ്ഥിതികനാകാൻ അദ്ദേഹത്തിന് കഴിയില്ല. അതിനാൽ കേവലമായ ഭരണഘടനാവാദങ്ങളോടും പ്രാതിനിദ്ധ്യ ജനാധിപത്യത്തിന്റെ കേവലമായ ഔപചാരിക ക്രമീകരണങ്ങളോടുമുള്ള അദ്ദേഹത്തിന്റെ അസ്വസ്ഥത പ്രകടമാണ്. അതേസമയം, ജാതിയെക്കുറിച്ചുള്ള അദ്ദേഹത്തിന്റെ ധാരണ വളരെ നിശിതമാണ്. ജാതി നീതി എന്നത് ലിബറലിസം നിർദ്ദേശിക്കുന്ന നിയമപരമായ സമത്വത്തിന്റെ കാര്യമോ വിദ്യാഭ്യാസ സ്ഥാപനങ്ങളിലെയോ സർക്കാരിലെയോ സംവരണത്തിന്റെയോ മാത്രം പ്രശ്നമോ അല്ലെന്ന്

അദ്ദേഹത്തിന് അറിയാം. മാന്യമായ സാമൂഹിക നിലനില്പിന്റെ കാര്യമായും അതുപോലെ തന്നെ സാമ്പത്തികം ഉൾപ്പെടെ മനുഷ്യജീവിതത്തിന്റെ എല്ലാ മേഖലകളിലും അദ്ദേഹം ജാതിയെ മനസ്സിലാക്കുന്നു. കമ്യൂണിസം കേവലം ഔപചാരികമായ സമത്വമല്ല, സമൂലവും അടിസ്ഥാനപരവുമായ സമത്വത്തിന്റെ ഒരു സിദ്ധാന്തമാണ്, അംബേദ്കർ അതിലേക്ക് വീണ്ടും വീണ്ടും ആകർഷിക്കപ്പെടും. പക്ഷേ, മിക്കവാറും, അക്കാലത്തെ ഇന്ത്യൻ കമ്യൂണിസത്തിന്റെ സിദ്ധാന്തത്തിലും പ്രയോഗത്തിലും ജാതിയോടുള്ള ആപേക്ഷിക നിസ്സംഗത അദ്ദേഹത്തെ പ്രകോപിതനാക്കി – ജാതിയെക്കുറിച്ചുള്ള കാഴ്ചപ്പാടിൽ ഗാന്ധിക്കുള്ള ഇരട്ടത്താപ്പിനോട് അദ്ദേഹത്തിനുള്ള നീരസം പോലെയൊന്ന്. ഇന്ത്യൻ സമൂഹത്തിൽ ജാതിയും വർഗ്ഗവും തമ്മിലുള്ള, തികച്ചും അടിസ്ഥാനപരമായ ബന്ധമായ ജാതിയുടെ പ്രഥമത്വം സി പി ഐ അംഗീകരിക്കുകയും ആ വെളിച്ചത്തിൽ ഒരു യഥാർത്ഥ പ്രവർത്തന പരിപാടി സ്ഥിരമായി സ്വീകരിക്കുകയും ചെയ്തിരുന്നുവെങ്കിൽ അംബേദ്കറുടെ മനോഭാവം എന്തായിരിക്കുമെന്ന് ഞാൻ പലപ്പോഴും ചിന്തിച്ചിട്ടുണ്ട്. അങ്ങനെയെങ്കിൽ, അംബേദ്കർക്ക് തന്റെ ലിബറൽ ഭരണഘടനാവാദത്തിൽ ഒരു പ്രതിസന്ധി നേരിടേണ്ടി വന്നേനെ.

വിജയ്: ഇ എം എസിനെയും ബി ടി ആറിനെയും വായിച്ചിട്ടുണ്ടെന്ന് താങ്കൾ നേരത്തെ സൂചിപ്പിച്ചിരുന്നു; ഈ സമയത്ത്, ജാതി, വർഗ്ഗം, സ്വത്ത്, ബന്ധങ്ങൾ എന്നിവയെക്കുറിച്ചുള്ള എഴുപതുകളിലെ ആ രചനകൾ, ഗെയിൽ ഓംവെഡിന്റെ അവലോകനം, ബ്രാഹ്മണേതര പ്രസ്ഥാനത്തെക്കുറിച്ചുള്ള ലേഖനങ്ങൾ എന്നിവ വായിച്ചത് നിങ്ങൾ ഓർക്കുന്നുണ്ടോ? ഈ വാചകങ്ങളുമായി ഇടപഴകുന്നത് എങ്ങനെയാണ്?

ഐജാസ്: അതെ, ഞാൻ ആ രചനകളിൽ ചിലത് വായിച്ചിട്ടുണ്ട്. ഇ എം എസിന്റെ ചിന്തയിൽ തുടക്കം മുതൽ തന്നെ ജാതി വളരെ കൃത്യതയുള്ള ഒരു സവിശേഷതയായിരുന്നു. രണദിവെയെ സംബന്ധിച്ചിടത്തോളം ഇത് കുറവാണ്, എങ്കിലും അദ്ദേഹം ഈ വിഷയത്തിൽ പറഞ്ഞത് വളരെ നിശിതമായിരുന്നു. പക്ഷേ, പാർട്ടി പരിപാടികളിൽ, പാർട്ടി പ്രവർത്തനങ്ങളിൽ, പാർട്ടിയുടെ ആ കാലഘട്ടത്തിലെ പ്രോഗ്രാമാറ്റിക് രേഖകളിലെല്ലാം അതിന്റെ പ്രതിഫലനം വളരെ കുറവാണെന്ന് എനിക്ക് തോന്നി. അടിസ്ഥാന പ്രവർത്തനങ്ങളൊന്നും എനിക്കറിയില്ല, പക്ഷേ, ഐക്യ സി പി ഐക്ക് കൂടുതൽ കാര്യങ്ങൾ ചെയ്യാൻ കഴിയുമായിരുന്ന ഒരു മേഖലയാണിതെന്ന് ഞാൻ കരുതുന്നു. പിന്നീടുള്ള കാലഘട്ടത്തിൽ, എഴുപതുകളുടെ അവസാനത്തിൽ, വളരെ വ്യത്യസ്തമായ ഒരു ജാതി രാഷ്ട്രീയം വലിയ ആക്കം കൂട്ടാൻ തുടങ്ങി– മേൽത്തട്ടിലേക്ക് നീങ്ങുന്ന ഇടത്തരക്കാരുടെയും താഴ്ന്ന ജാതിക്കാരുടെയും ജാതീയത എന്നാണ് ഞാൻ ഇതിനെ വിശേഷിപ്പിക്കുന്നത്. ഞാൻ ഉദ്ദേശിക്കുന്നത് മുലായം, ലാലു, പാസ്വാൻ, മായാവതി തുടങ്ങി പലരേയുമാണ്. അവരുടെ പ്രത്യയശാസ്ത്രപരമായ അടിത്തറ വളരെ വഴുവഴുപ്പുള്ളതായിരുന്നെങ്കിലും

ഉയർന്ന ജാതിക്കാരുടെ പാർട്ടികൾ കളിക്കുന്ന അവസരവാദത്തിന്റെയും അഴിമതിയുടെയും കളികൾ കളിക്കുന്നതിൽ വളരെ സമർത്ഥരായി ത്തീർന്നു. അത്തരത്തിലുള്ള നേതാക്കളും പാർട്ടികളും ജാതി രാഷ്ട്രീ യത്തിൽ ആധിപത്യം സ്ഥാപിക്കാൻ തുടങ്ങിയപ്പോൾ, ജാതിയുടെ വിഷ യത്തിൽ മുന്നേറാൻ ഇടതുപക്ഷത്തിന് വളരെ ബുദ്ധിമുട്ടായിരുന്നു. ഇടതുപക്ഷം ഈ രംഗത്ത് എവിടെ എപ്പോഴൊക്കെ പുരോഗതി കൈ വരിച്ചിട്ടുണ്ടോ, അപ്പോഴെല്ലാം ഇടതുപക്ഷ വൃത്തങ്ങൾക്ക് പുറത്തുള്ളവർ അതിന്റെ ക്രെഡിറ്റ് ഒരിക്കലും നല്കിയിട്ടില്ല, പ്രത്യേകിച്ച് ജാതിരാഷ്ട്രീ യത്തിന്റെ പൊതുവെ അംഗീകരിക്കപ്പെട്ട നേതാക്കളും വക്താക്കളും. കാരണം ആ രംഗത്ത് അടിച്ചമർത്തപ്പെട്ട ജാതികളെയും വർഗ്ഗങ്ങളെയും, ബഹുജനങ്ങളെയും അണിനിരത്തുന്നതിൽ കമ്യൂണിസ്റ്റുകളുടെ ഏതൊരു വിജയവും അതേ നേതാക്കളുടെ താല്പര്യങ്ങളെ തടസ്സ പ്പെടുത്തിയിരുന്നു.

ഇപ്പോൾ, ഗ്രാമീണ തൊഴിലാളിവർഗ്ഗം മുതൽ നഗരങ്ങളിലെ തൊഴി ലാളിവർഗ്ഗം വരെയുള്ള അടിച്ചമർത്തപ്പെട്ട വിഭാഗങ്ങൾക്കിടയിൽ നിങ്ങൾ പ്രവർത്തിക്കുന്നുണ്ടെങ്കിൽ, ആ പ്രവൃത്തിയിലൂടെ നിങ്ങൾ അടിച്ചമർ ത്തപ്പെട്ട ജാതികൾക്കിടയിൽ പ്രവർത്തിക്കുന്നു. അതിനാൽ, ആ അർ ത്ഥത്തിൽ, അടിച്ചമർത്തപ്പെട്ട ജാതികൾക്കിടയിൽ, അടിച്ചമർത്തലി ന്റെയും അസമത്വത്തിന്റെയും മറ്റും ചോദ്യങ്ങളിൽ, പാർട്ടികൾ പ്രവർ ത്തിക്കുന്നു. കമ്യൂണിസ്റ്റ് സമ്പ്രദായം ഒരിക്കലും ശരിയായി സിദ്ധാന്തീ കരിക്കപ്പെട്ടിട്ടില്ലാത്ത നിരവധി മേഖലകളിൽ ഒന്നാണിത്. ഇന്ത്യയിലെ കമ്യൂണിസ്റ്റ് സിദ്ധാന്തത്തേക്കാൾ, കമ്യൂണിസ്റ്റ് സമ്പ്രദായം യഥാർ ത്ഥത്തിൽ ശ്രേഷ്ഠമായ ചില മേഖലകളുണ്ട്. തൊഴിലാളികളെയും കർഷകരെയും അടിച്ചമർത്തപ്പെട്ട ജാതികളിലെ ഭൂരഹിതരുടെയും ഇടയിൽ കമ്യൂണിസ്റ്റ് പാർട്ടികൾ വളരെയധികം പ്രവർത്തിച്ചിട്ടുണ്ടെ ങ്കിലും- ഇവർക്കിടയിലെ അംഗങ്ങൾക്ക് രണ്ട് കമ്യൂണിസ്റ്റ് പാർട്ടികളിലും ഗണ്യമായ സാന്നിദ്ധ്യമുണ്ടെങ്കിലും - ജാതിപ്രശ്നത്തെക്കുറിച്ചുള്ള അവ ബോധത്തോടെ നിങ്ങൾ എങ്ങനെ അണിനിരക്കുന്നു എന്നതിനെക്കുറി ച്ചുള്ള പ്രോഗ്രാമാമാറ്റിക് പ്രസ്താവനകളിൽ അവ ഉൾക്കൊള്ളുന്നില്ല. ജാതിയെ അടിസ്ഥാനമാക്കിയുള്ള പാർട്ടികളുടെ ജാതീയതയ്ക്ക് വഴങ്ങാതെ, വളരെ അടിസ്ഥാനപരമായ ഒന്നായി ജാതിയെക്കുറിച്ചുള്ള കാഴ്ചപ്പാടിൽ നിർബ്ബന്ധം പിടിക്കുന്നത് തീർച്ചയായും വളരെ ബുദ്ധി മുട്ടാണ്. എന്നിരുന്നാലും, സമീപ വർഷങ്ങളിൽ, കമ്യൂണിസ്റ്റുകൾ ഈ രംഗത്ത് കാര്യമായ പ്രായോഗിക മുന്നേറ്റങ്ങൾ നടത്തിയിട്ടുണ്ട്.

വിജയ്: അതൊരു പ്രധാന പോയിന്റാണെന്ന് ഞാൻ കരുതുന്നു; നിങ്ങൾ എങ്ങനെ വായിക്കുന്നുവെന്നും നിങ്ങൾ എങ്ങനെ ഒരു സിദ്ധാന്തം വികസിപ്പിക്കാൻ തുടങ്ങുന്നുവെന്നും ഇതിലൂടെ മനസ്സി ലാക്കാം. നിങ്ങളെ സംബന്ധിച്ചിടത്തോളം, പ്രാക്സിസ് എന്നത് സമസ്യയല്ല. മറ്റൊരുവിധത്തിൽ പറഞ്ഞാൽ, നിങ്ങൾ സമകാലിക

ഇന്ത്യ, മാർക്സിസ്റ്റ് മെറ്റീരിയലുകൾ എന്നിവയെക്കുറിച്ചുള്ളതെല്ലാം വായിക്കുന്നു, നിങ്ങൾ പാർട്ടി സാഹിത്യം വായിക്കുന്നു, ഇന്ത്യയിലെ ദൈനംദിന ജീവിതത്തെ അതിന്റെ എല്ലാ സാദ്ധ്യതകളും പരിമിതികളും ഉപയോഗിച്ച് മനസ്സിലാക്കുന്നു, അത് ഇന്ത്യൻ സമൂഹത്തെയും സംസ്കാരത്തെയും കുറിച്ചുള്ള നിങ്ങളുടെ സിദ്ധാന്തത്തിലേക്ക് പ്രവേശിക്കുന്നു. പ്രയോഗം അഥവാ പ്രാക്സിസ് (praxis) എന്നത് സിദ്ധാന്തത്തിന്റെ അനിവാര്യവും പ്രധാനപ്പെട്ടതുമായ ഒരു ഘടകമാണ് - നിങ്ങൾ വായിക്കുന്ന രീതിയും നിങ്ങൾ ചിന്തിക്കുന്ന രീതിയും അതാണ്. ഇപ്പോൾ അതേ സമയം ഇന്ത്യക്കകത്തും ഇന്ത്യക്ക് പുറത്തും സാഹിത്യത്തിന്റെ ഈ സുനാമിയുണ്ട്. നിരവധി തവണ സബാൾട്ടേൺ സ്റ്റഡീസ് പരാമർശിച്ചിട്ടുണ്ട്, പക്ഷേ, ഇത് സബാൾട്ടേൺ പഠനങ്ങൾ മാത്രമാണെന്ന് പറയുന്നത് ശരിയല്ല. ഈ അപചയം ലോകമെമ്പാടും സംഭവിച്ചു. പോസ്റ്റ് കൊളോണിയൽ പഠനങ്ങൾ, വ്യവഹാര സിദ്ധാന്തം തുടങ്ങിയവയുടെ ഒരു അങ്കുരണമുണ്ടായി. നിങ്ങൾ തീർച്ചയായും ഈ സാഹിത്യവുമായി ഇടപഴകാൻ തുടങ്ങി.

ഐജാസ്: ഞാൻ ഒരുപാട് കാര്യങ്ങൾ വായിച്ചു. ഇപ്പോഴും ഒരുപാട് ആളുകളെ വായിക്കുന്നു, അവരുടെ ജോലിയോട് എനിക്ക് അനിഷ്ടമുണ്ട്, അവരുടെ രാഷ്ട്രീയത്തോട് എനിക്ക് അഗാധമായ അനിഷ്ടമുണ്ട്, ആ രചനകൾ സൃഷ്ടിക്കുന്ന രാഷ്ട്രീയത്തോട് എനിക്ക് അനിഷ്ടമുണ്ട്. എങ്കിലും ഞാൻ അവ വളരെ ചിട്ടയോടെ വായിച്ചു. അവർ പറയുന്നതെല്ലാം തെറ്റല്ല. നിങ്ങൾ ആരെയെങ്കിലും എതിർക്കാൻ പോകുകയാണെങ്കിൽപ്പോലും, അവർ എന്താണ് ചിന്തിക്കുന്നത്, എന്തുകൊണ്ടാണ് അവർ അങ്ങനെ ചിന്തിക്കുന്നത് എന്നൊക്കെ വിശദമായി അറിയേണ്ടതുണ്ട്. *സബാൾട്ടേൺ സ്റ്റഡീസി*ലും പോസ്റ്റ് കൊളോണിയൽ സിദ്ധാന്തത്തിലും വളരെ മൂല്യമുള്ള പലതും ഉണ്ടായിട്ടുണ്ടെന്ന് ഞാൻ വിശ്വസിക്കുന്നു. ഞാൻ പഠിച്ച അവരുടെ ലേഖനങ്ങളുടെ പേരുകൾ എത്ര വേണമെങ്കിലും പറയാം. അവരുമായുള്ള എന്റെ വിയോജിപ്പ് ഇതിലോ ആ രചനയിലോ അല്ല, അടിസ്ഥാനകാര്യങ്ങളിലാണ്. അവരുടെ ഏതെങ്കിലും രചനകൾ ഞാൻ നിരസിച്ചാൽ അത് എല്ലായ്പ്പോഴും ആ രചനയെ നിയന്ത്രിക്കുന്ന അടിസ്ഥാന നിലപാടിനോടുള്ള വിയോജിപ്പായിരിക്കും.

ഇൻ തിയറി

വിജയ് പ്രഷാദ്: അങ്ങനെ നമ്മുടെ സംഭാഷണം ക്രമേണ *ഇൻ തിയറി*യിലേക്ക് കടക്കുകയാണ്. *ഇൻ തിയറി*യുടെ തുടക്കത്തിൽ, അത് കാലക്രമമമായി കാര്യങ്ങൾ പറഞ്ഞുപോകുന്ന ഒരു കേവലഗ്രന്ഥമല്ലെന്നും വസ്തുതകളെ സൈദ്ധാന്തികമായി ഒരുമിച്ച് ചേർത്തിരിക്കുന്ന ഒരു പുസ്തകമാണെന്നും താങ്കൾ പരാമർശിച്ചിട്ടുണ്ട്. ചരിത്രത്തിന്റെ വൈരുദ്ധ്യാത്മകതയെത്തന്നെ നിഷേധിക്കുന്ന പോസ്റ്റ് സ്ട്രക്ചറലിസ്റ്റ്, പോസ്റ്റ് കൊളോണിയലിസ്റ്റ് സമീപനവും സാമൂഹിക ബന്ധങ്ങളോടും ഭൗതിക സാഹചര്യങ്ങളോടുമുള്ള മറ്റൊരു സമീപനത്തിന്റേതായ ലോകവും തമ്മിലുള്ള സംവാദമാണ് ആ പുസ്തകത്തിലടങ്ങിയിരിക്കുന്നതെന്ന് എനിക്ക് തോന്നിയിട്ടുണ്ട്. ഈ പുസ്തകത്തിനായുള്ള തയ്യാറെടുപ്പിന്റെ ആ കാലഘട്ടം, ഇതിനെ സംബന്ധിച്ച് അങ്ങ് എഴുതിയ ലേഖനങ്ങൾ, അവ പിന്നീട് പുസ്തകത്തിനായി പുനർരൂപകല്പന ചെയ്തത്, അതിനായി നടത്തിയ ആഴമേറിയ വായന തുടങ്ങിയവയിലെല്ലാം എനിക്ക് വളരെ താല്പര്യമുണ്ട്. പുസ്തകത്തിനായുള്ള തയ്യാറെടുപ്പിന് രണ്ട് ഭാഗങ്ങൾ ഉണ്ടെന്ന് തോന്നുന്നു- ഒരു വശത്ത്, ഇന്ത്യൻ സാഹചര്യങ്ങളെ മനസ്സിലാക്കാനായി മാർക്സിസ്റ്റുകളെയും ചരിത്രകാരന്മാരെയും സാമൂഹ്യശാസ്ത്രജ്ഞരെയും സാഹിത്യഗ്രന്ഥങ്ങളെയും പ്രബന്ധങ്ങളേയും ഒക്കെ ഉൾപ്പെടുത്തി നടത്തിയ വായന. എന്നാൽ മറുവശത്ത്, പോസ്റ്റ്-സ്ട്രക്ചറലിസ്റ്റുകളും സബാൾട്ടേൺ പഠനങ്ങളും എഡ്വേർഡ് സെയ്ദും. ഇതൊരു ന്യായമായ തരംതിരിവാണോ?

ഐജാസ് അഹമ്മദ്: അതെ, വലിയൊരളവു വരെ അതങ്ങനെ തന്നെയാണ്. എന്നാൽ ഇതിനെ ഈ പ്രത്യേക പുസ്തകത്തിനായുള്ള 'തയ്യാറെടുപ്പ്' എന്ന് പറയാനാകില്ല. ഇവയും, കൂടാതെ ഞാൻ വായിച്ചുകൊണ്ടിരുന്ന മറ്റു പലതും അതിൽ നിന്നൊക്കെ ഉടലെടുത്ത എന്റെ

സ്വന്തം ചിന്തകളുമെല്ലാം ആ പുസ്തകത്തിലേക്ക് സ്വാംശീകരിക്കപ്പെട്ടിട്ടുണ്ട്.

വിജയ്: എഡ്വേർഡ് സെയ്ദിന്റെ *ഓറിയന്റലിസം* (പൗരസ്ത്യവാദം) താങ്കൾ ആദ്യമായി വായിച്ചത് എപ്പോഴാണ്, അതിനെക്കുറിച്ച് എന്താണ് ചിന്തിച്ചത്?

ഐജാസ്: 1978 ൽ പുസ്തകം പ്രസിദ്ധീകരിച്ചതിന് തൊട്ടുപിന്നാലെ തന്നെ ഞാനത് വായിക്കുകയുണ്ടായി. അങ്ങേയറ്റം പരിഷ്കൃതനും വിശ്വപൗരനും യൂറോപ്യൻ രീതികൾക്കകപ്പെട്ട ബുദ്ധിജീവി (അങ്ങനെ അതിനെ ഞാൻ അവതരിപ്പിക്കുകയാണെങ്കിൽ) പോലുമായ ഒരാളിൽ തീവ്രവും അപ്രതീക്ഷിതവുമായ പാശ്ചാത്യ വിരുദ്ധതയുടെ ശക്തമായ ഒരു അടിയൊഴുക്കുണ്ടായിരുന്നു എന്ന വസ്തുത എന്നെ അമ്പരപ്പിച്ചു. യു എസിൽ താൻ നേരിട്ട അറബ് വിരുദ്ധ വംശീയതയെക്കുറിച്ച് അദ്ദേഹം തന്നെ എഴുതിയിരുന്നു. അത് വളരെ വേദനാജനകമായിരുന്നിരിക്കും എന്നെനിക്കുറപ്പുണ്ട്. ഒരുപക്ഷേ, അത്തരമൊരനുഭവത്തിൽനിന്നും ഉണ്ടായ ക്ഷോഭത്തിന്റെ പശ്ചാത്തലത്തിൽ പുറത്തുവന്ന ഈ പുസ്തകത്തിൽ പ്രതിവംശീയതയുടെ ഒരംശം കൂടി ഉൾച്ചേർന്നിട്ടുണ്ടാവാനുള്ള സാദ്ധ്യതയില്ലേ? താമസിയാതെ തന്നെ, ഞാൻ ബഹുമാനത്തോടെ നോക്കിക്കണ്ടിരുന്ന എല്ലാ കോണുകളിൽനിന്നും ആ പുസ്തകത്തിന് മേൽ പ്രശംസകൾ ചൊരിയപ്പെട്ടു. ഒപ്പം സയണിസ്റ്റുകളിൽ നിന്നും, സയണിസ്റ്റ് അനുകൂല മാധ്യമങ്ങളിൽനിന്നും പുസ്തകത്തിനുനേരെ വമിച്ച വിദ്വേഷത്തിന്റെയും പശ്ചാത്തലത്തിൽ ആ ഗ്രന്ഥത്തിന്റെ നേട്ടത്തെക്കുറിച്ചും അതിന്റെ ദൗർബല്യങ്ങളെക്കുറിച്ചും യുക്തിസഹമായ ഒരു വിലയിരുത്തൽ വളരെ ബുദ്ധിമുട്ടായിത്തീർന്നു. പിന്നീട്, എഡ്വേർഡ് സെയ്ദിന്റെ ചിരകാല സുഹൃത്തായിരുന്ന സാദിഖ് ജലാൽ അൽ-അസ്ം *ഖംസിൻ* എന്ന പ്രസിദ്ധീകരണത്തിൽ 'ഓറിയന്റലിസം ആന്റ് ഓറിയന്റലിസം ഇൻ റിവേഴ്സ്' എന്നൊരു ലേഖനമെഴുതി. യൂറോപ്പിൽ താമസിക്കുന്ന അറബ് - ജൂത ഇടതുപക്ഷക്കാരുടെ ഒരു സംഘത്തിന്റെ നേതൃത്വത്തിൽ ഹ്രസ്വകാലം മാത്രം പ്രസിദ്ധീകരിച്ചിരുന്ന ഒരു ജേണലായിരുന്നു *ഖംസിൻ.* ആ ലേഖനത്തിലെ നിരീക്ഷണങ്ങൾ വളരെ സ്പഷ്ടമായിരുന്നു. പുരാതന ഗ്രീക്ക് മുതൽ കിസിൻജർ വരെയുള്ള പാശ്ചാത്യവീക്ഷണങ്ങളിൽ എല്ലാംതന്നെ അവരുടെ മൂല്യങ്ങളുടെ നേർവിപരീതമായതും ഒരു മാറ്റവുമില്ലാതെ നില്ക്കുന്നതുമായ ഒന്നെന്ന നിലയ്ക്കാണ് പൗരസ്ത്യലോകത്തെപ്പറ്റിയുള്ള പരിപ്രേക്ഷ്യം നിർമ്മിച്ചിരുന്നതെന്ന വാദമാണ് സെയ്ദ് തന്റെ പുസ്തകത്തിലൂടെ മുന്നോട്ടുവയ്ക്കുന്നത്. എന്നാൽ സമാനമായി, ചരിത്രാതീതമായ വിദ്വേഷം, ദുരഭിമാനം, വംശ-കേന്ദ്രീകൃത ആക്രമണോത്സുകത എന്നീ സ്വഭാവസവിശേഷതകളുള്ള, കാലങ്ങളായി ഒരു മാറ്റവുമില്ലാത്ത പാശ്ചാത്യരെയാണ് സെയ്ദ് അവതരിപ്പിച്ചത് എന്ന വിമർശനമുയർത്തിക്കൊണ്ട് അൽ-അസം ഈ വാദത്തെ ഖണ്ഡിക്കുന്നു. അതോടെ യൂറോപ്പ് കേന്ദ്രീകൃതവീക്ഷണത്തിന്റെ (യൂറോസെൻട്രിസം) ചരിത്രപരമായ വേരുകൾ

പരിശോധിക്കുന്നതും യൂറോ-അമേരിക്കൻ വംശീയതയുടെ ഭൗതികകാരണങ്ങൾ കണ്ടെത്തുന്നതും ആയാസകരമായി. ഉദാഹരണത്തിന്, ഇന്ത്യൻ സമൂഹത്തെക്കുറിച്ചുള്ള നിരീക്ഷണത്തിൽ എന്തെങ്കിലും ഒരു ഋണാത്മക പ്രവണതയെ (ജാതി വ്യവസ്ഥ പോലുള്ളവ) മാർക്സ് അടയാളപ്പെടുത്തിയെന്നിരിക്കട്ടെ, അദ്ദേഹം പറയുന്ന കാര്യങ്ങളിൽ എന്തെങ്കിലും വസ്തുതയുണ്ടാകാമെന്നുള്ള സാദ്ധ്യതയെ പോലും നമുക്ക് അംഗീകരിക്കാനാകില്ല. അദ്ദേഹത്തിന്റെ ഏതെങ്കിലും ഒന്നോ രണ്ടോ വരികൾ ഉദ്ധരിച്ച് അദ്ദേഹത്തെ മറ്റൊരു ഓറിയന്റലിസ്റ്റായി തള്ളിക്കളയാൻ എളുപ്പമാണ്. അതിനാൽ, സ്വത്വരാഷ്ട്രീയത്തെ സെയ്ദ് അംഗീകരിച്ചാലും ഇല്ലെങ്കിലും, ഓറിയന്റലിസത്തിന്റെ കാതലായ വാദഗതികൾ സ്വത്വവാദത്തിന്റെ പ്രചാരത്തിനായി പലപ്പോഴും ഉപയോഗിക്കപ്പെട്ടിട്ടുണ്ട്. അൽ-അസ്മിന്റെ വാദത്തിന്റെ അടിസ്ഥാനപരമായ ഊന്നൽ എനിക്ക് ഇഷ്ടമായി. ഏതൊരു ഭൗതികപരമായ ദേശീയതയുടെയും പ്രാഥമികമായ കർത്തവ്യം അവരവരോട് തന്നെയുള്ള വിമർശനാത്മകതയാണെന്ന് എനിക്കെപ്പോഴും തോന്നിയിട്ടുണ്ട്.

വിജയ്: എല്ലാത്തിനുമുപരി, നമ്മുടെ സമൂഹങ്ങളും ചരിത്രങ്ങളും സ്വേച്ഛാധിപത്യപരവും ക്രൂരവുമായിരുന്നു, കൂടെ അവയുടേതായ വൈരുദ്ധ്യങ്ങളും നിലനിന്നിരുന്നു.

ഐജാസ്: അത് ശരിയാണ്. അത് കീഴാള പഠനങ്ങൾ ആയാലും പൗരസ്ത്യവാദമായാലും, കൊളോണിയലിസത്തെ അതിന്റെ എണ്ണമറ്റ കൊള്ളയടിക്കലുകൾക്കുമേൽ മാത്രമല്ല, നമ്മുടെ സ്വന്തം സമൂഹത്തിന്റെ എല്ലാ തിന്മകളുടെയും പേരിൽ കുറ്റപ്പെടുത്തുന്നുണ്ട്. അത് അതിന്റെ ഒരു വശമാണ്. അതിന്റെ മറ്റൊരു വശം എന്തെന്നാൽ, ഈ പണ്ഡിതൻ - ഇംഗ്ലീഷ് സാഹിത്യത്തിൽ മാത്രമല്ല, യൂറോപ്യൻ - പാശ്ചാത്യ സാഹിത്യത്തിലെ തന്നെ മഹാ പണ്ഡിതനായ വ്യക്തി - ചില പ്രധാന കാര്യങ്ങളിൽ, ഉപരിപ്ലവമായ പാണ്ഡിത്യം മാത്രമുള്ള വിഷയത്തിൽ ഒരു പുസ്തകം എഴുതുന്നു എന്നതാണ്. എനിക്ക് ഡാന്റെയെ നന്നായി അറിയാമായിരുന്നു, അതിനാൽത്തന്നെ ഡാന്റെ മുഹമ്മദിനെ പ്രതിനിധീകരിക്കുന്നതിനെക്കുറിച്ചു സെയ്ദ് വിശദീകരിക്കുന്ന അദ്ദേഹത്തിന്റെ ഭാഗം ഞാൻ കണ്ടപ്പോൾ, സെയ്ദ് എങ്ങനെയാണ് അത് തെറ്റായി പറഞ്ഞത് എന്നത് എന്നെ അത്ഭുതപ്പെടുത്തി.

വിജയ്: എറിക് ഔർബാക്കിന്റെ (1892–1957) *മിമെസിസിൽ* നിന്നാണ് സെയ്ദ് ഈ ആശയങ്ങൾ കടം കൊണ്ടിട്ടുള്ളത് എന്ന് പലരും അഭിപ്രായപ്പെട്ടിട്ടുണ്ട്. യൂറോപ്പ് വലിയ യുദ്ധങ്ങളാൽ തകരുകയും അതിന്റെ ഭൂതകാലത്തിലേക്ക് മടങ്ങാനുള്ള ആഗ്രഹം പ്രകടിപ്പിക്കുകയും ചെയ്തു. രണ്ടാം ലോകമഹായുദ്ധത്തിനും ഹോളോകോസ്റ്റിനും ശേഷമുള്ള യൂറോപ്പിന്റെ അവശിഷ്ടങ്ങൾക്കൊപ്പം ഹോർഖൈമറിന്റെയും അഡോർണോയുടെയും പുസ്തകമായ *ഡയലെക്റ്റിക് ഓഫ് എൻലൈറ്റ്മെന്റി*ന്റെയും സ്വാധീനം ഉണ്ട്. ഗ്രീക്കുകാരിൽ നിന്നുള്ള, ഇന്നുവരെയുള്ള വളരെ ഇരുണ്ട യാത്ര എന്ന് പറയാം. യൂറോപ്പിലൂടെയുള്ള, ദുഃഖം തടം കെട്ടി

നില്ക്കുന്ന ഈ യാത്ര എല്ലാ കാലത്തും ഉണ്ടായിരുന്നു, നവീകരണ കാലത്ത് നിർമ്മിക്കപ്പെട്ട ഒന്നല്ല അത്.

ഐജാസ്: ഔർബാക്ക് ഒരു ഭാഷാശാസ്ത്രജ്ഞൻ, താരതമ്യവാദി, ക്ലാസിസിസ്റ്റ്, മദ്ധ്യകാല സാമൂഹ്യ ശാസ്ത്രജ്ഞൻ, കൂടാതെ യൂറോപ്യൻ ജൂതപശ്ചാത്തലമുള്ള യാഥാസ്ഥിതികൻ ഒക്കെ ആയിരുന്നു. പക്ഷേ, സ്വന്തം കാലത്തെ ദുരന്തങ്ങളോടുള്ള പ്രതികരണമെന്ന നിലയിൽ ഭൂതകാലത്തിലേക്ക് മടങ്ങിപ്പോകാൻ അദ്ദേഹത്തിനു വലിയ ആഗ്രഹമുണ്ടെന്ന് ഞാൻ കരുതുന്നില്ല. *മിമെസിസി*ലെ സാഹിത്യ പ്രാതിനിദ്ധ്യത്തിന്റെ യൂറോപ്യൻ പാരമ്പര്യം സംബന്ധിച്ച അദ്ദേഹത്തിന്റെ വിവരണം ഹോമറിൽനിന്ന് ആരംഭിക്കുകയും തന്റെ സമയത്തേക്ക്, വിർജീനിയ വൂൾഫിലേക്ക് വരികയും ചെയ്യുന്നുണ്ട്. തന്റെ പ്രിയപ്പെട്ട യൂറോപ്യൻ നാഗരികതയുടെ വേർപാടിലും അപചയത്തിലും വിലപിക്കുന്ന, മറ്റെല്ലാ യൂറോപ്യന്മാരുടെയും കൂട്ടത്തിൽ അദ്ദേഹവും ഉണ്ടായിരുന്നു. ഏറക്കുറെ ആത്മനിഷ്ഠാപരമായ ഒരു സമീപനമാണ് അദ്ദേഹത്തിന്റേത് എന്നും തോന്നിയിട്ടുണ്ട്. ഇസ്താംബൂളിലെ ഏകാന്തനായ ഔർബാക്ക്; അതി മനോഹരമായ പുസ്തക ശേഖരങ്ങളാൽ ചുറ്റപ്പെട്ട്, ഫലഭൂയിഷ്ഠമായ ഒരു അക്കാദമിക് ജീവിതത്തിൽ ഏർപ്പെട്ടിരിക്കുന്ന, തനിക്ക് പറ്റിയ നിലവാരത്തിലുള്ള സമകാലികരുമായി സഹകരിച്ചു കഴിയുകയും ജർമ്മനിയിൽനിന്ന് തന്നോടൊപ്പംവന്ന ഭാര്യയുടെയും കാമുകിയുടെയും സാന്നിദ്ധ്യത്താൽ വ്യക്തിപരമായ ജീവിതത്തിൽ സന്തോഷവാനായിരിക്കുകയും ചെയ്തു. യുദ്ധത്തിനുശേഷം, യൂറോപ്പിലേക്ക് മടങ്ങേണ്ടെന്ന് അദ്ദേഹം തീരുമാനിച്ചു, പകരം യു എസിലേക്ക് വന്നു. യൂറോപ്പിനോടുള്ള അദ്ദേഹത്തിന്റെ സ്നേഹം ഇത്രമാത്രം! നേരെമറിച്ച്, യഹൂദൻ കൂടിയായ അഡോർണോ, യഹൂദവിരുദ്ധതയുടെയും നാസിസത്തിന്റെയും വിശകലനത്തിൽ കൂടുതൽ വ്യക്തമായി ഏർപ്പെട്ടിരുന്നിട്ടും, കഴിയുന്നതും വേഗം പശ്ചിമ ജർമ്മനിയിലേക്ക് മടങ്ങി. സെയ്ദ് തന്റെ കൃതിയിൽ ഔർബാക്കിനെയും *മിമെസിസി*നെയും നിരവധിതവണ ഉദ്ധരിക്കുന്നുണ്ട്. അതും വളരെ ഹൃദ്യമായ പ്രശംസയോടെ. എന്നാൽ വിചിത്രമായ കാര്യം, ഔർബാക്ക് വളരെയധികം ആഘോഷിക്കുന്ന 'ഗ്രീസ് മുതൽ ആധുനികതവരെ' ഉള്ള പാരമ്പര്യത്തിന്റെ സാമൂഹികവും മാനുഷികവുമായ സത്യത്തിലേക്കുള്ള ധാർമ്മിക അവകാശവാദങ്ങളെ പൗരസ്ത്യവാദം നിരാകരിക്കുന്നു എന്നതാണ്.

ഇനി, *ഡയലറ്റിക്സ് ഓഫ് എൻലൈറ്റന്മെന്റ്* എന്നതിന്റെ സ്വാധീനത്തെ സംബന്ധിച്ചിടത്തോളം, ഞാൻ വളരെക്കാലമായി *ഓറിയന്റലിസം* വായിച്ചിട്ടില്ല, എങ്കിലും ആ പുസ്തകത്തിൽ അഡോർണോയുടെയും ഹോർഖൈമറിന്റെയും പ്രകടമായ സ്വാധീനത്തെക്കുറിച്ച് ഞാൻ ഓർക്കുന്നില്ല. അഡോർണോയിൽ ഞാൻ അഭിനന്ദിക്കുന്ന പലതും ഉണ്ട്. ഹോർഖൈമറിന്റെ കാര്യത്തിൽ അത് കുറവാണ്, പക്ഷേ അദ്ദേഹത്തിൽ നിന്നും ഞാൻ ചില കാര്യങ്ങൾ പഠിച്ചു. അതിനാൽ, ഞാൻ തെറ്റിദ്ധരിക്കപ്പെടാൻ ആഗ്രഹിക്കുന്നില്ല. ഇതൊക്കെയാണെങ്കിലും, ഫ്രാങ്ക്ഫർട്ട്

സൈദ്ധാന്തികർ ജ്ഞാനോദയത്തെ സംബന്ധിച്ചു പറഞ്ഞ പലകാര്യങ്ങളും ജർമ്മൻ വലതുപക്ഷ ചിന്താഗതിക്കാരുടെ ചില ആശയങ്ങളുമായി, - പ്രത്യേകിച്ച് സ്പെംഗ്ലർ, ഹൈഡെഗർ തുടങ്ങിയവരുടെ - ഒത്തുചേരുന്നുവെന്ന് ഞാൻ പറയാൻ ആഗ്രഹിക്കുന്നു. ഏറക്കുറെ കാൾ ഷ്മിറ്റിന്റെ ആശയങ്ങളും. അദ്ദേഹം ഒരു നാസി ബുദ്ധിജീവി ആയിരുന്നു. വാൾട്ടർ ബെഞ്ചമിനെക്കുറിച്ചും മാർക്കൂസിന്റെ ആദ്യവർഷങ്ങളെക്കുറിച്ചും പരാമർശിച്ചിരിക്കുന്നത് കാണുമ്പോൾ ഇത് കൂടുതൽ വ്യക്തമാണ്. അഡോർണോയുടെ 'ഉപകരണപരമായ അനുമാനങ്ങൾ' സ്പെംഗ്ലറുടെയും ഹൈഡെഗറിന്റെയും സങ്കേതങ്ങളിൽനിന്ന് വളരെ അകലെയല്ല എന്നാണു തോന്നുന്നത്. മറ്റേതെങ്കിലും തരത്തിലുള്ള കാരണങ്ങളിൽ നിന്ന് ഉപകരണപരമായ കാരണം (ഇൻസ്ട്രുമെന്റൽ റീസൺ) എത്ര മാത്രം വ്യത്യസ്തമാണെന്ന് എനിക്ക് വ്യക്തമല്ല. നമ്മുടെ കാലത്ത് ജ്ഞാനോദയ യുക്തിയിൽ അവശേഷിക്കുന്നത് ഉപകരണപരമായ യുക്തിയാണെന്ന് അഡോർണോ പലപ്പോഴും നിർദ്ദേശിക്കുന്നതായി തോന്നുന്നു. അഗാധമായ മാനവികവാദിയായിരുന്ന എഡ്വേർഡ് സെയ്ദിനെ അത്തരത്തിലുള്ള ആശയങ്ങൾ എപ്പഴെങ്കിലും ആകർഷിച്ചിരുന്നു എന്ന് ഞാൻ കരുതുന്നില്ല. യൂറോപ്പിനെക്കുറിച്ചുള്ള അദ്ദേഹത്തിന്റെ വിമർശനം തികച്ചും വ്യത്യസ്തമായ കാരണങ്ങളാലാണ് ചർച്ച ചെയ്യപ്പെട്ടത്.

വിജയ്: *ഓറിയന്റലിസ*ത്തിന് ഏകദേശം ഒരു ദശാബ്ദത്തിന് ശേഷം മാർട്ടിൻ ബെർണാൽ യൂറോപ്പിനോടും അതിന്റെ ചരിത്രത്തോടും വളരെ വ്യത്യസ്തമായ ഒരു സമീപനത്തോടെ *ബ്ലാക്ക് അഥീന* എന്ന പേരിൽ മൂന്ന് വാല്യങ്ങൾ പ്രസിദ്ധീകരിക്കുകയുണ്ടായി. ഈ പദ്ധതിയെക്കുറിച്ച് അങ്ങയുടെ ചിന്തകൾ എന്തായിരുന്നു?

ഐജാസ്: വളരെ പ്രധാനപ്പെട്ടതും ചരിത്രപരമായി കൃത്യവുമായ എന്തെങ്കിലും അതിൽ ഉണ്ടാവുമെന്നു തന്നെയായിരുന്നു ഞാൻ അനുമാനിച്ചത്. യൂറോപ്പ് അല്ലാത്ത, ആഫ്രിക്ക അല്ലാത്ത, ഏഷ്യ അല്ലാത്ത, പുരാതനകാലത്തെ നാഗരികതകളുമായി യാതൊരു ബന്ധവുമില്ലാത്ത, ഈ കഠിനമായ ഭൂമിശാസ്ത്രപരമായ അതിരുകളൊന്നും ഇല്ലാത്ത, പുരാതന കാലംപോലും ഇല്ലാത്ത മെഡിറ്ററേനിയൻ ലോകത്തിന്റെ ഐക്യത്തെ മുൻനിർത്തിയുള്ള ഒരു കാഴ്ചപ്പാടായിരുന്നു അത്. ആ ഭൂമിശാസ്ത്രത്തെക്കുറിച്ച് നാം തിരിച്ചറിയേണ്ട അടിസ്ഥാനപരമായ ചിലതുണ്ട്. പുരാതന കാലത്തുടനീളം ഗ്രീസ് ഈജിപ്തുമായി അടുത്ത ബന്ധം പുലർത്തിയിരുന്നു. റോം പാശ്ചാത്യ ലോകത്തിന് എങ്ങനെയായിരുന്നോ അതേപോലെ കോൺസ്റ്റാന്റിനോപ്പിൾ അതിന്റെ സജീവകാലത്ത് കിഴക്കൻ ക്രിസ്തീയതയുടെ കേന്ദ്രമായിരുന്നു. 'യൂറോപ്പ് കണ്ടെത്തപ്പെട്ടത്' എലിസബത്തൻ കാലഘട്ടത്തിൽ, നവോത്ഥാന കാലത്ത്, മുതലാളിത്തത്തിന്റെ തുടക്കത്തിലാണ്. യൂറോപ്പ് കണ്ടുപിടിച്ചതാണ് - ബെർണൽ അതിനെക്കുറിച്ച് അഭിപ്രായപ്പെടുന്നത് തികച്ചും ശരിയാണ്. ഗ്രീക്ക് പൗരാണികതയും ആധുനിക യൂറോപ്പും

തമ്മിൽ നേരിട്ട് ചരിത്രപരമായ തുടർച്ചയില്ല. ബെർണലിന്റെ പുസ്തകത്തിൽ വളരെ അടിസ്ഥാനപരമായ ചില നിർദ്ദേശങ്ങൾ ഉണ്ടായിരുന്നു, അത് എനിക്ക് ഏറെ പ്രശംസനീയമായി തോന്നി. അതല്പം അമിതമായിരുന്നു എങ്കിൽപ്പോലും. വിജയ് ഇവിടെ അത് പരാമർശിച്ചത് വളരെ രസകരമാണ്, കാരണം അങ്ങനെ ഒരു കാഴ്ചപ്പാട് സെയ്ദിന്റെ പുസ്തകവുമായി പങ്കിടുന്നത് നിലവിലുള്ള അക്കാദമിക് ജ്ഞാനത്തിനെതിരെയുള്ള ഒരു വാദം ഉന്നയിക്കുന്നതിന് രണ്ട് രചയിതാക്കളും അല്പം അതിശയോക്തിപരമായി കാര്യങ്ങൾ വിന്യസിക്കുന്നു എന്നു വരും.

ആധുനിക പാശ്ചാത്യ പാണ്ഡിത്യത്തെ സംബന്ധിച്ച് സെയ്ദിന്റെ പുസ്തകത്തിൽ നിസ്സംശയമായും വളരെ ശക്തമായ, കാതലായ വാദങ്ങളുണ്ട്. അത് തികച്ചും ശരിയുമാണ്. അതുകൊണ്ടാണ് അമേരിക്കയിലേയും ഇംഗ്ലണ്ടിലെയും മദ്ധ്യപൗരസ്ത്യ പഠനങ്ങളിൽ ഇത് വളരെ ശക്തമായ സ്വാധീനം ചെലുത്തിയത്. അത്തരത്തിലാണ്, അവിടെയാണ് ശരിക്കും ഒരു പോസിറ്റീവ് ഇംപാക്ട് കുടികൊള്ളുന്നതെന്ന് ഞാൻ വിശ്വസിക്കുന്നു. അറബ് ലോകവും വ്യവസ്ഥിതികളും കെട്ടിപ്പടുക്കപ്പെട്ട രീതിക്കെതിരെ വാദിക്കാൻ ആളുകൾക്ക് ഇത് വളരെ പ്രധാനപ്പെട്ട ഒരു ഗ്രന്ഥമായി മാറി. ആ പുസ്തകങ്ങൾക്ക്, *ഓറിയന്റലിസം, ബ്ലാക്ക് അഥീന* എന്നീ രണ്ട് പുസ്തകങ്ങൾക്കും വളരെ പ്രധാനപ്പെട്ട ഒരു യുക്തിസഹമായ അന്തഃസത്ത ഉണ്ടായിരുന്നു. എന്നാൽ രണ്ടിലും വലിയ അതിശയോക്തിയുമുണ്ട്. ബെർണലിന്റെ പാണ്ഡിത്യത്തിന്റെ സമഗ്രമായ ഒരു വിലയിരുത്തൽ നടത്താൻ എനിക്ക് യോഗ്യതയുണ്ട് എന്നു ഞാൻ കരുതുന്നില്ല. എന്നാൽ *ഓറിയന്റലിസ*ത്തിന്റെ നിർമ്മാണത്തിലേക്കുപോയ ധൈഷണിക മണ്ഡലത്തിന്റെ ശേഷി വിലയിരുത്താനുള്ള കഴിവ് എനിക്കുണ്ട്.

വിജയ്: 1992 ലാണ് *ഇൻ തിയറി* പ്രസിദ്ധീകരിക്കപ്പെടുന്നത്. പക്ഷേ, അതിനുമുമ്പ് അങ്ങ് ഡൽഹിയിൽവച്ച് അതിലേക്കുള്ള ആശയങ്ങളെ സ്വാംശീകരിക്കുകയായിരുന്നു. എഡ്വേർഡ് സെയ്ദിനെക്കുറിച്ചുള്ള അഞ്ചാം അദ്ധ്യായത്തിലൂടെയും പിന്നീട് ഭാഗികമായി ആറാം അദ്ധ്യായത്തിലൂടെയുമാണ് ആ പുസ്തകം മനസ്സിലാക്കപ്പെട്ടതുതന്നെ. അതിൽ മാർക്സിനെക്കുറിച്ചുള്ള സെയ്ദിന്റെ ധാരണയെ അങ്ങ് വിമർശിക്കുന്ന സാഹചര്യം ഉണ്ട്. അങ്ങനെയായിരുന്നില്ല ആ പുസ്തകത്തെ മനസ്സിലാക്കേണ്ടത് എന്ന് പറയുമ്പോൾത്തന്നെ ആ അദ്ധ്യായങ്ങൾ പുസ്തകത്തിന്റെ വളരെ പ്രധാനപ്പെട്ട ഭാഗമാണ്. ഈ അദ്ധ്യായങ്ങളിലെ നിരീക്ഷണങ്ങൾ രൂപപ്പെട്ട പശ്ചാത്തലം പങ്കുവയ്ക്കാമോ?

ഐജാസ്: ഫ്രെഡ്രിക് ജെയിംസണെക്കുറിച്ചുള്ള അദ്ധ്യായം എഴുതിയത് അമേരിക്കൻ ജീവിതത്തിന്റെ അവസാന കാലഘട്ടത്തിലാണ്. ജെയിംസൺ 'നാഷണൽ അലിഗറി'യെക്കുറിച്ചുള്ള തന്റെ ഉപന്യാസം പ്രസിദ്ധീകരിച്ചതിന് തൊട്ടുപിന്നാലെ. പുസ്തകത്തിന്റെ ബാക്കിഭാഗം ഞാൻ ഡൽഹിയിൽ ഉള്ളപ്പോൾ എഴുതിയതാണ്, എന്നാൽ അത്

എപ്പോൾ ഒരു പുസ്തകമായി രൂപാന്തരപ്പെട്ടു തുടങ്ങി എന്ന കാര്യത്തിൽ എനിക്ക് ഉറപ്പില്ല. തുടക്കത്തിൽ, ഞാൻ ഉപന്യാസ രൂപത്തിൽ വിവിധ വിഷയങ്ങളെ അഭിസംബോധന ചെയ്യുകയായിരുന്നു. എഡ്വേർഡ് സെയ്ദിനെക്കുറിച്ചുള്ള അദ്ധ്യായം എഴുതുന്നത് ഡൽഹി സർവ്വകലാശാലയിൽ എം എ അല്ലെങ്കിൽ എം ഫിൽ ചെയ്യുന്ന ഒരു കൂട്ടം ചരിത്ര വിദ്യാർത്ഥികളുമായുള്ള ആശയവിനിമയത്തിൽനിന്നാണ്. അവർ തീൻമൂർത്തി ഭവനിൽ എന്നോട് സംസാരിക്കാൻ വേണ്ടി വരികയുണ്ടായി. രീതിശാസ്ത്രത്തെക്കുറിച്ചുള്ള അവരുടെ ഒരു കോഴ്സിൽ *ഓറിയന്റലിസം* ഒരു പ്രധാന റഫറൻസ് ഗ്രന്ഥമാണെന്ന് പരാമർശിച്ചു. ആ പുസ്തകത്തിൽ അതിശയകരമായ പല കാര്യങ്ങളും ഉണ്ടെന്ന് ഞാൻ അവരോട് പറഞ്ഞു, എന്നാൽ രീതിശാസ്ത്രം യഥാർത്ഥത്തിൽ അതിന്റെ ദുർബ്ബലമായ ഭാഗങ്ങളിൽ ഒന്നായിരുന്നു. ഞങ്ങൾ അതിനെക്കുറിച്ച് ചർച്ച ചെയ്തു. തുടർന്ന് ഈ വിഷയത്തിൽ ഒരു പ്രഭാഷണം നടത്താൻ അവർ എന്നോട് ആവശ്യപ്പെട്ടു. അതിനാൽ, *ഓറിയന്റലിസ*ത്തിലെ രീതിശാസ്ത്രത്തിന്റെ ചോദ്യത്തെക്കുറിച്ചുള്ള ഒരു രേഖാമൂലമുള്ള പ്രഭാഷണമായാണ് ആ അദ്ധ്യായം ആരംഭിക്കുന്നത്. ആ പ്രഭാഷണത്തിന് വിദ്യാർത്ഥികൾ കൂടാതെ നിരവധി പേർ വന്നിരുന്നു. ഭാവിയിൽ വിദ്യാർത്ഥികൾക്ക് ഉപയോഗിക്കാവുന്ന ഒരു ലേഖനമായി ഇത് വികസിപ്പിക്കുന്നത് വളരെ നല്ലതാണെന്ന് ചിലർ അഭിപ്രായപ്പെട്ടു. അങ്ങനെ *എക്കണോമിക് & പൊളിറ്റിക്കൽ* വീക്ക്‌ലിക്ക് വേണ്ടി ഞാനത് ഒരു ലേഖനമായി എഴുതി, ഒടുവിൽ അത് പ്രസിദ്ധീകരിച്ചു. ഇതാണ് ഉണ്ടായത്.

സൽമാൻ റുഷ്ദിയുടെ *ഷെയിം* എന്ന നോവലിനെപ്പറ്റിയുള്ള അദ്ധ്യായവും ഇ പി ഡബ്ല്യുവിനായി എഴുതിയതാണ്. റിവ്യൂ ഓഫ് വുമെൻസ് സ്റ്റഡീസ് എന്ന പ്രത്യേക പതിപ്പിനു വേണ്ടിയായിരുന്നു അത്. മക്കാർത്തിയിസത്തിന്റെ ഫലമായി അമേരിക്കയിൽനിന്ന് ഇന്ത്യയിലെത്തിയ ആലീസ് തോർണറുമായി സംവദിക്കുവാൻ എനിക്ക് അവസരമുണ്ടായി. ഞങ്ങൾ എന്തൊക്കെയോ സംസാരിച്ചുകൊണ്ടിരുന്നപ്പോൾ റുഷ്ദിയുടെ കൃതിയെപ്പറ്റിയുള്ള ചോദ്യം ഉയർന്നുവന്നു. *ഷെയി*മിനോടുള്ള എന്റെ വിയോജിപ്പിനെക്കുറിച്ചും ആ പുസ്തകത്തിലെ സ്ത്രീവിരുദ്ധതയെക്കുറിച്ചുമൊക്കെ ഞാൻ അവരോട് ചില കാര്യങ്ങൾ പറഞ്ഞു. അത് വളരെ അസ്വസ്ഥജനകമാണ് എന്നും ഞാൻ അഭിപ്രായപ്പെട്ടു. ഇ പി ഡബ്ള്യുവിനായി "ഞാൻ എഡിറ്റ് ചെയ്യുന്ന ലക്കത്തിന് വേണ്ടി ഇതിനെക്കുറിച്ച് നിങ്ങൾക്ക് എന്തുകൊണ്ട് എഴുതിക്കൂടാ?" എന്നവർ ആരാഞ്ഞു. അങ്ങനെ ഞാൻ അത് തയ്യാറാക്കി ഇ പി ഡബ്ള്യുവിന് അയച്ചു. പക്ഷേ, അപ്പോഴേക്കും ആ ലക്കം പ്രസിലേക്ക് അച്ചടിക്ക് പോയിരുന്നു. അതിനാൽ അതിൽ ഉൾപ്പെടുത്താൻ സാധിച്ചില്ല. പിന്നീട് അവർ അത് അടുത്ത ലക്കത്തിൽ പ്രസിദ്ധീകരിച്ചു. എനിക്ക് ഓർക്കാൻ കഴിയുന്നിടത്തോളം, ഇ പി ഡബ്ള്യുവിൽ വന്ന ആ ഉപന്യാസം മാറ്റങ്ങളൊന്നും ഇല്ലാതെ തന്നെ പുസ്തകത്തിന്റെ ഭാഗമായി.

വിജയ്: നോക്കൂ, ഈ പുസ്തകത്തിൽ എട്ട് അദ്ധ്യായങ്ങളിൽ

മൂന്നെണ്ണം മൂന്ന് പേരുടെ ഓരോ കൃതിയെ അടിസ്ഥാനമാക്കിയുള്ളതാണ്: എഡ്വേർഡ് സെയ്ദിന്റെ *ഓറിയന്റലിസം*, മൂന്നാം ലോക സാഹിത്യത്തിലെ ദേശീയ ഉപമയെക്കുറിച്ചുള്ള ജെയിംസന്റെ ലേഖനം, റുഷ്ദിയുടെ *ഷെയിം*. എന്നാൽ അക്കാലത്ത് നിങ്ങളെ സ്വാധീനിച്ച വ്യത്യസ്ത വിഷയങ്ങളെക്കുറിച്ചുള്ള മറ്റ് അഞ്ച് അദ്ധ്യായങ്ങളുണ്ട്. ഇന്ത്യൻ സാഹിത്യത്തെക്കുറിച്ച് ഒരു അദ്ധ്യായം ഉണ്ട്, സാഹിത്യസിദ്ധാന്തത്തെയും അതിന്റെ ചരിത്രവല്ക്കരണത്തെയുംകുറിച്ച് ആമുഖം ഉൾപ്പെടെ രണ്ട് അദ്ധ്യായങ്ങളുണ്ട്, വർഗ്ഗബോധത്തിന്റെ ഭാഷയെക്കുറിച്ചുള്ള ഒരു അദ്ധ്യായമുണ്ട് - അത് കുടിയേറ്റത്തെക്കുറിച്ചാണ്. ഞാൻ നേരത്തെ പറഞ്ഞതുപോലെ, ഇത് വൈവിദ്ധ്യമാർന്ന, പ്രമേയപരവും അതേ സമയം തന്നെ സൈദ്ധാന്തികവുമായ ഒരു പുസ്തകമാണെന്നുള്ള വസ്തുത അങ്ങു ശ്രദ്ധിച്ചിട്ടുണ്ടാവും. ഈ ഉപന്യാസങ്ങളെയും വിഷയങ്ങളെയും എല്ലാം സംഗ്രഹിച്ചുകൊണ്ട് ഒരു പുസ്തകമായി ഒരുമിച്ചു ചേർക്കുന്നതിനെപ്പറ്റി ചിന്തിച്ചുതുടങ്ങിയതിനെക്കുറിച്ച് ഏതാനും കാര്യങ്ങൾ ഞങ്ങളോട് പങ്കുവയ്ക്കാമോ?

ഐജാസ്: അത് വളരെ രസകരമായ ഒരു ചോദ്യമാണ്. താങ്കൾ പറഞ്ഞത് വളരെ ശരിയാണ്. ഇന്ത്യയെക്കുറിച്ചുള്ള മാർക്സിന്റെ രചനകളെക്കുറിച്ചുള്ള അദ്ധ്യായം തീർച്ചയായും സെയ്ദിന്റെ അദ്ധ്യായവുമായി ബന്ധപ്പെട്ടിരിക്കുന്നു. ഞാൻ സെയ്ദിനെ സംബന്ധിച്ച ഉപന്യാസം ഇ പി ഡബ്ള്യുവിലേക്ക് അയയ്ക്കുമ്പോൾ, മാർക്സിയൻ രചനകളെ ശരിയായ രീതിയിൽ കൈകാര്യം ചെയ്യുന്നതിനുള്ള സമയം ഏറെ അതിക്രമിച്ചിരുന്നു. പക്ഷേ, ഇന്ത്യയെപ്പറ്റി പരാമർശിച്ചിട്ടുള്ള മാർക്സിന്റെ രചനകളെക്കുറിച്ച് എനിക്കുള്ള വീക്ഷണം വ്യക്തമാക്കാൻ ഞാൻ ആഗ്രഹിച്ചു, പ്രത്യേകിച്ചും സെയ്ദ് ചർച്ചയ്ക്കായി എടുത്ത സവിശേഷമായ ചില ഉദ്ധരണികളിൽ. മാർക്സിനെ കൊളോണിയലിസത്തിന്റെ യൂറോകേന്ദ്രീകൃത സംരക്ഷകനായി ചിത്രീകരിക്കാൻ ആഗ്രഹിക്കുന്ന എല്ലാവരും എടുക്കുന്ന ഉദ്ധരണികൾ തന്നെ ആയിരുന്നു അവ. ഇതുപോലെ തന്നെയാണ് വാറന്റെ കാര്യത്തിലും. അദ്ദേഹത്തിന്റെ യൂറോകേന്ദ്രീകൃത ആശയങ്ങൾ എന്ന വാദങ്ങളെ പൊളിക്കാനല്ല, മറിച്ച് കൊളോണിയലിസത്തിന്റെ പുരോഗമന വശം എന്ന് വിളിക്കപ്പെടുന്നതിനെ അംഗീകരിച്ചതിന് പ്രശംസിക്കാൻ വേണ്ടിയായിരുന്നു ശ്രമം. ഇത്തരം ഉപരിപ്ലവമായ വായന പാശ്ചാത്യ അക്കാദമിക് സർക്കിളുകളിൽ വളരെ സാധാരണമാണ്. അത്തരം വായനകളിലെല്ലാം കൊളോണിയലിസത്തിന്റെ സംരക്ഷകനായാണ് മാർക്സ് വരുന്നത്. അതിനാൽ, സെയ്ദ് പറഞ്ഞതിനേക്കാൾ ഒരുപാട് വിശാലമായ ഒരു രൂപരേഖയെയായിരുന്നു എനിക്ക് അഭിസംബോധന ചെയ്യേണ്ടിയിരുന്നത്. എന്നിരുന്നാലും, ആ രണ്ട് ഉദ്ധരണികളുടെ, അത്തരത്തിൽ പ്രചരിപ്പിക്കപ്പെട്ട വായനയ്ക്കൊപ്പം സെയ്ദ് തന്റെ ഔന്നത്യത്തെയും വിശ്വാസ്യതയെയുമെല്ലാം ചേർത്തുവെക്കുമ്പോൾ അതിന് ആഴത്തിലുള്ള സ്വാധീനം ചെലുത്താനാകുമെന്ന ആശങ്ക എനിക്കുണ്ടായിരുന്നു.

എന്നാൽ പിന്നീട്, സാഹിത്യപഠനത്തിന്റെ മറ്റൊരു മേഖലയിൽ, 'മൂന്നാം ലോക സാഹിത്യം' എന്ന ഒരു ആശയം അമേരിക്കൻ, ബ്രിട്ടീഷ് ഇംഗ്ലീഷ് വിഭാഗങ്ങളിൽപ്പോലും വളരെ ഫാഷനബിൾ ആയി മാറി. എനിക്ക് ഇക്കാര്യത്തിൽ എല്ലാത്തരത്തിലുമുള്ള ആശങ്കകൾ ഉണ്ടായിരുന്നു. ആ ആശങ്കകളെല്ലാം ഞാൻ പ്രതിപാദിക്കുന്നില്ല, പക്ഷേ, ഒരു പ്രശ്നം ശരിക്കും വ്യക്തമാണ്. ഈ മൂന്നു ഭൂഖണ്ഡങ്ങളിലേയും സാഹിത്യം നിരവധി ഭാഷകളിൽ എഴുതപ്പെട്ടിരിക്കുന്നതാണ്. ആ വലിയ സാഹിത്യശേഖരത്തിന്റെ ഒരു ചെറിയ പരിച്ഛേദംപോലും വായിക്കാൻ, പഠിപ്പിക്കാൻ അനുവദിക്കുന്നതിന് നിങ്ങൾക്ക് എന്ത് തരത്തിലുള്ള കഴിവാണ് വേണ്ടത്? യൂറോപ്യൻ സാഹിത്യത്തിൽ പ്രവർത്തിച്ചിട്ടുള്ള മികച്ച താരതമ്യസാഹിത്യവാദികൾക്ക് കുറഞ്ഞത് അര ഡസൻ യൂറോപ്യൻ ഭാഷകൾ എങ്കിലും വളരെ നന്നായി അറിയാം. അതിലും കൂടുതൽ ഭാഷകളിൽ അടിസ്ഥാനപരമായ പ്രാവീണ്യവും ഉണ്ട്. വ്യാപ്തിയും സങ്കീർണ്ണതയും വളരെ വലുതായ ഈ 'മൂന്നാം ലോകസാഹിത്യ'ത്തിന്റെ കാര്യം വരുമ്പോൾ അത്തരത്തിലുള്ള ഒരു പണ്ഡിതൻ നമുക്കുണ്ടോ? ഇന്ത്യൻ സാഹിത്യത്തെക്കുറിച്ചുള്ള എന്റെ അദ്ധ്യായം വാദിക്കുന്നത് ഏകീകൃത ഇന്ത്യൻ സാഹിത്യം എന്നൊന്നില്ല, നമുക്ക് വിവിധ ഭാഷകളിൽ വ്യത്യസ്തമായ സാഹിത്യം ഉണ്ടെന്നും, അവയ്ക്ക് പൊതുവായ നിരവധി കാര്യങ്ങളുണ്ടാകാമെങ്കിലും ഒരു ഏകത്വത്തിലേക്ക് - അതായത് ഹിന്ദിയും തമിഴും ഒറിയയും-എല്ലാം ചേർന്ന് ഒരു സാഹിത്യമാകുന്നു എന്നതും അത് മാറ്റാൻ കഴിയില്ലെന്നുമാണ്. അതിനാൽ, ഒരർത്ഥത്തിൽ ആ അദ്ധ്യായം ജെയിംസന്റെ പ്രബന്ധവുമായി ബന്ധപ്പെട്ടിരിക്കുന്നു. പക്ഷേ, ഇന്ത്യൻ സാംസ്കാരിക ലോകത്തിന്റെ ഈ വശങ്ങളുമായി അതിന്റേതായ രീതിയിൽ പൊരുത്തപ്പെടാൻ ഞാനും ശ്രമിച്ചു. എന്റെ സുഹൃത്തുക്കളായിരുന്ന സുജിത്, മീനാക്ഷി മുഖർജി തുടങ്ങിയ ചില ഇന്ത്യൻ താരതമ്യവാദികളുമായി ഞാൻ സംഭാഷണത്തിൽ ഏർപ്പെട്ടു. കൂടാതെ ഇന്ത്യൻ സാഹിത്യ സാംസ്കാരിക രൂപീകരണത്തിന്റെ മുഴുവൻ മേഖലയിലും ലഭ്യമായ എഴുത്തുകൾ വളരെ വ്യാപകമായി വായിക്കുകയും ചെയ്തു.

ദേശീയ സാഹിത്യം എന്ന ആശയം യൂറോപ്യൻ രാഷ്ട്രങ്ങളിൽ തികച്ചും ബാധകമായിരുന്നു. കാരണം അവയെല്ലാം മിക്കവാറും ഏകഭാഷാ പ്രദേശങ്ങൾ ആയിരുന്നു. അതിനാൽ തന്നെ അവയിൽ ഓരോന്നിനും ഒരു ഏകസാഹിത്യം ഉണ്ടായിരുന്നു. മാത്രവുമല്ല രാഷ്ട്രവും ഭാഷയും സാഹിത്യവും എല്ലാം തമ്മിലുള്ള ബന്ധം വളരെ ദൃഢവുമാണ്. ഉദാഹരണത്തിന്, ഇംഗ്ലണ്ടിന്റെ കാര്യത്തിൽ ഇത് വളരെ പ്രകടമാണ്. ഈ ഏകഭാഷാ രാജ്യങ്ങളുടെ നിർമ്മാണം യൂറോപ്പിലെ ഭൂരിഭാഗം പ്രദേശങ്ങളിലും, ഉദാഹരണത്തിന് ഫ്രാൻസിൽ, വളരെ നിർബ്ബന്ധിത പ്രക്രിയയായിരുന്നു. എന്നാൽ സ്പെയിൻ പോലുള്ള ചില രാജ്യങ്ങളിൽ, ആ പ്രക്രിയ ഇതുവരെ വിജയിച്ചിട്ടില്ല. ഇക്കാര്യത്തിൽ ഏറ്റവും അസാധാരണമായ രാജ്യം യു എസ് ആണ്. അവിടെ ആളുകൾ ഇരു

ന്നൂറോളം വ്യത്യസ്ത ഭാഷകൾ സംസാരിക്കുന്നുണ്ട്. എന്നാൽ ഇനിയൊരു തലമുറയുടെ കാലത്തിനകം തന്നെ ഈ ഭാഷകൾ ഇല്ലാതെയായിപ്പോകും. ചെറിയ കുട്ടികൾ തങ്ങളുടെ പൂർവ്വികരുടെ ഭാഷ മറക്കണമെന്നും കഴിയുന്നത്ര ഇംഗ്ലീഷ് സ്വീകരിക്കണമെന്നും ജീവിതത്തിൽ വളരെ നേരത്തെതന്നെ പഠിക്കുകയാണ്. അവരുടെ പിന്നീടുള്ള ജീവിതത്തിലെ വിജയം നിർണ്ണയിക്കുന്നതിന്റെ വലിയൊരു ഘടകം അവർ ഈ ഒരു ഭാഷയെ എത്ര നന്നായി കൈകാര്യം ചെയ്യുന്നു എന്നതുമായി ബന്ധപ്പെട്ടിരിക്കുന്നു. സാംസ്കാരികമായും ഭാഷാപരമായും ഏറ്റവും ബലപ്രയോഗം നടക്കുന്ന ലോക രാജ്യങ്ങളിലൊന്നായ അമേരിക്കയിൽ ഇംഗ്ലീഷിന്റെ ഏകാധിപത്യമാണ് നിലനില്ക്കുന്നത്.

ഇന്ത്യയിൽ നമുക്ക് ഒരു ദേശീയ ഭാഷയില്ല. ഈ അവസ്ഥ തികച്ചും തൃപ്തികരമാണെന്നാണ് ഞാൻ കാണുന്നത്. ഹിന്ദി അടിച്ചേല്പിക്കാൻ ഒരുകാലത്ത് ഗൗരവതരമായ ശ്രമങ്ങൾ നടന്നിരുന്നു. എന്നാൽ ആ ആശയത്തോടുള്ള അചഞ്ചലമായ ചെറുത്തുനില്പിന് മുന്നിൽ ഭരണകൂടം പിൻവാങ്ങി. ഇംഗ്ലീഷും ഹിന്ദിയും ഇന്ത്യയിൽ ദേശീയ ഭാഷകളല്ല; അവ കണ്ണികളായി പ്രവർത്തിക്കുന്ന ഭാഷകളാണ്. വ്യത്യസ്ത മാതൃഭാഷകളുള്ള ആളുകൾക്ക് പരസ്പരം ആശയവിനിമയം നടത്താൻ സഹായിക്കുന്ന ഭാഷകളാണവ.

നിങ്ങൾക്ക് ഇന്ത്യൻ സാഹിത്യത്തെ ദേശീയ സാഹിത്യമായി പഠിപ്പിക്കാൻ കഴിയില്ല. ഒരു താരതമ്യ സാഹിത്യമായാണ് അതിനെ പഠിപ്പിക്കേണ്ടത്. എന്നാലോ, അതങ്ങനെ ഒരു താരതമ്യ സാഹിത്യമായി പഠിപ്പിക്കുന്നതിന്, നമ്മുടെ സർവ്വകലാശാലകളിലോ സ്ഥാപനങ്ങളിലോ അതിന് ആവശ്യമായ ഭാഷാപഠനത്തിന്റെ വൈവിദ്ധ്യമോ ആർക്കൈവുകളോ ഇല്ല. രാജ്യത്തിന്റെ വടക്കുഭാഗത്ത് തെക്കൻ ഭാഷകൾ പഠിപ്പിക്കുന്നില്ല. തിരിച്ചും. ഇവിടെ നിലവിലുള്ള ത്രിഭാഷാ സൂത്രവാക്യം ഇന്ത്യൻ സാഹിത്യത്തിന്റെ താരതമ്യപഠനത്തിന് അടിസ്ഥാനം സൃഷ്ടിക്കുന്നില്ല. അതിനാൽ ഇന്ത്യൻ സാഹിത്യത്തിനായുള്ള രേഖാശേഖരണങ്ങൾ ഒക്കെയും ഇംഗ്ലീഷിലാണ് നിർമ്മിക്കുന്നത്. ഇംഗ്ലീഷ് വിവർത്തനങ്ങളുടെ രൂപത്തിൽ സൃഷ്ടിക്കപ്പെട്ട ഒരു കലാസൃഷ്ടിയാണ് ഇന്ത്യൻ സാഹിത്യം എന്നു പറയാം. ഈ വിവർത്തനങ്ങൾ വളരെ അസമവുമാണ്. വിവർത്തനത്തോടുള്ള അടങ്ങാത്ത അഭിനിവേശം കൊണ്ടുമാത്രം ആ പ്രവർത്തനത്തിൽ ഏർപ്പെടുന്ന മികവുറ്റ അനേകം വ്യക്തികൾ ഉണ്ട്. അവരിൽനിന്നും നമുക്ക് നല്ല വിവർത്തനസാഹിത്യം ലഭിക്കുന്നുമുണ്ട്. അവയിൽ പലതും വളരെ ഉയർന്ന നിലവാരമുള്ളവയാണ്. എന്നാൽ സാഹിത്യ അക്കാദമിപോലെയുള്ള സ്ഥാപനങ്ങളുടെ രക്ഷാധികാരി ശൃംഖലകളിൽനിന്നും മറ്റും പുറത്തുവരുന്ന വിവർത്തനങ്ങളുടെ വളരെ വലിയൊരു ശേഖരം ഇവിടെയുണ്ട്. അതിൽ ഭൂരിഭാഗവും ഖേദകരവുമാണ്.

അതിനാൽ, ഇംഗ്ലീഷും ഇന്ത്യൻ സാഹിത്യം എന്ന ആശയവും തമ്മിലുള്ള ബന്ധത്തെക്കുറിച്ചുള്ള ഈ പ്രശ്നം, പൊതുവായി പറഞ്ഞാൽ

ഇന്ത്യയെന്ന ബഹുഭാഷാ ലോകത്ത് ഇംഗ്ലീഷിനുള്ള സ്ഥാനം എന്താണെന്നത്, ഇന്ത്യൻ സാഹിത്യത്തെക്കുറിച്ചുള്ള ഉപന്യാസത്തിന്റെ ഭാഗമായി മാറി.

ഡൽഹിപോലുള്ള നഗരങ്ങളിൽ എനിക്ക് അഭിമുഖീകരിക്കേണ്ടിവന്ന ഇന്ത്യൻ സാഹചര്യവും ബംഗ്ലാദേശാനന്തര പാകിസ്ഥാനും തമ്മിലുള്ള വൈരുദ്ധ്യവും വളരെ പ്രകടമായിരുന്നു. ഡൽഹി, യു പി, ബിഹാർ എന്നിവിടങ്ങളിൽനിന്ന് കുടിയേറിയ ന്യൂനപക്ഷമായ പാകിസ്ഥാനികളുടെ മാതൃഭാഷ ഉറുദു ആയിരുന്നു. പഞ്ചാബിലെ മാത്രമല്ല, ബലൂചിസ്ഥാനിലെയും വടക്ക്-പടിഞ്ഞാറൻ അതിർത്തി പ്രവിശ്യയിലെയും എല്ലാം സ്കൂളുകളിലും ഉറുദു അദ്ധ്യയന മാധ്യമവുമായിരുന്നു. തങ്ങളുടെ പ്രാദേശിക ഭാഷകൾ സ്കൂൾ സിലബസുകളിലെ അദ്ധ്യയന ഭാഷകൾ ആകാൻ മാത്രം കെൽപ്പു നേടിയതായി അവർക്ക് ബോദ്ധ്യപ്പെടാഞ്ഞതുകൊണ്ടു കൂടിയായിരുന്നു അത്. ഈ കാര്യം ബലൂചിസ്ഥാനെ ഒക്കെ സംബന്ധിച്ച് വളരെ സത്യവുമായിരുന്നു. അതിനാൽ, സ്കൂളിൽ പോകുന്ന ജനസംഖ്യയുടെ എൺപത് ശതമാനവും സാക്ഷരതയുടെയും വിജ്ഞാന സമ്പാദനത്തിന്റെയും വിദ്യാസമ്പന്നമായ ആശയവിനിമയത്തിന്റെയും പ്രഭാഷണത്തിന്റെയും ഭാഷയായി ഉറുദു വളരെ ചിട്ടയായി പഠിച്ചു. സിന്ധ് പ്രദേശം എപ്പോഴും ഇതിൽ നിന്നെല്ലാം വ്യത്യസ്തമായിരുന്നു. തല്ക്കാലം ഞാൻ ആ സങ്കീർണ്ണതയിലേക്ക് പോകുന്നില്ല. പക്ഷേ, ഏതെങ്കിലും തരത്തിലുള്ള നഗരപരിചയം നേടിയ ആളുകൾക്കിടയിൽ ആശയവിനിമയത്തിന്റെ ഭാഷ ഉറുദു ആയിരുന്നു. ഉദാഹരണത്തിന്, നിങ്ങൾ വടക്കുപടിഞ്ഞാറൻ പാകിസ്ഥാനിലെ മലനിരകളിലേക്കുപോയാൽ, അവിടെ ഒരു ചിത്രാലിയും ഒരു പഷ്തൂണും ബസിൽ ഇരിക്കുകയാണെങ്കിൽ അവർ പരസ്പരം ഉറുദുവിൽ സംസാരിക്കും. ഞാൻ പാകിസ്ഥാനിൽ ആയിരുന്നപ്പോൾ അതായിരുന്നു അവസ്ഥ. കാലക്രമേണ, മറ്റ് ഭാഷകൾ അവകാശവാദങ്ങൾ ഉന്നയിക്കാൻ തുടങ്ങുക തന്നെ ചെയ്യും. അപ്പോൾ ഉറുദു പിൻവാങ്ങിയേക്കാം. ശ്രദ്ധേയമായ ഒരു കാര്യം, നിങ്ങൾക്ക് ഇംഗ്ലീഷ് എത്ര നന്നായി അറിയാമെങ്കിലും നിങ്ങൾ അത് സംസാരിക്കുന്നത് പരമാവധി ഒഴിവാക്കി എന്നതാണ്. ഒരു ചെറിയ വിഭാഗം ആളുകൾ ഉണ്ടായിരുന്നു, പ്രത്യേകിച്ച് കറാച്ചിയിലെ ഉന്നതശ്രേണികളിൽ. അവർ ഇംഗ്ലീഷ് സംസാരിക്കുന്നത് പതിവായിരുന്നു. എന്നാൽ ബാക്കിയുള്ളവർ ഇംഗ്ലീഷ് ഉപയോഗിച്ചിരുന്നില്ല. ഞാൻ ഡൽഹിയിൽ വന്നപ്പോൾ, ബുദ്ധിജീവികൾ മുഴുവൻ ഇംഗ്ലീഷിൽ സംസാരിക്കുന്നു എന്ന വസ്തുത എന്നെ വല്ലാതെ ആശ്ചര്യപ്പെടുത്തി. എനിക്കും ക്രമേണ അതിനോട് പൊരുത്തപ്പെടേണ്ടിവന്നു. അവിടെയുള്ളത് ഒരു ബഹുഭാഷാ, ബഹുപ്രദേശ ബുദ്ധിജീവിവർഗ്ഗം ആയതുകൊണ്ടാണ് ഇങ്ങനെ സംഭവിക്കുന്നത് എന്നെനിക്ക് പെട്ടെന്ന് മനസ്സിലാക്കാൻ കഴിഞ്ഞു. ഡൽഹിയിൽ, ഞാൻ ഒറീസയിൽനിന്നുള്ള ഒരാളുടെയും ബംഗാളിൽ നിന്നുള്ള ഒരാളുടെയും കേരളത്തിൽ നിന്നുള്ള ഒരാളുടെയും കൂടെയാണുള്ളത്. അതിനാൽത്തന്നെ അത് അർത്ഥ

വത്താണ്. എന്നാൽ ഡൽഹിയിൽത്തന്നെ ഉള്ളവരോ? അവരിൽ ഭൂരിഭാഗവും ഹിന്ദി സംസാരിക്കുന്ന കുടുംബങ്ങളിൽ നിന്നുള്ളവരാണ് - യുപി, ബിഹാർ, അല്ലെങ്കിൽ പഞ്ചാബിന്റെ പാകിസ്ഥാൻ ഭാഗത്തുള്ള ലാഹോർ, റാവൽപ്പിണ്ടി തുടങ്ങിയ നഗരങ്ങളിൽ നിന്നോ ഒക്കെ ഉള്ളവർ. എന്തുകൊണ്ടാണ് അവർ ഇംഗ്ലീഷിൽ സംസാരിക്കുന്നത്? ഇതെന്നെ അത്ഭുതപ്പെടുത്തി.

എന്റെ കാര്യത്തിൽ ശരിക്കും സംഭവിച്ചത് ഞാൻ വിശദീകരിക്കാൻ ശ്രമിക്കാം. ഞാൻ ഉറുദുവിൽ ധാരാളം എഴുതുമായിരുന്നു. കവിത, സാഹിത്യം, രാഷ്ട്രീയം, സമ്പദ്വ്യവസ്ഥ തുടങ്ങിയവയെപ്പറ്റിയൊക്കെ ഉള്ള ലേഖനങ്ങൾ എന്നിങ്ങനെയെല്ലാം. അലഹബാദ്, ബാംഗ്ലൂർ, ഹൈദ രാബാദ്, കറാച്ചി, ലാഹോർ, മൈസൂർ എന്നിവിടങ്ങളിൽ നിന്നെല്ലാമുള്ള ജേണലുകളിൽ അവ പ്രസിദ്ധീകരിക്കുകയും ചെയ്തിട്ടുണ്ട്. ഇതെല്ലാം ഞാൻ പാകിസ്ഥാനിലും അമേരിക്കയിലും ജീവിച്ചിരുന്നപ്പോൾ ആയിരുന്നു. എന്നാൽ ഞാൻ ഇന്ത്യയിലേക്ക് മാറിയപ്പോൾ ആ അവസ്ഥ മാറി. ഉർദു, അല്ലെങ്കിൽ ഇന്ത്യയിൽ ഹിന്ദി എന്ന് വിളിക്കുന്ന ഉറുദുവിനോട് വളരെ അടുത്ത് നില്ക്കുന്ന ഭാഷ എന്റെ സ്വന്തം ചുറ്റുപാടിലെ മിക്ക ആളുകളുമായും ഞാൻ ഇപ്പോൾ കൂടുതൽ ആശയവിനിമയം നടത്തുന്ന ഭാഷയല്ല. ഡൽഹി, ബോംബെ, ഹൈദരാബാദ് തുടങ്ങിയ സ്ഥലങ്ങളിൽ ഇക്കാര്യത്തിൽ വലിയ വർഗ്ഗവിഭജനം തന്നെ ഉണ്ടായിരുന്നു എന്ന് എനിക്ക് കാണാൻ കഴിഞ്ഞു. ഒരാൾ തൊഴിലാളിവർഗ്ഗത്തോട്, ജോലിക്കാരോട് ഒക്കെ ഹിന്ദിയിൽ സംസാരിക്കും എന്നാൽ ബാക്കി യുള്ളവരോട് ഇംഗ്ലീഷിൽ. രാജ്യത്തിന്റെ മറ്റ് ഇടങ്ങളിൽ ഒക്കെ ഭൂരിഭാഗം പേർക്കും ഇത് ഇംഗ്ലീഷ് മാത്രമായിരുന്നു. ഞാൻ ക്രമേണ ഫലപ്രദമായി ഒരു ഇംഗ്ലീഷ് സ്പീക്കറായി മാറി, മിക്കവാറും ഇംഗ്ലീഷിൽ മാത്രം എഴുതാനും തുടങ്ങി. അമേരിക്കയിൽ ആയിരുന്നപ്പോൾ ഇംഗ്ലീഷിൽ ഇത്രയധികം എഴുതിയിരുന്നില്ല. 1980 കളുടെ രണ്ടാം പകുതി മുതൽ ഡൽഹിയിൽ സ്ഥിരതാമസമാക്കിയതിനുശേഷം ഇംഗ്ലീഷിലുള്ള എന്റെ എഴുത്തിന്റെ തോത് പെട്ടെന്ന് വർദ്ധിച്ചു.

പാകിസ്ഥാനിലായിരുന്നപ്പോൾ, ഞാൻ ഉറുദുവിൽ ധാരാളം രാഷ്ട്രീ യരചനകൾ നടത്തിയിരുന്നു. ഇംഗ്ലീഷിൽ എഴുതണമെന്ന് എനിക്ക് തോന്നിയിട്ടില്ല. ഞങ്ങളുടെ പാർട്ടിക്ക് ഒരു ആഴ്ചപ്പതിപ്പ് ഉണ്ടായിരുന്നു, അതിൽ സ്ഥിരമായി ഉറുദുവിൽ തന്നെ പംക്തികൾ എഴുതുമായിരുന്നു. പാകിസ്ഥാനിൽ ഞാൻ ഉറുദുവിൽ അഞ്ച് പുസ്തകങ്ങൾ പ്രസി ദ്ധീകരിച്ചു. അതെല്ലാംതന്നെ രാഷ്ട്രീയവിഷയങ്ങൾ ശീർഷകമാക്കിയ പുസ്തകങ്ങളുമായിരുന്നു. അതുകൊണ്ട്, പാകിസ്ഥാനിലെ എന്റെ രാഷ്ട്രീയ ബന്ധം ഉറുദു ബന്ധമായിരുന്നു; ഇന്ത്യയിലെ എന്റെ രാഷ്ട്രീയ ബന്ധം ഒരു ഇംഗ്ലീഷ് ബന്ധമായി മാറി. പാകിസ്ഥാനിൽ ഞങ്ങളുടെ പാർട്ടി ദുർബ്ബലമായപ്പോൾ, ആ ബന്ധങ്ങൾ വഷളാകാൻ തുടങ്ങിയ പ്പോൾ, ആ രാഷ്ട്രീയ - ഉറുദു ലോകവുമായുള്ള എന്റെ ബന്ധം ഏകദേശം അവസാനിക്കാൻ തുടങ്ങി. ഇംഗ്ലീഷ് സംസാരിക്കുന്ന, ഇംഗ്ലീഷ്

എഴുതുന്ന ബുദ്ധിജീവികളുടെ ഭാഗമായി ഞാൻ മാറി. ഇന്ത്യയിലെ ഇംഗ്ലീഷിനെക്കുറിച്ചുള്ള ചോദ്യം എന്നെ സംബന്ധിച്ചിടത്തോളം വ്യക്തിപരമായി ഉന്നയിക്കപ്പെട്ട ഒരു ചോദ്യമായിരുന്നു. എന്നാൽ സാമൂഹികമായും രാഷ്ട്രീയമായും വളരെ പ്രധാനപ്പെട്ട ഒരു ചോദ്യവുമായിരുന്നു. അതിനാൽ തന്നെ, ഇന്ത്യൻ സാഹിത്യത്തെക്കുറിച്ചുള്ള അദ്ധ്യായത്തിൽ മാത്രമല്ല, പ്രാരംഭ അദ്ധ്യായങ്ങളിലും ഇക്കാര്യം പ്രതിപാദിക്കപ്പെടുന്നുണ്ട്.

ഇംഗ്ലീഷിനെക്കുറിച്ചുള്ള ഈ ചോദ്യം ഇന്ത്യക്കുള്ളിൽ പ്രവർത്തിക്കുന്ന ബുദ്ധിജീവികളുമായി മാത്രം ബന്ധപ്പെട്ടതല്ല. അന്താരാഷ്ട്ര അക്കാദമിക മണ്ഡലങ്ങളിലൊക്കെ വലിയ സ്വാധീനം ചെലുത്തുന്ന ഇന്ത്യൻ വംശജരായവരും എന്നാൽ പാശ്ചാത്യ, കൂടുതലും അമേരിക്കൻ സർവ്വകലാശാലകളിൽ ഒക്കെ ഉള്ള ബുദ്ധിജീവികളുമായും ബന്ധപ്പെട്ടിരിക്കുന്നു. കീഴാള പഠനങ്ങളെക്കുറിച്ചും അധിനിവേശാനന്തര സിദ്ധാന്തത്തെക്കുറിച്ചുമെല്ലാം നാം നേരത്തെ സംസാരിച്ചു. ശരിയാണ്, ഈ രണ്ട് അക്കാദമിക ശാഖകളിലും വിദേശത്ത് താമസിക്കുന്നതും ഇന്ത്യയിൽ താമസിക്കുന്നതുമായ ഇന്ത്യൻ ബുദ്ധിജീവികൾ തമ്മിൽ ചില സദൃശ്യഘടകങ്ങൾ ഉണ്ട്. ഇതൊരു വർഗ്ഗശൃംഖലയാണ്. ആ വസ്തുത അംഗീകരിക്കുമ്പോൾ തന്നെയും അതിനെ വളരെ വസ്തുനിഷ്ഠമായിത്തന്നെ വിശകലനം ചെയ്യേണ്ടതുമുണ്ട്. തദ്ദേശീയമായ ധാർമ്മികതയുടെ വെളിച്ചത്തിലല്ല, മറിച്ച് ഭൗതിക ചരിത്രങ്ങളുമായി ബന്ധപ്പെടുത്തി പുസ്തകത്തിന്റെ രണ്ടാം അദ്ധ്യായത്തിൽ ഞാൻ ഇതിനെക്കുറിച്ച് പരാമർശിക്കുന്നുണ്ട്. എങ്കിലും ഇന്ത്യൻ സാഹിത്യത്തെക്കുറിച്ചുള്ള അദ്ധ്യായത്തിന്റെ അവസാനത്തിൽ കുറച്ചുകൂടി അഭിപ്രായങ്ങൾ ഇത് സംബന്ധിച്ചുവരുന്നുണ്ട്. അവിടെ, ഇന്ത്യൻ ഭാഷകളിലൊന്നായി ഇംഗ്ലീഷ് മാറിയിരിക്കുന്നുവെന്ന് ഞാൻ ഊന്നിപ്പറയുന്നുണ്ട്. 'നിങ്ങൾ എന്തിനാണ് ഇംഗ്ലീഷിൽ എഴുതുന്നത്?' എന്ന ചോദ്യത്തിൽത്തന്നെ ശരികേടുണ്ട്. കാരണം ഇംഗ്ലീഷിൽ എഴുതുന്നവർക്ക്, അതാണ് അവർക്ക് ഏറ്റവും മികച്ച വൈദഗ്ദ്ധ്യമുള്ള ഭാഷ. ഇന്ത്യയിലെ നൂറ്റമ്പത് വർഷത്തെ സാന്നിദ്ധ്യത്തിനു ശേഷം, ഇംഗ്ലീഷ്, ഇന്ത്യൻ ഭാഷകളിൽ ഒന്നായി മാറിയിരിക്കുന്നു എന്നതും ഒരു വസ്തുതയാണ്. ഇംഗ്ലീഷ് ഇന്ത്യയിൽ നിലനില്ക്കുന്നതിന്റെ യഥാർത്ഥമായ ഭൗതിക സാഹചര്യത്തെ, അതിന്റെ പല വ്യവഹാരങ്ങളെ – വൈരുദ്ധ്യം നിറഞ്ഞ ചില പ്രവർത്തനങ്ങൾ ഉൾപ്പെടെ – മനസ്സിലാക്കേണ്ടതുണ്ട്.

വിജയ്: 1983 ൽ ആഷിഷ് നന്ദി *ദി ഇന്റിമേറ്റ് എനിമി* പ്രസിദ്ധീകരിച്ചു. ഇംഗ്ലീഷ് സംസാരിക്കുന്നതിനെക്കുറിച്ചും, അത് ആധികാരികതയില്ലാത്ത ഒരു പ്രവൃത്തിയെന്ന നിലയിലാണെന്നുമൊക്കെയുള്ള കാഴ്ചപ്പാടുകൾ അവതരിപ്പിച്ചുകൊണ്ടായിരുന്നു ഇത്. ഇത് ഒരു ധർമ്മസങ്കടം സൃഷ്ടിച്ചുവെന്നു പറയാം. അങ്ങ് പറയുന്നത് ശരിക്കും ഈ കാര്യത്തിന്റെ ലക്ഷണമാണ്, അതിനുള്ള മറുമരുന്നല്ല.

ഐജാസ്: ഞാൻ നന്ദിയുടെ ആ പുസ്തകം വായിച്ചിരുന്നു. പക്ഷേ,

അതിന്റെ പ്രാരംഭ പ്രസിദ്ധീകരണത്തിന് ഏകദേശം ഒരു ദശാബ്ദത്തിന് ശേഷമായിരുന്നു അത്. അദ്ദേഹം അതിൽ നിശിതമായ ചില കാര്യങ്ങൾ പറയുന്നുണ്ട്. എന്നാൽ ഇംഗ്ലീഷ് യഥാർത്ഥത്തിൽ ഇന്ത്യയിൽ വഹിക്കുന്ന വളരെ സങ്കീർണ്ണമായ പങ്കുമായോ അല്ലെങ്കിൽ അദ്ദേഹം കൂടി ഉൾപ്പെട്ട, ഇംഗ്ലീഷ് സംസാരിക്കുന്ന ഇവിടുത്തെ ബുദ്ധിജീവികളുടെ പങ്കുമായോ പുസ്തകം വേണ്ടത്ര ഇടപഴകിയിട്ടില്ലെന്ന് എനിക്ക് തോന്നി. ഞാനീപ്പറഞ്ഞ സങ്കീർണ്ണതയുടെ ചില ഉദാഹരണങ്ങൾ പറയാം. കൊളോണിയൽ കാലത്തേക്കാൾ എത്രയോ വ്യാപകമായാണ് ഇന്നത്തെ ഇന്ത്യയിൽ ഇംഗ്ലീഷ് സംസാരിക്കപ്പെടുന്നത് എന്ന വസ്തുതയെക്കുറിച്ച് എന്തുപറയുന്നു? അതൊരു കൊളോണിയൽ ഹാങ് ഓവർ മാത്രമാണോ? അതോ സ്വാതന്ത്ര്യാനന്തര സംഭവവികാസങ്ങളുടെ പ്രത്യേക സവിശേഷതകളുമായി ബന്ധമുണ്ടോ? പിന്നെ ദ്വിഭാഷ സംബന്ധിച്ച ചോദ്യം. ഇന്ത്യൻ പാരമ്പര്യത്തിന്റെ അപ്പോസ്തലൻ എന്ന് പറയപ്പെടുന്ന ഗാന്ധി ലണ്ടനിൽനിന്ന് പരിശീലനം നേടിയ ഒരു ബാരിസ്റ്ററായിരുന്നു. ഇരുപതാം നൂറ്റാണ്ടിലെ ഉർദു ഗസൽ ശാഖയിലെ ഏറ്റവും പ്രഗത്ഭരായ കവികളിൽ ഒരാളായ രഘുപതി സഹായ് ഫിറാഖ്, അലഹബാദ് സർവ്വകലാശാലയിൽ ആജീവനാന്തം ഏറെ ആദരിക്കപ്പെട്ട ഇംഗ്ലീഷ് പ്രൊഫസറായിരുന്നു. ഫയിസ് അഹമ്മദ് ഫൈസ് ഇംഗ്ലീഷിലും അറബിയിലും രണ്ട് എം എ ബിരുദങ്ങൾ നേടി. ഉറുദു കവിതകൾ എഴുതി. തന്റെ കരിയറിന്റെ ആദ്യ വർഷങ്ങളിൽ ഇംഗ്ലീഷ് പഠിപ്പിച്ചു, തുടർന്ന് 1951 ൽ ആദ്യമായി അറസ്റ്റ് ചെയ്യപ്പെടുന്നതുവരെയും അദ്ദേഹം ഇംഗ്ലീഷ് ഭാഷാ പത്രമായ *പാകിസ്ഥാൻ ടൈംസി*ന്റെ ചീഫ് എഡിറ്ററായി സേവനമനുഷ്ഠിച്ചു. കൊളോണിയൽ ഇന്ത്യയിൽ ഇംഗ്ലീഷിൽ മാത്രം എഴുതുന്ന ബുദ്ധിജീവികൾ കുറവായിരുന്നു. മിക്കവരും രണ്ട് ഭാഷകളിലായാണ് എഴുതിയത്. ഇംഗ്ലീഷിൽ മാത്രം എഴുതുന്നവരുടെ എണ്ണവും സ്വാധീനവും സ്വാതന്ത്ര്യലബ്ധിക്കുശേഷം കൂടുന്നതായാണ് കാണാൻ പറ്റിയത്. ഏതാണ്ട് 1980 ന് ശേഷമാണ് ഈ പ്രവണത യഥാർത്ഥത്തിൽ കൂടുതൽ പ്രകടമായത്. കൂടാതെ, സാഹിത്യനിർമ്മാണത്തേക്കാൾ ഭൗതികവും സാമൂഹികവുമായ ശാസ്ത്രങ്ങളിൽ അക്കാദമിക ഉല്പാദനത്തിനും വ്യവഹാരത്തിനുമുള്ള ഒരു ഭാഷയാണ് ഇന്ത്യയിൽ ഇംഗ്ലീഷ്. പൊതുവായിപ്പറഞ്ഞാൽ, ഇംഗ്ലീഷ് വിപണി ഇടപാടിന്റെ ഭാഷയും ഹിന്ദിയേക്കാൾ കൂടുതൽ രാജ്യത്തെ പ്രദേശങ്ങളെ ആന്തരികമായി ബന്ധപ്പെടുത്തുന്ന ലിങ്ക് ഭാഷയും പോലെ തന്നെ ഒരു ക്ലാസ് പ്രിവിലേജിന്റെ ഭാഷയുമാണ്. വിപണിയിലെന്നപോലെ വരേണ്യവ്യവഹാരത്തിലും ഇംഗ്ലീഷിന്റെ സ്ഥാനം അങ്ങനെതന്നെയാണ്. അതുപോലെ, ഹിന്ദി സംസാരിക്കുന്നവർക്ക് അനാവശ്യമായ നേട്ടങ്ങൾ നല്കുകയും ലഭിക്കുകയും ചെയ്യുന്നതിനാൽ ഹിന്ദിക്കുവേണ്ടിയുള്ള അത്തരം വാദങ്ങളെ ചെറുക്കുന്ന വളരെ വലിയ പ്രദേശങ്ങളും ഈ രാജ്യത്തുണ്ട്. നന്ദിയുടെ പ്രശ്നം, അദ്ദേഹത്തിന് പലപ്പോഴും വിലപ്പെട്ട അനേകം ഉൾക്കാഴ്ചകൾ ഉണ്ടെങ്കിലും ക്രമേണ അദ്ദേഹത്തിന്റെ വാദങ്ങൾ കർക്കശമായ ഒരുതരം ഏകപക്ഷീയത

യിലേക്കും അതിശയോക്തിയിലേക്കും വഴുതിവീഴുന്നു എന്നതാണ്. *ഇന്റിമേറ്റ് എനിമി* ഭൂരിഭാഗവും എനിക്ക് ഒരിക്കലും ഇഷ്ടപ്പെടാത്ത ഒരു തരം ആത്മാഭിമാനമുള്ള തദ്ദേശീയതയെയാണ് ആശ്രയിക്കുന്നത്. ഒരു സാഹചര്യത്തിന്റെ വൈരുദ്ധ്യങ്ങളും ഒപ്പം തന്നെ ആ സാഹചര്യത്തിന്റെ സങ്കീർണ്ണതകളും നമ്മൾ കൈകാര്യം ചെയ്യണം. സതിക്കെതിരെ എഴുതാൻ തുടങ്ങിയ സ്ത്രീകൾക്കെതിരെ വാദിക്കാൻ ആശിഷ് നന്ദിയെ പ്രേരിപ്പിച്ചതും അത്തരത്തിലുള്ള തദ്ദേശീയതയാണ് എന്ന് ഞാൻ കരുതുന്നു. സ്വന്തം ആത്മീയ പാരമ്പര്യങ്ങളും ചിതയിൽ സ്വയം കത്തിക്കാൻ തീരുമാനിക്കുന്ന ഒരു സ്ത്രീയുടെ തീരുമാനത്തിലേക്കുനയിക്കുന്ന ഭക്തിയും അതിനുള്ള സ്വാതന്ത്ര്യവും അവകാശവും ഉൾക്കൊള്ളാത്ത, നിർജ്ജീവമായ, ആംഗലേയവല്ക്കരിക്കപ്പെട്ട ആളുകളായാണ് അദ്ദേഹം ആ സ്ത്രീകളെ വിശേഷിപ്പിച്ചത്. *ദി ഇന്റിമേറ്റ് എനിമി* പുറത്തിറങ്ങി നാല് വർഷത്തിന് ശേഷം 1987 ലായിരുന്നു ഇത്. ആ ഉപന്യാസം കണ്ട് ഞാൻ ശരിക്കും ഞെട്ടിപ്പോയി. ആംഗലേയവല്ക്കരണത്തെക്കുറിച്ചുള്ള നിങ്ങളുടെ ധാർമ്മികരോഷം നിങ്ങളെ നയിക്കുന്നത് ഇത്തരത്തിലാണ്. ഈ വർഗ്ഗീയതയെല്ലാം കൊളോണിയലിസത്തിന്റെയും ആധുനികതയുടെയും ഉല്പന്നമാണെന്ന് നിങ്ങൾ പറയുന്നു. ശരിക്കും അതിനുള്ള ഉത്തരം നിങ്ങളുടെ പാരമ്പര്യമായ അനുഷ്ഠാനങ്ങളിലും കൂടിയാണ് ഉള്ളത്. കൂടാതെ വസ്തുനിഷ്ഠപരമായ, ചരിത്രപരമായ ഭൂതകാലത്തിന് യാതൊരു അടിത്തറയുമില്ലാത്ത തരത്തിലുള്ള സാങ്കല്പിക പാരമ്പര്യങ്ങൾ നിങ്ങൾ കണ്ടുപിടിക്കുകയും ചെയ്യുന്നുണ്ട്.

വിജയ്: ഓറിയന്റലിസത്തോടുള്ള അങ്ങയുടെ ആദ്യ പ്രതികരണത്തിലേക്ക് ഇത് നമ്മെ തിരികെ കൊണ്ടുവരുന്നു. അൽ-അസം പറഞ്ഞതുപോലെ - 'ഓറിയന്റലിസം ഇൻ റിവേഴ്സ്.' മതേതരത്വമോ യുക്തിവാദമോ ഒരു നാടിന്റെ മണ്ണിൽ നിന്നുള്ളതല്ല എന്ന വാദം ഉയരാം. എന്നാൽ പിന്നീട് വരുന്നത് 'മണ്ണിലേക്ക് മടങ്ങുക', എന്ന ആശയമാണ്. അതായത് യുക്തിരാഹിത്യത്തിലേക്കും സാമൂഹികാധികാര ശ്രേണികളിലേക്കും മടങ്ങുക.

ഐജാസ്: ഇതിലെല്ലാം ചില മോശം വിശ്വാസത്തിന്റെ പ്രശ്നമുണ്ട്. പാശ്ചാത്യ രാജ്യങ്ങളിൽ നിന്നാണ് വരുന്നതെന്ന കാരണംകൊണ്ട് നിങ്ങൾക്ക് മാർക്സിസമോ മതേതരത്വമോ യുക്തിവാദമോ എടുക്കാൻ കഴിയുന്നില്ല. പക്ഷേ, കാറുകളിലോ ട്രെയിനുകളിലോ യാത്ര ചെയ്യുന്നതിനോ വിമാനത്തിൽ പറക്കുന്നതിനോ ചായ കുടിക്കുന്നതിനോ സാൻഡ്വിച്ച് കഴിക്കുന്നതിനോ വിസ്കി കുടിക്കുന്നതിനോ ഒരു പ്രശ്നവും തോന്നുന്നില്ല. ഇവയെല്ലാം ഇംഗ്ലീഷ് ഭാഷ കൊണ്ടുവന്ന അതേ ബ്രിട്ടീഷുകാർ ഇന്ത്യയിലേക്ക് കൊണ്ടുവന്നതാണ്. സഹിഷ്ണുതയാണ് ഇന്ത്യക്ക് ഏറ്റവും അനുയോജ്യമെന്നും കാരണം നമുക്ക് അന്യമായ ഒരു ബൗദ്ധിക പാരമ്പര്യത്തിൽനിന്ന് വരുന്ന സെക്യുലറിസത്തെ അപേക്ഷിച്ച് അതാണ് തദ്ദേശീയമായി വിശിഷ്ടമായതെന്നും വാദിച്ച് ലേഖനം എഴുതിയ വളരെ പ്രശസ്തനായ ഒരു സാമൂഹിക ശാസ്ത്രജ്ഞനുണ്ട്.

ആ ലേഖനത്തിൽത്തന്നെ എല്ലാ സമൂഹത്തിനും മേൽ ഒരു ഏകീകൃത മതേതരത്വം അടിച്ചേല്പിക്കുന്നതിനുപകരം വിവിധ ഇന്ത്യൻ മതസമൂഹങ്ങളെ അവരുടെ സ്വന്തം നിയമങ്ങളും ജീവിതരീതികളും രൂപപ്പെടുത്താൻ അനുവദിക്കണമെന്നും പറയുന്നു. ഈ മുഴുവൻ വീക്ഷണവും ഒരു പാരമ്പര്യത്തിന്റെ ചട്ടക്കൂടിനുള്ളിൽനിന്നുകൊണ്ട് മാത്രമേ നിങ്ങൾ ആ പാരമ്പര്യത്തെ വിമർശിക്കാൻ പാടുള്ളൂ എന്ന ആശയത്തോട് ഒത്തുപോകുന്നതാണ്. ഇത്തരത്തിലുള്ള എല്ലാ പാരമ്പര്യവാദങ്ങളും കൃത്യമായും ഒരു നവ-പാരമ്പര്യവാദമാണെന്നും, പുതിയ കാലത്തിന്റെ ഒരുല്പന്നമാണെന്നും, അത് പിന്നീട് ചരിത്രാതീതമായ എന്തോ ശാശ്വതവും കാലാതീതവുമായ പാരമ്പര്യമായി അവതരിപ്പിക്കപ്പെടുകയാണെന്നുമാണ് ഞാൻ കരുതുന്നത്.

വിജയ്: ഒരു പാരമ്പര്യം അതിനുള്ളിൽ നിന്ന് മാത്രമേ വിമർശിക്കപ്പെടാവൂ എന്ന വാദം എവിടെ നിന്നാണ് വരുന്നത്? ചരിത്രത്തിന്റെ ആഴത്തിലുള്ള ഒരല്പം സങ്കുചിതമായ വീക്ഷണമാണത്. ഞാൻ ഉദ്ദേശിച്ചത്, ഏത് നീണ്ട ചരിത്ര ഏടിലാണ് പരസ്പരം പാരമ്പര്യങ്ങൾ കടമെടുക്കുകയോ മറ്റ് ശക്തികളാലും ഘടകങ്ങളാലും സ്വാധീനിക്കപ്പെടുകയോ കൈമാറ്റം ചെയ്യപ്പെടുകയോ ചെയ്യാത്തവിധം മുദ്രവയ്ക്കപ്പെട്ടത്? ഈ വാദം എവിടെ നിന്ന് വരുന്നു?

ഐജാസ്: ഇത് പ്രധാനമായും യൂറോപ്പിൽ ജ്ഞാനോദയത്തിനും ഫ്രഞ്ച് വിപ്ലവത്തിനും എതിരായി ഉയർന്നുവന്ന പിന്തിരിപ്പൻ ആശയങ്ങളിൽ നിന്നാണ് വരുന്നത്. എന്നാൽ അതിൽ ചിലത് പ്രൊട്ടസ്റ്റന്റ് നവീകരണത്തിനെതിരായ കത്തോലിക്കാ പ്രതി-നവീകരണത്തിന്റെ ആശയങ്ങളിൽ തന്നെ ഉള്ളടങ്ങിയിരുന്നു. ഇത്തരത്തിലുള്ള ചിന്തയുടെ വേരുകൾ മനസ്സിലാക്കാൻ നിങ്ങൾ ദി മൈസ്ത്രേയെ അല്ലെങ്കിൽ ലൂയി ബോണാൾഡിനെ വായിക്കുക, അല്ലെങ്കിൽ ജർമ്മൻ രാഷ്ട്രത്തെ അഭിസംബോധന ചെയ്തുകൊണ്ട് യൊഹാൻ ഫിഷ്റ്റെ എഴുതിയത്. അല്ലെങ്കിൽ വലതുപക്ഷ കാല്പനികതയുടെ പുസ്തകങ്ങൾ നോക്കിയാൽ മതി. യൂറോപ്പിലെ ഫാസിസത്തിന്റെ കാലഘട്ടത്തിലും ഇത്തരം ആശയങ്ങൾ വളരെയധികം സ്വാധീനം ചെലുത്തി. ഉദാഹരണത്തിന്, ഹൈഡെഗറുടെ നാസി കാലഘട്ടത്തിലെ സെമിനാർ പാഠങ്ങളിൽ ഇതു നിങ്ങൾക്ക് കാണാൻ കഴിയും. അറിഞ്ഞോ അറിയാതെയോ ഹിന്ദു വലതുപക്ഷവും ഇസ്ലാമിസ്റ്റ് വലതുപക്ഷവും യൂറോപ്യൻ ചിന്താഗതിയുടെ ആ പിന്തിരിപ്പൻ വംശപരമ്പരകളുടെ നേരിട്ടുള്ള പിൻഗാമികളാണ്.

കൊളോണിയൽ വിദ്യാഭ്യാസം കൊളോണിയൽ ഭരണകർത്താക്കൾക്ക് അനുകൂലമായ ആശയങ്ങളെ ജനകീയമാക്കി. അത് കൂടുതലും ലിബറലിസത്തെ അല്ലെങ്കിൽ കൂടുതൽ വലതുപക്ഷ ആശയങ്ങളെ പിന്തുണയ്ക്കുന്ന സംഗതികളായിരുന്നു. യൂറോപ്യൻ കൊളോണിയലിസമാണ് ഇന്ത്യയിൽ ജ്ഞാനോദയം കൊണ്ടുവന്നതെന്ന് കരുതുന്നു എന്നതാണ് ഇവിടത്തെ സബാൾട്ടേണിസ്റ്റുകളുടെ പ്രശ്നം. അവർ അങ്ങനെ ചെയ്തിരുന്നെങ്കിലെന്നാണ് ഞാൻ ആഗ്രഹിക്കുന്നത്, പക്ഷേ,

കൊളോണിയലിസം അങ്ങനെയൊന്നും ചെയ്യാൻ കഴിയാത്തവിധം പിന്തിരിപ്പനായിരുന്നു എന്നതാണ് വസ്തുത. ഒരു ഉദാഹരണം മാത്രം പറയാം. മാർക്സിന്റെ ആദ്യകാല എഴുത്തുകളിൽ ഒന്നായ *കോണ്ട്രിബ്യൂഷൻ റ്റു ദി ക്രിറ്റിക് ഓഫ് ഹെഗൽസ് ഫിലൊസൊഫി ഓഫ് റൈറ്റ്* നിങ്ങൾ നിസ്സംശയം ഓർക്കുന്നുണ്ടാവും. അതിൽ ഇങ്ങനെ പറയുന്നുണ്ട്: 'ജർമ്മനിയെ സംബന്ധിച്ചിടത്തോളം, മതത്തിന്റെ വിമർശനം ഏതാണ്ട് പൂർണ്ണമായും പൂർത്തിയായിരിക്കുകയാണ്, മതത്തെക്കുറിച്ചുള്ള വിമർശനമാണ് എല്ലാ വിമർശനങ്ങളുടെയും മുന്നുപാധി.' ഇത് 1843 ൽ ആയിരുന്നു. മതത്തെക്കുറിച്ചുള്ള ഒരു വിമർശനവും താൻ ഏറ്റെടുക്കേണ്ടതില്ല എന്നാണ് മാർക്സ് പറയുന്നത്, കാരണം അത് മറ്റുള്ളവർ പൂർത്തിയാക്കിക്കഴിഞ്ഞു. ഇത് പറയുന്ന വർഷവും വളരെ പ്രധാനമാണ് എന്നാലോചിക്കണം. 1843 ൽ ഒരു ചെറുപ്പക്കാരൻ - ഏതാണ്ട് രണ്ട് നൂറ്റാണ്ടുകൾക്കുമുമ്പ് - മതത്തെക്കുറിച്ചുള്ള വിമർശനം പൂർണ്ണമാണെന്നും അത്തരം വിമർശനം എല്ലാ വിമർശനങ്ങളുടെയും മുൻവ്യവസ്ഥയാണെന്നും കരുതുന്നു. ജ്ഞാനോദയ തത്ത്വചിന്താ സരണിയുടെ ഇടതുപക്ഷം എന്ന് ഞാൻ വിളിക്കുന്ന ഇടങ്ങളിൽനിന്നാണെന്നു തോന്നുന്നു മാർക്സ് ഈ ചിന്ത കടമെടുത്തത്. ശാസ്ത്രീയ യുക്തിയിലൂടെ മതത്തെയും ജാതിയെയും രീതിപരമായി വിമർശിക്കുന്നതിനും വിശകലനത്തിന് വിധേയമാക്കുന്നതിനും യൂറോപ്യൻ അധിനിവേശവാദികൾ എപ്പോഴെങ്കിലും കൊളോണിയൽ ക്ലാസ്മുറികളിലേക്ക് അത്തരത്തിലുള്ള എന്തെങ്കിലും ആശയങ്ങൾ കൊണ്ടുവന്നിട്ടുണ്ടോ?

വിജയ്: അങ്ങയുടെ പുസ്തകത്തിൽ ധാരാളം പ്രമേയങ്ങൾ ഉണ്ട്. 'ഓറിയന്റലിസം ഇൻ റിവേഴ്സ്' എന്നതിനെക്കുറിച്ചുള്ള വിമർശനമുണ്ട്, കൂടുതൽ കൃത്യമായി കൊളോണിയലിസത്തിനോ കൊളോണിയൽ വ്യവഹാരത്തിനോ എതിരായ പാരമ്പര്യത്തെ സ്ഥിരീകരിക്കാനുള്ള ഒരു തരം ഉൽക്കർഷേച്ഛ ഉണ്ട്. മറ്റൊരു പ്രധാന പ്രമേയം ദേശീയതയെയും ദേശീയമായ സൗന്ദര്യശാസ്ത്രത്തെയും കുറിച്ചാണ്. കൂടാതെ ഇവിടെ ഒരു ദേശീയ സാഹിത്യം, ഒരു ഇന്ത്യൻ സാഹിത്യം എന്നിവ ഉണ്ടോ എന്ന ചോദ്യം ഉന്നയിക്കുന്നു. പിന്നെ മാർക്സിസം നിരാകരിക്കപ്പെടുന്നത് സംബന്ധിച്ച്. ഒരു മാർക്സിസ്റ്റ് കാഴ്ചപ്പാടിൽനിന്നുകൊണ്ട് എന്തുകൊണ്ട് വാദിക്കണം എന്ന് മാത്രമല്ല, മാർക്സിസത്തെക്കുറിച്ചും അതിന്റെ പ്രാധാന്യത്തെക്കുറിച്ചും തന്നെ വാദിക്കേണ്ടതിന്റെ അടിയന്തരാവശ്യത്തെക്കുറിച്ച് അങ്ങേയ്ക്ക് അല്പം സംസാരിക്കാമോ? ഒരു ബൗദ്ധിക പരിസരത്ത് അവർ മാർക്സിനെ ഇടിച്ച് താഴ്ത്തുക മാത്രമല്ല പലപ്പോഴും ചെയ്തത്, വെറുതെ അതിന് ചുറ്റും കറങ്ങിക്കൊണ്ടിരിക്കുക കൂടി ആയിരുന്നു. അവർ പലപ്പോഴും മാർക്സിനെതിരെ വാദിക്കുക പോലുമായിരുന്നില്ല.

ഐജാസ്: അതെ. അവരാരും മാർക്സിനെതിരെ വ്യവസ്ഥിതമായ രീതിയിൽ വാദിച്ചിട്ടില്ല. എന്നാൽ നിങ്ങൾ എന്നോട് ഉന്നയിച്ച വിഷയം *ഇൻ തിയറി*യുടെ ആമുഖത്തിൽ ഞാൻ അഭിസംബോധന ചെയ്ത ഒരു

കാര്യത്തെ സൂചിപ്പിക്കുന്നുണ്ട്. ഒരു പ്രത്യേക ചരിത്ര സന്ധിയിൽ, സവിശേഷമായും പാശ്ചാത്യ രാജ്യങ്ങളിലും എന്നാൽ അവിടെ മാത്രമായി ഒതുങ്ങിനില്ക്കാത്ത തരത്തിലും മാർക്സിസത്തിന്റെ പ്രതാപത്തിലുണ്ടായ ചില ഇടിവുമായി ബന്ധപ്പെട്ട ചോദ്യമാണത്.

കാലഘട്ടത്തിന്റെ ആ പരുക്കൻ തിട്ടപ്പെടുത്തൽ ഞാനിപ്പോഴും അവലംബിക്കുകയാണ്. 1970 നും 1975 നും ഇടയിൽ, ലോകം വളരെ വ്യത്യസ്തവും എന്നാൽ പരസ്പരം ബന്ധപ്പെട്ടിരിക്കുന്നതുമായ മൂന്ന് പ്രതിസന്ധികളെ അഭിമുഖീകരിച്ചു. ഒന്നാമതായി, മുതലാളിത്ത സമൃദ്ധിയുടെ കുതിച്ചുചാട്ടത്തിന്റെ യുഗം അവസാനിച്ചു. അപ്പോഴേക്കും യൂറോപ്പ് യുദ്ധാനന്തര പുനർനിർമ്മാണം പൂർത്തിയാക്കി, സമ്പദ്വ്യവസ്ഥ മന്ദഗതിയിലായി. കൊറിയയിലും ഇന്തോ-ചൈനയിലും മറ്റിടങ്ങളിലും നടത്തിയ നീണ്ട യുദ്ധങ്ങളും ലോകമെമ്പാടുമുള്ള അനവധി സൈനികതാവളങ്ങൾക്കായി പണം ചെലവാക്കിയതും കാരണം അമേരിക്കൻ ഐക്യനാടുകൾ വളരെ ഗുരുതരമായ സാമ്പത്തികപ്രതിസന്ധി നേരിടുകയായിരുന്നു. എഴുപതുകളുടെ തുടക്കത്തിൽ ആഗോള സാമ്പത്തിക വ്യവസ്ഥയിൽ യു എസ് കൊണ്ടുവന്ന വലിയ മാറ്റങ്ങൾ ആ പ്രതിസന്ധിയോടുള്ള നേരിട്ടുള്ള പ്രതികരണമായിരുന്നു. പടിഞ്ഞാറൻ യൂറോപ്പിലെ സാമൂഹിക ജനാധിപത്യത്തിന്റെ ക്രമാനുഗതമായ ശോഷിക്കലും പിൻവാങ്ങലുമായിരുന്നു ആ സ്തംഭനാവസ്ഥയുടെ ഒരു അനന്തരഫലം.

രണ്ടാമതായി, മറുവശത്ത്, കമ്യൂണിസ്റ്റ് ഭരണകൂട സംവിധാനം അതേ സമയം തന്നെ കൂടുതൽ ആഴത്തിലുള്ള പ്രതിസന്ധികളിലേക്ക് പ്രവേശിച്ചു. സാംസ്കാരിക വിപ്ലവത്തിന്റെ പ്രക്ഷുബ്ധമായ അനന്തരഫലങ്ങൾ കണ്ടുതുടങ്ങിയ 1978-79 കാലത്തെ 'ദെങ് പരിഷ്കാരങ്ങൾ' ചൈനയിൽ സോഷ്യലിസത്തിന്റെ സാവധാനത്തിലുള്ളതും എന്നാൽ മോശമല്ലാത്തതുമായ ശിഥിലീകരണത്തിന് കളമൊരുക്കി. സോവിയറ്റ് നേതൃത്വത്തിലുള്ള കൊംകോൺ രാജ്യങ്ങളിലെ കമ്യൂണിസ്റ്റ് ഭരണകൂട സംവിധാനങ്ങളുടെ കെട്ടുകൾ പതുക്കെ എന്നാൽ ക്രമാനുഗതമായി, ചൈനയേക്കാൾ പൂർണ്ണമായി പൊട്ടിപ്പോയി.

മൂന്നാമതായി, 'ദേശീയബൂർഷ്വാസിയുടെ ദേശീയത' എന്ന് ഞാൻ വിശേഷിപ്പിക്കുന്നതിനു നേരിടേണ്ടി വരുന്ന വിവിധതരത്തിലുള്ള പ്രതിസന്ധികളും പരാജയങ്ങളുമാണ്.. ഇതിൽ 1965 ലെ ഇന്തോനേഷ്യയിലെ അട്ടിമറി, 1967 നു ശേഷം അറബ് പ്രദേശത്ത് ഉണ്ടായ നാസറിസത്തിന്റെ പ്രതിസന്ധി, 1975 നു ശേഷമുള്ള നെഹ്റുവിയൻ അജണ്ടയുടെ തകർച്ച എന്നിവ ഉൾപ്പെടുന്നു. 1970 കളുടെ അവസാനത്തോടെ ലോകം ഇത്തരം പ്രതിസന്ധികളാൽ പൂർണ്ണമായും ആവരണം ചെയ്യപ്പെട്ടു എന്ന് പറയാം. പുരോഗമനപരമായ ദേശീയതയും കമ്യൂണിസവും തമ്മിലുള്ള ചരിത്രപരമായ ബന്ധങ്ങളും അങ്ങേയറ്റം പ്രതിസന്ധിയിലായി. കൂടുതൽ പാശ്ചാത്യ ബുദ്ധിജീവികൾക്ക് മാർക്സിസവുമായുള്ള ബന്ധം കുറയുന്നത് ആ വസ്തുനിഷ്ഠമായ സാഹചര്യവുമായി വളരെയധികം ബന്ധപ്പെട്ടിരിക്കുന്നു.

ഓരോ പ്രത്യേക ബുദ്ധിജീവിയുടെയും കാര്യക്രമങ്ങളും പ്രവൃത്തികളും ഇടപെടലുകളും വിശദീകരിക്കുക അസാദ്ധ്യമാണ്. മാത്രവുമല്ല അതിന്റെ ആവശ്യവും വരുന്നില്ല. മാർക്സിസത്തിന്റെ വ്യാപകമായ നിരാകരണം എന്നത് ഒരു ഘടനാപരമായ വസ്തുതയാണ്. ബുദ്ധിജീവികൾ പല സ്ഥലങ്ങളിലും പല സമയങ്ങളിൽ വ്യാപിച്ചുകിടക്കുന്ന ചിന്തയുടെ വിവിധ രൂപങ്ങളിലേക്ക് തിരിയാൻ തുടങ്ങും. മാർക്സിസാനന്തരം (പോസ്റ്റ് മാർക്സിസ്റ്റ്) എന്നു വിശേഷിപ്പിക്കുന്ന മിക്കവയും മാർക്സിസത്തിനുമുമ്പുള്ളവതന്നെയാണ്. ഉദാഹരണത്തിന്, യൂറോപ്യൻ വലതുപക്ഷത്തിന്റെ ചരിത്രങ്ങളിൽ തദ്ദേശീയ നിലപാടുകളുടെ മുഴുവൻ ശേഖരവും ലഭ്യമാണ്. എന്നിരുന്നാലും, ഈ പ്രതിസന്ധി ഘട്ടത്തിൽ പോസ്റ്റ്-മാർക്സിസ്റ്റ് ഇടതുപക്ഷത്തിന്റെ പല അടരുകളിലും ഒരു പുതിയ തരം സ്വത്വവാദത്തിനോ തദ്ദേശീയതയ്ക്കോ നാം സാക്ഷ്യം വഹിക്കുന്നുണ്ട്. യൂറോപ്യൻ വലതുപക്ഷം വികസിപ്പിച്ച പല പ്രമേയങ്ങളുമാണ് അത് സ്വീകരിച്ചിരിക്കുന്നത്. അത് സമ്മതിച്ചു കൊടുക്കാതെയോ അതങ്ങനെ ആണെന്ന് അറിയുക പോലും ചെയ്യാതെയോ ആണിത്.

എന്നിരുന്നാലും, ഇന്ത്യയിൽ നമുക്ക് സവർക്കർ, ഹിന്ദുത്വം, രക്തവും മണ്ണും മുതലായവയുമായി ബന്ധപ്പെട്ട ദേശീയത മാത്രമല്ല, ഇന്ത്യയുടെ പ്രാമാണികമായ ദേശീയത എന്ന് ഞാൻ വിളിക്കുന്ന മത യാഥാസ്ഥിതികത്വത്തിന്റെയും സ്വത്വവാദത്തിന്റെയും പ്രവണതകളും ഉണ്ടെന്ന് കൂടി കാണണം. നോക്കൂ, ശ്യാമ പ്രസാദ് മുഖർജിയെ നെഹ്റുവിന്റെ മന്ത്രിസഭയിൽ ഒരു മന്ത്രിയായി ഉൾപ്പെടുത്താനാവും - ഒരുകാലത്ത് ഇന്ത്യൻ നാഷണൽ കോൺഗ്രസിനുള്ളിൽനിന്ന് ഹിന്ദുമഹാസഭയുടെ പ്രവർത്തനം സാദ്ധ്യമാക്കിയ ഒരു പ്രവണതയുടെ വളരെ വൈകിയുള്ള പ്രകടനമാണിത്. ഇന്ത്യയുടെ പ്രാമാണികമായ ദേശീയതയിൽ ഇതൊരു ചെറിയ പ്രവണതയല്ല. സർദാർ പട്ടേൽ വിഭജന പദ്ധതിക്ക് അംഗീകാരം നല്കിക്കൊണ്ട് 'രോഗബാധിതമായ ഒരു അവയവം' ശസ്ത്രക്രിയയിലൂടെ നീക്കം ചെയ്യുന്നതാണ് നല്ലത് എന്നു പറയുന്നു. ഹിന്ദുക്കൾ മാത്രമുള്ള ഒരു ഭരണകൂടമാണ് അദ്ദേഹം താല്പര്യപ്പെട്ടത് എന്ന് സൂചിപ്പിക്കുന്ന ഒരു സൂത്രവാക്യം ആണത്. ജിന്നയെപ്പോലുള്ള ഒരു ആധുനിക ബൂർഷ്വാ മുസ്ലീമിനെ അപേക്ഷിച്ച് ആസാദിനെയും ദയൂബന്ദി പ്രസ്ഥാനവുംപോലെയുള്ള മതപരമായ, യാഥാസ്ഥിതിക മുസ്ലിം വ്യക്തികളും സംവിധാനങ്ങളുമായി ഇടപെടുന്നതാണ് എളുപ്പമെന്ന് ഗാന്ധിജിക്ക് പോലും തോന്നി.

എല്ലാത്തിനുമുപരി, ഏറ്റവും അവസരവാദപരമായി, മുല്ലമാരുടെയും പരമ്പരാഗത മുസ്ലീങ്ങളുടെയും മുഴുവൻ സംഘത്തോടൊപ്പം ചേർന്ന് ഖിലാഫത്ത് പ്രസ്ഥാനത്തെ ഗാന്ധി പിന്തുണച്ചിരുന്ന സമയത്ത് 'ഖിലാഫത്ത് കുടം തുറന്ന് വിട്ട ഭൂതമാണ്' എന്ന് പറഞ്ഞത് ജിന്നയാണ്. ഇന്ത്യൻ ദേശീയതയുടെ ഉയർന്ന ഗാന്ധിയൻ പാരമ്പര്യത്തിനുള്ളിൽ ഈ ദ്വിമുഖമുള്ള മതപരത എപ്പോഴും ദൃശ്യമായിരുന്നു. നിങ്ങൾ ഹിന്ദു മഹാസഭയെ ഒരുവശത്തും മുല്ലമാരെയും ദയൂബന്ദികളെയും മറുവശത്തും

നിർത്തുന്നു. പതിറ്റാണ്ടുകൾക്കുശേഷം ഈ സമീപനവും സ്വരവും ബുദ്ധിജീവികൾ ഉപയോഗിക്കുന്നു. മതമില്ലാത്ത രാഷ്ട്രീയം പാപമാണെന്നുള്ള ഗാന്ധിയുടെ വാദം ഇന്ത്യൻ 'പാരമ്പര്യ'ത്തിന്റെ മഹത്തായ സത്യമായി ആഷിഷ് നന്ദിക്ക് ഉപയോഗിക്കാനാകുന്നതും അങ്ങനെയാണ്.

വിജയ്: ഇവയെല്ലാം തന്നെ ഒരു പുസ്തകത്തിനായുള്ള സമ്പന്നമായ പ്രമേയങ്ങളാണ്. നമ്മൾ സംസാരിക്കാത്ത ഒരു അദ്ധ്യായംകൂടിയുണ്ട്; മൂന്നാം ലോകങ്ങളെക്കുറിച്ചുള്ള അദ്ധ്യായം.

ഐജാസ്: പുസ്തകത്തിന്റെ നടുവിലുള്ള മൂന്ന് അദ്ധ്യായങ്ങൾ - സെയ്ദ്, ജെയിംസൺ, റുഷ്ദി എന്നിവരുടെ വാചകങ്ങൾ അധികരിച്ചുള്ളത് - പ്രമേയപരമായി വിശാലമായ മറ്റ് അദ്ധ്യായങ്ങളിലെ പ്രസ്താവ്യങ്ങളിൽ ഊന്നിക്കൊണ്ടുതന്നെ എന്റെ മനസ്സിൽ പ്രധാനമായും ചിത്രീകരണാത്മകമായി രൂപപ്പെട്ടിരുന്നു. പിന്നെ വേറെയും ചോദ്യങ്ങളുണ്ടായിരുന്നു. ഉദാഹരണത്തിന്, 'ഇന്ത്യൻ സാഹിത്യം' എന്ന വിഭാഗം എങ്ങനെ രൂപപ്പെടുത്തണം എന്നൊക്കെ. മൂന്നാം ലോകത്തെക്കുറിച്ചുള്ള അവസാന അദ്ധ്യായമാണെങ്കിൽ അത് മറ്റ് ചില പരിഗണനകളുമായി ബന്ധപ്പെട്ടതാണ്. ഉദാഹരണത്തിന്, സാമ്രാജ്യത്വത്തെക്കുറിച്ചുള്ള ചോദ്യം മൂലധനത്തിൽനിന്നും വർഗ്ഗത്തിൽനിന്നും വേർപെടുത്തി, കോളനിവല്ക്കരണവും രാഷ്ട്രവും, ദേശീയത, മൂന്നാം ലോകം തുടങ്ങിയവയ്ക്കിടയിലുള്ള എതിർപ്പിന്റെ അടിസ്ഥാനത്തിൽ നിലവിൽ ഉയർത്തപ്പെടുകയാണെന്ന് എനിക്കു തോന്നിയിരുന്നു. 'മൂന്നാം ലോകം' എന്ന പദം 'മുൻ കോളനിവല്ക്കരിച്ച രാജ്യങ്ങൾ' എന്ന അർത്ഥത്തിലാണ് മിക്ക ആളുകളും ഉപയോഗിക്കുന്നത് എന്ന് എനിക്കുതോന്നി, എന്തുകൊണ്ടാണ് ഈ പദം ആദ്യം ഉണ്ടായതെന്നോ അല്ലെങ്കിൽ ചേരിചേരാ പ്രസ്ഥാനത്തിന്റെ ചരിത്രം സംബന്ധിച്ചോ ഒന്നും സാമാന്യധാരണപോലും ആളുകൾക്കില്ല. സോവിയറ്റുകൾ, ചൈനക്കാർ, ഇന്ത്യയെപ്പോലുള്ള മദ്ധ്യനിര ചേരിചേരാ രാജ്യങ്ങൾ, മാധ്യമപ്രവർത്തകർ എന്നിങ്ങനെ പലരും ഈ പദവുമായി ബന്ധപ്പെട്ട് വ്യത്യസ്തമായ അർത്ഥങ്ങളും വ്യാഖ്യാനങ്ങളും നല്കുന്നുവെന്ന് വളരെക്കുറച്ച് ആളുകൾക്ക് മനസ്സിലായി. എങ്കിലും ദേശീയ സങ്കല്പത്തെക്കുറിച്ചുള്ള ജെയിംസന്റെ ലേഖനത്തോടുള്ള എന്റെ പ്രതികരണത്തിൽ മൂന്നാം ലോകത്തെക്കുറിച്ച് പറഞ്ഞതിനപ്പുറം ഇതിനെല്ലാം ഒരു വ്യക്തത വരുത്തുവാൻ ഞാൻ ആഗ്രഹിച്ചു. എഴുതാനുള്ള പ്രധാന കാരണം തന്നെ ഒരു തരം സ്വയം ഗ്രഹിക്കൽ ആയിരുന്നു - എന്റെ സ്വന്തം ചിന്തകൾ തന്നെ കൂടുതൽ വ്യക്തമായി മനസ്സിലാക്കാൻ.

ഉപന്യാസങ്ങളിൽ ഭൂരിഭാഗവും അങ്ങനെ രൂപപ്പെട്ടു വന്നപ്പോൾ, അവയിലെല്ലാം പല ഭാഗങ്ങളിലും എഴുതിയിരിക്കുന്ന ഒരു അടിസ്ഥാന വാദത്തിന്റെ രൂപം ഞാൻ കാണാൻ തുടങ്ങി. അതെല്ലാം ഒരു പുസ്തകമാക്കാൻ ഞാൻ തീരുമാനിച്ചു. അദ്ധ്യായങ്ങളുടെ പ്രമേയത്തിന്റെ അടിസ്ഥാനത്തിൽ പ്രത്യേകമായി ക്രമീകരിക്കുന്നത് സംബന്ധിച്ച് എനിക്ക്

യുക്തിസഹമായ ഒരു ഊഹമുണ്ടായിരുന്നു. പക്ഷേ, കുറച്ച് വർഷങ്ങൾക്കുശേഷം, സാവോ പോളോ സർവ്വകലാശാലയിൽ പുസ്തകത്തെക്കുറിച്ച് ഒരു സെമിനാർ നടത്താൻ എന്നെ ക്ഷണിച്ചപ്പോൾ, ഞാൻ ആ പുസ്തകം വീണ്ടും വായിച്ചു. പ്രതിഫലനങ്ങൾ ചർച്ച ചെയ്യുകയും പുസ്തകത്തിലെ ആശയ ക്രമീകരണത്തെക്കുറിച്ചുള്ള യുക്തി എനിക്ക് പൂർണ്ണമായും മനസ്സിലാവുകയും ചെയ്തു.

ഞാൻ അവസാനത്തെ അദ്ധ്യായങ്ങൾ തയ്യാറാക്കുമ്പോഴേക്കും സോവിയറ്റ് വ്യവസ്ഥിതി ചുരുളഴിയാൻ തുടങ്ങിയെന്നും കൈയെഴുത്തുപ്രതി അയയ്ക്കുന്നതിനുമുമ്പായി എന്റെ അവസാന പുനരവലോകനങ്ങൾ നടത്തുമ്പോൾ സോവിയറ്റ് യൂണിയന്റെ തകർച്ച ഏതാണ്ട് അതിന്റെ അവസാന ഘട്ടത്തിൽ എത്തിയെന്നും എനിക്ക് കൂട്ടിച്ചേർക്കാം. അതെല്ലാം ചരിത്രത്തിലെ ഒരു നവീനമായ വഴിത്തിരിവായിരുന്നു. കൂടാതെ ഒരു തുടർച്ചയായ പ്രക്രിയയും. ആ സമയത്ത് കാര്യങ്ങളുടെ അന്തിമ രൂപം എന്തായിരിക്കുമെന്നോ ദീർഘകാല പ്രത്യാഘാതങ്ങൾ എന്തായിരിക്കുമെന്നോ ആർക്കും അറിയില്ലായിരുന്നു. അതുകൊണ്ട് അതെല്ലാം നേരിട്ട് എഴുതാൻ തോന്നിയില്ല. എന്നാൽ ഈ മുഴുവൻ പ്രശ്നവും - പ്രതിസന്ധിയുടെ സ്വഭാവം, നിലവിലുള്ള നവലിബറലിസം, യുദ്ധാനന്തര കാലഘട്ടങ്ങൾ, ദേശീയ വിമോചന പ്രസ്ഥാനങ്ങൾ - ഇതെല്ലാം ഞാൻ ജീവിച്ചിരുന്ന കാലഘട്ടവുമായി ബന്ധപ്പെട്ടതാണ്. ഒരുവശത്ത് സോവിയറ്റ് യൂണിയന്റെ തകർച്ച. കൂടാതെ ലോകമെമ്പാടുമുള്ള പല രൂപങ്ങളിലും സ്ഥലങ്ങളിലും വലതുപക്ഷത്തിന്റെ ഉയർച്ചയും.

വിവർത്തന പങ്കാളി: ശ്യാം വി എസ്

ഇൻ തിയറിയോടുള്ള പ്രതികരണങ്ങൾ

വിജയ് പ്രഷാദ്: *ഇൻ തിയറി* എന്ന പുസ്തകം 1992 ൽ പുറത്തിറങ്ങി. അപ്പോഴേക്കും സോവിയറ്റ് യൂണിയൻ തകർന്നിരുന്നു. പുസ്തകത്തിലെ ഒരു പ്രധാന പരാമർശവിഷയമായ ഇന്ത്യ രണ്ട് അനുബന്ധിത ആഘാതങ്ങളിലൂടെ കടന്നുപോയിരുന്നു - 1991 ജൂലൈ മുതലുള്ള ശീഘ്രവേഗത്തിലുള്ള ഉദാരവല്ക്കരണവും തുടർന്ന് ഒരുവർഷവും ആറ് മാസവും കഴിഞ്ഞ് 1992 ഡിസംബറിൽ അയോദ്ധ്യയിലെ ബാബറിമസ്ജിദിന്റെ തകർച്ചയും. ഇതാണ് ഈ പുസ്തകം പുറത്തുവരുമ്പോൾ ഉള്ള പശ്ചാത്തലം. പുസ്തകത്തിന് ലഭിച്ച പ്രതികരണം വളരെ താല്പര്യമുളവാക്കുന്ന ഒന്നായിരുന്നു. അവ കണ്ട് അങ്ങ് അത്ഭുതപ്പെട്ടോ?

ഐജാസ് അഹമ്മദ്: സോവിയറ്റ് യൂണിയന്റെ തകർച്ചയെക്കുറിച്ച് ഈ പുസ്തകത്തിൽ പരാമർശിക്കാതിരുന്നത് എന്തുകൊണ്ടാണെന്ന് ഞാൻ നിങ്ങളോട് വിശദീകരിച്ചുകഴിഞ്ഞു. ഞാൻ ഇന്ത്യയിൽ തിരിച്ചെത്തിയശേഷം, ഇന്ത്യൻ സമൂഹത്തെയോ രാഷ്ട്രീയത്തെയോ സമ്പദ്വ്യവസ്ഥയെയോക്കുറിച്ച് എന്തെങ്കിലും എഴുതുന്നതിനുമുമ്പ് കൂടുതൽ പഠിക്കണമെന്നും ഒരുപാട് കാര്യങ്ങൾ നിരീക്ഷിക്കണമെന്നും തോന്നിയതായി നമ്മുടെ സംഭാഷണത്തിൽ ഞാൻ നേരത്തെ പറഞ്ഞിരുന്നു. അതിനാൽ, *ഇൻ തിയറി*യുടെ പ്രസിദ്ധീകരണംവരെ ഇന്ത്യയുമായി ബന്ധപ്പെട്ട് വളരെക്കുറച്ച് മാത്രമേ ഞാൻ എഴുതിയിട്ടുള്ളൂ. ഇന്ത്യൻ സമ്പദ്വ്യവസ്ഥയുടെ ഉദാരവല്ക്കരണം ഇതിനകം ആരംഭിച്ചിരുന്നു. മന്ദിർ പ്രക്ഷോഭങ്ങളും രഥയാത്രയും മറ്റും ഞാൻ വീക്ഷിക്കുകയായിരുന്നു. പക്ഷേ, ബാബറിമസ്ജിദ് തകർത്തതിനുശേഷമാണ് - *ഇൻ തിയറി* പ്രസിദ്ധീകരിച്ച് കുറച്ചുമാസങ്ങൾക്ക്ശേഷം - ഇന്ത്യയെക്കുറിച്ച് എഴുതാൻ ഞാൻ നിർബ്ബന്ധിതനായത്.

എന്നെ സംബന്ധിച്ചിടത്തോളം, ഈ പുസ്തകം എന്റെ പഴയ സാഹിത്യ-വിമർശകമനഃസാക്ഷിയുമായി ചിലകണക്കുകൾ തീർപ്പാക്കുന്നതിനുള്ള ഒരു ഉദ്യമമായിരുന്നു. അതിനാൽ പുസ്തകത്തിലെ ഇന്ത്യയെക്കുറിച്ചുള്ള എല്ലാപരാമർശങ്ങൾക്കും ആ മാനമുണ്ട്. അതിന് ലഭിച്ച സ്വീകരണം എന്നെ അത്ഭുതപ്പെടുത്തിയോ? തീർച്ചയായും! പലരും അത് വളരെ ഗൗരവമായി എടുത്തതാണ് എന്റെ ആദ്യത്തെ അത്ഭുതം. ഉദാഹരണത്തിന്, യു കെയിൽ ഇത് വളരെ വ്യാപകമായി അവലോകനം ചെയ്യപ്പെട്ടു. ഗാർഡിയൻ, ഫിനാൻഷ്യൽ ടൈംസ് തുടങ്ങിയ പ്രസിദ്ധീകരണങ്ങളിൽ വളരെ ആഴത്തിലുള്ള അവലോകനങ്ങൾവന്നു. അതിൽനിന്നും വ്യത്യസ്തമായി അമേരിക്കയിൽ വളരെപ്പെട്ടെന്നുതന്നെ അതിലെ അദ്ധ്യായങ്ങൾ വ്യാപകമായി പഠിപ്പിക്കപ്പെടുകയായിരുന്നു. നിരൂപണങ്ങളൊന്നും ഉണ്ടായില്ല. അതിനെതിരായ ആക്ഷേപങ്ങൾ വിസ്മയകരവുമായിരുന്നു. ആദ്യം അക്കാദമിക സർക്കിളുകളിൽ കൂടി അത് കടന്നുപോവുകയും പിന്നീട് അതിനൊരു പരിപാടിയുടെ രൂപം കൈവരികയും ചെയ്തു. പബ്ലിക്കൾച്ചർ ജേണൽ ഈ പുസ്തകത്തെക്കുറിച്ച് പുറത്തിറക്കിയ പ്രത്യേകപതിപ്പ് അതിനുദാഹരണമാണ്. ജെയിംസനെക്കുറിച്ചുള്ള എന്റെ ലേഖനം ആദ്യമായി *സോഷ്യൽ ടെക്സ്റ്റിൽ* പ്രസിദ്ധീകരിച്ചപ്പോൾ, അതേ ജേണലിന്റെ പിന്നീടുള്ള ലക്കത്തിൽ ജെയിംസൺ രണ്ടുപേജുകളോ മറ്റോ ഉള്ള സൗഹൃദപരമായ അഭിപ്രായത്തോടെ പ്രതികരിച്ചിരുന്നു. എന്റെ വാദഗതി ഗ്രഹിക്കാൻ വേണ്ടത്ര ശ്രദ്ധയോടെ അദ്ദേഹം ആ ലേഖനം വായിച്ചതായി ഞാൻ കരുതുന്നില്ല. എന്നിരുന്നാലും അദ്ദേഹത്തിന്റെ പദപ്രയോഗങ്ങൾ ഒക്കെയും വളരെ മാന്യമായിരുന്നു. എന്നാൽ പുസ്തകം പ്രത്യക്ഷപ്പെട്ടപ്പോൾ, ജെയിംസണും അദ്ദേഹത്തിന്റെ അനുയായികളും ഒക്കെ വളരെ നിശിതമായി ത്തന്നെ പ്രതികരിച്ചു. അത് എന്നെ അത്ഭുതപ്പെടുത്തി.

പിന്നീടുള്ളത് സെയ്ദിനെക്കുറിച്ചുള്ള അദ്ധ്യായമായിരുന്നു. ആ അദ്ധ്യായത്തിന്റെ ഉള്ളടക്കത്തിൽ എനിക്ക് അല്പം അസ്വസ്ഥത തോന്നിയിരുന്നു. ഞാൻ സെയ്ദിനെ വളരെയധികം ബഹുമാനിക്കുന്നുണ്ട്. അദ്ദേഹത്തെ വ്രണപ്പെടുത്താൻ ഞാൻ ആഗ്രഹിച്ചതേയില്ല. അതിനാൽ, എന്റെയും അദ്ദേഹത്തിന്റെയും പൊതുസുഹൃത്തുക്കൾ, ആയ തലാൽ അസദിനെപ്പോലെ ഒന്നുരണ്ടുപേരോട് ഞാൻ ഇക്കാര്യംപറഞ്ഞു. അദ്ദേഹത്തെ മുറിപ്പെടുത്താൻ ഞാൻ ആഗ്രഹിക്കുന്നില്ലെന്നും അതിനാൽ ആ അദ്ധ്യായം പരിശോധിച്ച് വേണ്ട നിർദ്ദേശങ്ങൾ നല്കാൻ ഞാൻ അവരോട് അഭ്യർത്ഥിച്ചു. എന്റെ ഉപന്യാസത്തിൽ ആരെയും തെറ്റിദ്ധരിപ്പിക്കുന്നതായി ഒന്നുമില്ലെന്ന് അവർ ഉറപ്പുനല്കി. എന്നാൽ പിന്നീട് അസദ് പബ്ലിക്കൾച്ചർ ജേണലിന്റെ ഒരുപതിപ്പിൽ എന്റെ പുസ്തകത്തെ വിമർശിച്ചു - സെയ്ദ് ഉപന്യാസത്തെക്കുറിച്ചല്ല, മറിച്ച് പുസ്തകത്തിന്റെ മറ്റ് ചിലവശങ്ങളെക്കുറിച്ച്. അദ്ദേഹം അത് രീതിപരമായും എന്നാൽ വളരെമാന്യമായുമാണ് ചെയ്തത്. അതെന്നെ ഒട്ടും ആശ്ചര്യപ്പെ

ടുത്തിയില്ല, കാരണം ആധുനികത, മതേതരത്വം, മാർക്സിസം തുടങ്ങിയ വിഷയങ്ങളിൽ അദ്ദേഹവും ഞാനും തമ്മിൽ എല്ലായ്പ്പോഴും അടിസ്ഥാനപരമായ ചില അഭിപ്രായവ്യത്യാസങ്ങൾ ഉണ്ടായിരുന്നു. തീർച്ചയായും ഞാൻ അഭിനന്ദിക്കുന്ന അദ്ദേഹത്തിന്റെ പ്രവർത്തനത്തിന്റെ മറ്റ് വശങ്ങളുമുണ്ട്. ഉദാഹരണത്തിന്, *ഓൺ സൂയിസൈഡ് ബോംബിങ്* എന്ന അദ്ദേഹത്തിന്റെ ഒരു ചെറുപുസ്തകം എനിക്ക് വളരെയധികം ഗ്രാഹ്യമായിത്തോന്നി. തലാൽ അസദ് യഥാർത്ഥത്തിൽ വളരെ ആവേശഭരിതനായിരുന്നു. ഞാൻ പറഞ്ഞുവന്നത്, സെയ്ദിന്റെ സ്വന്തം സുഹൃത്തുക്കളിൽ ചിലർ പ്രബന്ധത്തെ വളരെ വ്യക്തമായി അംഗീകരിച്ചതിനാൽ, എന്റെനേർക്കു വീശിയ അധിക്ഷേപത്തിന്റെ കൊടുങ്കാറ്റ് വളരെ ആശ്ചര്യപ്പെടുത്തുന്നതായിരുന്നു.

വിജയ്: അദ്ദേഹത്തിന്റെ സംഭാവനകളോടുള്ള വലിയ ആദരവോടെയാണ് അദ്ധ്യായം ആരംഭിക്കുന്നത്.

ഐജാസ്: ശരിയാണ്. അമേരിക്കയിൽ നടക്കുന്നത് അതിന്റെ ഭൂമിശാസ്ത്രപരമായ അതിരുകൾക്കപ്പുറത്ത് വലിയസ്വാധീനം ചെലുത്തുന്നുണ്ടെങ്കിലും, ആ അധിക്ഷേപകരമായ പ്രതികരണത്തിന്റെ തീവ്രത മിക്കവാറും ഒരു അമേരിക്കൻ പ്രതിഭാസമാണെന്ന് ഞാൻ കൂട്ടിച്ചേർക്കും. ആദ്യപതിപ്പിന്റെ പിൻകവറിൽ യഥാർത്ഥത്തിൽ ടെറിഈഗിൾട്ടൺ എഴുതിയ ഒരുകുറിപ്പ് ഉണ്ടായിരുന്നു. ബ്രിട്ടനിൽ പുസ്തകത്തിന് ലഭിച്ച സ്വീകരണത്തിന്റെ സ്വഭാവം അത് കാണിക്കുന്നുണ്ട്. എന്നാൽ പിന്നീടുള്ള പതിപ്പുകളിൽനിന്ന് അതുനീക്കംചെയ്തു. എന്തുകൊണ്ടാണ് അങ്ങനെചെയ്തതെന്നാലോചിച്ച് ഞാൻ ആശ്ചര്യപ്പെട്ടിരുന്നു. ഞാൻ എന്തായാലും അക്കാലത്ത് യു എസിൽ താമസിക്കുകയോ പഠിപ്പിക്കുകയോ ചെയ്യുകയായിരുന്നില്ല. അന്തരിച്ച എന്റെ പാവം സുഹൃത്ത് മൈക്കൽ സ്പ്രിംഗർ അന്ന് അതിന്റെ ഉത്തരവാദിത്വം ഏറ്റെടുത്തു. കാരണം വെർസോ പുസ്തപ്രസാധകശാലയിൽ ഔദ്യോഗികമായി ഈ പുസ്തകത്തിന്റെ കമ്മീഷൻ എഡിറ്റർ അദ്ദേഹമായിരുന്നു. യു എസിൽ ഒരാൾ മാത്രമാണ് യഥാർത്ഥത്തിൽ പുസ്തകം അവലോകനം ചെയ്തത് എന്നതരത്തിലുള്ള ഇകഴ്ത്തിക്കാട്ടൽ ചില സ്വാധീനകേന്ദ്രങ്ങളിൽ നിന്നും ഉണ്ടായി. രണ്ട് വർഷത്തിനുശേഷം ഈ പുസ്തകം അവലോകനം ചെയ്ത നീൽ ലാർസൻ ആയിരുന്നു ഇത്. എന്നിരുന്നാലും, യു എസിൽ തീരെ അവലോകനം ചെയ്യപ്പെടാത്ത ഈ പുസ്തകം അതേ നാട്ടിൽ മാനവികവിഷയങ്ങളിലും സാമൂഹ്യ ശാസ്ത്രവിഭാഗങ്ങളിലും ഒക്കെ വളരെ വ്യാപകമായി വർഷാവർഷം പഠിപ്പിച്ചു എന്നതും എന്നെ അത്ഭുതപ്പെടുത്തി.

യു എസിലെ അക്കാദമികപരിസരം കൂടുതലും ഒരു സ്വകാര്യ സംവിധാനമാണ്. അവിടത്തെ ഏറ്റവും പ്രമുഖമായ സർവ്വകലാശാലകൾ സ്വകാര്യ സർവ്വകലാശാലകളാണ്. പൊതുബുദ്ധിജീവികളിൽ ഏറ്റവും പ്രശസ്തരായവർ പലപ്പോഴും ശക്തമായ ഒരു സവിശേഷ സംവിധാന

ത്തിനുള്ളിലെ അധികാരവ്യവസ്ഥകളിൽ അകപ്പെട്ടിരിക്കുകയാണ്. ഇതിൽ മാർക്സിസ്റ്റ് ചിന്താധാരയിലുള്ള അക്കാദമിക് ബുദ്ധിജീവികളും ഉൾപ്പെടുന്നു. ഇത്തരത്തിലുള്ള അക്കാദമിക് സംസ്കാരം അനുചരവൃന്ദങ്ങളും പക്ഷപാതിത്വവും കൂറും പരിലാളനാസംവിധാനവും ഒക്കെ സൃഷ്ടിക്കുന്നു. അതികായന്മാരെന്ന് പേരെടുത്തവരുടെ ആശയങ്ങളുമായി പരസ്യമായി സംവദിക്കുന്നതിനെ കൂറില്ലായ്മയായാണ് എടുക്കപ്പെട്ടത്. അത് പിന്നീട് ചിന്തയെതന്നെ നിസ്സാരവല്ക്കരിക്കുന്നതിലേക്ക് നയിക്കുന്നു. ആഗോളതലത്തിൽത്തന്നെയുള്ള അമേരിക്കൻവല്ക്കരണത്തിന്റെ ഭാഗമായി ഈ തരത്തിലുള്ള ധൈഷണിക ജീവിതവും പ്രവണതകളും ഇപ്പോൾ ലോകത്തിന്റെ പലഭാഗങ്ങളിലേക്കും കയറ്റുമതി ചെയ്യപ്പെടുകയാണ്.

ചരിത്രപരമായി, മാർക്സിസം പുസ്തകങ്ങൾ വായിക്കുന്നതിനുള്ള മറ്റൊരുമാർഗ്ഗം എന്ന നിലയ്ക്കുള്ള വെറുമൊരു അക്കാദമിക ശാഖയല്ല. മറിച്ച് സംവാദങ്ങളിൽ, ആശയങ്ങളോടുള്ള പ്രതിബദ്ധതയിൽ അഭിവൃദ്ധി പ്രാപിച്ചതാണ് മാർക്സിസം. തീക്ഷ്ണമായ സംവാദങ്ങളിൽ മനുഷ്യർ വീറോടെ സംരക്ഷിച്ചതാണത്. കാരണം, മർദ്ദിതവർഗ്ഗങ്ങളുടെ ശക്തമായ ബഹുജനപ്രസ്ഥാനങ്ങൾ കെട്ടിപ്പടുക്കുന്നതിൽ നേരിട്ട് സംഭാവന നല്കാൻ ഏതെങ്കിലുംവിധത്തിൽ, പ്രതിജ്ഞാബദ്ധരായവരെ സംബന്ധിച്ചിടത്തോളം, ആശയങ്ങൾ പ്രധാനമാണ്. അതേസമയംതന്നെ മാർക്സിസത്തിന്റെ ധൈഷണികജീവിതം തത്ത്വചിന്ത, രാഷ്ട്രീയസമ്പദ്‌വ്യവസ്ഥ, കലകൾ, പൊതുവിൽ പറഞ്ഞാൽ മാനവികശാസ്ത്രത്തിന്റെ ഉന്നതസംസ്കാരത്തിലെ ഇടപെടൽ ആവശ്യപ്പെടുന്നുണ്ട്. കാരണം ആ ഉന്നതസംസ്കാരത്തിന്റെ ലോകത്ത് പ്രാവീണ്യംനേടാതെ നിങ്ങൾക്ക് ഗ്രാംഷി വിശേഷിപ്പിച്ച 'തൊഴിലാളിവർഗ്ഗത്തിന്റെ ജൈവബുദ്ധിജീവി'കളെ സൃഷ്ടിക്കാനോ നിങ്ങൾക്കുതന്നെ അത്തരമൊരാളായി മാറാനോ സാധിക്കില്ല. അതാണ് മാർക്സിന്റെയും എംഗൽസിന്റെയും പൈതൃകം. വിപ്ലവപ്രവർത്തനങ്ങളോടുള്ള രാഷ്ട്രീയപ്രതിബദ്ധതയും അതേ സമയം തന്നെ സൈദ്ധാന്തിക വിജ്ഞാനത്തിന്റെ ഏറ്റവും നൂതനമായരൂപങ്ങൾ നിർമ്മിക്കാനുള്ള അഭിലാഷവും കൂടിച്ചേർന്നതാണത്. പക്ഷപാതിത്വവും അനുചരവൃന്ദങ്ങളും രക്ഷാകർതൃസംവിധാനങ്ങളും ആധിപത്യം പുലർത്തുകയും ആശയങ്ങൾക്ക് പ്രാധാന്യം കുറഞ്ഞു വരികയും ചെയ്യുന്ന ഒരു ധൈഷണികവിരുദ്ധ ലോകം നിങ്ങൾ സൃഷ്ടിക്കുകയാണെങ്കിൽ അത് അക്കാദമിക് ജീവിതത്തിന്റെ മാത്രമല്ല രാഷ്ട്രീയത്തിന്റെയും അധഃപതിച്ച രൂപത്തിലേക്ക് നേരിട്ട് നയിക്കും. രാഷ്ട്രീയത്തിന്റെ ഈ അധഃപതനത്തിന്റെ ഒരു പ്രത്യക്ഷോദാഹരണം എന്തെന്നാൽ മാർക്സിസ്റ്റ് ഇടതുപക്ഷം ഒഴികെ മറ്റാരും യഥാർത്ഥത്തിൽ അവരുടെ സൈദ്ധാന്തികവും പ്രായോഗികപരിപാടികളുമായി ബന്ധപ്പെട്ടതുമായ നിലപാടുകൾ വ്യക്തമാക്കുന്നില്ല എന്നതാണ്. ഭൂരിപക്ഷം മനുഷ്യർക്കും മാന്യമായൊരു ഭാവി എങ്ങനെ കരുപ്പിടിപ്പിക്കാം എന്നതിനെക്കുറിച്ച് അവർക്ക് വ്യത്യ

സ്തമായ നിലപാടുകൾ പോലും ഇല്ല.

വിജയ്പ്രസാദ്: സിദ്ധാന്തം മാത്രമല്ല, അവർക്കൊരു പ്രവർത്തന പദ്ധതിയും ഇല്ല.

ഐജാസ് അഹമ്മദ്: അതെ. അതാണ് ഞാൻ ഉദ്ദേശിച്ചത്, പ്രവർത്തനപദ്ധതികളെയും കാര്യപരിപാടികളെയുംകുറിച്ച്. മിക്കരാഷ്ട്രീയക്കാരും പ്രൊഫഷണൽ സംരംഭകരാണ്, രാഷ്ട്രീയപാർട്ടികളുടെ പരിപാടികൾ തമ്മിൽ എന്തെങ്കിലുംതരത്തിലുള്ള അടിസ്ഥാനപരമായ വ്യത്യാസം അപൂർവ്വമായിക്കൊണ്ടിരിക്കുകയാണ്. മൂന്ന് പതിറ്റാണ്ടുകളായി കോൺഗ്രസും ബി ജെ പിയും നവലിബറലിസത്തോടുള്ള കൂറ്‌തെളിയിക്കാൻ മത്സരിക്കുകയാണ്. യു എസിലെ ഡെമോക്രാറ്റുകളുടെയും റിപ്പബ്ലിക്കന്മാരുടെയും കാര്യത്തിലും ഇതുതന്നെ പറയാം. ചോംസ്കി പറഞ്ഞത് ശരിയാണ്. യു എസിലെ ദ്വിപാർട്ടിസമ്പ്രദായം കൂടുതലായും ഒരേപാർട്ടിയിലെ രണ്ട് വിഭാഗങ്ങൾ തമ്മിലുള്ള മത്സരം പോലെ കാണപ്പെടുകയാണ്. യു എസിലെ മൊത്തത്തിലുള്ള അക്കാദമിക്‌സ്ഥിതിയും ഇതുതന്നെയാണ്. അക്കാദമിക് സ്പെക്ട്രത്തിന്റെ ഇടത്, വലത് അറ്റങ്ങൾ സംവിധാനത്തിന്റെ അടിസ്ഥാന ഘടനകളുമായി വളരെ നന്നായി പൊരുത്തപ്പെട്ടുപോവുകയാണ്. മാത്രമല്ല ഏതാനും ചില ആളുകൾ മാത്രമാണ് അതിന്റെ അടിസ്ഥാന ആവശ്യങ്ങളെ നിരാകരിക്കുന്നത്. പബ്ലിക്കൾച്ചർജേണലിൽ എഴുതിയ പ്രധാന നിരൂപകരിൽ ഒരാൾ, ഞാൻ ഒരു ജിഹാദ് നടത്തുന്നുവെന്ന് ആരോപിച്ചതിൽ അതിശയിക്കാനില്ല. ഫ്രെഡറിക് നീഷെ വിശേഷിപ്പിച്ചതുപോലെ നീരസവും ഇച്ഛാഭംഗവും ഒക്കെ എന്നെ ബാധിച്ചതായി അവർ കണ്ടെത്തി. ഇത്ര മാത്രം അനുസരണക്കേട് കാണിക്കുന്ന ഒരാളെ വേറെ എങ്ങനെ ചിത്രീകരിക്കും?

വിജയ്: *ഇൻ തിയറി*യിൽനിന്ന് ദെറിദയെയും മാർക്സിനെയും കുറിച്ചുള്ള താങ്കളുടെ ലേഖനത്തിലേക്കും ദെറിദ, ബദിയു, സിസെക്ക് എന്നിവരെക്കുറിച്ചുള്ള താങ്കളുടെ ഉപന്യാസത്തിലേക്കും ഒരു നേർരേഖയുണ്ട്.

ഐജാസ്: അതെ. പാശ്ചാത്യ ഇടതുപക്ഷ ബുദ്ധിജീവികൾക്കിടയിൽ വളരെ പ്രചാരമുള്ള യൂറോപ്യൻ തത്ത്വചിന്തകരാണ് അവർ എന്നതിനാൽ അവരെക്കുറിച്ചെഴുതാൻ ഞാൻ ആഗ്രഹിച്ചു. അവർക്ക് ലോകത്തിന്റെ മറ്റ് പലകോണുകളിലും വലിയസ്വാധീനമുണ്ട്. മാർക്സുമായുള്ള ബന്ധം പ്രഖ്യാപിക്കുന്ന ഒരു പുസ്തകംതന്നെ ദെറിദ എഴുതിയിട്ടുണ്ട്. സിസെക്ക് ലെനിനെ ഇടയ്ക്കിടെ ഉദ്ധരിക്കുകയും വെർസോ പബ്ലിഷേഴ്സ്ലെനിന്റെ രചനകളിൽനിന്ന് തെരഞ്ഞെടുത്ത രണ്ടുഭാഗങ്ങൾ അദ്ദേഹത്തിന്റെ ദീർഘമായ വ്യാഖ്യാനങ്ങളോടെ പ്രസിദ്ധീകരിക്കുകയും ചെയ്തു. ബദിയു ആണെങ്കിൽ ഒരു ആജീവനാന്ത മാവോയിസ്റ്റ് ആണ് - ഒരു ഫ്രഞ്ച് മാവോയിസ്റ്റ്. അദ്ദേഹം മറ്റ് സംഭാവനകൾക്കൊപ്പം ചൈനീസ് സാംസ്കാരികവിപ്ലവത്തെക്കുറിച്ചുള്ള ആകർഷകമായ

അദ്ധ്യായമുള്ള *കമ്യൂണിസ്റ്റ്ഹൈപ്പോതെസിസ്* എന്ന ഒരു ചെറിയ പുസ്തകവും പ്രസിദ്ധീകരിച്ചു. എന്നിരുന്നാലും, ഈ ബന്ധങ്ങളെല്ലാം വളരെ വിചിത്രമാണ്. കമ്യൂണിസ്റ്റ് പാർട്ടികൾ ചെയ്തിട്ടുള്ള 'എല്ലാറ്റിനേയും' താൻ 'എല്ലായ്പ്പോഴും' എതിർത്തിരുന്നതായി ദെറിദ തന്റെ പുസ്തകത്തിൽ എഴുതുന്നു. ദെറിദയും സിസെക്കും നിർദ്ദേശിക്കുന്ന യഥാർത്ഥ പ്രവർത്തനപരിപാടികൾ പ്രായോഗികതാവാദത്തിലും (പ്രാഗ്മാറ്റിസം) ലിബറലിസത്തിലും ആഴത്തിൽ വേരൂന്നിയതാണെന്ന് എന്റെ ലേഖനത്തിൽ കാണിക്കാൻ ഞാൻ ശ്രമിച്ചു. ബാദിയൂവിനെ സംബന്ധിച്ചിടത്തോളം, കമ്യൂണിസം ഒരു ശാശ്വതമായ ആശയമാണ്, അതിനാൽ പ്ലേറ്റോയുടെ റിപ്പബ്ലിക്കിനെക്കുറിച്ച് സ്വന്തം വ്യാഖ്യാനങ്ങളുടെ ഒരു പതിപ്പ് ചെയ്യുമ്പോൾ, ആ പുസ്തകത്തിന്റെ പേര് *കമ്യൂണിസം* എന്ന് വിവർത്തനം ചെയ്യാൻ അദ്ദേഹം ആഗ്രഹിച്ചിരുന്നു. എന്നിരുന്നാലും, ഇവയൊന്നും ബോൾഷെവിക്പാരമ്പര്യവുമായി ഏതെങ്കിലും തരത്തിലുള്ള ബന്ധത്തിലേക്ക് ഉയരുന്നുമില്ല. കാരണം അദ്ദേഹത്തിന്റെ വീക്ഷണത്തിൽ ഭരണകൂട അധികാരം പിടിച്ചെടുക്കുന്ന പാർട്ടികൾ അനിവാര്യമായും അധഃപതിക്കും. അണ്ടർഗ്രൗണ്ടിലെ അതിജീവനത്തിൽനിന്നും ഉയർന്നുവന്ന് അധികാര സിംഹാസനമായ വിന്റർ പാലസിനെതിരെ നേരിട്ട് ആക്രമണംനടത്തി ഒരു വിപ്ലവനേതൃത്വം അധികാരംപിടിച്ച ബോൾഷെവിക് വിപ്ലവത്തിന്റെ യഥാർത്ഥ മാതൃക, നമ്മുടെ കാലത്ത് പ്രായോഗികമല്ലെന്ന് ഇപ്പോൾ ഞാൻ ചിലസ്ഥലങ്ങളിൽ വാദിച്ചിട്ടുണ്ട്. ബദിയൂ പറയുന്നത് അതല്ല. അദ്ദേഹത്തിന്റെ വീക്ഷണത്തിൽ, ഭരണകൂട അധികാരം പിടിച്ചെടുക്കുകയും അതിവിപ്ലവപാർട്ടിയുടെ കൈകളിൽ നിലനിർത്തുകയും ചെയ്യുന്ന നടപടി അനിവാര്യമായും അധഃപതനത്തിലേക്ക് നയിക്കുന്നു എന്നാണ്.

വിജയ്: ഇവിടെ എനിക്ക് ഒരുകാര്യം വ്യക്തമാക്കണമെന്നു തോന്നുന്നു. കാരണം അങ്ങുപറയുന്നത് ഒരുതരത്തിലും തെറ്റിദ്ധരിക്കപ്പെടാൻ പാടില്ല എന്നതുകൊണ്ട്. ബോൾഷെവിസത്തിന്റെ പ്രതിസന്ധിയെക്കുറിച്ച് പറയുമ്പോൾ ഒരുരൂപം എന്നനിലയിൽ രാഷ്ട്രീയപാർട്ടി ഒരുതരത്തിൽ സ്വയം തളർത്തപ്പെട്ട ഒന്നാണെന്നും അതിനുപകരം ഇനി ചില ശൃംഖലകളും മറ്റുമാണ് വേണ്ടതെന്നുമല്ല അങ്ങ് പറയുന്നത്. മറിച്ച് നൂറുവർഷം മുമ്പുള്ളതിൽ നിന്ന് വ്യത്യസ്തമായ സ്വഭാവമാണ് ഇപ്പോൾ ഭരണകൂടം ആർജ്ജിച്ചിരിക്കുന്നത് എന്നാണെന്നല്ലേ?

ഐജാസ്: ഫ്രഞ്ചുവിപ്ലവം, വിപ്ലവങ്ങൾക്ക് ഒരു സവിശേഷമാതൃകയും രൂപവും സൃഷ്ടിച്ചതായി ഗ്രാംഷി എഴുതിയിട്ടുണ്ട്. 1830 ലും 1848 ലും ഫ്രാൻസിൽ ആ രീതി വീണ്ടും പരീക്ഷിക്കപ്പെട്ടു. ചെറുതായ തോതിൽ മറ്റ് പലയിടത്തും. പക്ഷേ, യഥാർത്ഥത്തിൽ ആ രീതിക്കപ്പുറം ചിന്തിക്കാൻ പാരിസ്കമ്യൂണിലൂടെ ഒരു പുതിയ വിപ്ലവരൂപം വരുന്നതുവരെ ആളുകൾക്ക് കഴിഞ്ഞില്ല. പാരിസ്കമ്യൂണിനൊപ്പം ഒരു പുതിയ വിപ്ലവരൂപം മുളപൊട്ടുക മാത്രമാണ് ചെയ്തത്. 1798 ലെ വിപ്ലവരീതി

ആവർത്തിക്കുന്നതിനുപകരം, തൊഴിലാളിവർഗ്ഗ സർവ്വാധിപത്യത്തിന്റെ ഭാവിരൂപത്തെ സങ്കല്പിക്കാൻ കഴിയുന്ന ഒരു പുതിയരീതിയെ പാരീസ് കമ്യൂൺ സൃഷ്ടിച്ചു. അത് ബോൾഷെവിക് വിപ്ലവത്തിന്റെ രൂപത്തിൽ പക്വത പ്രാപിച്ച്, ലോകത്തിൽ വിസ്ഫോടനം സൃഷ്ടിക്കാൻ പിന്നെയും ഏകദേശം അരനൂറ്റാണ്ട് എടുത്തു. അത് പിന്നീട് മറ്റ് പലസ്ഥലങ്ങളിലും ആവർത്തിക്കാൻ ശ്രമിച്ച വിപ്ലവകരമായ മാതൃകയായി മാറി. ഗ്രാംഷി സംശയാതീതമായി ഒരു ലെനിനിസ്റ്റായിരുന്നു. പക്ഷേ, സാറിസ്റ്റ് റഷ്യയുടേതിനേക്കാൾ എത്രയോ അധികം മുതലാളിത്തം വികസിക്കുകയും അതിന് ആഴത്തിൽ വേരുകളുണ്ടാവുകയും ചെയ്ത രാജ്യങ്ങളിൽ ബോൾഷെവിക് വിപ്ലവരൂപത്തിൽ ഗണ്യമായമാറ്റം വരുത്തേണ്ടതുണ്ടെന്ന് അദ്ദേഹം വിശ്വസിക്കുന്നതായി എനിക്കുതോന്നി. ഒരുകാര്യം നമ്മൾ മനസ്സിലാക്കേണ്ടത് പ്രധാനമാണെന്ന് ഞാൻ കരുതുന്നു. നമ്മൾ സംസാരിക്കുന്നത് വിപ്ലവത്തിന്റെ രൂപത്തെക്കുറിച്ചാണ്, എങ്ങനെയാണ് വിപ്ലവങ്ങൾ സൃഷ്ടിക്കപ്പെടുന്നത് എന്നതിനെക്കുറിച്ച്, രീതിയെ (മെത്തേഡ്) കുറിച്ച്. വിപ്ലവസിദ്ധാന്തത്തെക്കുറിച്ചോ കമ്യൂണിസ്റ്റ് ലക്ഷ്യങ്ങളെക്കുറിച്ചോ പാർട്ടിരൂപത്തെക്കുറിച്ചോ അല്ല. മാവോയും ഹോചിമിനും മഹത്തായ കമ്യൂണിസ്റ്റ് വിപ്ലവങ്ങൾക്ക് നേതൃത്വം നല്കി. എന്നാൽ അവരുടെ രീതികൾ 1917 ലെ രീതികളായിരുന്നില്ല. വിപ്ലവങ്ങൾ ഉണ്ടാക്കുന്നതുമായി ബന്ധപ്പെട്ട കർശനമായ ബോൾഷെവിക് രീതി അവസാനിച്ച ഒരു കാലഘട്ടത്തിലാണ് നമ്മൾ ജീവിക്കുന്നതെന്ന് ഞാൻ കരുതുന്നു. എന്നാൽ ഏത് വിപ്ലവരീതിയാണ് നമ്മുടെ കാലത്തിന് അനുയോജ്യമായതെന്ന് നമുക്ക് ഇതുവരെ അറിയില്ല. പൂർണ്ണമായ മുതലാളിത്ത രൂപംവികസിപ്പിച്ചിട്ടില്ലാത്ത, പിന്നോക്ക രാജ്യങ്ങളിൽ മാത്രമേ നേരിട്ട് അധികാരംപിടിച്ചെടുക്കൽ സാദ്ധ്യമാവുകയുള്ളൂ എന്നായിരുന്നു ഗ്രാംഷി ചൂണ്ടിക്കാട്ടിയത്.

ഇന്ന്, മുതലാളിത്തഭരണകൂടം എന്നത് കൂടുതൽ സങ്കീർണ്ണവും രാഷ്ട്രീയത്തിന്റെ ഏറ്റവും വിദൂരകോണുകളിലേക്കുവരെ ആഴ്ന്നിറങ്ങിയിരിക്കുന്ന ഒന്നുമാണ്. വേറൊരുതലത്തിലുള്ള സൈനികകരുത്തിന്റെ ആജ്ഞാപനാധികാരം അതിനുണ്ട്. മറുവശത്ത്, ബൂർഷ്വാരാഷ്ട്രീയ ആത്മപരത എന്ന് ഞാൻ വിശേഷിപ്പിക്കാൻ ആഗ്രഹിക്കുന്ന പ്രവണത ഇപ്പോൾ വളരെ വ്യാപകമായിരിക്കുന്നു. ജനാധിപത്യത്തെയും ഭരണഘടനയെയും തിരഞ്ഞെടുപ്പ് പ്രാതിനിദ്ധ്യത്തെയുമൊക്കെ സംബന്ധിച്ച ചോദ്യങ്ങൾ, ജനകീയശക്തിയുടെ അവയവങ്ങൾ വികസിപ്പിക്കുന്നതിന്റെയും, ഒപ്പം റൂസോ പൊതുഹിതം എന്ന് വിശേഷിപ്പിച്ചതിന്റെയും ചോദ്യങ്ങൾ ഒക്കെ. ലിബറൽ ജനാധിപത്യം രാഷ്ട്രീയജീവിതത്തിന്റെ ഭാഗമായി മാറിയ രാജ്യങ്ങളിലെ ജനകീയബോധത്തിൽ ആഴ്ന്നിറങ്ങിയിരിക്കുന്ന ലോക്കിയൻ ബിൽ ഓഫ് റൈറ്റ്സ് എന്ന പ്രശ്നത്തെ നാളത്തെ കമ്യൂണിസം എങ്ങനെ അഭിസംബോധന ചെയ്യും? ഞാൻ അഹിംസ പ്രസംഗിക്കുകയല്ല. 1870 കളിലും 1880 കളിലും തെരുവ്

പോരാട്ടത്തെക്കുറിച്ച് എംഗൽസ് പറഞ്ഞതിന് സമാനമായ ഒരു കാര്യമാണ് ഞാൻ പറയുന്നത്. വളരെ വ്യത്യസ്തമായ ആയുധശേഖരം ഭരണകൂടത്തിന്റെ പക്കൽ ഇപ്പോൾ ലഭ്യമായതിനാൽ തന്നെ ബാരിക്കേഡുകളിലെ പോരാട്ടം വിപ്ലവത്തിലേക്ക് നയിക്കുമെന്ന ധാരണയുടെ സമയം അവസാനിച്ചെന്ന് അദ്ദേഹം പറഞ്ഞു. അതിനാൽ നമ്മുടെ മാർഗ്ഗങ്ങളും രീതികളും വ്യത്യസ്തമായിരിക്കണം. ചോദ്യം ഇതാണ്: എങ്ങനെ ബോൾഷെവിക്കുകൾ ആകും? ആയിരത്തിതൊള്ളായിരത്തി പതിനേഴിലെ ബോൾഷെവിക് അല്ല; ഒരു നൂറ്റാണ്ടിനുശേഷമുള്ള ബോൾഷെവിക്.´ഇതിനെക്കുറിച്ച് സിസെക്ക് ശരിയായ ചോദ്യം ഉന്നയിക്കുന്നുണ്ട്. പക്ഷേ, തെറ്റായ ഉത്തരമാണ് നല്കുന്നത്.

വിജയ്: ഇക്കാര്യത്തിൽ ഞാനൊരു വ്യക്തത ആവശ്യപ്പെട്ടതിന്റെ കാരണം, സോവിയറ്റ് യൂണിയന്റെ തകർച്ചയെത്തുടർന്നുള്ള ഈ നീണ്ട കാലയളവിൽ സംഭവിച്ച നിരാശാജനകമായ ഒരുകാര്യം ചരിത്രത്തിൽ സുപ്രധാനമായ പങ്കുവഹിച്ച 'സംഘാടകർ' ചരിത്രമെഴുത്തിൽനിന്നും അപ്രത്യക്ഷരായി എന്നതാണ്. ചരിത്രരചനകളിൽ ഒന്നും, സംഘാടകരെക്കുറിച്ചല്ല ആളുകൾ എഴുതുന്നത്. അവർ കലാപത്തെയാണ് വർണ്ണിക്കുന്നത്. അതെന്തോ തനിയെ പൊട്ടിമുളച്ചതാണ് എന്നവിധത്തിൽ. ആ പ്രക്ഷോഭത്തിലേക്കുള്ള തയ്യാറെടുപ്പിന്റെ കാലഘട്ടമല്ല രേഖപ്പെടുത്തപ്പെടുന്നത്, അതിന്റെ നൈസർഗ്ഗികതയാണ് ഉയർത്തിക്കാട്ടപ്പെടുന്നത്, മൂവ്മെന്റുകൾ വെറുതേ ഉണ്ടാകുന്നതാണെന്നവിധം. പാർട്ടികളെ ഇകഴ്ത്തിക്കാണിക്കുക എന്നാണിത് അർത്ഥമാക്കുന്നത്.

വിവർത്തനപങ്കാളി: ശ്യാം വി എസ്

ഗ്രാംഷിയും ഹിന്ദുത്വയും

വിജയ് പ്രഷാദ്: 1992 ൽ അയോദ്ധ്യയിൽ ബാബറി മസ്ജിദ് തകർക്കപ്പെട്ടതിനുശേഷം താങ്കൾ ഹിന്ദുത്വയുടെ ഉദയം എന്ന പ്രശ്നത്തിൽ വളരെ ഗൗരവത്തോടെ ശ്രദ്ധ പതിപ്പിക്കാൻ ആരംഭിക്കുകയാണ്. കേവലമായ ഉദയമല്ല, മറിച്ച് അതിന്റെ ശക്തിസ്രോതസ്സുകൾക്ക് കൂടുതൽ ദൃശ്യത കൈവന്നതിനെക്കുറിച്ചുകൂടി.

ഈ വികാസങ്ങൾ മനസ്സിലാക്കാൻ താങ്കളെ പരുവപ്പെടുത്തുന്നതിന് വേണ്ടിയാകാം ഒരുപക്ഷേ താങ്കൾ ഗ്രാംഷിയെ വായിക്കുന്നത്. ഇക്കാലയളവിൽ ഹിന്ദുത്വയെയും ആർ എസ് എസിനെയുംകുറിച്ച് നിരവധിയായ പ്രധാന പ്രഭാഷണങ്ങളും ലേഖനങ്ങളും താങ്കളുടേതായിട്ടുണ്ടായിട്ടുണ്ട്. ഒരു പുസ്തകയാത്രയ്ക്കുള്ള സമയമില്ല. താങ്കൾ ഈയൊരു പുത്തൻ പ്രതിസന്ധിയിൽ കുടുങ്ങിയിരിക്കുകയാണ്.

ഐജാസ് അഹമ്മദ്: ഇന്ത്യയിൽ ജീവിക്കാനായി ആദ്യതവണ മടങ്ങിയെത്തിയപ്പോൾ തന്നെ ഈ രാജ്യത്തെക്കുറിച്ചുള്ള എന്റെ അറിവ് വളരെ പരിമിതമാണെന്ന് ഞാൻ തിരിച്ചറിഞ്ഞു. കാര്യങ്ങളെക്കുറിച്ച് ചിന്തിക്കാനും വായിക്കാനും നിരീക്ഷിക്കാനും കാണാനും എനിക്ക് കുറച്ച് സമയം ചെലവഴിക്കേണ്ടതായി വന്നു. തീൻ മൂർത്തിയിൽ ചെലവഴിച്ച സമയം ആ വിദ്യാഭ്യാസം എവിടെനിന്ന് തുടങ്ങണമെന്നുള്ള ധാരണ എനിക്ക് തന്നു. ഇന്ത്യൻ സാഹിത്യത്തെക്കുറിച്ചും സാഹിത്യപഠനത്തെക്കുറിച്ചും ചിലത് എഴുതിയതല്ലാതെ കുറച്ച് കാലമായി ഞാൻ ഇന്ത്യയെക്കുറിച്ച് കാര്യമായൊന്നും എഴുതിയിരുന്നില്ല. അബ്ദുൽ കലാം ആസാദിനെക്കുറിച്ച് ദീർഘമായൊരു ലേഖനംകൂടി ഞാൻ എഴുതിയിരുന്നു. ഇന്ത്യൻ ദേശീയതയുടെ ശക്തനായ വക്താക്കളിൽ ഒരാളായ ആസാദിനെക്കുറിച്ചുള്ള തെറ്റായ ധാരണകളെ ചോദ്യം ചെയ്യാനുള്ള

എന്റെ ആദ്യ ശ്രമമായിരുന്നു അത്. ബാബറി മസ്ജിദ് തകർക്കപ്പെട്ടത് ഇന്ത്യയെക്കുറിച്ച് എഴുതുവാനുള്ള മടി മാറ്റിവയ്ക്കാൻ എന്നെ പ്രേരിപ്പിച്ചു. അയോദ്ധ്യ സംഭവത്തിന് ഏതാനും ആഴ്ചകൾക്കുശേഷം, ഡിസംബർ അവസാനത്തോടെ, കൊൽക്കത്തയിലെ സെന്റർ ഫോർ യൂറോപ്യൻ സ്റ്റഡീസിൽ ഞാൻ അമൽ ബട്ടാചാർജീ മെമ്മോറിയൽ ലക്ചർ അവതരിപ്പിക്കുമ്പോൾ എന്റെ മനസ്സിലുണ്ടായിരുന്ന ഒരേയൊരു കാര്യം ആർ എസ് എസിനെക്കുറിച്ചായിരുന്നു. പക്ഷേ, അതൊരു യൂറോപ്യൻ പഠന കേന്ദ്രമായിരുന്നതിനാൽ തന്നെ ഒരു യൂറോപ്യൻ ചിന്തകനെക്കൂടി ഉൾപ്പെടുത്താൻ ഞാൻ നിർബ്ബന്ധിതനായി. ആ സാഹചര്യത്തിന് ഏറ്റവും അനുയോജ്യനായിരുന്നത് ഫാസിസത്തിന്റെ കാലത്തെ, മഹാധൈഷണികനായ ഗ്രാംഷിയായിരുന്നു. അതുകൊണ്ടുതന്നെ 'ഹിന്ദുത്വയുടെ കാലത്ത് ഗ്രാംഷിയെ വായിക്കുമ്പോൾ' എന്ന വിഷയത്തിലായിരുന്നു ലക്ചർ. ആ പ്രബന്ധത്തിന് രണ്ട് പ്രശ്നങ്ങളുണ്ട്. അത് വളരെ അനലോജിക്കൽ ആണെന്നതാണ് ഒന്നാമത്തെ പ്രശ്നം. അതായത്, ഗ്രാംഷിയുടെ അഭിപ്രായത്തിൽ ഇറ്റലിയിൽ ഇങ്ങനെയായിരുന്നുവെന്നും ഇന്ത്യയിൽ ഇങ്ങനെയാണ് അതിന്റെ പ്രതിഫലനമെന്നും പറഞ്ഞുകൊണ്ടുള്ള അവതരണം. അതുകൊണ്ടുതന്നെ ആ ലക്ചറിൽ ഗ്രാംഷിയുടെ ചിന്തകൾ എന്നിലേക്കുൾക്കൊണ്ട് എന്റേതായ രീതിയിൽ ചിന്തിക്കുകയല്ല ഞാൻ ചെയ്യുന്നത്. മറിച്ച് ഗ്രാംഷിയുടെ ചിന്ത പ്രയോഗിക്കാൻ ഞാൻ അദ്ദേഹത്തെ നീളത്തിൽ ഉദ്ധരിക്കുകയും ഉദാഹരിക്കുകയുമാണുണ്ടായത്. അത് തെറ്റായൊരു സമീപനമാണ്. കാരണം അദ്ദേഹത്തെപോലുള്ള ധൈഷണികർ അവരുടെ കാലത്തിന്റെയും പ്രദേശത്തിന്റെയും ആവശ്യങ്ങളെ പരിശോധിച്ച് മൂർത്തമായി ചിന്തിക്കുന്നവരാണ്. പിന്നീട്, ഒരു വർഷത്തിനുശേഷം ഡെക്കാൻ ഡവലപ്മെന്റ് സൊസൈറ്റി ഹൈദരാബാദിൽ സംഘടിപ്പിച്ച സംസ്കാരത്തെയും സമൂഹത്തെയും ദേശത്തെയും സംബന്ധിച്ച ഒരു ശില്പശാലയിൽ പങ്കെടുക്കാൻ എനിക്ക് ക്ഷണം കിട്ടി. അയോദ്ധ്യയിലെ പള്ളി പൊളിച്ചതിന്റെ ഒന്നാം വാർഷികത്തിന്റെ ഭാഗമായിരുന്നു അത്. ഏകദേശം ഒന്നര മണിക്കൂറെടുത്ത ദീർഘമായ ഒന്നായിരുന്നു 'അയോദ്ധ്യയുടെ അവശേഷിപ്പുകൾ' എന്ന രണ്ടാമത്തെ ഈ പ്രഭാഷണം. തീർച്ചയായും എന്റെ വാദങ്ങളെ അപ്പോഴത്തേതിൽനിന്നും വലിയ മാറ്റം വരുത്തി സ്ഫുടം ചെയ്തെടുത്തിട്ടുണ്ടെങ്കിലും ആർ എസ് എസിനെയും ഇന്ത്യയിലെ ഫാഷിസത്തെയും അനുബന്ധ കാര്യങ്ങളെയും സംബന്ധിച്ച എന്റെ ചിന്തകളുടെ അടിസ്ഥാന പ്രമാണം ഈ പ്രബന്ധത്തിൽ മുന്നോട്ട് വച്ചതായി ഞാൻ ഇപ്പഴും കരുതുന്നു.

ഇവ രണ്ടുമാണ് അടിസ്ഥാന പ്രബന്ധങ്ങൾ. പിന്നീട് രണ്ട് വർഷത്തിനുശേഷം ദില്ലി യൂണിവേഴ്സിറ്റിയുടെ ജർമ്മനിക് ആന്റ് റോമൻ പഠനവിഭാഗത്തിന്റെ *ജർമ്മിനൽ* എന്ന ജേണലിനുവേണ്ടി എഴുതിയ ഒരു പ്രബന്ധം കൂടിയുണ്ട്. ഇറ്റാലിയൻ ഫാസിസത്തെക്കുറിച്ചും ഗ്രാമപ്രദേശ

ങ്ങളിലുൾപ്പെടെ രാജ്യത്തിന്റെ വിവിധ ഭാഗങ്ങളിൽ അത് പിടിമുറുക്കിയതിനെക്കുറിച്ചുമുള്ള എന്റെ വിപുലമായ പഠനങ്ങളുടെ ഫലമായിരുന്നു ആ പ്രബന്ധം. ഗ്രാംഷിയെക്കുറിച്ചുള്ള മുൻപത്തെ പ്രബന്ധത്തിൽനിന്ന് വിഭിന്നമായി ഇറ്റാലിയൻ ഫാസിസത്തിന്റെ സവിശേഷതകളെയും വർഗ്ഗവ്യവഹാരങ്ങളെയും പുനർനിർമ്മിക്കുകയാണ് അത്. അതിനുശേഷം, ഓരോ രാജ്യത്തും ഫാസിസം അതിന്റെ പ്രായോഗിക തലത്തിൽ സവിശേഷമായ പ്രാദേശികരൂപം കൈവരിക്കുന്നുവെന്നും ഒരു പരിധിയിലധികം താരതമ്യപഠനസമീപനം സ്വീകരിക്കുന്നത് വിപരീതഫലം ഉണ്ടാക്കുമെന്നും ഞാൻ എപ്പോഴും ഊന്നിപ്പറയാറുണ്ട്. ആർ എസ് എസിന്റെ പ്രത്യേകമായ ഫാഷിസ്റ്റ് സ്വഭാവം എന്താണെന്നും, അതിനനുസരിച്ച് ഇന്ത്യൻ രാഷ്ട്രീയ വ്യവഹാരത്തെക്കുറിച്ച് അവരുടെ ബോധത്തിന് നിദാനമായ പ്രവർത്തനങ്ങൾ എന്തൊക്കെയാണെന്നും, ഈ പശ്ചാത്തലത്തിൽ അതിനെങ്ങനെ ഒരു വലതുപക്ഷ വിപ്ലവം സാദ്ധ്യമാക്കാൻ കഴിയുമെന്നും ആശയതലത്തിൽ വേർതിരിച്ച് കാണാൻ ഞാൻ ശ്രമിച്ചുകൊണ്ടേയിരിക്കുന്നു. ഇന്ത്യയുടെ കാര്യത്തിൽ, കാർഷിക സമൂഹത്തിലെ ഫാസിസത്തിന്റെ ആഴത്തിലുള്ള പങ്ക് എന്താണെന്നാണ് ഇപ്പോഴും എനിക്ക് സസൂക്ഷ്മം മനസ്സിലാക്കാൻ സാധിക്കാതിരിക്കുന്ന കാര്യങ്ങളിൽ ഒന്ന്. ഇറ്റലിയുടെ കാർഷിക സമൂഹത്തിൽ ഫാസിസത്തിന്റെ പങ്ക് വളരെ ആഴത്തിലുള്ളതായിരുന്നു. ജർമ്മനിയിലും സ്പെയിനിലും ഫാസിസം വളർന്ന മറ്റ് ഇടങ്ങളിലും കാർഷിക പ്രശ്നം എത്രമാത്രം പ്രധാനമായിരുന്നുവെന്ന് പിന്നീട് മാത്രമാണ് എനിക്ക് ബോദ്ധ്യപ്പെട്ടത്. അനുഭവവാദപരമായ അടിത്തറ അത്രത്തോളം വളർച്ച പ്രാപിച്ചിട്ടില്ലാത്തതിനാൽത്തന്നെ ഈ കാര്യങ്ങളെക്കുറിച്ച് സൈദ്ധാന്തികമായി ചിന്തിക്കുക, ഇന്ത്യയിൽ പ്രയാസകരമാണ്. രാജ്യത്തിന്റെ വിവിധ ഭാഗങ്ങളിൽ ബി ജെ പിയുടെ തിരഞ്ഞെടുപ്പിലെ സ്വാധീന ശേഷിയെ സാമാന്യവല്ക്കരിക്കുന്നതിൽ മദ്ധ്യ-ധനിക കർഷരുടെ പങ്കിനെക്കുറിച്ച് അനുഭവവാദപരമായി നമുക്ക് കാര്യമായൊന്നും അറിയില്ല. ഈ വിഭാഗങ്ങളിൽ ബി ജെ പിയുടെ തിരഞ്ഞെടുപ്പ് സ്വാധീനത്തിനപ്പുറം, ഹിന്ദുത്വയുടെ ലോകവീക്ഷണത്തിനു പരക്കെ സമ്മതി ലഭിക്കുന്നതിനെപ്പറ്റി നമുക്ക് ലഭ്യമായ അറിവ് അതിലുമെത്രയോ പരിമിതമാണ്. യു പിയിൽ ബി ജെ പിയെ നയിക്കുന്ന ആദിത്യനാഥിനെയും അയാളുടെ അനുചരവൃന്ദത്തെയും അവിടത്തെ കർഷക സമൂഹം എങ്ങനെയാണ് വീക്ഷിക്കുന്നത്? അതിനെക്കുറിച്ച് ആധികാരികമായൊരു പ്രസ്താവന നടത്താനുതകുന്ന വസ്തുതാപരമായ വിവരങ്ങൾ എന്റെ കൈയിലില്ല.

വിജയ്: അയോദ്ധ്യ സംഭവത്തിന് ശേഷം ആർ എസ് എസിനെക്കുറിച്ച് താങ്കൾ എഴുതിയ ലേഖനങ്ങൾ ഇന്ത്യയെക്കുറിച്ച് മാത്രമല്ല മറ്റ് മൂന്നാം ലോകരാജ്യങ്ങളെക്കുറിച്ചുകൂടിയുള്ള താങ്കളുടെ വിപുലമായ വായനയിൽനിന്നും കരുപ്പിടിപ്പിക്കപ്പെട്ടതാണ്. നമ്മുടെ സമൂഹത്തിലെ

ഭരണവർഗ്ഗം യാതൊരു നിയന്ത്രണങ്ങൾക്കും വഴങ്ങിക്കൊടുക്കാത്ത ഒന്നായിത്തീരുന്നതിനെയും ജനാധിപത്യ സംസ്കാരത്തെയും പൊതു മര്യാദകളെയുമെല്ലാം ഇകഴ്ത്തിക്കാട്ടുന്നതിനെയുംകുറിച്ച് 'അയോദ്ധ്യയുടെ അവശേഷിപ്പുകൾ' എന്ന ലേഖനത്തിൽ താങ്കൾ സൂചിപ്പിച്ചിരുന്നു. അവരുടെ പാർട്ടികൾ രാഷ്ട്രീയ സംസ്കാരത്തെ അവജ്ഞയോടെയാണ് കാണുന്നത്. ആർ എസ് എസും ഇടതുപക്ഷവുമാണ് 'സവിശേഷ തരത്തിലുള്ള രാഷ്ട്രീയ സംസ്കാര'ത്തെ പ്രതിനിധാനം ചെയ്യുന്നതെന്നും, അതേസമയം ആർ എസ് എസ് നമ്മുടെ സംസ്കാരത്തിന്റെ ഏറ്റവും മോശപ്പെട്ട വശങ്ങൾ ഉൾക്കൊണ്ടുകൊണ്ടാണു പ്രവർത്തിക്കുന്നതെന്നും താങ്കൾ ചൂണ്ടിക്കാണിക്കുന്നു. ഇതിനെക്കുറിച്ച് വിശദീകരിക്കാമോ?

ഐജാസ്: ഇന്ത്യയിലെ വർഗ്ഗീയതയെക്കുറിച്ചും രാഷ്ട്രീയ മതപരതയെക്കുറിച്ചും ഞാൻ എഴുതാൻ തുടങ്ങുന്നത് മുസ്ലീം ഭൂരിപക്ഷ രാജ്യങ്ങളിലെ അത്തരം പരിവർത്തനങ്ങളെക്കുറിച്ച്, ഏകദേശം ഇരുപത് വർഷത്തോളം പഠിച്ചതിനുശേഷമാണ്. ഇടതുപക്ഷത്തിന്റെയും മതനിരപേക്ഷ അറബ് ദേശീയതയുടെയും പരാജയത്തെ തുടർന്നുണ്ടായ വിടവ് നികത്താൻ ഒന്നിനു പിറകെ മറ്റൊന്നായി ഓരോ ഇടങ്ങളിലും ഇസ്ലാമിസം ഉയർന്നുവന്നു. ഇന്തോനീഷ്യയിലെ കമ്യൂണിസ്റ്റുകാരെ അരുംകൊല ചെയ്യാൻവേണ്ടി സുഹാർത്തോയുടെ സേനയുടെ മുഖ്യ കൂട്ടാളികളായി ഇസ്ലാമിസ്റ്റ് സംഘടനകൾ. ഹെസ്ബൊല്ലയുടെയും അമലിന്റെയും സമയത്ത് ലെബനീസ് കമ്യൂണിസ്റ്റ് പാർട്ടിയുടെ സാമൂഹിക അടിത്തറ ദക്ഷിണ ലെബനനിലെ ഷിയ കർഷക സമൂഹമായിരുന്നുവെന്ന് ഇപ്പോൾ പലരും മറന്നുപോയിരിക്കുന്നു. 'മരുഭൂമി ഇസ്ലാം (ഡെസേർട് ഇസ്ലാം)" എന്ന് ഞാൻ വിളിക്കുന്ന വഹാബിസത്തിന്റെയും സൗദി അറേബ്യയുടെയും ഉയർച്ച നാസറിന്റെ പതനത്തോട് നേരിട്ടും അറബ് ദേശീയതയുടെ പതനത്തോട് പൊതുവായും ആനുപാതികമായിരുന്നു. 1948 ൽ ഇറാനിലും സമാനമായ സാഹചര്യമുണ്ടായിരുന്നു. അതേ വർഷം ബ്രിട്ടീഷ് കൗൺസിൽ അയാളുടെ വിദേശ കാര്യാലയത്തിലേക്ക് അയച്ച ഒരു രഹസ്യ കുറിപ്പിൽ വിപ്ലവം കൂടാതെ തിരഞ്ഞെടുപ്പിലൂടെ തന്നെ ഇറാനിയൻ കമ്യൂണിസ്റ്റുകൾക്ക് അധികാരത്തിലേക്കെത്താനാകുമെന്ന് പറയുന്നുണ്ട്. 1953 ൽ ദേശീയവാദികളെ അട്ടിമറിച്ചതിനു ശേഷം സി ഐ എ, സവക് എന്ന ഇറാനിയൻ രഹസ്യവിഭാഗത്തെ പരിശീലിപ്പിക്കാൻ തുടങ്ങി. ഈ സവക്കുകളാണ് കമ്യൂണിസ്റ്റുകാരെ കൂട്ടക്കൊല ചെയ്യുന്നത്. നാടുകടക്കുകയോ ഒളിവിൽപ്പോവുകയോ ചെയ്ത ചുരുക്കം ചില കമ്യൂണിസ്റ്റുകാർ ഒഴികെ എല്ലാവരും കൊല്ലപ്പെട്ടു. ആ വിടവ് നികത്താൻ കടന്നുവരുന്നത് ഇസ്ലാമിസ്റ്റുകളാണ്. മതേതര ബാത്തിസ്റ്റ് ഭരണകൂടത്തെ അമേരിക്കക്കാർ തകർത്തതിനുശേഷം ഇസ്ലാമികവാദികളുടെയും വംശീയ ദേശീയവാദികളുടെയും ഒരു കൂട്ടമാണ് അധികാരത്തിലേക്ക് ഉയർന്നുവന്നത്. മതേതര ഇടതുപക്ഷവും മതാധിഷ്ഠിത

വലതുപക്ഷവും തമ്മിലുള്ള ഏറ്റുമുട്ടൽ നടക്കുന്നത് ദേശീയതയുടെ ഭൂമികയിലാണ്. മതേതര അറബ് ദേശീയതയുടെ പതനത്തിനു ശേഷം പ്രതിലോമ സ്വഭാവമുള്ള പാൻ ഇസ്ലാമിസ്റ്റുകൾ ഉയർന്നുവരുന്നു. മുതലാളിത്തത്തിലേക്കുള്ള പരിവർത്തനത്തിനും സമീപകാലത്ത് സ്വതന്ത്രരായ സമൂഹങ്ങളെ സംബന്ധിച്ചും അതുപോലെ സാമ്രാജ്യത്വത്തിന്റെ കാലത്തും ദേശീയത എന്നത് ഒരു വസ്തുനിഷ്ഠമായ ആവശ്യകതയാണ്. കാരണം ആ പരിവർത്തനം വളരെ വേദനാജനകമായ പ്രക്രിയയായതിനാൽ തന്നെ സമൂഹം ഛിന്നഭിന്നമാകുന്നത് തടയാൻ അതിനെ ദൃഢീകരിക്കുന്ന ഒന്നായി ദേശീയത മാറുന്നു. ഇവിടേക്ക് കടന്നുവരാൻ മതേതര ഇടതുപക്ഷം പരാജയപ്പെടുകയാണെങ്കിൽ മതാധിഷ്ഠിത വലതുപക്ഷം ഈ ഇടംകൈയേറും.

വിജയ്: ക്രൂരതയുടെ സംസ്കാരത്തെക്കുറിച്ചാണ് നിങ്ങൾ ഇവിടെ പറയുന്ന രണ്ടാമത്തെ കാര്യം. മതാത്മകതയുടെ സർവ്വാധിപത്യ രൂപങ്ങൾ നിറഞ്ഞ ഒരു സംസ്കാരത്തിനു പരിചിതമായത് സംഘപരിവാരത്തിന്റെ രാഷ്ട്രീയ വ്യവഹാരമാണെന്നും ജനങ്ങൾക്ക് നവീനതയുടെ സാഹസത്തിന് ഊർജ്ജം പകരുന്ന പുതിയ പാതയൊരുക്കാൻ കഴിയാത്തത്, അവരിൽ വലിയൊരു വിഭാഗത്തെ പരിചിതമെന്ന് തോന്നുന്ന കാര്യങ്ങളിൽത്തന്നെ അഭയം തേടുവാൻ നിർബ്ബന്ധിതരാക്കുമെന്നും നിങ്ങൾ പറയുന്നു. യാഥാസ്ഥിതികത പിറവിയെടുക്കുന്നത് സവിശേഷാധികാരത്തിൽനിന്നും ആ സവിശേഷാധികാരം സംരക്ഷിക്കാനുള്ള ഇച്ഛയിൽനിന്നും മാത്രമല്ലെന്നും ഒരുപക്ഷേ, ഭാവിയിൽ ഉണ്ടായേക്കാവുന്ന വേദനയെക്കുറിച്ചുള്ള ഭയത്തിൽ നിന്നുമായിരിക്കാമെന്നും നിങ്ങൾ പറയുന്നു.'

ഐജാസ്: ഫാസിസത്തിന് തൊഴിലാളികൾക്കിടയിലുള്ള ബഹുജനാടിത്തറ വർഗ്ഗപദവിയുമായി കെട്ടുപിണഞ്ഞതല്ല. മറിച്ച് വർഗ്ഗപരവും ജാതിപരവുമായ പീഡാനുഭവങ്ങളുമായി ബന്ധപ്പെട്ടതാണ്. ബാബറി മസ്ജിദ് തകർക്കപ്പെടുന്നതിന്റെ ദൃശ്യങ്ങളിൽ മിനാരങ്ങൾക്ക് മുകളിലേക്ക് കയറിയ ആളുകളെ നോക്കൂ. ആരാണീ ആളുകൾ? അവർ ഏത് വർഗ്ഗത്തിൽപ്പെട്ടവരാണ്? അവർ ഉന്നതവർഗ്ഗത്തിൽനിന്നോ ജാതിയിൽ നിന്നോ വരുന്നവരല്ല. മുതലാളിത്തത്തിന്റെയും ജാതി സമൂഹത്തിന്റെയും പരമമായ ഇരകളാണ് ആ മനുഷ്യർ. ഇത്തരത്തിൽ സ്വമേധയാ ചെയ്യുന്ന ഹിംസാത്മക പ്രവർത്തനങ്ങൾ അവർക്ക് ഒരു അധികാര ഭാവം നല്കുന്നു. ഒപ്പം തങ്ങളുടെ ദുർബ്ബലാവസ്ഥ മറികടന്നതായുള്ള മിഥ്യാ ധാരണയും. അവരെ സംബന്ധിച്ചിടത്തോളം അത് അവരുടെ മേന്മയുടെ പ്രകാശനമാണ്. കാരണം മറ്റൊരു തരത്തിലും അന്തസ്സ് തോന്നാനുള്ള മാർഗ്ഗം അവർക്ക് മുന്നിലില്ല. ലുംപൻ തൊഴിലാളി വർഗ്ഗത്തെയും കഴിഞ്ഞ രണ്ട് നൂറ്റാണ്ടിലേറെയായി പ്രതി വിപ്ലവ പ്രവർത്തനങ്ങളിലുള്ള അവരുടെ പങ്കിനെയും കുറിച്ചുള്ള ആലോചനകളിൽ നിന്നാണ് മേല്പറഞ്ഞ എന്റെ ചിന്ത വരുന്നത്. എങ്ങനെയാണ് പലപ്പോഴും

സാധാരണ തൊഴിലാളികളേക്കാളും ദരിദ്രരായ ഈ ലുംപൻ തൊഴിലാളി വർഗ്ഗം പ്രതിവിപ്ലവപ്രവർത്തനത്തിന്റെ വളമാകുന്നത്? എങ്ങനെയാണ് ആദിവാസികൾ ഗുജറാത്തിൽ നടക്കുന്ന കൊലകളിലും ദളിതർ 1984 ൽ നടന്ന സിഖ് കൂട്ടക്കൊലകളിലും വലിയ തരത്തിൽ പങ്കാളികളാകുന്നത്? നിങ്ങൾ നേരത്തേ ഉദ്ധരിച്ച ഖണ്ഡികയിൽ അതെല്ലാമുണ്ട്. ഹിന്ദു എന്ന് വിളിക്കപ്പെടാനുള്ള അന്തസ്സ് അവർണ്ണർക്ക് നല്കപ്പെടുന്നതിനാൽ സംഘപരിവാരത്തിന് ഹിന്ദുയിസത്തിന്റെ പേരിൽ ഇതെല്ലാം ഉപയോഗപ്പെടുത്താം. തൊട്ടുകൂടാത്തവരായി കണക്കാക്കപ്പെട്ടിരുന്നവരുടെ അന്തസ്സ് ഉയർത്തുന്നതിനായി 'ദളിത്' എന്നതിനുപകരം 'ഹരിജൻ' എന്ന വാക്കുപയോഗിച്ച മഹാത്മാ ഗാന്ധിയുടെ വിചിത്ര സ്വഭാവമുള്ള ആശയത്തിന്റെ ഹിംസാത്മകമായ രൂപമാണ് ഇത്.

വിജയ്: എന്നാൽ ഹിന്ദു എന്ന് വിളിക്കപ്പെടുന്നതിലൂടെ ആ വ്യക്തിക്ക് ആദരവ് ലഭിക്കുന്നു. വ്യത്യസ്തമായ എന്തെങ്കിലും കെട്ടിപ്പടുക്കുവാൻ പരിശ്രമിക്കുന്ന ഒരു കൂട്ടം സഖാക്കളുടെ ഭാഗമാകുന്നതിലൂടെ സമാനമായ ആദരവു ലഭിക്കുക എന്നതാണു പ്രതിവിധിയെങ്കിലും ഇത് വളരെ ബുദ്ധിമുട്ടാണ്. കാരണം ഇതിനു സംസ്കാരത്തിൽ വേരുകളില്ല.

ഐജാസ്: ശരിയാണ്. അത് തന്നെയാണ് ഇടതുപക്ഷത്തിന്റെ വലിയ പരാധീനത. ഒപ്പം ഇടതിന്റെ പരാജയത്തിലേക്കും സാമൂഹികമായ ഒറ്റപ്പെടലിലേക്കും നയിക്കുന്നതും. നിങ്ങൾ ഒഴുക്കിനെതിരെ നീന്തുകയും സമൂലമായ മാറ്റത്തിനായി പോരാടുകയും ചെയ്യുകയാണ്. ഇറക്കുമതി ചെയ്യപ്പെട്ട പ്രത്യയശാസ്ത്രം പിന്തുടരുന്ന, ആധികാരികമായി ഇന്ത്യക്കാരല്ലാത്ത ആളുകളായി നിങ്ങൾ എപ്പോഴും മുദ്രകുത്തപ്പെട്ടേക്കാം. മാർക്സിസവും കമ്യൂണിസവും പൗരാണിക വേദങ്ങളിൽ നിന്നുള്ളതാണെന്ന് ഒരിക്കലും പറയുവാനാകില്ല. എന്നാൽ ഒരു സുപ്രീം കോടതി ജഡ്ജിക്കുപോലും ഹിന്ദുത്വയും ഹിന്ദുയിസവും ഒന്നാണെന്ന് പറയുവാനാകും (ശരിക്കും സുപ്രീം കോടതി ജഡ്ജിമാരിൽ ഒരാൾ അങ്ങനെ പറഞ്ഞിട്ടുപോലുമുണ്ട്). പ്രതിസന്ധികൾക്കെതിരായാണ് ഇടതുപക്ഷം വളരുന്നത്, പ്രതിസന്ധികൾ എല്ലാക്കാലത്തും ഇടതുപക്ഷത്തിന് എതിരുമാണ്. വിശാലാർത്ഥത്തിൽ, മതാധിഷ്ഠിതമായ സമൂഹങ്ങളിൽ ബഹുജനാടിത്തറയുള്ള ഒരു കമ്യൂണിസ്റ്റ് പാർട്ടി കെട്ടിപ്പടുക്കുകയെന്നത് തന്നെ വലിയ നേട്ടമാണ്; അത് എത്ര തന്നെ ചെറുതാണെങ്കിലും. ആയിരക്കണക്കിന് ജനങ്ങളെ, ഇന്ത്യൻ സാഹചര്യത്തിൽ ലക്ഷക്കണക്കിന് ആളുകളെ, സംഘടിപ്പിക്കുകയെന്നത് അസാമാന്യമായ നേട്ടമാണ്. നൂറ്റാണ്ടുകളായി ജാതിക്കെതിരെയുള്ള വെല്ലുവിളികളെ ബ്രാഹ്മണിസം ഇത്ര നന്നായി എങ്ങനെയാണ് അതിജീവിച്ചതെന്നത് ശരിക്കും ആശ്ചര്യപ്പെടുത്തുന്നതാണ്. വളരെ ദൃഢമായതും ചരിത്രപരമായി അടിത്തറയുള്ളതുമായ ആ അധികാരത്തിനെതിരെയാണ് കമ്യൂണിസം പ്രവർത്തിക്കുന്നത്.

വിജയ്: ഈ അർത്ഥത്തിൽ, അംബേദ്കറാണ് ഏറ്റവും ഉൾക്കാഴ്ച യുള്ള വിമർശകൻ. എന്തെന്നാൽ, അതിനുള്ളിൽനിന്നുള്ള നവീകരണമല്ല മറിച്ച് അതിനെതിരായ കലാപമാണ് അനിവാര്യമെന്നാണു അദ്ദേഹ ത്തിന്റെ വാദം.

ഐജാസ്: അതെ, തീർച്ചയായും. ഹിന്ദുയിസം എന്നത് പരിഷ്കരി ക്കാനാകാത്തതാണെന്നും, അതുകൊണ്ടുതന്നെ അത് തകർക്കപ്പെടേണ്ട താണെന്നുമുള്ള സന്ദേശമാണ് *മനുസ്മൃതി* കത്തിച്ചതിലൂടെ അദ്ദേഹം നല്കിയത്. സുവിര ജെയ്സ്വാൽ പറഞ്ഞതുപോലെ ഹിന്ദുയിസം എന്നത് ഓർത്തൊഡോക്സി അല്ല ഓർത്തൊപ്രാക്സി ആണ് (യാഥാസ്ഥിതിക വിശ്വാസമല്ല, മറിച്ച് അതിന്റെ പ്രയോഗമാണ്). വിശ്വാ സങ്ങളുടെ കാര്യത്തിൽ ഒരു വലിയ അളവിൽ അയവുണ്ട്. എന്നാൽ പ്രയോഗത്തിൽ അതില്ല. ജെയ്സ്വാൽ ചൂണ്ടിക്കാണിക്കുന്നതെന്താണെന്ന് വച്ചാൽ ധർമ്മത്തിൽ അധിഷ്ഠിതമായ പെരുമാറ്റരീതികൾ ആധാരമാ യുള്ള ആചാരങ്ങളുടെ ഈ സുദൃഢ സ്വഭാവത്തിന്റെ കേന്ദ്രം ജാതിയാ ണെന്നാണ്. ഇസ്ലാമിലും ക്രിസ്ത്യാനിറ്റിയിലും സാമൂഹിക സമത്വത്തെ ക്കുറിച്ചുള്ള കേവലമായ വിശ്വസമെങ്കിലുമുണ്ട്. മുസ്ലീങ്ങൾക്കും ക്രിസ് ത്യാനികൾക്കും ഇടയിലെ വ്യവഹാരങ്ങൾ ഈ തത്ത്വത്തെ ലംഘിക്കു ന്നുണ്ടാകാം. എന്നാൽ ഈ തത്ത്വത്തിന്റെ വെളിച്ചത്തിൽ ഒരു പ്രവർ ത്തനത്തെ വിലയിരുത്തുവാനുള്ള വഴി എപ്പഴും തുറന്നുകിടക്കുന്നുണ്ട്. ബ്രാഹ്മണിക വ്യവസ്ഥയിൽ സാർവ്വത്രികമായ സാമൂഹിക സമത്വം എന്നൊരു തത്ത്വം പോലുമില്ല. ജാതി വ്യവസ്ഥയുടെ ശ്രേണീകൃതമായ ഘടന അത്തരത്തിലുള്ള എല്ലാ തത്ത്വങ്ങളെയും നിരാകരിക്കുന്നു.

വിജയ്: അവകാശവാദം നേരെ മറിച്ചുള്ളതാണ്. സാമൂഹിക ശ്രേണീ വ്യവസ്ഥ ഊട്ടിയുറപ്പിക്കുവാനാണ് അത് വാദിക്കുന്നത്. അത് യാതൊ ന്നിനെയും വെല്ലുവിളിക്കുന്നില്ല.

ഐജാസ്: അതെ. പിന്നെ, വർണ്ണാശ്രമം വളരെ നല്ലതായിരു ന്നെന്നും കാലാന്തരത്തിൽ വക്രീകരിക്കപ്പെട്ടതാണെന്നും അതിന്റെ യഥാർത്ഥ ചൈതന്യത്തിലേക്ക് തിരിച്ച് കൊണ്ടുവരണമെന്നും വാദി ക്കുന്ന ഗാന്ധി നമുക്ക് മുന്നിലുണ്ട്. ഗാന്ധി ഒരേ സമയം കലർപ്പില്ലാത്ത ഒരു പരിഷ്കർത്താവും സാമൂഹിക യാഥാസ്ഥിതിക വാദിയുമാണ്. അദ്ദേ ഹത്തിനുപോലും വർണ്ണാശ്രമത്തിന്റെ പൂർണ്ണമായ നിരാകരണം അങ്ങേ യറ്റം റാഡിക്കലായിരുന്നു. ശ്രേണീകൃതമായ സംസ്കാരം എത്രത്തോളം ആഴത്തിലേക്ക് പോകുന്നുവെന്ന് നിങ്ങൾക്ക് കാണാം. ഇത്തരത്തിലുള്ള വിശ്വാസത്തിനും പ്രവർത്തികൾക്കും വിരുദ്ധമായ, സമൂലമായ സമത്വ ത്തെക്കുറിച്ചാണ് ഇടതുപക്ഷം സംസാരിക്കുന്നത്. ഒഴുക്കിനെതിരെ നീന്തുകയെന്നതുകൊണ്ട് അതാണ് ഞാൻ ഉദ്ദേശിച്ചത്.

വിജയ്: 1990 കളിലെ നിരവധി ലേഖനങ്ങളിൽ, താങ്കൾ 'ക്രൂരത യുടെ സംസ്കാരം' എന്നു പ്രയോഗിക്കുന്നുണ്ട്.. അതിനെപ്പറ്റി പ്രതി കരിക്കാമോ?

ഐജാസ്: യഥാർത്ഥത്തിൽ 'ക്രൂരതയുടെ സംസ്കാരം' എന്ന പേരിൽ ഒരു മുഴുനീള ലേഖനം ഞാൻ എഴുതിയിരുന്നു. തികഞ്ഞ ലിംഗാതിക്രമത്തിന്റെ പുറത്ത് ഓരോ വർഷവും ഇന്ത്യയിൽ ആയിരക്കണക്കിന് സ്ത്രീകൾ കൊല്ലപ്പെടുന്നു, പലപ്പോഴും അവരുടെ കുടുംബാംഗങ്ങളാൽ തന്നെ. മറ്റ് ആയിരക്കണക്കിന് പേർ ഭർത്താവിനെയോ അവരുടെ കുടുംബാംഗങ്ങളെയോ അനുസരിക്കുന്നില്ല എന്ന പേരിലും മതിയായ സ്ത്രീധനം കൊണ്ടുവന്നില്ല എന്ന കാരണത്താലും മർദ്ദിക്കപ്പെടുകയോ മുഖം വികൃതമാക്കപ്പെടുകയോ ചെയ്യുന്നു. പ്രകടമായ, വർഗ്ഗപരവും ജാതീയവുമായ വിദ്വേഷത്തിന്റെ പുറത്ത് ഓരോ വർഷവും ആയിരക്കണക്കിന് ദളിതർ കൊല്ലപ്പെടുകയും അസംഖ്യം ദളിത് സ്ത്രീകൾ ബലാത്സംഘത്തിന് ഇരയാക്കപ്പെടുകയും ചെയ്യുന്നു. ഇത്തരത്തിലുള്ള ലോകത്ത് വർഗ്ഗീയ പ്രചോദനങ്ങളുടെ പുറത്ത് കൊല്ലുന്നതും ബലാത്സംഘം ചെയ്യുന്നതും വളരെ എളുപ്പമാണ്. എന്റെ അഭിപ്രായത്തിൽ വർഗ്ഗീയ ലഹള, വിശിഷ്യാ മുസ്ലീംവിരുദ്ധ കലാപം ദൈനംദിന ക്രൂരതകളുടെ വിശാലമായ ശൃംഖലയുടെ ഒരു ഭാഗം മാത്രമാണ്. സ്വതന്ത്ര ഇന്ത്യയിൽ മുസ്ലീങ്ങളേക്കാൾ എത്രയോ അധികം ദളിതർ കൊലചെയ്യപ്പെട്ടിട്ടുണ്ട്. എത്രയോ അധികം അമുസ്ലീം സ്ത്രീകൾ കൊല്ലപ്പെടുകയോ ബലാത്സംഘത്തിന് ഇരയാവുകയോ ചെയ്യപ്പെട്ടിട്ടുണ്ട്. എല്ലാ തരത്തിലും ഉള്ള ക്രൂരതകൾ ഉണ്ട്. ഫാസിസത്തിലേക്ക് തിരിയുവാൻ കരുത്തുള്ള ഒരേയൊരു സംഘടിത പ്രവണതയായതിനാൽ തന്നെ ഹിന്ദു വർഗ്ഗീയത അതിശക്തമായി എതിർക്കപ്പെടണമെന്ന് പറഞ്ഞ നെഹ്രു ശരിയായിരുന്നുവെന്ന് ഞാൻ വിശ്വസിക്കുന്നു. എന്നിരുന്നാലും ആർ എസ് എസിനെക്കുറിച്ച് നമ്മൾ പൊതുവെ സംസാരിക്കുന്ന രീതിയിൽ വളരെ തെറ്റായ ചിലതുണ്ടെന്ന് ഞാൻ കരുതുന്നു. മുസ്ലീങ്ങൾക്കെതിരെ അതിദാരുണമായ ക്രൂരതകൾ അഴിച്ചുവിടുന്ന ഈയൊരു കൂട്ടം ഒഴികെ സമൂഹത്തിലെ ബാക്കിയെല്ലാം മാന്യവും ഉദാരവും വളരെ ആധുനികവുമാണെന്ന തരത്തിലാണത്. മുസ്ലീങ്ങൾക്കെതിരായ ഈ ക്രൂരതകളെ നമുക്കൊരു പരിപ്രേക്ഷ്യത്തിലേക്ക് കൊണ്ടുവരാം. ഹിന്ദു-മുസ്ലീം പ്രശ്നത്തെ ചുറ്റിപ്പറ്റി ഒരു ഉന്മാദാവസ്ഥ സൃഷ്ടിച്ച് ലിബറൽ ഹിന്ദുക്കളുടെ മനസ്സ് പിടിച്ചെടുക്കുകയാണ് ആർ എസ് എസിന് വേണ്ടത്. കാരണം, ആരാണു മുസ്ലീങ്ങളെ ന്യായീകരിക്കുന്നത്? അത് ഇടതുപക്ഷക്കാരും ഹിന്ദുക്കളായി ജനിച്ച ലിബറലുകളുമാണ്. ഇവരുടെ ഐക്യദാർഢ്യമില്ലായിരുന്നുവെങ്കിൽ അനേകം മുസ്ലീങ്ങളെ കൊന്നൊടുക്കുവാനും ബാക്കിയുള്ളവരെ രണ്ടാംകിട പൗരന്മാരായി തരം താഴ്ത്തുവാനും ആർ എസ് എസിന് എളുപ്പമായിരുന്നേനെ. ജനങ്ങൾക്കിടയിൽ മുസ്ലീങ്ങൾക്കെതിരായ വലിയ വികാരം സൃഷ്ടിക്കേണ്ടത് ആർ എസ് എസിന്റെ ആവശ്യമാണ്. അങ്ങനെ ചെയ്യുന്നപക്ഷം മതന്യൂനപക്ഷങ്ങളുടെ തുല്യാവകാശങ്ങൾക്കായി വാദിക്കുന്ന ഹിന്ദുക്കളായ ഇടതുപക്ഷക്കാരെയും ലിബറലുകളെയും ദേശവിരുദ്ധരും

ഹിന്ദുവിരുദ്ധരുമായി ചിത്രീകരിക്കാൻ അവർക്കാകും. ഇതിലെല്ലാം സിയോണിസമാണ് ആർ എസ് എസിന്റെ യഥാർത്ഥ മാതൃക. പലസ്തീനികളെ കൈകാര്യം ചെയ്യുവാനായി ഇസ്രായേലി സിയോണിസ്റ്റ് ഭീകരന്മാർക്ക് നാസിസം ഒരു യഥാർത്ഥ മാതൃകയായത് പോലെ. എന്നിരുന്നാലും നിരാകരിക്കാനാകാത്ത മറ്റൊരുവശംകൂടി ഇതിനുണ്ട്. വർഗ്ഗീയതയുടെ പ്രശ്നത്തിനുമേലുള്ള പൂർണ്ണമായ ശ്രദ്ധയിൽ ദളിതരും സ്ത്രീകളുമുൾപ്പടെയുള്ളവർക്കെതിരായ അതിക്രമത്തിന് വേണ്ടത്ര ശ്രദ്ധ ലഭിക്കാതിരിക്കുന്ന പ്രവണതയുണ്ട്. ഈ ക്രൂരതകൾ ഒരു പ്രത്യേക പ്രതിലോമ ഫാസിസ്റ്റ് രാഷ്ട്രീയത്തോട് മാത്രംബന്ധപ്പെട്ടതല്ല, നമ്മുടെ സമൂഹത്തിന്റെ തന്നെ ഘടനാപരമായ സവിശേഷതയാണ്. നമ്മുടെ സമൂഹം തന്നെ ഇങ്ങനെയാണ്. ജാതി അതിക്രമം ഭാഗികമായി വർഗ്ഗപരമാണ്. പക്ഷേ, ഭാഗികമായി ജാതിപരം മാത്രവുമാണ്. ആദിവാസികൾക്കെതിരായ ക്രൂരതകളുമുണ്ട്. അവിടെ നിന്നാണ് ക്രൂരതയുടെ സംസ്കാരം എന്ന പ്രയോഗത്തിന്റെ ഉത്ഭവം.

വിജയ്: ദളിതർക്കെതിരായ ക്രൂരത ഉൾപ്പെടുന്ന 'ക്രൂരതയുടെ സംസ്കാരത്തി'ന്റെ ഭാഗമായല്ല, മറിച്ചു ദളിത് അവകാശവാദത്തോടുള്ള പ്രതികരണമായിട്ടാണ് ദളിതർക്കെതിരായ അതിക്രമങ്ങൾ മനസ്സിലാക്കപ്പെടുന്നത്.

ഐജാസ്: അങ്ങനെയാണ് അത് അവതരിപ്പിക്കപ്പെടുന്നത്. പക്ഷേ, ചരിത്രപരമായി നോക്കൂ, ഇന്ത്യയിലെ സ്വത്തിനുമേൽ ഉടമസ്ഥാവകാശമുള്ള വർഗ്ഗങ്ങൾക്കും ഉന്നത ജാതികൾക്കും ഒരു ദളിത് സ്ത്രീയെ പീഡിപ്പിക്കുക എന്നാൽ വളരെ നിസാരമാണ്. അവർ ബലാത്സംഗം ചെയ്യുന്ന സ്ത്രീ ദളിതാണോ മുസ്ലീമാണോ എന്നത് എന്ത് വ്യത്യാസമാണ് അവരിലുണ്ടാക്കുന്നത്? ഇത് ഒരേ സ്പെക്ട്രത്തിന്റെ ഭാഗമാണ്. ഇതിനെ അഭിസംബോധന ചെയ്യുന്ന ഒരു രാഷ്ട്രീയം കേവലം വർഗ്ഗീയവിരുദ്ധം മാത്രമായിരിക്കില്ല, മറിച്ച് വർഗ്ഗീയവും ജാതീയവും ലിംഗപരവുമായ ഹിംസകളുടെ ഇരകൾക്കുവേണ്ടി ആത്മാർത്ഥമായ ഐക്യസമരം ഉയർത്തിക്കൊണ്ടുവരാൻ പ്രയത്നിക്കുന്നതായിരിക്കും. ക്രൂരതകളുടെ സംസ്കാരമെന്ന് ഞാൻ വിശേഷിപ്പിച്ച, ആ ദേശീയ സാഹചര്യത്തിനെതിരായ സമരം.

ശരിയായ ബൂർഷ്വാസിയുടെ അഭാവം

വിജയ് പ്രഷാദ്: തൊണ്ണൂറുകൾ മുതലുള്ള വിഷയങ്ങൾ-ഹിന്ദുത്വ, ഇന്ത്യൻ ലിബറലിസം, ക്രൂരതയുടെ സംസ്കാരം തുടങ്ങിയവ-താങ്കൾക്കൊപ്പം തന്നെ തുടർന്നു. ലിബറലിസവും വലതുപക്ഷവും തമ്മിലുള്ള യോജിപ്പിനെക്കുറിച്ച് താരിഖ് അലി 'തീവ്ര കേന്ദ്രം' എന്ന് വിശേഷിപ്പിക്കുന്നതിനെക്കുറിച്ചും താങ്കൾ എഴുതുന്നത് തുടരുന്നു.

ഐജാസ് അഹമ്മദ്: ഇവയെക്കുറിച്ചുള്ള ചിന്തകൾക്കനുസരിച്ച് എന്റെ ചിന്താഗതികളും മാറിക്കൊണ്ടിരിക്കുന്നുണ്ട്. അതിനാൽത്തന്നെ 1992 നും 2014 നും ഇടയിൽ എന്റെ ചിന്തകളിലും ഒരു പരിണാമം ഉണ്ടായിട്ടുണ്ട്. വാദങ്ങളിൽ അല്പസ്വല്പം മാറ്റങ്ങളൊക്കെ വരുന്നുണ്ട്. യാഥാർത്ഥ്യം മാറിക്കൊണ്ടിരിക്കുന്നു എന്നത് മാത്രമല്ല, വിവിധ വിഷയങ്ങളെക്കുറിച്ച് ഞാൻ കൂടുതൽ ആഴത്തിൽ ചിന്തിക്കുക കൂടിയാണ്. ഉദാഹരണത്തിന്, ലിബറൽ സ്ഥാപനങ്ങളും തീവ്ര വലതുപക്ഷത്തിന്റെ ഭരണവും തമ്മിൽ യഥാർത്ഥത്തിൽ എന്തെങ്കിലും വൈരുദ്ധ്യമുണ്ടെന്ന് ഞാൻ വിശ്വസിക്കാതെയായി. അധികാരമേറ്റയുടൻ ആ സ്ഥാപനഘടന ഇല്ലാതാക്കിയ നാസികളിൽനിന്ന് വ്യത്യസ്തമായി തീവ്ര വലതുപക്ഷത്തിന് ലിബറൽ സ്ഥാപനങ്ങൾ ഉള്ളിൽ നിന്ന് പിടിച്ചെടുക്കാനും അവയിലൂടെ തന്നെ ഭരണം നടത്താനും കഴിയും.

എക്സ്ട്രീം സെന്ററിനെക്കുറിച്ചു താരിഖ് അലി പറഞ്ഞത് വളരെ ശരിയാണ്. ബ്രിട്ടീഷ് പശ്ചാത്തലത്തിൽ, താച്ചറൈറ്റ് ടോറികളും ബ്ലെയറൈറ്റ് ലേബറും തമ്മിലുള്ള ഒത്തുചേരൽ എന്നാണ് അത് അർത്ഥമാക്കുന്നത്. യു എസിലെ റിപ്പബ്ലിക്കന്മാരുടെയും ഡെമോക്രാറ്റുകളുടെയും കാര്യത്തിലും ഇതുതന്നെ പറയാം. ചോംസ്കി പറഞ്ഞത് ശരിയാണ്. മൂലധന പാർട്ടിയുടെ രണ്ട് വിഭാഗങ്ങൾ തമ്മിലുള്ള പോരാട്ടമെന്ന രീതി

യിലാണ് ദ്വികക്ഷി സംവിധാനം പ്രവർത്തിക്കുന്നത്. എന്നാൽ ഞാൻ ചിന്തിക്കുന്നത് തീവ്രമായ കേന്ദ്രത്തെക്കുറിച്ച് മാത്രമല്ല, ഓർബനും എർദോഗനും ട്രംപും മോദിയും പ്രതിനിധീകരിക്കുന്ന തീവ്ര വലതുപക്ഷത്തെക്കുറിച്ചുമാണ്. ഈ തീവ്ര വലതുപക്ഷക്കാരിൽ ആരെയും അടിസ്ഥാനപരമായി ഫാസിസ്റ്റ് എന്ന് വിളിക്കാനാവില്ല; അവയ്ക്കൊന്നും ലിബറൽ ഭരണകൂട ഘടനകളെ ഇല്ലാതാക്കാനുള്ള വ്യവഹാരമില്ല. അവരെല്ലാം അധികാരത്തിൽ വരികയും പിന്നീട് ലിബറൽ സ്ഥാപനങ്ങളിലൂടെ അധികാരം നിലനിർത്തുകയും ചെയ്യുന്നു. സ്ഥാപനങ്ങളിലൂടെയുള്ള ലോങ് മാർച്ചിലാണ് അവർ കൂടുതൽ ശ്രദ്ധ കേന്ദ്രീകരിക്കുന്നത്. സർവ്വകലാശാലകൾ, ജുഡീഷ്യറി, പ്രസ്, ടെലിവിഷൻ, ഭരണകൂടത്തിന്റെ പ്രത്യയശാസ്ത്ര ഉപകരണങ്ങൾ, ഭരണകൂടത്തിന്റെ നിയമപരമായ ഉപകരണങ്ങൾ, ഭരണകൂടത്തിന്റെ ബ്യൂറോക്രാറ്റിക് ഉപകരണങ്ങൾ, ഭരണകൂടത്തിന്റെ സൈനിക ഉപകരണങ്ങൾ എന്നിങ്ങനെ ഈ സ്ഥാപനങ്ങളുടെയെല്ലാം ആധിപത്യം സ്ഥാപിക്കാനും പരിവർത്തനം ചെയ്യാനുമാണ് അവർ ഉദ്ദേശിക്കുന്നത്. അവർ അവയിൽ പിടിമുറുക്കുന്നു, എന്നിട്ട് അവയോരോന്നിനെയും രൂപാന്തരപ്പെടുത്തുന്നു, അവർ തങ്ങളുടെ ആളുകളെ അവയിൽ തിരുകിക്കയറ്റുന്നു, അവരിലൂടെ തങ്ങളുടെ സ്ഥിരമായ ശക്തി സ്ഥാപിച്ചെടുക്കുന്നു. പിന്നീട്, ഏതെങ്കിലും ഒരു ഘട്ടത്തിൽ തിരഞ്ഞെടുപ്പിൽ അധികാരം വിട്ടുകൊടുക്കേണ്ടിവന്നാലും അവർക്കത് പ്രശ്നമാകില്ല, കാരണം അതിനകം തന്നെ അവർ ഭരണകൂടത്തിൽ പിടിമുറുക്കിക്കഴിഞ്ഞിട്ടുണ്ടാകും. ഉദാഹരണത്തിന്, ലെനിൻ 'വിപ്ലവകരമായ ക്ഷമ' എന്ന് വിശേഷിപ്പിച്ച പ്രത്യേകത ആർ എസ് എസിനുണ്ട്: ഒരു നൂറ് വർഷമെടുത്തിട്ടാണ് അവർ ഇന്നത്തെ നിലയിലെത്തിയത്.

വിന്റർ പാലസിന് നേരെയുള്ള മുൻനിര ആക്രമണം ഇനി സാദ്ധ്യമല്ലെന്നും അത് ചെയ്യാൻ കഴിയില്ലെന്നും ഈ ശക്തികൾ മനസ്സിലാക്കുന്നുണ്ട്. നിലവിലുള്ള സ്ഥാപനങ്ങളുടെ സ്വഭാവം മാറ്റുക എന്നതാണ് നിങ്ങൾക്ക് ചെയ്യാനുള്ളത്. അത് എത്രമാത്രം ആസൂത്രിതമായിരുന്നുവെന്ന് എനിക്കറിയില്ല. പക്ഷേ, 1977 ന് ശേഷമുള്ള ജനതാ സർക്കാരിൽ അദ്വാനി, ഇൻഫർമേഷൻ ആൻഡ് ബ്രോഡ്കാസ്റ്റിങ് മന്ത്രാലയത്തിന്റെ ചുമതലയേറ്റപ്പോൾ ഇന്ത്യൻ മാധ്യമങ്ങളുടെ സ്വഭാവവും മറ്റെല്ലാ കാര്യങ്ങളും മാറിത്തുടങ്ങി എന്നതാണ് വസ്തുത. 1996 ലും പിന്നീട് 1998 ലും വാജ്പേയിയുടെ കീഴിൽ അദ്വാനി ആഭ്യന്തര മന്ത്രിയായപ്പോൾ അതിനു കീഴിലെ മുഴുവൻ സംവിധാനവും അതിവേഗം മാറാൻ തുടങ്ങി. ഞാൻ ഫോറിനേഴ്സ് രജിസ്ട്രേഷൻ ഓഫീസിൽ പോയപ്പോൾ അവിടെ ആർ എസ് എസുകാരനായ ഉദ്യോഗസ്ഥനായിരുന്നു. പ്രധാന മേഖലകൾ വളരെ വേഗത്തിൽ മാറ്റുകയായിരുന്നു അവർ. അധികാരത്തിൽ വരാൻ അവർ ആഗ്രഹിക്കുന്നതിന് ഒരു കാരണം നിയമനങ്ങൾ നടത്താനുള്ള അധികാരം ഉണ്ടായിരിക്കുമല്ലോ എന്നതാണ്. മറ്റൊന്ന്, ഈ അധികാര

മുപയോഗിച്ച് അവർക്ക് ഭരണകൂടത്തിന്റെ ഏജൻസികളിൽനിന്ന് ആർ എസ് എസിന്റെ അടിത്തട്ടുവരെ എത്തിക്കാൻ കഴിയുന്ന പണത്തിന്റെ തോതാണ്. അവരെ പിന്തുണയ്ക്കുന്നവർക്ക് ദശലക്ഷക്കണക്കിന് ഡോളർ കരാറുകളിലൂടെയും അത്തരം മറ്റ് കാര്യങ്ങളിലൂടെയും വിതരണം ചെയ്യാൻ കഴിയും. നിങ്ങൾ രാജ്യവ്യാപകമായി ഒരു രക്ഷാധികാര സംവിധാനം സൃഷ്ടിക്കുന്നു. കൂടാതെ, അധികാരത്തിലിരിക്കുന്നിടത്തോളം കാലം ബൂർഷ്വാസി അവർക്ക് ഭീമമായ തുക നല്കിക്കൊണ്ടേയിരിക്കും. ഇവയൊക്കെക്കൊണ്ട് തന്നെ പാർലമെന്ററി അധികാരം അവർക്ക് വളരെ പ്രധാനമാണ്.

ഉപയോഗിക്കുന്ന ഭാഷയെയോ ചിന്തിക്കുന്ന പദങ്ങളെയോ ഗൗരവമായി കാണുന്ന ഒരാൾക്ക് ലിബറൽ സ്റ്റേറ്റിന്റെ സ്ഥാപനപരമായ ഘടനയ്ക്കു നേരെ പ്രത്യയശാസ്ത്രപരമായ കനത്ത ആക്രമണം നടത്തിയിട്ടില്ലാത്ത ഒരു രാഷ്ട്രീയ ശക്തിയെ ചിത്രീകരിക്കാൻ 'ഫാസിസ്റ്റ്' എന്ന വാക്ക് ഉപയോഗിക്കുന്നതിന്റെ പ്രയാസത്തെക്കുറിച്ച് ചിന്തിക്കേണ്ടിവരുമെന്ന് എനിക്കുതോന്നി. ആർ എസ് എസ് ഒരിക്കലും ഭരണഘടനയെ റദ്ദാക്കുമെന്നോ മറ്റെല്ലാ രാഷ്ട്രീയ പാർട്ടികളെയും ഇല്ലാതാക്കുമെന്നോ ഭീഷണിപ്പെടുത്തിയിട്ടില്ല. എന്നാൽ നാസികൾ വളരെ ബോധപൂർവ്വം അങ്ങേയറ്റം പ്രകടമായി ലിബറലിസത്തിന് എതിരായിരുന്നു. ബാസ്റ്റിലെ കൊടുങ്കാറ്റോടെ ആരംഭിച്ച് നേരെ ബോൾഷെവിസത്തിലേക്ക് നയിച്ച ചരിത്രം തിരുത്താൻ തങ്ങൾ ആഗ്രഹിക്കുന്നുവെന്ന് നാസി ഉന്നതരായ ആൽഫ്രഡ് റോസൻബർഗും മറ്റുള്ളവരും പറഞ്ഞു. ആർ എസ് എസ് തീർച്ചയായും കമ്യൂണിസ്റ്റ് വിരുദ്ധമാണ്, എന്നാൽ അതിന്റെ ഏറ്റവും പരിഷ്കൃതരായ നേതാക്കൾപോലും ബാസ്റ്റില്ലിലെ കൊടുങ്കാറ്റ് മുതൽ വിന്റർ പാലസിന്റെ ആക്രമണം വരെയുള്ള പാരമ്പര്യത്തിൽ താല്പര്യമുള്ളവരല്ല. ലിബറൽ നിയമസാധുതയുടെ മാനദണ്ഡങ്ങൾക്കും നടപടിക്രമങ്ങൾക്കും വിധേയമായി അവർക്ക് ഇന്ത്യൻ ഭരണകൂടത്തിന്റെ സ്ഥാപനങ്ങൾ ഓരോന്നായി ഏറ്റെടുക്കാൻ കഴിയുമെന്നാണ് അവർ മനസ്സിലാക്കുന്നത്.

വിജയ്: 1990 കളിൽനിന്ന് 2014 ലെ പ്രബന്ധത്തിലേക്ക് എത്തുമ്പോൾ താങ്കളുടെ ചിന്തയിൽ മാറ്റങ്ങൾ വന്നുവെന്ന് പറഞ്ഞിരുന്നു. ആ മാറ്റങ്ങളെക്കുറിച്ച് പറയാമോ?

ഐജാസ്: നിരവധി മാറ്റങ്ങളുണ്ട്. മുമ്പത്തെ കൃതിയിൽ 'ഫാസിസ്റ്റ്' എന്ന വാക്ക് ഞാൻ അശ്രദ്ധമായി ഉപയോഗിച്ചു. ഫാസിസ്റ്റിക് എന്നത് ഉപയോഗിക്കാം. ബി ജെ പി അധികാരത്തിൽ വരുമ്പോഴോ അധികാരത്തിൽ വരാൻ പോകുമ്പോഴോ, 'ഫാസിസം വരുന്നോ ഇല്ലയോ' എന്ന സംവാദത്തിൽ സി പി എം ഇടപെടുന്നതായി കാണാം. ഇക്കാരണത്താലും ലോകമെമ്പാടും ഈ ചോദ്യം ഉയരുന്നതിനാലും ഞാൻ കൂടുതൽ ആഴത്തിൽ ചിന്തിക്കുകയും ഗവേഷണം നടത്തുകയും ചെയ്തു. എത്ര ആഴത്തിൽ വേണമെങ്കിലും നമുക്ക് ഓർബനെ ഇഷ്ടപ്പെ

ടാതിരിക്കാം, പക്ഷേ, അദ്ദേഹം 'ലിബറൽ ജനാധിപത്യം' ശുപാർശ ചെയ്യുമ്പോൾ നമ്മൾ ശ്രദ്ധിക്കണം. അദ്ദേഹത്തിന്റെ പദപ്രയോഗം യഥാർത്ഥത്തിൽ ട്രംപും എർദോഗാനും ഉൾപ്പെടുന്ന തന്റെ വർഗ്ഗത്തിനു 'ഫാസിസ'ത്തേക്കാൾ യോജിച്ചതായിരിക്കാം. ഇന്നത്തെ തീവ്ര വലതു പക്ഷം, വളരെ അപൂർവ്വമായ സന്ദർഭങ്ങളിൽ, ഇന്റർവാർ വർഷങ്ങളിലെ ഫാസിസ്റ്റ് സർക്കാരുകളെയും പ്രസ്ഥാനങ്ങളെയുംപോലെ ഫാസിസ്റ്റ് ആണ്. ഇത് ലിബറൽ സ്ഥാപന ഘടനകളും ആ ഘടനകൾക്കുള്ളിൽ ലഭ്യമായ ഭരണരൂപങ്ങളും തമ്മിലുള്ള ബന്ധത്തെക്കുറിച്ചുള്ള ചോദ്യം ഉയർത്തുന്നു. അത് 1914 ലെ ഏറ്റവും പഴയ ചോദ്യത്തിലേക്ക് നമ്മെ തിരികെ കൊണ്ടുവരുന്നു: ഇടതുപക്ഷത്തിന് തിരഞ്ഞെടുപ്പിലൂടെ അധി കാരം പിടിച്ചെടുക്കാനാകുമോ, എന്നിട്ട് സോഷ്യലിസം കൊണ്ടുവരാമോ? ക്ലാസിക് സോഷ്യൽ ഡെമോക്രാറ്റിക് ഉത്തരം - ബേൺസ്റ്റൈന്റെ ഉത്തരം - അതെ നമുക്ക് കഴിയും, നമ്മൾ ചെയ്യണം എന്നായിരുന്നു. ബേൺസ്റ്റൈൻ തെറ്റായിരുന്നുവെങ്കിലോ, റോസ ലക്സംബർഗ് വാദി ച്ചതുപോലെ, തിരഞ്ഞെടുപ്പിൽ വിജയിച്ച് പാർലമെന്റ് പിടിച്ചടക്കിയാൽ മാത്രം ഇടതുപക്ഷത്തിന് സോഷ്യലിസം കൊണ്ടുവരാൻ കഴിയില്ലെന്നത് ശരിയാണെങ്കിലോ, തീവ്ര വലതുപക്ഷത്തിന് പാർലമെന്ററി മാർഗ്ഗ ങ്ങളിലൂടെ അതിന്റെ ലക്ഷ്യം നേടാനാകുമോ? അതോ തീവ്ര വലതു പക്ഷത്തിന് അത് അസാദ്ധ്യമാക്കുന്ന ഒരു ലിബറൽ ശക്തിയുണ്ടോ? ഇപ്പോൾ, ലിബറൽ ഭരണകൂട ഘടന മുതലാളിത്തത്തിനായി മുൻകൈ യെടുക്കുന്നുവെന്നതും അതിന്റെ മുഴുവൻ കാരണവും മൂലധനത്തിന് സ്ഥിരത നല്കുന്നതാണെന്നതും ശരിയാണെങ്കിൽ, നിങ്ങൾക്ക് ഈ ഏജൻസിയിലൂടെ മൂലധനത്തെ നശിപ്പിക്കാൻ കഴിയില്ല. അതുകൊ ണ്ടാണ് ലിബറൽ-ഡെമോക്രാറ്റിക് സ്റ്റേറ്റ് ഉപകരണമായ ഈ ഏജൻസി ഒരിക്കലും കമ്യൂണിസ്റ്റ് ഇടതുപക്ഷത്തെ അതിന്റെ പരിപാടി നടപ്പിലാക്കാൻ അനുവദിക്കാത്തത്. നിങ്ങൾക്കിത് കേരളത്തിൽ പരീക്ഷിക്കാം; ബൂർഷ്വാസിയുടെ സുസ്ഥിരമായ ഒരു റിപ്പബ്ലിക്കിലെ പല സംസ്ഥാനങ്ങളിൽ ഒന്നെന്ന തലത്തിൽ കേരളത്തിൽ നിങ്ങൾക്ക് ഇത് പരീക്ഷിക്കാം, കൂടാതെ നിങ്ങൾക്ക് വളരെ ശ്രദ്ധേയമായ ചില പരിഷ് കാരങ്ങൾ നടപ്പിലാക്കാൻ കഴിയും. ലിബറൽ ബൂർഷ്വാസി അത്രയും അനുവദിക്കും. എന്നാൽ രാജ്യാന്തര തലത്തിൽ? ചിലി? വെനസ്വേല? ബൊളീവിയ? കമ്യൂണിസ്റ്റ് പോലുമല്ല, സാമ്പത്തിക ദേശീയതയുടെ കനത്ത ഡോസുള്ള മുതലാളിത്ത വിരുദ്ധ സോഷ്യലിസത്തിന്റെ വളരെ സമൂലമായ രൂപമായി കാണാം. അതുപോലും ലിബറൽ മുതലാളിത്ത ത്തിന്റെ നിയമപുസ്തകത്തിൽ അനുവദിക്കാനാവില്ല. എന്നാൽ, തീവ്ര വലതുപക്ഷത്തിന് മുതലാളിത്തത്തെ നശിപ്പിക്കാൻ ഉദ്ദേശമില്ലെങ്കിലും, വാസ്തവത്തിൽ, അവർ മുതലാളിത്തത്തെ കൂടുതൽ സ്ഥിരപ്പെടുത്താൻ ശ്രമിക്കും, ലിബറൽ ഭരണകൂട ഘടനയും തീവ്രവലതുപക്ഷവും തമ്മിൽ അടിസ്ഥാനപരമായ വൈരുദ്ധ്യമില്ല. കമ്യൂണിസ്റ്റ് വിപ്ലവത്തിന്റെ

യഥാർത്ഥ ഭീഷണി ഉണ്ടായിരുന്നതിനാൽ നാസികൾ ലിബറൽ ഭരണകൂടഘടനയെ തകർത്തു, അത് അങ്ങേയറ്റത്തെ മാർഗ്ഗങ്ങളിലൂടെ മാത്രമേ പരാജയപ്പെടുത്താൻ കഴിയൂ. ഇന്നത്തെ തീവ്ര വലതുപക്ഷം അത്തരം ഒരു ഭീഷണിയും നേരിടുന്നില്ല, കൂടാതെ ലിബറൽ ഘടന- തിരഞ്ഞെടുപ്പുകളും മറ്റും - നല്കുന്ന നിയമസാധുതയെ അവർ ഉപയോഗിക്കാൻ താല്പര്യപ്പെടുന്നുമുണ്ട്. പാർലമെന്റുകളിലൂടെയും എളുപ്പത്തിൽ സ്വാധീനിക്കാവുന്ന ജുഡീഷ്യറിയിലൂടെയും ഭരിക്കാനാണ് അവർ താല്പര്യപ്പെടുക. ബ്രസീലും ഇന്ത്യയും-ട്രംപിന്റെ യുണൈറ്റഡ് സ്റ്റേറ്റ്സ് ഓഫ് അമേരിക്കയെക്കുറിച്ച് പറയേണ്ടതില്ല- നല്ല ഉദാഹരണങ്ങളാണ്. ഇത് ഫാസിസമല്ല. ഈ രാഷ്ട്രീയ രൂപത്തിന്റെ ഫാസിസ്റ്റ് സാദ്ധ്യതകളെക്കുറിച്ച് നമുക്ക് ബോദ്ധ്യമുണ്ടാകേണ്ടതുണ്ട്, അത്രതന്നെ അതിന്റെ പുതുമയിൽ നമ്മുടെ ശ്രദ്ധ പതിയേണ്ടതുമുണ്ട്.

വിജയ്: അതിനർത്ഥം ഉന്നത ബൂർഷ്വാസിക്കും ഇതിനെക്കുറിച്ച് ആശങ്കയില്ല എന്നാണ്; അവർ തികച്ചും സംതൃപ്തരാണ്.

ഐജാസ്: ജർമ്മൻ വൻകിട ബൂർഷ്വാസിയുടെ വലിയൊരു ഭാഗം ഫാസിസത്താൽ അസ്വസ്ഥരായിരുന്നില്ല. ഒരു കമ്യൂണിസ്റ്റ് വിപ്ലവത്തിന്റെ സാദ്ധ്യതയിൽനിന്ന് ഹിറ്റ്ലർ അവരെ രക്ഷിച്ചു. തുടർന്ന് അദ്ദേഹം അവരുടെ അടുത്ത് ചെന്ന്, ജർമ്മൻ പുനർനിർമ്മാണത്തിനായി ലോകം കീഴടക്കാനുള്ള തന്റെ പദ്ധതി; അവർക്ക് വിശാലമായ ബിസിനസ്സ് അവസരങ്ങൾ തുറക്കാൻ പോകുകയാണെന്നും മുതലാളിത്ത വ്യവസായങ്ങൾക്ക് ട്രേഡ് യൂണിയൻ ശൈവരക്കേട് ഇല്ലാതെ പ്രവർത്തിക്കാൻ കഴിയുമെന്ന് ഉറപ്പാക്കാൻ തൊഴിൽ അച്ചടക്കം ഏർപ്പെടുത്താൻ പോകുകയാണെന്നും പറഞ്ഞു. അവർ ആഹ്ലാദഭരിതരായി. ലിബറൽ സമ്പ്രദായം ഉപയോഗിച്ചതുപോലെ അവർക്ക് ഫാസിസവും ഉപയോഗിക്കാമായിരുന്നു. മുതലാളിത്ത ഭരണകൂടത്തിന്റെ രണ്ട് ചരിത്ര രൂപങ്ങളാണിവ.

ബൂർഷ്വാ സംസ്കാരം സൃഷ്ടിക്കുക എന്നത് ബൂർഷ്വാസിയുടെ ചരിത്രപരമായ ദൗത്യത്തിന്റെ ഭാഗമാണെന്ന് പറയപ്പെടുന്നു. ഇന്ത്യൻ മുതലാളിത്തവർഗ്ഗം സാംസ്കാരികമായി ബൂർഷ്വാ അല്ലെന്ന് ഞാൻ വിശ്വസിക്കുന്നു. അവർക്ക് ബൂർഷ്വാ സംസ്കാരത്തോട് പ്രതിബദ്ധതയില്ല; അവർ ജാതിയുടെ കാലഹരണപ്പെട്ട സാമൂഹിക ശ്രേണിയിൽ തൃപ്തരായി പണമുണ്ടാക്കുന്നവർ മാത്രമാണ്. ജാതിവ്യവസ്ഥ ഉന്മൂലനം ചെയ്യുന്നതിലെ പരാജയം കാണിക്കുന്നത്, ബ്രാഹ്മണിസത്തെ അതിന്റെ മൂല്യങ്ങളെ അടിസ്ഥാനമാക്കിയുള്ള സാമൂഹികവും രാഷ്ട്രീയവുമായ ക്രമം ഇല്ലാതാക്കുക എന്നതുപോയിട്ട് അതിനെ പരിഷ്കരിക്കാൻ പോലും സ്വത്തവകാശമുള്ള വർഗ്ഗങ്ങൾക്ക് ഉദ്ദേശ്യമില്ല എന്നാണ്. ആധുനിക ആശയങ്ങൾ ആഴത്തിലുള്ള ആധുനിക-വിരുദ്ധ സാമൂഹിക യാഥാസ്ഥിതികതയ്ക്ക് മുകളിൽ ഒട്ടിച്ചുചേർത്തിരിക്കുന്നു. അതിനാൽ, ഒരേസമയം ഒരു സാംസ്കാരിക അസ്തിത്വവും ശേഖരണ ശക്തിയുമുള്ള ഒരു

ബൂർഷ്വാസി നമുക്കില്ല. അതുകൊണ്ടുതന്നെ ഹൈന്ദവവല്ക്കരിക്കപ്പെട്ട, സവർണ്ണ സ്വത്വത്തിന്റെ സാംസ്കാരിക അടിത്തറയിൽനിന്നുകൊണ്ടുള്ള ആർ എസ് എസിന്റെ ഫാസിസ്റ്റ് പദ്ധതിയുമായി ചേർന്നല്ല, കാവിവല് ക്കരിക്കരിക്കപ്പെട്ട മദ്ധ്യവർഗ്ഗം ഇന്ത്യയിൽ ഉയർന്നുവന്നതെന്ന് ഞാൻ മനസ്സിലാക്കുന്നു. ഇപ്പോൾ, സോവിയറ്റിനുശേഷമുള്ള ഈ പുതിയ മുതലാളിത്തത്തിന്റെ ചുഴലിക്കാറ്റിൽ ഇന്ത്യയും അകപ്പെട്ടിരിക്കുന്നു. സാമാന്യവല്ക്കരിച്ച-കുത്തക മുതലാളിത്തത്തിന്റെ ഏജൻസിയിലൂടെ യുള്ള ആഗോളവല്ക്കരണം എന്നതാണ് ഇവിടെ മനസ്സിലാക്കേണ്ടത്. ഇത് യൂറോപ്പിൽ പോലും ബൂർഷ്വാ സംസ്കാരത്തിന്റെ മൊത്തത്തിലുള്ള തകർച്ചയിലേക്ക് നയിച്ചു. ഞാൻ ബൂർഷ്വാ സംസ്കാരം എന്ന് വിശേ ഷിക്കുന്ന ഈ പ്രതിഭാസത്തിനു പൊതുവായ ഒരു പതനം കാണാം.

ശരിയായ, സുസ്ഥിരമായ ഒരു ബൂർഷ്വാ സംസ്കാരത്തിന്റെ അഭാവം, ഇന്ത്യൻ നഗരങ്ങളിലെ വിദ്യാഭ്യാസമുള്ള മദ്ധ്യവർഗ്ഗ വിഭാഗ ങ്ങളെ ഈ വലതുപക്ഷ, ഉന്മാദ രാഷ്ട്രീയത്തിലേക്ക് കൂടുതൽ അടുപ്പി ക്കുന്നതിനുള്ള കാരണങ്ങളിൽ ഒന്നാണ്. അതുകൊണ്ടാണ് ഇന്ത്യയിലെ മദ്ധ്യവർഗ്ഗത്തിന്റെ ഇടതുപക്ഷവുമായുള്ള ബന്ധം വളരെ ദുർബ്ബല മായിരിക്കുന്നത്; അവരുടെ പൊതു ബൗദ്ധിക സംസ്കാരം എന്ന് ഞാൻ വിളിക്കുന്നതിന് തികച്ചും വിരുദ്ധമായിരിക്കും അത്തരത്തിലുള്ള ബന്ധം. കൂടാതെ അവർ സാമ്രാജ്യത്വവുമായി വളരെ വേഗത്തിൽ പൊരുത്ത പ്പെടുന്നു. സാമൂഹിക ആദർശങ്ങൾ, ജീവിതരീതികൾ, ലോകവീക്ഷ ണങ്ങൾ എന്നിവയ്ക്കായി അവർ പാശ്ചാത്യരെ വളരെയധികം ആശ്ര യിക്കുന്നു. ഏക-പ്രശ്ന രാഷ്ട്രീയത്തിന്റെ അമേരിക്കൻ രൂപത്തിൽ നിന്നും ഉടലെടുത്ത സാമൂഹിക പ്രസ്ഥാനങ്ങളും എൻ ജി ഒകളും ഇന്ത്യൻ വിദ്യാസമ്പന്നരായ നഗര മദ്ധ്യവർഗ്ഗത്തിലേക്ക് എത്ര വേഗത്തി ലാണ് കടന്നുവന്നത് എന്നത് അങ്ങേയറ്റം ആശ്ചര്യകരമാണ്. തികച്ചും ഉപരിപ്ലവമായ പാശ്ചാത്യവല്ക്കരണവും തികച്ചും പിന്നോക്കം നില് ക്കുന്ന പരമ്പരാഗത സംസ്കാരവും വളരെ സവിശേഷമായ രീതിയിൽ സംയോജിക്കുന്നതായി കാണാം.

ചൈനീസ് കമ്യൂണിസ്റ്റ് പാർട്ടിയുടെ ശിക്ഷണത്തിൽ വളർന്ന ചൈനീസ് ബൂർഷ്വാസിയുമായി ഇതിനെ താരതമ്യം ചെയ്യുക. പാശ്ചാത്യ ബൂർഷ്വാസികളുടെ കീഴാള സഖ്യകക്ഷിയാകാതിരിക്കാനാണ് അത് ആഗ്രഹിക്കുന്നത്, എന്നാൽ അവരോട് മത്സരിക്കുകയും ആധിപത്യം സ്ഥാപിക്കാൻ തയ്യാറെടുക്കുകയും ചെയ്യുന്നു. ഇതിനായി, കേന്ദ്ര ആസൂ ത്രണത്തെ അടിസ്ഥാനമാക്കിയുള്ള ഒരു സംസ്ഥാനത്തെ അവർ അംഗീ കരിച്ചു. കൂടാതെ രാജ്യത്തിന്റെ സാമ്പത്തികവും സാമ്പത്തിക ഉന്നതി യുടെ വലിയൊരു ഭാഗവും സ്വന്തം നിയന്ത്രണത്തിൽ സൂക്ഷിക്കുന്ന ഒരു സംസ്ഥാനത്തെ അവർ അംഗീകരിച്ചു. മനസ്സില്ലാമനസ്സോടെയാണെ ങ്കിലും കൃഷിഭൂമി സ്വകാര്യവല്ക്കരിക്കപ്പെടാതെ തുടരുമെന്ന് അവർ അംഗീകരിച്ചിട്ടുണ്ട്.

ഇന്ത്യൻ ബൂർഷ്വാസി, പരമ്പരാഗത ഹിന്ദു സംസ്കാരത്തെ അന്ധ വിശ്വാസത്തിനും യുക്തിവാദ ഉന്മാദത്തിനും വേണ്ടി ഉപയോഗിക്കുന്നതി നായി ആർ എസ് എസുമായി കൂട്ടുനില്ക്കുകയാണെങ്കിൽ, ചൈനീസ് ബൂർഷ്വാസി, കൺഫ്യൂഷ്യനിസത്തെ പുനരുജ്ജീവിപ്പിച്ചു. ഇത് ചൈനീസ് ഭരണകൂടം രൂപപ്പെടുത്തിക്കൊണ്ടിരിക്കുന്ന പിതൃസ്വഭാവവും സ്വേച്ഛാധിപത്യപരവുമായ ക്ഷേമ മുതലാളിത്തത്തിന് പ്രത്യയശാസ്ത്ര പരമായ പിന്തുണയായി നില്ക്കുന്നു.

ഇന്ത്യയുടെയും ചൈനയുടെയും അതത് വിദ്യാഭ്യാസച്ചെലവുകൾ അതത് ദേശീയ ബജറ്റുകളുടെ അനുപാതത്തിൽ താരതമ്യം ചെയ്തു നോക്കൂ. ലോകത്തിലെ ഏറ്റവും വികസിത സർവ്വകലാശാലകളുടെ നിരയിലേക്ക് ചൈനീസ് സർവ്വകലാശാലകൾ ചേരുമ്പോൾ, ഇന്ത്യൻ ബൂർഷ്വാസിക്ക് നമ്മുടെ സർവ്വകലാശാലകളെ തീവ്ര വലതുപക്ഷ ത്തിന്റെ ആക്രമണങ്ങളിൽനിന്ന് രക്ഷിക്കുന്നതിനോ മികവുറ്റ ഒരു സാങ്കേതിക വിദ്യയെ ഉല്പാദിപ്പിക്കുന്നതിന് ആവശ്യമായ ധനസഹായം നല്കുന്നതിനോ താല്പര്യമില്ല.

വിജയ്: നമ്മുടെ ആശയപരമായ ഭൂപ്രകൃതിപോലും അവർ നിരാ കരിക്കുന്നു, സാമ്രാജ്യത്വം പോലെയുള്ള ഒരു സങ്കല്പം ഇടതുപക്ഷം എന്ന് സ്വയം കരുതുന്ന ആളുകളുടെ-ലിബറൽ മാത്രമല്ല-ബുദ്ധിജീവി കളുടെ ഭാവനയിൽനിന്ന് മാഞ്ഞുപോയിരിക്കുന്നു.

ഐജാസ്: തീർച്ചയായും. അവർ മുതലാളിത്ത അഭിവൃദ്ധിയുമായി ബന്ധപ്പെട്ടിരിക്കുന്ന വളർച്ചയുടെ പക്ഷത്താണ്. ഒരുപക്ഷേ, 150-200 ദശലക്ഷം ഇന്ത്യക്കാർക്ക് നവലിബറലിസം വളരെ നല്ലതായി ഭവിക്ക പ്പെട്ടു എന്നതാണ് വസ്തുത. അവർക്ക് വലിയ നേട്ടമുണ്ടായി. ഇത് സമൂ ഹത്തിലെ ഗണ്യവും നിർണ്ണായകവുമായ ഒരു വിഭാഗം തന്നെയാണ്. നഗര മദ്ധ്യവർഗ്ഗത്തിലെ തന്നെ കൂടുതൽ സമ്പന്ന വിഭാഗങ്ങളാണിത്. നമ്മുടെ വീക്ഷണത്തിൽ സാമ്രാജ്യത്വത്തിനുള്ള അവരുടെ പിന്തുണ അവരുടെ ഭൗതിക ജീവിതവുമായി ആഴത്തിൽ ബന്ധപ്പെട്ടിരിക്കുന്നു. നിങ്ങൾ ശതമാനത്തെക്കുറിച്ച് ചിന്തിക്കുകയാണെങ്കിൽ, യുണൈറ്റഡ് സ്റ്റേറ്റ്സ് പോലുള്ള ഒരു രാജ്യത്ത് സർവ്വകലാശാലയിൽ പോകുന്നവ രിൽ വലിയൊരു ഭാഗം സാമ്രാജ്യത്വത്തെക്കുറിച്ച് ആശങ്കാകുലരാണ്. ഇത് ഇന്ത്യയിലെ സർവ്വകലാശാലയിൽ പോകുന്നവരേക്കാൾ കൂടുത ലാണെന്നാണ് എന്റെ തോന്നൽ.

വിജയ്: ഇത് ഇന്ത്യൻ കോളേജ് വിദ്യാർത്ഥിയുടെ പരിതാപകരമായ അവസ്ഥയാണ്, ഒരുപക്ഷേ, അവർ സ്വീകരിക്കുന്ന അദ്ധ്യാപനത്തിന്റെ പ്രതിഫലനവുമാകാം.

ഐജാസ്: (ആഗോളവല്ക്കരണത്തിന്റെ) പതിനഞ്ചോ ഇരുപതോ വർഷത്തിനുള്ളിൽ, ഇടതുപക്ഷം ഇന്ത്യൻ വിദ്യാഭ്യാസ സ്ഥാപനങ്ങളിൽ സ്വാതന്ത്ര്യത്തിനുശേഷം ഒരുകാലത്തും ഇല്ലാത്തവിധം, പ്രതിരോധ ത്തിലായി. തീർച്ചയായും ഇപ്പോഴത്തെ മോദിയുടെ കാലത്ത് ഇത് വർദ്ധി

ച്ചുവരികയാണ്. മുതലാളിത്തത്തിൽനിന്ന് സമ്പാദിച്ചതോ നേട്ടം കൊതിക്കുന്നതോ ആയ കേവല ഉപഭോക്തൃ മദ്ധ്യവർഗ്ഗങ്ങൾ സൃഷ്ടിക്കപ്പെട്ടതിനിടയിൽ ഒരുപക്ഷേ, ഇടത്തരക്കാരുടെ വലിയ വിഭാഗങ്ങളിൽ ഇടതുപക്ഷത്തിന്റെ സ്വാധീനം ഗണ്യമായി കുറഞ്ഞു. വീണ്ടും, നമ്മെത്തന്നെ ഓർമ്മിപ്പിക്കാൻ ഒരു കാര്യം പറയാം; 25 നും 40 നും ഇടയിൽ പ്രായമുള്ള ഭൂരിപക്ഷം അമേരിക്കക്കാരും അമേരിക്കയിൽ സോഷ്യലിസം ഉണ്ടാകാൻ ആഗ്രഹിക്കുന്നു. ഇന്ത്യയിൽ ഇത്രയും ശതമാനം ഉണ്ടാകുമെന്ന് ഞാൻ വിശ്വസിക്കുന്നില്ല.

നിർണ്ണായക ഇടതുപക്ഷം

വിജയ് പ്രഷാദ്: 1996 ൽ പതിനൊന്നാം ലോക്സഭയിലേക്ക് നടന്ന പൊതുതിരഞ്ഞെടുപ്പിൽ ആർക്കും കൃത്യമായ ഭൂരിപക്ഷമില്ലാത്ത സാഹചര്യം ഉരുത്തിരിയുകയും തുടർന്ന് അധികാരത്തിലെത്തിയ ബി ജെ പി കേവലം പതിമൂന്ന് ദിവസത്തെ ഭരണത്തിനുശേഷം നടന്ന വിശ്വാസ വോട്ടെടുപ്പിൽ നിലം പൊത്തുകയും ചെയ്തു. ഇതിനെ തുടർന്ന് ഐക്യമുന്നണി, സി പി ഐ (എം) നേതാവും അന്നത്തെ ബംഗാൾ മുഖ്യമന്ത്രിയുമായിരുന്ന ജ്യോതിബസുവിനെ സമീപിച്ചു. ഇക്കാര്യത്തിൽ സി പി ഐ (എം) കേന്ദ്രകമ്മിറ്റിയിൽ രൂക്ഷമായ സംവാദം നടന്നു. ഒടുവിൽ ദുർബ്ബലമായ ഒരു ഗവണ്മെന്റിന്റെ നേതൃസ്ഥാനം ഏറ്റെടുക്കേണ്ടതില്ലെന്ന് കേന്ദ്രകമ്മിറ്റി തീരുമാനിച്ചു. ഈ സംവാദങ്ങൾ ചൂടുപിടിക്കുന്നതിനിടെ വളരെ പ്രധാനപ്പെട്ട ഒരു ലേഖനം താങ്കൾ ഇ പി ഡബ്ലു വിനായി എഴുതിയിരുന്നല്ലോ. എന്താണ് അത്തരമൊരു ലേഖനമെഴുതാൻ താങ്കളെ പ്രകോപിപ്പിച്ചതെന്നും അതെഴുതുമ്പോൾ എന്തായിരുന്നു താങ്കളുടെ മനസ്സിലുണ്ടായിരുന്നതെന്നും പറയാമോ?

ഐജാസ് അഹമ്മദ്: സി പി ഐ (എം) നകത്തും ഇടതുപാർട്ടികളിൽ പൊതുവിലും വിശിഷ്യാ സി പി ഐ യിലും പാർട്ടികൾക്ക് പുറത്തുള്ള ഇടത് ലിബറലുകൾക്കിടയിലും നടന്ന സംവാദങ്ങളുമായി ബന്ധപ്പെടുത്തിയാണ് ഞാൻ ആ ലേഖനം എഴുതുന്നത്. ഏറ്റവും വലിയ ഒറ്റ കക്ഷിയായി ബി ജെ പി ഉയർന്നു വന്നിരുന്നെങ്കിലും സഭയിൽ അവർക്ക് ഭൂരിപക്ഷം തെളിയിക്കാനുള്ള സാദ്ധ്യതകൾ ഉണ്ടായിരുന്നില്ല. ഏതാനും ദിവസങ്ങൾക്കുള്ളിൽത്തന്നെ പുറത്താക്കപ്പെടുമായിരുന്ന ഒരു സർക്കാരുണ്ടാക്കാൻ പ്രസിഡന്റ് അവരെ ക്ഷണിച്ചത് പോലും ശരിയായ കാര്യമായിരുന്നോ? എന്റെ അഭിപ്രായത്തിൽ അത്തരമൊരു ഭരണഘടനാ

പരമായ ആവശ്യകത ഉണ്ടായിരുന്നില്ല. വാജ്പേയിയെ സർക്കാരുണ്ടാക്കാൻ ക്ഷണിക്കുന്നതിനു മുൻപ് സഭയിൽ അദ്ദേഹത്തിന് ഭൂരിപക്ഷമുണ്ടെന്ന് തെളിയിക്കുന്ന രേഖകൾ ഹാജരാക്കാൻ പ്രസിഡന്റ് ആവശ്യപ്പെടണമായിരുന്നു. പാർലമെന്റിലെ രണ്ടാമത്തെ വലിയ ഒറ്റകക്ഷിയായ കോൺഗ്രസിന്റെ നേതൃത്വത്തിൽ എല്ലാ ബി ജെ പി ഇതര പാർട്ടികളെയും ഉൾക്കൊള്ളിച്ച് ഒരു സംയുക്ത മുന്നണി സർക്കാർ രൂപീകരിക്കണമെന്ന കാഴ്ചപ്പാട് ഇടത്, ലിബറൽ സർക്കിളുകൾക്കിടയിൽ ഉണ്ടായിരുന്നു. എന്നാൽ കോൺഗ്രസിന് അത്തരമൊരു നീക്കത്തോട് താല്പര്യമുള്ളതായി കാണപ്പെട്ടില്ല. ഒരുപക്ഷേ, സീതാറാം കേസരി ഇന്ത്യയുടെ പ്രധാനമന്ത്രിയാകുന്നത് ഗാന്ധി കുടുംബത്തിന് സ്വീകാര്യമല്ലാതിരുന്നതിനാലാകാം. എന്റെ ഓർമ്മയിൽ, ദേവഗൗഡയുടെ നേതൃത്വത്തിൽ ഒരു സഖ്യകക്ഷി സർക്കാർ ഉണ്ടാക്കാൻ എല്ലാവരും ഒത്തുചേരുന്നത് വരെ ദേശീയ മുന്നണി എന്നൊരു സംവിധാനം നിലനിന്നിരുന്നില്ല. കോൺഗ്രസ്-ബി ജെ പി ഇതര മൂന്നാം മുന്നണിയിലേക്ക് ഒരുപാട് പാർട്ടികളെ കൂട്ടിച്ചേർക്കുന്നതിൽ ഇടതുപക്ഷം സുപ്രധാനമായ പങ്ക് വഹിച്ചു. ഒരു തൂക്കു പാർലമെന്റിന്റെ സാഹചര്യത്തിൽ എന്തായിരിക്കണം ഈ മൂന്നാം മുന്നണിയുടെ ദൗത്യം? സാഹചര്യങ്ങൾ ഒത്തുവന്നാൽ കോൺഗ്രസിന്റെ പിന്തുണയോടുകൂടി ഒരു സർക്കാരുണ്ടാക്കാൻ അവർ ശ്രമിക്കേണ്ടതുണ്ടോ? വാജ്പേയിയെ സർക്കാരുണ്ടാക്കാൻ ക്ഷണിക്കുന്നതിനുമുൻപും ആ സർക്കാരിന്റെ ഹ്രസ്വവും അസന്തുഷ്ടവുമായ കാലയളവിനിടയിലും അതിന്റെ പതനത്തിനു ശേഷവും ഈ ചോദ്യങ്ങൾ ഇടതുപക്ഷത്തിനകത്തും രാജ്യമെമ്പാടും വളരെ തീക്ഷ്ണമായി ചർച്ച ചെയ്യപ്പെട്ടു. മൂന്നാം മുന്നണിയെ കെട്ടിപ്പടുക്കുന്നതിൽ നിർണ്ണായകമായ പങ്ക് ഇടതുപക്ഷത്തിന്റേതായിരുന്നതിനാൽ തന്നെ ജ്യോതിബസുവിനെ പ്രധാന മന്ത്രിയാക്കിക്കൊണ്ടുള്ള ഒരു സർക്കാർ രൂപീകരിക്കപ്പെടണമെന്ന് പാർട്ടിക്കകത്തും പുറത്തുമുള്ള ഒരുപാട് പേർ ആഗ്രഹിച്ചിരുന്നു. സി പി ഐ (എം) ജനറൽ സെക്രട്ടറിയായിരുന്ന സഖാവ് സുർജീത് ആണ് ഈ സമീപനത്തിന്റെ മുഖ്യ ഉപജ്ഞാതാവെന്ന് ഒരു ശ്രുതിയുണ്ടായിരുന്നു. അതായിരുന്നു പൊതുചിത്രം. ഈ ചർച്ചകൾ സി പി ഐ (എം) നുള്ളിൽ മാത്രം ഒതുങ്ങിനിന്ന ഒന്നായിരുന്നില്ല എന്നും മറിച്ച് എല്ലാ രാഷ്ട്രീയ ധാരകളിലും പ്രകടമായിരുന്നുവെന്നുമുള്ള കാര്യം ഞാൻ ഓർമ്മിപ്പിക്കുകയാണ്. ഉദാഹരണത്തിന് സി പി ഐ (എം) ന്റെ കേന്ദ്രകമ്മിറ്റി, പ്രധാനമന്ത്രി സ്ഥാനം ഏറ്റെടുക്കേണ്ടതില്ലെന്നും ദേശീയ മുന്നണി മന്ത്രിസഭയിൽ ചേരേണ്ടതില്ലെന്നും തീരുമാനിച്ചതിനുശേഷം സി പി ഐ ആ മന്ത്രിസഭയിൽ ചേരുകയും കാബിനറ്റ് പദവികൾ ഏറ്റെടുക്കുകയും ചെയ്യുന്നുണ്ട്.

ഈ വിഷയവുമായി ബന്ധപ്പെട്ട് സി പി ഐ (എം) നകത്ത് ഉണ്ടായിരുന്ന ഉൾപ്പാർട്ടി സംഘർഷങ്ങൾ എല്ലാവർക്കും അറിവുള്ളതായിരുന്നു. പാർട്ടി സർക്കാർ രൂപീകരിക്കണമെന്നാവശ്യപ്പെട്ട് പ്രമുഖരായ പലരും

ഉൾപ്പെടുന്ന വലിയൊരു കൂട്ടം പാർട്ടി അണികൾ ഡൽഹിയിലെ പാർട്ടി ആസ്ഥാനത്ത് നടത്തിയ പ്രകടനം എന്നെ വളരെ ആശ്ചര്യപ്പെടുത്തിയിരുന്നു. സി പി ഐ (എം) കേന്ദ്രകമ്മിറ്റി യോഗം നടക്കുമ്പോഴായിരുന്നു ഇത്. അതുകൊണ്ടുതന്നെ യോഗ തീരുമാനങ്ങൾ റിപ്പോർട്ട് ചെയ്യാൻ വന്ന മാധ്യമ സംഘത്തിന് ഈ അസാധാരണമായ സംഭവം റിപ്പോർട്ട് ചെയ്യാൻ അവസരമുണ്ടായി. കമ്യൂണിസ്റ്റ് പാർട്ടികളിലെ പൊതു തത്ത്വമനുസരിച്ച് സംവാദങ്ങളും അഭിപ്രായ വ്യത്യാസങ്ങളും പാർട്ടിക്കുള്ളിൽ തന്നെ സൂക്ഷിക്കേണ്ടതും തീരുമാനങ്ങൾ ഉചിതമായ പാർട്ടി ഘടകങ്ങളിൽ ചർച്ച ചെയ്ത് വോട്ടെടുപ്പിലൂടെ ഉരുത്തിരിഞ്ഞ് വരേണ്ടതുമാണ്. വ്യാപകമായി പ്രചരിക്കപ്പെട്ട ഈ എതിരഭിപ്രായ പ്രകടനത്തിന് മൂന്ന് തലങ്ങളുണ്ടെന്നുള്ളതായിരുന്നു അതിന്റെ പ്രാധാന്യം. ആദ്യമായി, ഈ സംഭവം പാർട്ടി എത്രമാത്രം വിഭജിക്കപ്പെട്ടിരിക്കുന്നുവെന്ന് കാണിച്ചു. ഒരുപക്ഷേ, ആ ചേരിതിരിവുകൾ ചർച്ചചെയ്യപ്പെട്ടുകൊണ്ടിരുന്ന വിഷയങ്ങളേക്കാൾ ആഴമുള്ളതായിരുന്നു. രണ്ട്, ഈ അഭൂതപൂർവ്വമായ സംഭവ വികാസങ്ങൾ പാർട്ടി ഉന്നത നേതൃത്വത്തിൽപ്പെടുന്ന ഒരു വിഭാഗത്തിന്റെ പിന്തുണയില്ലാതെ നടക്കുകയില്ലെന്ന വിലയിരുത്തൽ വ്യാപകമായുണ്ടായിരുന്നു. മൂന്ന്, ഞാൻ പറഞ്ഞതുപോലെ ഈ സംവാദങ്ങൾ ഇടതു പാർട്ടികൾക്കകത്തു മാത്രമായി ഒതുങ്ങിനിന്നില്ല. ജ്യോതി ബസുവിനെ സർക്കാർ രൂപീകരിക്കാൻ അനുവദിക്കണമെന്നുള്ളത് വളരെ വ്യാപകമായി ഉയർത്തപ്പെട്ട നിലപാടായിരുന്നു.

ഈ വിപുലമായ സംവാദങ്ങളിലേക്കുള്ള എന്റെ സംഭാവന എന്ന നിലയ്ക്കാണ് ഞാൻ ആ ലേഖനത്തെ കണ്ടത്. പാർട്ടി കേന്ദ്ര കമ്മിറ്റി ആ ചരിത്രപരമായ സന്ദർഭത്തിലെടുത്ത തീരുമാനം എന്തുകൊണ്ട് ശരിയായിരുന്നുവെന്ന എന്റെ കാഴ്ചപ്പാട് എനിക്ക് എഴുതണമായിരുന്നു. ചുറ്റിലും നടന്ന തീക്ഷ്ണമായ ഈ സംവാദങ്ങളിൽ എനിക്കും ശക്തമായൊരു നിലപാടുണ്ടായിരുന്നു. എന്നാൽ ആ സംവാദങ്ങൾ പരസ്യമായിരുന്നില്ലെങ്കിൽ ഞാനും എന്റെ വാദങ്ങൾ ഒരിക്കലും പരസ്യമായി പ്രകടിപ്പിക്കില്ലായിരുന്നു.

ഒരു സഖ്യകക്ഷി സംവിധാനത്തിന്റെ തലപ്പത്തിരുന്ന സി പി ഐ (എം) ഒരു ന്യൂനപക്ഷ സർക്കാർ രൂപീകരിക്കുന്നതിന് ഞാൻ എതിരായിരുന്നില്ല. പക്ഷേ, എന്റെ അഭിപ്രായത്തിൽ ഇത്തരമൊരു സവിശേഷ സാഹചര്യത്തിൽ പാർട്ടിക്ക് പാർലമെന്റിനകത്ത് മതിയായ കരുത്തുണ്ടാകണമായിരുന്നു. കുറഞ്ഞ പക്ഷം നാലിലൊന്നോ മൂന്നിലൊന്നോ സീറ്റുകളെങ്കിലും. സർക്കാരിന്റെ റാഡിക്കൽ സ്വഭാവം ചൂണ്ടിക്കാണിച്ച് സഖ്യകക്ഷികൾ പിന്തുണ പിൻവലിക്കുന്നതിന് മുന്നേ ഒരു കൂട്ടം നിർണ്ണായകമായ നയങ്ങൾ നടപ്പിലാക്കുവാൻ അത്രയെങ്കിലും വേണമായിരുന്നു. 543 സീറ്റുകളിൽ കേവലം 32 എണ്ണത്തിന്റെയും വെറും 6.1 ശതമാനം വോട്ടിന്റെയും ബലത്തിൽ ഇത് സാദ്ധ്യമാണോ? അതൊരു വെറും തിരഞ്ഞെടുപ്പ് അവസരവാദമായി കാണപ്പെട്ടു. ജ്യോതി ബസുവിന്

ചെറുതും വലുതുമായ ഓരോ കാര്യത്തിനും അനുവാദം തേടി സീതാറാം കേസരിക്കടുത്തേക്ക് ഓടേണ്ടിവരുന്നതും അയാളുടെ ഇംഗിതമനുസരിച്ച് ഗവണ്മെന്റിന്റെ നിലനില്പുതന്നെ നിർണ്ണയിക്കപ്പെടുകയും ചെയ്യുന്ന അവസ്ഥ.

തങ്ങളുടെ യഥാർത്ഥ ഭൗതിക ശേഷിയെ എത്രയോ അധികരിച്ചിരുന്ന, ഉജ്ജ്വലമായ ധാർമ്മിക പ്രഭാവമുള്ള ഇടതുപക്ഷം ഇന്ത്യൻ രാഷ്ട്രീയത്തിൽ എത്രമാത്രം ഒറ്റപ്പെട്ടിരിക്കുന്നുവെന്നതിനെക്കുറിച്ച് ഞാൻ ആദ്യമായും ദീർഘമായും എഴുതുന്നത് അപ്പോഴായിരുന്നു. രൂപീകരണത്തിലേക്കെത്തുമ്പോൾ പാർലമെന്റിലെ സീറ്റുകളുടെ എണ്ണത്തിനനുസരിച്ചുള്ള കരുത്താണ് നിർണ്ണായകമാകുന്നത്. ദേശീയമോ പ്രാദേശികമോ എന്ന വ്യത്യാസമില്ലാതെ എല്ലാ പാർട്ടികളുടെയും പിന്തുണ ഉണ്ടായിരുന്ന, നവഉദാരവല്ക്കരണ നയങ്ങൾക്കനുകൂലമായ പൊതുസമ്മതിയുടെ പുറത്തായിരുന്നു ഇടതുപക്ഷം. ഇന്ത്യൻ മുതലാളിത്തത്തിന്റെ സ്വഭാവത്തിലെ ഘടനാപരമായ മാറ്റങ്ങളുടെ ഒരു പ്രതിഫലനമായിരുന്നു ഇത്. തങ്ങൾക്കാവശ്യമായ സ്വരുക്കൂട്ടലിന് സഹായകമാവുന്നവിധത്തിൽ ശക്തമായ പൊതുമേഖലയും സംരക്ഷക ഭരണകൂടവും ഒരു കേന്ദ്രീകൃത ആസൂത്രണ മുതലാളിത്ത സമ്പദ് ഘടനയും ഒരുഘട്ടത്തിൽ മുതലാളിത്ത വർഗ്ഗത്തിന് ആവശ്യമായിരുന്നു. എന്നാൽ തൊണ്ണൂറുകളുടെ അവസാനത്തോടു കൂടി ഇനി ഇവയൊന്നും ആവശ്യമില്ല എന്ന നിലയിലേക്ക് മുതലാളിത്ത വർഗ്ഗം എത്തി. ആ അവസ്ഥയിൽ അവർക്ക് വേണ്ടിയിരുന്നത് വിദേശധന മൂലധനവുമായും സാമ്രാജ്യത്വവുമായുമുള്ള തങ്ങളുടെ സഹകരണത്തിന് അനുകൂലമായ സാഹചര്യമൊരുക്കുന്ന ഒരു ഭരണകൂടത്തെയായിരുന്നു. പ്രാദേശിക മുതലാളിവർഗ്ഗത്തിനുമേൽ ആധിപത്യമുള്ളതും ഒരു ഏകീകൃത ആഭ്യന്തര വിപണിയെ നിയന്ത്രിക്കുന്നതുമായ ശക്തമായൊരു ബൂർഷ്വാസി ഇപ്പോൾ ഇന്ത്യയിലുണ്ട്. ഈ 'ദേശീയ' ബൂർഷ്വാസിയെ ദേശീയം, ദല്ലാൾ എന്നീ ദ്വന്ദങ്ങൾ വച്ച് മനസ്സിലാക്കാനാകില്ല. കാരണം ഇതിന്റെ എല്ലാ വിഭാഗങ്ങൾക്കും ആഗോള വിപണിയുടെ സാമ്രാജ്യത്വ ഘടനയിൽ അതിന് കീഴ്പ്പെടുന്ന സഖ്യകക്ഷികളായി ഉൾച്ചേർക്കപ്പെടണമെന്ന താല്പര്യമുണ്ട്. ഈ ഘട്ടത്തിൽ കമ്യൂണിസ്റ്റുകളെ മാത്രമല്ല ദേശ രാഷ്ട്രത്തെ സംബന്ധിച്ച നെഹ്രുവിയൻ കാഴ്ചപ്പാടിനെപ്പോലും ഇവർ തള്ളിക്കളയുകയാണ്.

ദേശീയ മുന്നണിയുടെ പ്രധാന ഭാഗമായിരുന്ന, എന്നാൽ കോൺഗ്രസിനെയും ബി ജെ പിയെയും എതിർത്തിരുന്ന കുറേ പാർട്ടികൾ പൊതുവേ ജാതി അടിസ്ഥാനത്തിലുള്ളതായിരുന്നു. ഇടത്തരം ജാതികളിലെ സാമൂഹിക ഉയർച്ച കൈവരിച്ച വിഭാഗങ്ങളാണ് ഈ പാർട്ടികളെ നയിച്ചിരുന്നത്. അതുകൊണ്ടുതന്നെ നവ ലിബറൽ നയങ്ങൾ നടപ്പിലാക്കുന്നതിനെ എതിർക്കാനുള്ള യാതൊരു ഭൗതിക കാരണവും അവർക്ക് ഉണ്ടായിരുന്നില്ല. തങ്ങളുടെ താല്പര്യങ്ങൾക്ക് അനുഗുണമാകുന്ന സന്ദർഭത്തിൽ മാത്രമായിരിക്കും അവർ ഇടതുപക്ഷത്തോട് സഖ്യപ്പെ

ടുന്നത്.

വിജയ്: ഉദാരവല്ക്കരണത്തെയും കാവിവല്ക്കരണത്തെയും കുറിച്ചുള്ള ആദ്യ ഉപശീർഷകമാണ് ഉപന്യാസത്തിനുള്ളത്. ഈ സമയത്താണ്, ഒരു അർത്ഥത്തിൽ, ബി ജെ പി ക്യാമ്പെന്നും കോൺഗ്രസ് ക്യാമ്പെന്നും രണ്ട് വാക്യങ്ങൾ ഉപയോഗിച്ചിരുന്നത്. വർഗ്ഗീയതയോടും പ്രായോഗിക പ്രതിബദ്ധതയോടുമുള്ള സമർപ്പണത്തെക്കുറിച്ച് നിങ്ങൾ സംസാരിച്ചു തുടങ്ങി. ഇതിനെക്കുറിച്ച് വിശദീകരിക്കാമോ?

ഐജാസ്: കാര്യമായ എല്ലാ വിഷയങ്ങളിലും ഇടതുപക്ഷത്തെ ഒറ്റപ്പെടുത്തുന്നതുമായി ബന്ധപ്പെട്ടാണ് അത് ഉയർന്നുവന്നത്. നവലിബറലിസത്തെക്കുറിച്ച് രാഷ്ട്രീയ പാർട്ടികൾക്കിടയിൽ വിശാലമായ യോജിപ്പുണ്ടായിരുന്നു, അതും ബൂർഷ്വാസിയുടെ പിന്തുണയോടെ. മറ്റൊരു വലിയ വിഷയം വർഗ്ഗീയതയായിരുന്നു, അന്ന് ഞാൻ പറഞ്ഞ ചില കാര്യങ്ങളുടെ സത്യാവസ്ഥ പിന്നീടുള്ള വർഷങ്ങളിൽ കൂടുതൽ വ്യക്തമായി. ചുരുക്കത്തിൽ എല്ലാ രാഷ്ട്രീയ പാർട്ടികളും ബി ജെ പിക്കൊപ്പം ചേരാൻ വിസമ്മതിക്കുന്ന സമയത്താണ് ആ ലേഖനം എഴുതിയത്. 1998 ഓടെ ആ മടി ഇല്ലാതാവാൻ തുടങ്ങി. കേന്ദ്ര-പ്രവിശ്യാ തലങ്ങളിലുള്ള ബി ജെ പി ഗവൺമെന്റുകളുമായി ഇതുവരെയും സഹകരിക്കാത്ത ഒരു രാഷ്ട്രീയപാർട്ടിയും ഇപ്പോൾ അവശേഷിക്കുന്നില്ല. അതിനാൽ, വർഗ്ഗീയതയും പ്രായോഗിക പ്രതിബദ്ധതയും തമ്മിലുള്ള വ്യത്യാസത്തിന്റെ ഒരു അർത്ഥമാണിത്. ആർ എസ് എസും അതിന്റെ എല്ലാ മുന്നണികളും കാവിവല്ക്കരണത്തിന്റെ തത്ത്വങ്ങളിലും പരിപാടികളിലും സ്ഥാപിതമായവയാണ്, എന്നാൽ മറ്റെല്ലാ പാർട്ടികളും ഒരു ദിവസം മുതൽ അടുത്ത ദിവസം വരെ, ഏതെങ്കിലും സമയത്ത് സംഘപരിവാറുമായി കൂട്ടുകൂടണോ വേണ്ടയോ എന്ന് പ്രായോഗികമായി തീരുമാനിക്കുന്നു.

ബി ജെ പിക്കെതിരായ അധികാര ശക്തി കോൺഗ്രസാണെന്നതാണ് അവകാശവാദം. അതിനാൽ കോൺഗ്രസ്, ബി ജെ പി നേതൃത്വത്തിലുള്ള സർക്കാരുകളിൽ ചേരുന്നില്ല, മാത്രമല്ല മതേതരത്വത്തോടുള്ള പ്രതിബദ്ധത വളരെ ഉച്ചത്തിൽ പ്രഖ്യാപിക്കുകയും ചെയ്യുന്നു. എന്നാൽ യഥാർത്ഥ റെക്കോർഡ് അവ്യക്തമാണ്. സ്വാതന്ത്ര്യത്തിനുമുമ്പ്, ഗാന്ധിയുടെ കോൺഗ്രസിൽ മഹാസഭയിലെ അംഗങ്ങളോടൊപ്പം ഹിന്ദു വർഗ്ഗീയവാദികളുടെ ശക്തവും സ്ഥിരവുമായ ഒരു വിഭാഗവും ഉൾപ്പെട്ടിരുന്നു. ഇവരാകട്ടെ പാർട്ടിയിലെ കരുത്തരുമാണ്. പിന്നീടൊരു ഘട്ടത്തിൽ, അടിയന്തരാവസ്ഥയിൽനിന്ന് ഇന്ദിരാഗാന്ധി പഠിച്ച കാര്യങ്ങളിലൊന്ന് ആർ എസ് എസിന്റെയും പൊതുവെ ഹിന്ദു വർഗ്ഗീയതയുടെയും ആകർഷണീയതയായിരുന്നു. അവർ ഒരു വശത്ത് അകാലികളോടും മറുവശത്ത് ഖാലിസ്ഥാനികളോടും ഒരുതരം ഒളിച്ചുകളി നടത്താൻ തുടങ്ങി, എന്നാൽ അതേ സമയം തന്നെ അവർ ജമ്മുവിൽ നാഷണൽ കോൺഫറൻസിനെതിരെയുള്ള ഹിന്ദുവോട്ടിനുവേണ്ടി നേരിട്ട് ശ്രമിച്ചു. അവരുടെ മരണത്തിനു ശേഷമുള്ള സിഖ് വംശഹത്യ ഒരു ഹിന്ദു രാഷ്ട്രത്തിന്റെ ഹ്രസ്വ

കാല ഏകീകരണത്തിലേക്ക് നയിച്ചു, അതും തന്റെ മകന്റെ പിന്നിൽ അണിനിരന്നുകൊണ്ട്. ഇതേ രാഷ്ട്ര ഏകീകരണം മന്ദിർ പ്രസ്ഥാന ത്തിന്റെ തുടക്കത്തോടെ തകർന്നു. രാജീവ് ഗാന്ധി പിന്നീട് വേലിയുടെ ഇരുവശവുംനിന്ന് കളിക്കാൻ ശ്രമിച്ചു: ഹിന്ദുക്കളെ പ്രീതിപ്പെടുത്താൻ ബാബറി മസ്ജിദിന്റെ പൂട്ട് തുറക്കുക, തുടർന്ന് ഷാ ബാനോ കേസിൽ മുസ്ലീം മതമൗലികവാദികളുടെ പക്ഷം പിടിക്കുക എന്നിവയെല്ലാം. തുടർന്നു വന്നത് നരസിംഹറാവുവിന്റെ മഞ്ഞുമൂടിയ, നിഷ്ക്രിയത്വമാണ്. മസ്ജിദ് തകർക്കാൻ ദിവസങ്ങളും ആഴ്ചകളും ഒരുമിച്ചുകൂടിയ ശക്തി കൾ പിന്നീട് മണിക്കൂറുകളോളം പൊളിക്കുന്ന ചടങ്ങ് ക്യാമറയിൽ അവ തരിപ്പിച്ചപ്പോൾ നരസിംഹറാവു നിഷ്ക്രിയനായിരുന്നു. ഇന്ത്യൻ ഭരണ കൂടത്തിന്റെ മുഴുവൻ ശക്തിക്ക് അത് തടയാൻ കഴിഞ്ഞില്ല എന്നത് അസംഭവ്യമാണ്. അത് ബോധപൂർവ്വമായ തീരുമാനമായിരുന്നു. അതെല്ലാം കോൺഗ്രസിന്റെ പ്രായോഗിക വർഗ്ഗീയത എന്നതുകൊണ്ട് ഞാൻ ഉദ്ദേശിക്കുന്നതിന്റെ ഭാഗമാണ്.

വിജയ്: 'ഫാസിസം എത്തിയോ' എന്ന ചോദ്യത്തോടെ ആരംഭി ക്കുന്ന ഒരു ഭാഗം *ബാർബേറിയൻ അറ്റ് ദ ഗേറ്റ്സ്* എന്ന പ്രബന്ധത്തി ലുണ്ട്. ഇതിൽ നിന്ന് രണ്ട് ചോദ്യങ്ങൾ ഉയരുന്നു. ഒന്ന്, ഇന്ത്യക്ക് ഫാസി സത്തിന്റെ ഭീഷണിയുണ്ടോ, രണ്ട്, അങ്ങനെയെങ്കിൽ അതിനെ നേരിടാൻ ഒരു ഐക്യമുന്നണി വേണോ? ഇത് സ്ഥിരതയില്ലാത്ത ചോദ്യ ങ്ങളാണ്.

ഐജാസ്: ഇത് വളരെ വേഗത്തിലെഴുതിയ, ദൈർഘ്യമേറിയ ഒരു ലേഖനമാണ്. അവിടെയും ഇവിടെയും ഒരു അമിതപ്രസ്താവന ഉണ്ടാ യിട്ടുണ്ടാകണം. ആർ എസ് എസ് അതിന്റെ സത്തയിൽ ഫാസിസ്റ്റ് ആണെന്ന് ഞാൻ വിശ്വസിക്കുന്നു. എന്നാൽ ആർ എസ് എസിന്റെ രാഷ്ട്രീയ മുന്നണിയായ ബി ജെ പി, നമ്മൾ നേരത്തെ ചർച്ച ചെയ് തിരുന്ന മറ്റൊരു ചോദ്യത്തെ അഭിസംബോധന ചെയ്യുന്നു - ലിബറൽ ജനാധിപത്യം സുസ്ഥിരമായ ഭരണമായി മാറിയ ഒരു രാജ്യത്ത് അധി കാരം പിടിക്കാൻ, നിങ്ങൾ പാർലമെന്റിലൂടെ കടന്നുപോകണം, ലിബറൽ ജനാധിപത്യത്തിന്റെ സ്ഥാപനങ്ങളെ ബഹുമാനിക്കണം.

അതേ സമയം, തീവ്ര വലതുപക്ഷത്തുനിന്നുള്ള ഒരു വിപ്ലവം അതിന്റെ പ്രധാന എതിരാളികളെ ഭയപ്പെടുത്തുന്നതിനും ഹിന്ദുത്വയുടെ പാരാട്രൂപ്പർമാർക്കിടയിൽ അധികാരത്തിന്റെയും വൈരാഗ്യത്തിന്റെയും ഫാന്റസികൾ പുറത്തുവിടുന്നതിനുമായി അക്രമം പ്രയോഗിക്കേണ്ട തുണ്ട്.

അതിനാൽത്തന്നെ സവർക്കർ സ്വപ്നം കണ്ടിരുന്ന 'സൈനികവല് ക്കരിക്കപ്പെട്ട ഹിന്ദുമത'ത്തിന്റെ നിർമ്മാണത്തിനായി നിരവധി മുന്നണി കളുണ്ട്. ഇന്ത്യയുടെ കേവലമായ വൈവിദ്ധ്യത്തെക്കുറിച്ച് കൂടുതൽ ആഴത്തിൽ ചിന്തിക്കുകയും രാജ്യത്തുടനീളമുള്ള വളരെ വൈവി ദ്ധ്യമാർന്ന സാമൂഹിക ശക്തികൾക്കിടയിൽ പ്രവർത്തിക്കാൻ ഡസൻ

കണക്കിന് മുന്നണികൾ സൃഷ്ടിക്കുകയും ചെയ്ത സംഘടന കൂടിയാണ് ആർ എസ് എസ്. ഇതിലെല്ലാം ഫാസിസമെന്ന ചോദ്യം വളരെ ശ്രദ്ധയോടെ ഉന്നയിക്കേണ്ടതുണ്ട്. 1996 ൽ ഈ ലേഖനം എഴുതുമ്പോൾ അന്നത്തെ സാഹചര്യം വിവരിക്കാൻ ഞാൻ ശ്രമിച്ചു. ആർ എസ് എസ് അന്നും എന്നും ഫാസിസ്റ്റ് സംഘടനയാണ്. എന്നാൽ ഇതിൽനിന്ന് വാജ്പേയി സർക്കാരിന്റെ രൂപീകരണത്തെ ഫാസിസത്തിന്റെ വരവായി വ്യാഖ്യാനിക്കാം എന്ന വാദത്തിലേക്ക് കുതിക്കുന്നത് എന്നെ തെറ്റായി ബാധിച്ചു. അക്കാലത്ത് ആർ എസ് എസ് വളരെ കാര്യക്ഷമത കുറഞ്ഞ ശക്തിയായിരുന്നു. എല്ലാത്തിനുമുപരി, കൂടുതൽ സുസ്ഥിരമായ വാജ്പേയി സർക്കാരിനു ശേഷം പത്തുവർഷത്തെ വളരെ സുസ്ഥിരമായ കോൺഗ്രസ് ഭരണം തുടർന്നു. 2014 ൽ ബി ജെ പിക്ക് ഭൂരിപക്ഷം ലഭിച്ചതിന് ശേഷമാണ് ഫാസിസത്തോട് സാമ്യമുള്ള എന്തെങ്കിലും ചോദ്യം ഇന്ത്യയിൽ ഉയർന്നുവരുന്നത്. 2014 ന് ശേഷം സംഭവിച്ചത് 1996 ൽനിന്ന് വായിക്കാൻ കഴിയില്ല. അത് വ്യത്യസ്തമായ ഒരു ചരിത്ര നിമിഷമായിരുന്നു.

വിജയ്: സംസാരിക്കുന്നതിന് മുമ്പ് നിങ്ങൾ ഈ ഉപന്യാസം വായിച്ചതുപോലെയോ അല്ലെങ്കിൽ ഉപന്യാസത്തിൽനിന്ന് വായിക്കുന്നത് പോലെയോ ആണിത്. അതിൽ ഇപ്രകാരം പറയുന്നു, 'ബാർബേറിയന്മാർ ഗേറ്റിലുണ്ട്. ആർ എസ് എസ് ഒരു ഫാസിസ്റ്റ് സംഘടനയാണെന്നതും, അന്തിമ വിശകലനത്തിൽ ബി ജെ പി അതിന്റെ പാർലമെന്ററി മുന്നണിയാണെന്നതും സത്യമാണ്.' എന്നിട്ട്: 'എന്നാൽ ഫാസിസം തുടങ്ങിയോ? ഇല്ല, അതുണ്ടായിട്ടില്ല.'

ഐജാസ്: 1996 മുതൽ ഞാൻ ഉപന്യാസം വായിച്ചിട്ടില്ല.

വിജയ്: എന്നാൽ അതിലൊരു യുക്തിയുണ്ട്.

ഐജാസ്: അതാണ് യുക്തി, ആ യുക്തിയുടെ വേരുകളിലേക്ക് ഒരു നിമിഷംകൊണ്ട് വരാം. ആർ എസ് എസിന്റെ ഉയർച്ച തടയാൻ പോരാടാത്തതിന്റെ പ്രധാന കുറ്റവാളി കോൺഗ്രസാണെന്നു ഞാൻ ആദ്യം തന്നെ പറയട്ടെ. തുടർന്ന് എല്ലാവരും - ഞാൻ ഉദ്ദേശിച്ചത് ഒരു ഘട്ടത്തിൽ അല്ലെങ്കിൽ മറ്റൊരു ഘട്ടത്തിൽ ബി ജെ പിയുമായി സഹകരിച്ച രാഷ്ട്രീയ പാർട്ടികളെയാണ് - നരസിംഹറാവുമാരും നിതീഷ് കുമാറുമാരും മായാവതിമാരും ചന്ദ്രബാബു നായിഡുമാരും ആർ എസ് എസിന്റെയും അതിന്റെ മുന്നണികളുടെയും ഈ ഉയർച്ചയ്ക്കും തുടർന്നുള്ള വളർച്ചയ്ക്കും ആഴത്തിലുള്ള പങ്കാളികളും നേരിട്ടുള്ള ഉത്തരവാദികളുമാണ്. പക്ഷേ, ലിബറലുകളുടെ കുറ്റകൃത്യങ്ങൾക്ക് ഇടതുപക്ഷമാണ് അനുഭവിക്കുന്നത്.

ഈ യുക്തി എവിടെ നിന്ന് വരുന്നു? ഈ പാഠം ഞാൻ ആദ്യം പഠിച്ചത് എവിടെയാണ്? ശരി, 1920 കളിൽ നാസികളുടെ അധികാരത്തിലേക്കുള്ള ഉയർച്ചയെയും കമ്യൂണിസ്റ്റുകളുടെയും സോഷ്യൽ ഡെമോക്രാറ്റുകളുടെയും വൈരുദ്ധ്യമുള്ള പങ്കിനെക്കുറിച്ചുമുള്ള എന്റെ പഠനത്തിൽ

നിന്നാണത്. സമ്പൂർണ്ണ അധികാരം പിടിച്ചെടുക്കുന്നതിന് അഞ്ച് വർഷം മുമ്പ്, 1928 വരെ, നാസികൾ താരതമ്യേന ചെറുതും ഫലപ്രദമല്ലാത്തതുമായ ഒരു ശക്തിയായിരുന്നുവെന്ന് നിങ്ങൾ ഓർമ്മിക്കേണ്ടതാണ്. സോഷ്യൽ ഡെമോക്രാറ്റുകളുമായി ചേർന്ന് ഐക്യമുന്നണി രൂപീകരിക്കാൻ കമ്യൂണിസ്റ്റുകൾ തയ്യാറാവാത്തതിനാൽ ഫലപ്രദമായ നാസിവിരുദ്ധ സഖ്യം രൂപീകരിക്കാൻ കഴിഞ്ഞില്ല എന്ന ഒരു മിഥ്യാധാരണയുണ്ട്. അതായത്, ഞാൻ പറഞ്ഞതുപോലെ, ഒരു മിഥ്യ. ഒന്നാം ലോകമഹായുദ്ധത്തിനുശേഷം ജർമ്മനിയിലെ സോഷ്യൽ ഡെമോക്രാറ്റുകളുടെ കരിയർ ആരംഭിക്കുന്നത് ഫ്രെഡറിക് എബെർട്ടിന്റെ നേതൃത്വത്തിലുള്ള സർക്കാരിലൂടെയാണ്. വെയ്മർ സർക്കാർ ഈ സോഷ്യൽ ഡെമോക്രാറ്റുകളുടെ ഗവൺമെന്റായിരുന്നു, അതെ, സോഷ്യൽ ഡെമോക്രാറ്റുകളുടെ വലതുപക്ഷമായിരുന്നു, എന്നിരുന്നാലും സോഷ്യൽ ഡെമോക്രാറ്റുകളായിരുന്നു. അവർ കമ്യൂണിസ്റ്റുകാരെ കൊന്നു; റോസ ലക്സംബർഗിനെയും കാൾ ലീബ്നെക്റ്റിനെയും മറ്റുള്ളവരെയും കൊല്ലാൻ അവർ ഫാസിസ്റ്റ് സൈന്യത്തെ ഉപയോഗിച്ചു. ഈ സൈന്യം ഉടൻതന്നെ നാസികളിലേക്ക് പോയി. 1920 കളിലുടനീളം, കെ പി ഡി (ജർമ്മൻ കമ്യൂണിസ്റ്റ് പാർട്ടി) ഫാസിസ്റ്റുകളുടെ ആക്രമണത്തിന് വിധേയമായിരുന്നു; കമ്യൂണിസ്റ്റുകാർ നാസികളാൽ കൊല്ലപ്പെടുന്നതുകണ്ട് പൊലീസ് നോക്കിനില്ക്കുകയും സോഷ്യൽ ഡെമോക്രാറ്റുകളുടെ ആജ്ഞകൾക്ക് കീഴിൽ നിഷ്പക്ഷത പാലിക്കുകയും ചെയ്തു. കമ്യൂണിസ്റ്റുകാരെ സംരക്ഷിക്കാൻ സോഷ്യൽ ഡെമോക്രാറ്റിക് സ്റ്റേറ്റ് ഒരിക്കലും ഇടപെട്ടില്ല; നാസികൾ കമ്യൂണിസ്റ്റുകാരെ ദുർബ്ബലപ്പെടുത്തുന്നതിൽ അവർ സന്തോഷിച്ചു. സജീവമായ സഖ്യം ഉണ്ടായിരുന്നില്ലെങ്കിലും കമ്യൂണിസ്റ്റുകാർക്കെതിരെ നാസികളിൽ ഒരു സഹിഷ്ണുത ഉണ്ടായിരുന്നു. അതിനാൽ, സോഷ്യൽ ഡെമോക്രാറ്റുകൾ 'സോഷ്യൽ ഫാസിസ്റ്റുകൾ' ആണെന്ന നിലപാട് കോമിന്റേൺ സ്വീകരിച്ചപ്പോൾ, അതിൽ ഗണ്യമായ സത്യമുണ്ടായിരുന്നു. എന്നാൽ അതായിരുന്നില്ല പൂർണ്ണമായ സത്യം. ഭരണാധികാരത്തിൽ സുരക്ഷിതരായ സോഷ്യൽ ഡെമോക്രാറ്റുകൾക്കായിരിക്കണം നാസികൾക്കെതിരായ ഒരു ഐക്യമുന്നണിക്ക് കമ്യൂണിസ്റ്റുകാരേക്കാൾ കൂടുതൽ ഉത്തരവാദിത്വം. ഏകീകരണത്തിനുശേഷം, കിഴക്കൻ ജർമ്മനി പിടിച്ചടക്കി. ഞാൻ പശ്ചിമ ബെർലിനിലേക്ക് പോയി, ഫാസിസത്തിനെതിരായി പോരാടിയവരുടെ ഓർമ്മയ്ക്കായുള്ള ഒരു മ്യൂസിയം സന്ദർശിച്ചു – ആ സമരത്തിന്റെ പശ്ചിമ ജർമ്മൻ, സോഷ്യൽ ഡെമോക്രാറ്റിക് പതിപ്പ്. ആ കെട്ടിടത്തിലുടനീളം, അതിന്റെ നിരവധി കഥകളിൽ, കമ്യൂണിസ്റ്റുകൾ ഫാസിസത്തിനെതിരായ ചെറുത്തുനില്പിന്റെ ഭാഗമായി പ്രത്യക്ഷപ്പെടുന്നില്ല. അവർ വെയ്മർ റിപ്പബ്ലിക്കിന്റെ എതിരാളികളായി താഴത്തെ നിലയിൽ മാത്രം കാണപ്പെട്ടു.

അവിടെനിന്നാണ്, ലിബറലുകളും സോഷ്യൽ ഡെമോക്രാറ്റുകളും

പോരാടുന്നതിൽ പരാജയപ്പെടുന്നിടത്താണ്, ഫാസിസം അധികാരത്തിൽ വരുന്നതെന്ന പാഠം ഞാൻ പഠിച്ചത്. കൂടാതെ ഇടതുപക്ഷ പിടിവാശി, വിഭാഗീയത മുതലായവയ്ക്ക് കുറ്റപ്പെടുത്തപ്പെടുന്നു എന്നും.

വിജയ്: ഇടതുപക്ഷത്തിനാണ് ധാർമ്മിക അധികാരമെന്നും ചെരിഞ്ഞ കപ്പലിനെ എങ്ങനെയെങ്കിലും ശരിയാക്കാൻ ഇത് ഉപയോഗിക്കണമെന്നുമാണ് വാദം. ഇടതുപക്ഷത്തിന് ധാർമ്മിക അധികാരമുണ്ട്, പക്ഷേ, ശക്തി കുറവാണ്.

ഐജാസ്: ആ ധാർമ്മിക അധികാരം എവിടെനിന്ന് വരുന്നു? തത്ത്വത്തിൽ അഭിനയത്തിൽ നിന്ന് - അഭിനയമായി കാണപ്പെടുന്നതിൽ നിന്ന്. തൂക്കു പാർലമെന്റിന്റെ അവസ്ഥയിൽ, ദേശീയ വോട്ടിന്റെ ആറ് ശതമാനം മാത്രമുള്ളപ്പോൾ, നിങ്ങൾ സർക്കാർ അധികാരം വേഗത്തിൽ പിടിച്ചെടുക്കുകയാണെങ്കിൽ, നിങ്ങൾ ചെയ്യാൻ നിർദ്ദേശിക്കുന്ന എല്ലാത്തിനും സീതാറാം കേസരിയുടെ സമ്മതം വാങ്ങാൻ എല്ലാ ദിവസവും രാവിലെ ഓടുന്നത് കാണുകയാണെങ്കിൽ, നിങ്ങളുടെ മന്ത്രിസഭയിൽ സഖ്യകക്ഷികളെ പ്രതിനിധീകരിക്കുന്ന വലതുപക്ഷക്കാരാൽ നിറഞ്ഞിരിക്കുകയാണെങ്കിൽ, ആ ധാർമ്മിക അധികാരത്തിന് എന്ത് സംഭവിക്കും?

വിജയ്: നമ്മൾ ഒരു പരിഹാരം കാണുന്നതുവരെ ഈ സംവാദം തുടരും.

ഐജാസ്: ശരി, [കമ്യൂണിസ്റ്റ്] പാർട്ടിയിൽ ഈ സംവാദം പുനരവലോകനം ചെയ്യപ്പെട്ടപ്പോൾ, ഞാൻ യഥാർത്ഥത്തിൽ പത്ത് പേജുകൾ എഴുതി കീറിക്കളഞ്ഞു. ഞാനത് പ്രസിദ്ധീകരണത്തിന് അയയ്ക്കാൻ ഒരുങ്ങുകയായിരുന്നു, പിന്നെ വേണ്ടെന്ന് തീരുമാനിച്ചു. വസ്തുതകളും തത്ത്വങ്ങളും അടിസ്ഥാനമാക്കിയുള്ള യഥാർത്ഥ സംവാദത്തേക്കാൾ അത് ഒരു വിഭാഗീയ തർക്കമായി മാറിയതാണ് ഒരു കാരണം. മാത്രമല്ല, 'ഫാസിസം' എന്ന വാക്ക് ധാരാളം ഉപയോഗിക്കപ്പെടുന്നു എങ്കിലും, ഫാസിസം എന്തെന്നോ എന്തല്ലെന്നോ ഉള്ള ശരിയായ ചർച്ചകൾ നടക്കുന്നില്ല. ഫാസിസം-ഫാസിസം സെമിറ്റിക് വിരുദ്ധമായിരുന്നു; ഈ ആളുകൾ വർഗ്ഗീയരാണ്; അതിനാൽ, ഈ ആളുകൾ ഫാസിസ്റ്റുകളാണ്- ഈ രീതിയിൽ ആയിക്കൊണ്ടിരിക്കുന്നു. ഇതിനകം പക്ഷങ്ങൾ സ്വീകരിക്കപ്പെട്ടതിനാൽ ചർച്ച വെറും തർക്കമായി മാറുന്നു.

വിജയ്: 1996 ലെ ഈ ഉപന്യാസത്തിനുശേഷം നിങ്ങൾ കമ്യൂണിസത്തെക്കുറിച്ചോ ഇന്ത്യയിലെ കമ്യൂണിസ്റ്റ് പ്രസ്ഥാനത്തെക്കുറിച്ചോ കൂടുതൽ എഴുതിയിട്ടില്ല.

ഐജാസ്: ഇല്ല, ഞാൻ ചെയ്തില്ല.

വിജയ്: അതിനു കാരണം എന്തായിരുന്നു?

ഐജാസ്: ഞാൻ അതിനെക്കുറിച്ച് ചിന്തിച്ചിട്ടില്ല. എന്നാൽ ഇപ്പോൾ നിങ്ങൾ ചോദിച്ച സ്ഥിതിക്ക്, എനിക്ക് രണ്ട് കാരണങ്ങളെക്കുറിച്ച് പറയാൻ കഴിയും. പാർട്ടി ചെയ്യുന്ന എന്തിനേയുംകുറിച്ചുള്ള എന്റെ പരസ്യമായ വിമർശനം കമ്യൂണിസ്റ്റ് വിരുദ്ധർക്ക് എപ്പോഴും ഉപയോ

ഗിക്കാവുന്ന ഒന്നാണെന്ന് എനിക്ക് നന്നായി അറിയാം. അങ്ങനെ ഉപയോഗിക്കപ്പെടാൻ ഞാൻ ആഗ്രഹിക്കുന്നില്ലെന്നതാണ് പ്രാഥമിക കാരണം. അതുകൊണ്ട് എനിക്കെന്തെങ്കിലും വിമർശനമുണ്ടെങ്കിൽ അത് പാർട്ടിയെ നേരിട്ട്, ഒന്നല്ലെങ്കിൽ മറ്റൊരു ചാനലിലൂടെ അറിയിക്കും. എന്നാൽ മറ്റൊരു കാരണം, ആ ഉപന്യാസത്തിലൂടെ ഞാൻ പാർട്ടിയിലെ വിഭാഗീയ തർക്കങ്ങളിൽ വളരെ മോശമായി കുടുങ്ങി. വർഷങ്ങളോളം ആക്രമണങ്ങൾ തുടർന്നു. തൽഫലമായി എനിക്ക് വളരെയധികം മുറി വേറ്റതായി തോന്നി. ആ അനുഭവം ആവർത്തിക്കാൻ ഞാൻ ആഗ്രഹി ച്ചില്ല. എന്തായാലും, ഞാൻ എഴുതിയതിനെക്കുറിച്ചു നിങ്ങൾ എന്ത് കരുതുന്നു എന്നറിയാൻ എനിക്ക് ആകാംക്ഷയുണ്ട്.

വിജയ്: 1996 ൽ, ഒരു പൊതു സംവാദത്തിനിടയിൽ നിങ്ങൾ മൂർച്ചയുള്ളതും കൃത്യവുമായ ഒരു ഉപന്യാസത്തിലൂടെ ഇടപെട്ടു. ഈ കാല ഘട്ടത്തിൽ ജാതി, വർഗ്ഗീയത, ഫാസിസം, സമൂഹത്തിന്റെ അധികാര ശ്രേണികൾക്കെതിരായ പോരാട്ടങ്ങളിൽ കമ്യൂണിസ്റ്റ് പ്രസ്ഥാനത്തിന്റെ പങ്ക് എന്നിവയെക്കുറിച്ച് നിരവധി സംവാദങ്ങൾ നടന്നു. എന്നാൽ ആ മേഖലകളിൽ നിങ്ങൾ പരസ്യമായി ഇടപെട്ടിരുന്നില്ല.

ഐജാസ്: പാർട്ടിക്കുള്ളിൽ തുടരാൻ അനുവദിക്കാത്തതും പൊതു മണ്ഡലത്തിലേക്ക് വ്യാപിച്ചതുമായ ഒരു സംവാദത്തിലെ - അതും കൃത്യ മായി ഈ വിഷയം പാർട്ടിയുടെ പരിധിക്കപ്പുറത്ത് രാജ്യമെമ്പാടും ചർച്ച ചെയ്യുന്ന സമയത്ത് - ഇടപെടലായിരുന്നു 1996 ലെ ആ ലേഖനം. അതി നാൽ, ഒരു പൊതു ഇടപെടൽ ഉചിതമായി തോന്നി. പൊതുസഞ്ച യത്തിലേക്ക് ഒഴുകിയെത്തിട്ടില്ലാത്ത ഏതെങ്കിലും പ്രത്യേക ഉൾപ്പാർട്ടി സംവാദങ്ങളെ പരാമർശിച്ചല്ലെങ്കിലും നിങ്ങൾ ഇപ്പോൾ സൂചിപ്പിച്ച പോലെ ജാതി, വർഗ്ഗീയത, ഫാസിസം തുടങ്ങിയ വിഷയങ്ങളിൽ ഞാൻ വളരെയധികം എഴുതിയിട്ടുണ്ട്. ഈ പ്രശ്നങ്ങൾക്കെതിരായ പോരാട്ട ങ്ങളിൽ കമ്യൂണിസ്റ്റ് പാർട്ടികളുടെ പങ്കിനെക്കുറിച്ചു സംസാരിക്കുമ്പോൾ, നിങ്ങൾ പരാമർശിക്കുന്നതുപോലെ, കമ്യൂണിസ്റ്റ് പാർട്ടികൾ എന്താണ് ചെയ്യേണ്ടതെന്ന് പഠിപ്പിക്കാൻ ശ്രമിക്കുന്നവരിൽ ഒരാളായി മാറാതിരി ക്കുക എന്നത് എന്റെ ഉറച്ച നിലപാടാണ്. അത്തരം സമരങ്ങളിൽ കമ്യൂ ണിസ്റ്റുകാരുടെ യഥാർത്ഥ പങ്കിനെക്കുറിച്ച് എനിക്ക് എന്തെങ്കിലും പറയാ നുണ്ടെങ്കിൽ, ഞാനത് അവരോട് - എന്നോട് സംസാരിക്കാൻ താല് പര്യമുള്ളവരോട് - പറയും. മറിച്ച് ജേണൽ ലേഖനങ്ങളിലല്ല. ഇറ്റാലിയൻ പാർട്ടി അതിന്റെ നല്ല നാളുകളിൽ ചെയ്തിരുന്നതുപോലെ, പൊതു വേദികളിലും ജേണലുകളിലും മറ്റും തന്ത്ര പ്രാധാന്യമുള്ള വിഷയങ്ങൾ ചർച്ച ചെയ്യുന്ന, നേതാക്കളുടെയും മുൻനിര ബുദ്ധിജീവികളുടെയും പാരമ്പര്യം സി പി ഐ (എം) ന് ഉണ്ടായിരുന്നെങ്കിൽ എന്ന് ഞാൻ യഥാർത്ഥത്തിൽ ആഗ്രഹിക്കുന്നു. ഞാൻ ഉദ്ദേശിക്കുന്നത് യുദ്ധാനന്തര കാലഘട്ടവും, പ്രത്യേകിച്ച് 1976 ന് മുമ്പുള്ള ദശകവുമാണ്-യഥാർത്ഥ ത്തിൽ ഒരു സർക്കാർ രൂപീകരണത്തിനടുത്തെത്തിയ പാർട്ടി. ഇന്ത്യയിൽ

സാധാരണമായ, പ്രാധാന്യമുള്ള പ്രത്യേക വിഷയങ്ങളെക്കുറിച്ച് പാർട്ടി ബുദ്ധിജീവികൾ എഴുതുക എന്നല്ല ഞാൻ ഉദ്ദേശിക്കുന്നത്. മറിച്ച് പാർട്ടി നേതാക്കൾ പരസ്പരം നേരിട്ട് ചർച്ച ചെയ്യുന്നതിനെയാണ് ഞാൻ ഉദ്ദേശിച്ചത്. 70 കളിലെ ഇറ്റാലിയൻ പാർട്ടിയിൽ അത് സംഭവിക്കുമായിരുന്നു. കമ്യൂണിസ്റ്റുകാർ വിജയിക്കുമെന്ന് പ്രതീക്ഷിച്ചിരുന്ന, ജനറൽ സെക്രട്ടറിയായിരുന്ന ബെർലിംഗർ '51 ശതമാനം മതിയാകില്ല' എന്ന മുദ്രാവാക്യം ഉയർത്തിയ, 1976 ലെ ഇറ്റാലിയൻ തിരഞ്ഞെടുപ്പുകൾ നിങ്ങൾ ഓർക്കുന്നുണ്ടോ?

ഉത്തരാധുനികത

വിജയ് പ്രഷാദ്: സുധൻവയും ഞാനും അടുത്തിടെ ദക്ഷിണേന്ത്യയിൽ യാത്ര ചെയ്തപ്പോൾ അവിടെയുള്ള വിദ്യാർത്ഥി സഖാക്കൾ, പോസ്റ്റ് മോഡേൺ (ഉത്തരാധുനിക) ചിന്തകളുടെ ഉയർന്നുവരുന്ന സ്വാധീനത്തെക്കുറിച്ചുള്ള ആശങ്ക പങ്കുവെക്കുകയുണ്ടായി. 1990 കൾ മുതൽ ഉത്തരാധുനികതയുടെ വലിയൊരു വിമർശകനാണ് താങ്കൾ. ഈ വിഷയത്തിൽ ഹൈദരാബാദിൽ ഒരു പാർട്ടി ക്ലാസും താങ്കൾ നടത്തുകയുണ്ടായി (അത് പിന്നീട് *ദി മാർക്സിസ്റ്റ്* ജേർണലിൽ പ്രസിദ്ധീകരിച്ചു വന്നു). പോസ്റ്റ് മോഡേണിസത്തിന്റെ ലോകത്തെ പറ്റി ആയാലോ ഇനിയുള്ള ചർച്ച?

ഐജാസ് അഹമ്മദ്: ഉത്തരാധുനികതയെ സംബന്ധിച്ചുള്ള ആദ്യ പ്രശ്നം ആ വാക്കിനെ ചുറ്റിപ്പറ്റിയുള്ള അസംഖ്യം അർത്ഥങ്ങളും അവകാശവാദങ്ങളും നിരാകരണങ്ങളുമാണ്. ആധുനികതയുടെ പുതിയ ഘട്ടമാണിതെന്നാണ് ആ വാക്കുമായി ഏറ്റവുമടുത്ത ബന്ധമുള്ള തത്ത്വചിന്തകൻ ഴാങ് ഫ്രാങ്കോയിസ് ല്യോതാർഡ് പറയുന്നത് (ല്യോതാർഡ് എഴുതിയ പ്രസിദ്ധ പുസ്തകം *ദി പോസ്റ്റ് മോഡേൺ കണ്ടീഷൻ* ഇവിടെ ഓർക്കാം). ഈ ധാരയുടെ മുഖ്യചിന്തകനായി പലപ്പോഴും അറിയപ്പെടുന്ന മിഷേൽ ഫുക്കോ ഉത്തരാധുനികതയെന്ന വാക്കിനോട് നീരസം പ്രകടിപ്പിച്ചിരുന്നു. അതെന്താണെന്ന് തനിക്കറിയില്ലെന്ന് അദ്ദേഹം ഒരിക്കൽ പറഞ്ഞിട്ടുണ്ട്. ഉത്തരാധുനികതയുടെ പ്രധാന ചിന്തകനെന്ന് വിശേഷിപ്പിക്കപ്പെട്ട മറ്റൊരാളാണ് ദെറീദ. സത്യത്തിൽ തന്റേതായി വികസിപ്പിച്ചെടുത്ത അപനിർമ്മാണം എന്ന അപഗ്രഥന രീതിയെ സംബന്ധിച്ചല്ലാതെ ഉത്തരാധുനികതയുമായി ബന്ധപ്പെട്ട ഒരു സംവാദങ്ങളിലും - പ്രത്യേകിച്ച് ല്യോതാർഡ് തന്റെ ബുക്കിൽ ഉത്തരാധുനികതയെ നിർവ്വ

ചിച്ചിരുന്നതുപോലെ - ദെറീദ ഭാഗമായിരുന്നില്ല. ല്യോതാർഡിന്റെ ഉത്തരാധുനികതയെപ്പറ്റിയുള്ള പുസ്തകം വന്നത് 1979 ലാണ്. തൊട്ടടുത്ത വർഷമാണ് മാർക്സിസ്റ്റ് ചിന്തകൻ ഡേവിഡ് ഹാർവി തന്റെ *ദി കണ്ടീഷൻ ഓഫ് പോസ്റ്റ്മോഡേണിറ്റി* എന്ന പുസ്തകം പ്രസിദ്ധീകരിച്ചത്. ഏതാണ്ട് ഒരേ സമയത്ത് എഴുതിത്തീർന്ന് പുറത്തുവന്ന ഈ പുസ്തകങ്ങൾ പോസ്റ്റ്മോഡേണിസത്തെ നിർവ്വചിക്കുന്നത് വ്യത്യസ്ത രീതികളിലാണെന്നു കാണാം.

സാങ്കേതികപദാവലിയുടെ പ്രശ്നങ്ങളുമുണ്ടിവിടെ. ആധുനികത അല്ലെങ്കിൽ മോഡേണിസം എന്ന പദം സൂചിപ്പിക്കുന്നത് കലാ-സൗന്ദര്യശാസ്ത്ര മണ്ഡലത്തിലെ പ്രതിനിധാനങ്ങളെയാണ്. അപ്പോൾ ഉത്തരാധുനികത എന്നാൽ ആധുനികതയ്ക്ക് ശേഷം (ആധുനികത അവസാനിച്ചുവെന്നർത്ഥം) ഈ രംഗങ്ങളിലുണ്ടായ മാറ്റങ്ങളാണെന്ന് കരുതേണ്ടിവരും. എന്നാൽ സർഗ്ഗാത്മക സൃഷ്ടിയെയും സൗന്ദര്യശാസ്ത്രപരമായ പ്രതിനിധാനത്തെയും ഉത്തരാധുനികപരമായി പ്രശ്നവല്ക്കരിച്ച ഒരേയൊരു ചിന്തകൻ ഫ്രെഡറിക് ജെയിംസൺ ആണ്. ല്യോതാർഡിന്റെയോ ഹാർവിയുടെയോ പുസ്തകങ്ങൾക്ക് ഇതുമായി ഒരു ബന്ധവുമില്ല. മാത്രമല്ല ഫുക്കോയും ദെറിദയും ആധുനിക ചിത്രകലയുടെ വലിയ ആരാധകരുമായിരുന്നു എന്നു ഞാൻ പറയും. അങ്ങനെ വരുമ്പോൾ, ഉത്തരാധുനികതയെന്ന ആശയത്തിന് കലാസാഹിത്യ രംഗങ്ങളെക്കാൾ രാഷ്ട്രീയ, സാമൂഹിക, ദാർശനിക മേഖലകളുമായാണ് കൂടുതലടുപ്പമെന്ന് തിരിച്ചറിയേണ്ടതുണ്ട്. സാഹിത്യ സിദ്ധാന്തങ്ങളെ ഉത്തരാധുനികത സ്വാധീനിച്ചിരിക്കാം. സൗന്ദര്യശാസ്ത്രപരമായ ആധുനികതയെ ദാർശനികമായ ആധുനികതയിൽ നിന്ന് വേർതിരിച്ചുകാണണമെന്ന് ഞാൻ പറയുന്നതിന്റെ അടിസ്ഥാനമതാണ്.

ഈ ദാർശനികധാര ജ്ഞാനോദയകാലത്തെ പ്രധാനാശയങ്ങളെ തള്ളിക്കളയുന്നു. ദാർശനികരംഗത്ത് നീത്ഷെയെയും ഹെയ്ഡഗറിനെയും സാമൂഹ്യശാസ്ത്ര രംഗത്ത് മാക്സ് വെബറിനെയും പ്രതിഷ്ഠിക്കുകയും എന്നാൽ മാർക്സിനെയും മാർക്സിസത്തെയും നിരാകരിക്കുന്ന രീതിയുമാണ് ഉത്തരാധുനികതയുടേത്. സാമൂഹ്യ, രാഷ്ട്രീയ രംഗത്താകട്ടെ അമേരിക്കൻ ചിന്തകളായിരുന്നു ഇതിന്റെ പ്രധാന സ്വാധീന സ്രോതസ്സ്. കെൻ ഗാൽബ്രെയ്ത് എന്ന കനേഡിയൻ സാമ്പത്തിക ശാസ്ത്രജ്ഞൻ, അദ്ദേഹത്തിന്റെ *ദി അഫ്ലുവന്റ് സൊസൈറ്റി* (1958) എന്ന പുസ്തകത്തിൽ രണ്ടാംലോക മഹായുദ്ധാനന്തര അമേരിക്കയെപ്പറ്റി നല്കുന്ന വിശദീകരണം രസകരമാണ്. സമ്പന്നരായ ന്യൂനപക്ഷവും ചൂഷിതരായ ഭൂരിപക്ഷവുമെന്ന സാമൂഹികാവസ്ഥ മാറിയെന്നും, തൊഴിലാളിവർഗ്ഗംപോലും സ്വന്തമായി വീടും കാറും മറ്റ് ഉപഭോഗ വസ്തുക്കൾ ഉൾപ്പെടെ വാങ്ങാൻ ശേഷിയുള്ളവരായി മാറുന്ന ഒരു സമൂഹത്തെ സൃഷ്ടിക്കുകയാണ് അമേരിക്ക ചെയ്യുന്നത് എന്നുമാണ് ഗാൽബ്രെയ്തിന്റെ പക്ഷം. അതേ സമയം, യുദ്ധത്തിനുശേഷം അമേ

രിക്കയിൽ ജ്ഞാനോദയത്തിന്റെ ദാർശനികാന്തരീക്ഷത്തിൽനിന്നും മാറി പുതിയൊരു ഉത്തരാധുനിക ലോകമുണ്ടായി വരുന്നുവെന്നായിരുന്നു സോഷ്യോളജിസ്റ്റ് റൈറ്റ് മിൽസിന്റെ വാദം. മറ്റൊരു പ്രമുഖ സോഷ്യോളജിസ്റ്റ് ഡാനിയേൽ ബെൽ തന്റെ *ദി കമിങ് ഓഫ് പോസ്റ്റ് ഇൻഡസ്ട്രിയൽ സൊസൈറ്റി* (1973) എന്ന പുസ്തകത്തിലും ഇത്തരം ചിന്തകൾ പങ്കുവെച്ചിരുന്നു.

മുതലാളിത്തത്തിലെ മാറുന്ന സാമ്പത്തിക സമൂഹിക ഘടനകളെപ്പറ്റി പുറത്തുവന്ന ഇത്തരം വിശകലനങ്ങളുടെ തൊട്ടുപിന്നാലെയാണ് 1960 കളിൽ മാർഷൽ മക്ലൂഹന്റെ 'മാധ്യമ കേന്ദ്രിത സമൂഹം' പോലുള്ള ആശയങ്ങൾ കടന്നുവരുന്നത്. 1970 ൽ ആൽവിൻ റ്റോഫ്ളർ എഴുതിയ *ഫ്യൂചർ ഷോക്ക്* എന്ന പുസ്തകം 'വിവരാധിക്യം' എന്ന ആശയവും പങ്കുവെക്കുന്നുണ്ട്.

അമേരിക്കൻ ശൈലിയിലുള്ള മുതലാളിത്തം ഫ്രാൻസിൽ വളരെ വേഗത്തിൽ ഉയർന്നുവരുന്ന കാലത്തുതന്നെയാണ് ഇത്തരം പുസ്തകങ്ങൾ അവിടെ ശക്തമായ സ്വാധീനം ചെലുത്തിയത്. മാർഷൽ പ്ലാനിനെത്തുടർന്നു ഫ്രഞ്ച് സമൂഹത്തിലും സമ്പദ്‌വ്യവസ്ഥയിലും ഉണ്ടായ ഘടനാപരമായ മാറ്റങ്ങൾ ഇതിനു സഹായകമായി. ദിബോ, ഴാങ് ബോദ്രിയാർ, ല്യോതാർഡ് തുടങ്ങിയവരുടെ സങ്കീർണ്ണമായ ഫ്രഞ്ച് സൈദ്ധാന്തീകരണങ്ങൾക്കുള്ളിൽ മറഞ്ഞിരിക്കുന്നത് ഈ അമേരിക്കൻ സാമൂഹിക ശാസ്ത്ര ചിന്തയുടെ സ്വാധീനമാണ്.

ഈ മാറ്റം വളരെ പെട്ടെന്നായിരുന്നു. നാസികൾക്കെതിരെ നടത്തിയ ശക്തമായ പ്രതിരോധം ഫ്രഞ്ച് കമ്യൂണിസ്റ്റ് പാർട്ടിയുടെ സ്വീകാര്യത വർദ്ധിപ്പിച്ചു. തുടർന്ന് രണ്ടാം ലോക മഹായുദ്ധ ശേഷം 26% വോട്ടോടെ ഫ്രാൻസിൽ ഏറ്റവും കൂടുതൽ വോട്ട് കിട്ടുന്ന കക്ഷിയായി കമ്യൂണിസ്റ്റ് പാർട്ടി വളർന്നു. ഇടതുപക്ഷമെന്നാൽ പാർട്ടി മെമ്പറെന്നോ അതുമായി സൗഹാർദ്ദം കാത്തുസൂക്ഷിക്കുന്നവരെന്നോ എന്നയർത്ഥത്തിൽ മാത്രം വിലയിരുത്തപ്പെട്ടിരുന്ന സമയം. തന്റെ വ്യക്തികേന്ദ്രീകൃതമായ സ്വാതന്ത്ര്യ സങ്കല്പവുമായി ഇഴുകിച്ചേർന്നുള്ള അസ്തിത്വവാദവുമായി അഭേദ്യമായ ബന്ധമുണ്ടായിരുന്ന സാർത്രായിരുന്നു അക്കാലത്തെ പ്രമുഖ ഫ്രഞ്ച് തത്ത്വചിന്തകൻ. എന്നിരുന്നാലും, അമേരിക്കക്കാർ യൂറോപ്പിന് മാർഷൽ പദ്ധതി വാഗ്ദാനം ചെയ്തയുടനെ, യൂറോപ്യൻ ബൂർഷ്വാസിയെ വിലയ്ക്കുവാങ്ങി ഇടതുപക്ഷത്തെ നശിപ്പിക്കുക എന്ന ആശയമാണിതിന് പിന്നിലെന്നു സാർത്ര് കണ്ടു. അദ്ദേഹം മാർഷൽ പദ്ധതിക്കെതിരെയുള്ള സമരങ്ങളിൽ പങ്കുചേരുകയും അതിലൂടെ പി സി എഫുമായി കൂടുതൽ അടുക്കുകയും ചെയ്തു. ഇക്കാലയളവിൽ തന്റെ പ്രിയ സുഹൃത്തുക്കളായ മെർലിയു പോണ്ടിയെയും കമ്യുവിനെയും അദ്ദേത്തിനു നഷ്ടപ്പെട്ടു. പി സി എഫുമായുള്ള അടുപ്പം അധിക കാലം നീണ്ട് നിന്നില്ലെങ്കിലും, അദ്ദേഹം ഇടതുപക്ഷത്ത് തുടർന്നു. ഫ്രഞ്ച് സാമ്രാജ്യത്വത്തിനെതിരായ ഒരു പോരാളിയായി പ്രവർത്തിച്ചും മറ്റ്

സാമ്രാജ്യത്വ വിരുദ്ധ പ്രക്ഷോഭങ്ങളെ പിന്തുണച്ചും അദ്ദേഹം സൈദ്ധാന്തിക മാർക്സിസത്തോട് കൂടുതൽ അടുത്തു. ഇരുപതാം നൂറ്റാണ്ടിന്റെ ആദ്യപകുതിയിലിറങ്ങിയ ലൂക്കാച്ചിന്റെ *ഹിസ്റ്ററി ആന്റ് ക്ലാസ് കോൺഷ്യസ്നെസ്* മികച്ച യൂറോപ്യൻ മാർക്സിസ്റ്റ് ഗ്രന്ഥമാണെന്നതുപോലെ സാർത്രിന്റെ *ക്രിറ്റിക് ഓഫ് ഡയലെക്റ്റിക്കൽ റീസൺ* (1960) എന്ന അപൂർണ്ണമായ ബുക്ക് യുദ്ധാനന്തര കാലത്തെ മികച്ച യൂറോപ്യൻ മാർക്സിസ്റ്റ് കൃതിയാണെന്നാണ് എന്റെ അഭിപ്രായം.

ഘടനവാദം (സ്ട്രക്ചറലിസം) സാർത്രിനെയും വൈരുദ്ധ്യ വാദത്തിനെയും കടന്നാക്രമിക്കുന്ന ഒന്നാണ്. അതിന്റെ പ്രധാന വക്താവായിരുന്ന നരവംശശാസ്ത്രജ്ഞൻ ലെവിസ്ട്രോസ് പറഞ്ഞത്, സമൂഹത്തിലെ ചില ഉപരിഘടനകളെ മാർക്സിസം ഉപയോഗിച്ചു പഠിക്കുവാനാണ് താൻ ശ്രമിച്ചത് എന്നാണ്. ഇത്തരത്തിൽ കമ്യൂണിസ്റ്റ് നേതാക്കളെ വിമർശിക്കുവാനും ഹെയ്ഡഗറിന് പ്രാമുഖ്യം കൊടുത്തുള്ള ചിന്താപദ്ധതികൾ ആവിഷ്കരിക്കുവാനും ശ്രമിച്ച എല്ലാ ഫ്രഞ്ച് ചിന്തകർക്കും മാർക്സുമായി ബന്ധമുണ്ടെന്ന അവകാശവാദം അന്നുമുതൽ ഒരു പൊതു സവിശേഷതയാണ്. ലെവിസ്ട്രോസിന്റെ വിഖ്യാതമായ *ദി സാവേജ് മൈന്റ്* (1962) എന്ന പുസ്തകത്തിന്റെ അവസാന അദ്ധ്യായം സാർത്രിന്റെ വൈരുദ്ധ്യ വാദത്തോട് നേരിട്ടുള്ള വിമർശനമാണെന്ന് കാണാം. സാർത്രിനെയും മാർക്സിസത്തെയും അദ്ദേഹത്തിന്റെ വൈരുദ്ധ്യാത്മക രീതിയോടുള്ള വിശ്വസ്തതയെയും നിരാകരിക്കുന്നത് 60 കളിലെയും 70 കളിലെയും ഫ്രഞ്ച് പോസ്റ്റ് സ്ട്രക്ചറലിസത്തിന്റെ ഒരു പ്രധാന ഘടകമാണ്.

ഈ ആശയങ്ങളിലെല്ലാം മാർക്സിസ്റ്റ് വിരുദ്ധത ഒളിഞ്ഞും തെളിഞ്ഞും പ്രവർത്തിക്കുന്നതായി കാണാം. 'ബൃഹദ് ചിന്താ പദ്ധതി' (മെറ്റാനരേറ്റീവ്)കളുടെ പ്രസക്തി നഷ്ടപ്പെട്ടതായി ല്യോതാർഡ് വാദിക്കുന്നത് മാർക്സിസത്തെപ്പറ്റി പറയുമ്പോഴാണെന്ന് പെറി ആൻഡേഴ്സൺ സൂചിപ്പിക്കുന്നുണ്ട്. ബൃഹദ് ചിന്താ പദ്ധതികൾ എന്നു പൊതുവെയല്ല, അവ പിന്നീട് വരുന്നതാണ്. ദി പോസ്റ്റ് മോഡേൺ കണ്ടീഷൻ എഴുതുമ്പോഴേക്കും ല്യോതാർഡ് 'വിമോചനത്തിനായുള്ള ബൃഹദ് ചിന്താപദ്ധതി' എന്ന് താൻ വിളിച്ചതിനെ നിരസിച്ചു: കേവലം 'മെറ്റാനറേറ്റീവ്' മാത്രമല്ല, 'വിമോചനത്തിന്റെ മെറ്റാനാറേറ്റീവ്സ്.' കാന്റിന്റെ 'യുക്തിയിലൂടെയുള്ള മനുഷ്യവിമോചനമെ'ന്നതും, ഹെഗലിന്റെ 'മനുഷ്യചരിത്രമെന്നാൽ സ്വാതന്ത്ര്യത്തിനായുള്ള നിരന്തര പോരാട്ട ചരിത്രമെ'ന്നതും, മാർക്സിന്റെ തൊഴിലാളിവർഗ്ഗ വിപ്ലവത്തിലൂടെയുള്ള മനുഷ്യരാശിയുടെ വിമോചനമെന്നതുമായ ആശയങ്ങൾക്ക് പ്രസക്തി നഷ്ടപ്പെട്ടുവെന്നാണ് ല്യോതാർഡ് പറയുന്നത്. ഉത്തരാധുനികതയുടെ ഏറ്റവും വലിയ ശത്രുത്രയമാണ് കാന്റ്, ഹെഗൽ, മാർക്സ് എന്നിവർ. യുക്തിയെക്കുറിച്ചും ജ്ഞാനോദയത്തെക്കുറിച്ചും അവർ പറയുന്ന മിക്ക കാര്യങ്ങളും ഇരുപതാം നൂറ്റാണ്ടിന്റെ ആദ്യ പകുതിയിലെ ജർമ്മൻ

യാഥാസ്ഥിതിക വിപ്ലവത്തിന്റെ പ്രമേയങ്ങളിൽനിന്നും കൂടാതെ പ്രതിജ്ഞാനോദയത്തെക്കുറിച്ചുള്ള പഴയ പ്രഭാഷണങ്ങളിൽ നിന്നുമാണ്.

വിജയ്: ഉത്തരാധുനികതയെപ്പറ്റിയുള്ള താങ്കളുടെ ലേഖനം, *പോസ്റ്റ് കൊളോണിയൽ തിയറി ആന്റ് ദി പോസ്റ്റ് കണ്ടീഷൻ* പ്രാമാണിക പാഠങ്ങളുടെ വിശകലനങ്ങളിലൂടെ, ഫ്രാൻസിസ് ഫുക്കുയാമയിലേക്കും അതുവഴി ഹോമി ഭാഭയിലേക്കും ഗായത്രി സ്പിവാകിലേക്കും എത്തിച്ചേരുന്നു. ഉത്തരാധുനികതയെയും പോസ്റ്റ് കൊളോണിയലിസത്തെയും സംബന്ധിച്ച് വളരെ പ്രധാനപ്പെട്ട പേരുകളാണവർ.

ഐജാസ്: 1996 ൽ ടൊറൊന്റോയിലെ യോർക്ക് യൂണിവേഴ്സിറ്റിയിൽ നടത്തിയൊരു ലക്ചറിന്റെ വികസിതരൂപമാണ് ആ ലേഖനം. ഒരു അക്കാദമിക് ശാഖയെന്ന നിലയിൽ പോസ്റ്റ് കൊളോണിയൽ തിയറിക്ക് വലിയ പ്രാമുഖ്യം കിട്ടിത്തുടങ്ങുന്ന സമയമാണത്. ആരിഫ് ഡിർലിക് 1994 ൽ എഴുതിയ *ദി പോസ്റ്റ്കൊളോണിയൽ ഓറ* എന്ന ലേഖനത്തിൽ പോസ്റ്റ് കൊളോണിയലിസം ചർച്ചയായിത്തുടങ്ങുന്നത് 1992 ലാണെന്ന് പറയുന്നുണ്ട്. ആ പുതുമയെ ചരിത്രപരമായി അടയാളപ്പെടുത്താനാണ് ഞാൻ ശ്രമിച്ചത്. ആരെന്ത് എപ്പോൾ എഴുതി, ആരൊക്കെ ഏതൊക്കെ ആശയങ്ങൾ മുന്നോട്ടുവെച്ചുവെന്ന ഒരു ചരിത്രാഖ്യാനമെഴുതാൻ എനിക്ക് താല്പര്യമുണ്ടായിരുന്നില്ല. ഇത്തരമൊരു ആശയധാര ഉയർന്നുവരാനും, അത് വളരെ പെട്ടെന്ന് തന്നെ പടർന്ന് പന്തലിക്കാനും ഇടയായ സാഹചര്യങ്ങൾ പരിശോധിക്കാനാണ് എനിക്ക് തോന്നിയത്. ല്യൂട്സ് നൈറ്റ്ഹാമ്മറിന്റെ മനോഹരമായ പുസ്തകം *പോസ്റ്റ്ഹിസ്റ്റോയിർ* ആ സമയത്ത് ഞാനോർത്തു. രണ്ടാം ലോകമഹായുദ്ധത്തിനോടടുത്ത കാലങ്ങളിൽ (മുൻപും ശേഷവും) യൂറോപ്യൻ ബുദ്ധിജീവികൾ 'ചരിത്രാനന്തര വ്യഥ' നിറഞ്ഞുനില്ക്കുന്ന കൃതികൾ രചിക്കുകയുണ്ടായി എന്ന് നൈറ്റ്ഹാമ്മർ വാദിക്കുന്നു. ചരിത്രം അവസാനിച്ചുവെന്നോ അതിന്റെ കടമകൾ നിറവേറ്റിയില്ലെന്നോ ഉള്ള വിഷാദമുണ്ടായിരുന്ന ധാരാളം എഴുത്തുകാരെ- കാൾ ഷ്മിറ്റ്, ഏർണെസ്റ്റ് ജംഗർ, വാൾട്ടർ ബെഞ്ചമിൻ, തിയഡോർ അഡോണോ- അദ്ദേഹം ചൂണ്ടിക്കാണിച്ചു. നൈറ്റ്ഹാമ്മർ യുഗചേതനയെക്കുറിച്ചും സംസാരിക്കുന്നുണ്ട്. എന്നാൽ നമുക്ക് റെയ്മണ്ട് വില്യംസിന്റെ 'അനുഭൂതിയുടെ ഘടന' യെയും ഇവിടെ ഓർക്കാം.

അനന്തരാവസ്ഥ (പോസ്റ്റ് കണ്ടീഷൻ) എന്ന പദവും അദ്ദേഹത്തിൽ നിന്നാണ് ഞാൻ കടംകൊണ്ടത്. 'പോസ്റ്റ്' എന്ന് ചേർത്ത അനവധി പദങ്ങൾ 1970 കളോടുകൂടി വരാൻ തുടങ്ങിയെന്ന് സൂചിപ്പിക്കാൻ വേണ്ടിയാണിത് (പോസ്റ്റ് മാർക്സിസം, പോസ്റ്റ്മോഡേൺ, പോസ്റ്റ് ഫെമിനിസം, പോസ്റ്റ്കൊളോണിയലിസം, കൂടെ ഫ്രെഡറിക് ജെയിംസൺന്റെ പോസ്റ്റ് കണ്ടമ്പററി എന്ന പ്രയോഗവും). ഹൈപ്പർ റിയാലിറ്റി, പ്രത്യയശാസ്ത്രത്തിന്റെ അന്ത്യം, ബൃഹദ് ആഖ്യാനങ്ങളുടെ അന്ത്യം, ചരിത്രത്തിന്റെ അന്ത്യംപോലെ ഒരുപാട് ആശയങ്ങളുടെ അന്ത്യമടുത്തതായും ആ

കാലം വിളംബരം ചെയ്തു. ഈ വിഷയത്തിൽ എന്റെ പ്രധാന ചോദ്യങ്ങൾ രണ്ടായിരുന്നു. ഒന്ന്: ഫുക്കുയാമയും ല്യോതാർഡും (ആശയപരമായി) തമ്മിലെന്തെങ്കിലും ബന്ധമുണ്ടോ? വിമോചനത്തിനായുള്ള ബൃഹദ് ചിന്താപദ്ധതിയുടെ അവസാനമെന്നതും ചരിത്രത്തിന്റെ അന്ത്യമെന്നതും തമ്മിലെന്താണ് ചേർച്ച? സോവിയറ്റ് യൂണിയന്റെ പതനത്തിനുശേഷം ശക്തമായ കമ്യൂണിസ്റ്റ് വിരുദ്ധ ചേരിക്കും ഉത്തരാധുനികതയ്ക്കും ഇടയിലുള്ള ബന്ധമെന്താണ്? രണ്ട്: സമകാലിക ചരിത്രത്തെപ്പറ്റി ഫുക്കുയാമയും ല്യോതാർഡും വെച്ചുപുലർത്തുന്ന അതേ കാഴ്ചപ്പാടാണോ പോസ്റ്റ് കോളോണിയലിസത്തിന്റെ വളർച്ചയ്ക്ക് പിന്നിലും?

ഇവിടെ, ഏതെങ്കിലുമൊരു വ്യക്തിയുടെ സവിശേഷ രാഷ്ട്രീയ നിലപാടുകളെന്തെന്ന് ചികയുന്നതിനു പകരം, ഒരു സാമാന്യ സംഭവത്തെക്കുറിച്ചുള്ള ഘടനാപരമായ പ്രശ്നങ്ങളാണ് ഞാനുന്നയിക്കാൻ ശ്രമിച്ചത്. കൊളോണിയൽ ചരിത്രത്തെ ഉത്തരഘടനാവാദത്തിലൂന്നി പുനർനിർവ്വചിക്കാൻ ശ്രമിക്കുന്ന ഒരു കൂട്ടം സംസ്കാര ചിന്തകരുടെ ഉദയത്തെ ഞാൻ ചരിത്രവല്ക്കരിക്കുകയായിരുന്നു. ഇന്ത്യൻ വംശജരായ അക്കാദമിക്കുകളായിരുന്നു ഇവരുടെ മുൻപന്തിയിലുണ്ടായത്. കൊളോണിയൽ സാമ്രാജ്യത്വത്തിനെതിരെ ജനങ്ങളെ സംഘടിപ്പിച്ചു സമരം നടത്തിയ അസംഖ്യം രാഷ്ട്രീയ നേതാക്കളുടെയും ബുദ്ധിജീവികളുടെയും ചിന്താപദ്ധതികളെ ഈ പുതിയ ചിന്തകർ തള്ളിക്കളയുന്നതായി കാണാം.

വിജയ്: ഉത്തരഘടനാവാദത്തിലൂന്നിയ ചരിത്ര വായനയുടെ പ്രശ്നം അത് വസ്തുനിഷ്ഠമായ വിശകലനസാദ്ധ്യത ഇല്ലാതാക്കുന്നുവെന്നതാണ്. ഹോമി ഭാഭ പലയിടത്തായി പ്രതിപാദിക്കുന്ന എഴുത്തുകാരിയാണ് വീണ ദാസ്. അക്രമത്തെ വിശദീകരിക്കാൻ സാധിക്കില്ലെന്നാണ് അവരുടെ വാദം. അതിനു ചുറ്റുമായൊരു മൗനമാണുള്ളതത്രെ. അങ്ങനെയെങ്കിൽ ലോകത്തുള്ള സകല ബൗദ്ധിക വിശകലന പ്രവർത്തനത്തിനും അല്ലെങ്കിൽ ബുദ്ധിജീവികൾക്കും യാതൊരു പ്രസക്തിയുമില്ലെന്ന് വരില്ലേ?

ഐജാസ്: അക്രമം എന്തെന്ന് മനസ്സിലാക്കാൻ സാധിക്കില്ലെന്നും അതിന്റെ ഇരകളുടെ ദുരിതത്തിൽ ദുഃഖിക്കാൻ മാത്രമേ പറ്റു എന്നുമാണ് വീണ ദാസ് പറയുന്നത്. ഇത് അക്രമമെന്ന ഹീനതയെ സൗന്ദര്യവല്ക്കരിച്ച് ശ്രേഷ്ഠമായെന്തോ ആയി അവതരിപ്പിക്കുന്നതിന് തുല്യമാണ്. അജ്ഞാതവും ഭീതിജനകവുമായ എന്തോ ദുരൂഹതയാണതെന്നാണ് അവരുടെ വാദം. ജ്ഞാനോദയകാലത്തിന്റെ സംഭാവനയായ വസ്തുനിഷ്ഠ അവലോകനരീതിയോടുള്ള രാഷ്ട്രീയ എതിർപ്പാണ് ഇത്തരമൊരു വാദത്തിനുപിന്നിൽ. വസ്തുനിഷ്ഠ വിശകലനത്തിന്റെ സമഗ്ര രൂപങ്ങളിലൊന്നായ മാർക്സിസ (ഇടതുപക്ഷ ധാര) ത്തോടുള്ള എതിർപ്പാണത്. അക്രമത്തിന്റെ ഹേതുവും ഫലവും പരതുന്ന ധാരാളം പഠനങ്ങളുണ്ടായിട്ടുണ്ട്. ഉദാഹരണത്തിന്, ഹിംസയിലേക്ക് നയിക്കുന്ന

ചിന്താപ്രക്രിയയെ പറ്റി അറിയാൻ ഫ്രോയിഡ് തന്നെ വളരെയധികം പരിശ്രമിച്ചിരുന്നു. ഒന്നാം ലോകമഹായുദ്ധത്തിനു ശേഷം ഹിംസയുടെ പാർശ്വഫലങ്ങൾ പഠിക്കാനും ഫ്രോയിഡ് ശ്രദ്ധിച്ചു. റോബർട്ട് ലിഫ്റ്റൺ ഹിരോഷിമയിലെ ആറ്റം ബോംബ് ഇരകളെപ്പറ്റി എഴുതിയത് ഞാൻ പണ്ട് വായിച്ചിട്ടുണ്ട്. അക്രമത്തെ അടുത്തറിയാൻ ശ്രമിക്കുന്ന അങ്ങനെയുള്ള ആയിരക്കണക്കിന് പഠനങ്ങൾ കാണാം. യുക്തി ബോധത്തിന് പിടി തരാത്തതെന്തോ അതിനെ കൂടുതൽ അടുത്തറിയാനാണ് ഏത് ശാസ്ത്രീയാവലോകനവും ശ്രദ്ധിക്കേണ്ടത്. പക്ഷേ, അജ്ഞാതമായതിനെ ചുറ്റിപ്പറ്റിയാണല്ലോ പൗരോഹിത്യവും വലതുപക്ഷ കാല്പനിക വാദവും നിലനില്ക്കുന്നത്. ചരിത്രത്തെയും അബോധത്തെയുമെല്ലാം ശാസ്ത്രീയാവലോകനത്തിലൂടെ മനസ്സിലാക്കാമെന്ന വാദത്തെ അവരും എതിർക്കുന്നുണ്ട്. ചരിത്രത്തെയും അബോധത്തെയും മനസ്സിലാക്കാവുന്നതാണെന്നുപറയുന്ന ഈ മുഴുവൻ പാരമ്പര്യത്തെയുമാണ് അവർ എതിർക്കുന്നത്. ആ അർത്ഥത്തിൽ, ഫ്രോയിഡും ജ്ഞാനോദയ പാരമ്പര്യത്തിനുള്ളിലാണെന്ന് കാണാം, കാരണം യുക്തിരഹിതമായത് യുക്തിസഹമായി മനസ്സിലാക്കാൻ കഴിയുമെന്ന് അദ്ദേഹം വാദിച്ചു. 'അക്രമം' എന്നത് തന്നെ ഒരു വിഭാഗമാണെന്ന വാദം എനിക്ക് മനസ്സിലാകാത്ത കാര്യമാണ്. എല്ലാത്തരം അക്രമങ്ങളുമുണ്ട്. സ്ത്രീകൾക്കെതിരെയുള്ള പുരുഷന്മാരുടെ ഗാർഹിക പീഡനം സൃഷ്ടിക്കുന്ന മാനസികവും സാമൂഹികവുമായ ഘടകങ്ങൾ നമുക്കറിയാം. സാമ്രാജ്യത്വം അതിന്റെ അധിനിവേശാക്രമങ്ങൾ നടത്തുന്നതെന്തുകൊണ്ടാണെന്ന് നമുക്കറിയാം. ദേശീയ വിമോചനത്തിനായുള്ള യുദ്ധങ്ങളുമുണ്ട്. എന്തുകൊണ്ടാണ് ആ യുദ്ധങ്ങൾ നടക്കുന്നതെന്നും നമുക്കറിയാം. വർഗ്ഗീയ കലാപങ്ങൾ മിക്കതും വളരെപ്പെട്ടെന്നുണ്ടാവുന്നവയാണെന്നു നമുക്കറിയാം; വളരെ ആസൂത്രിതമാണത്. പക്ഷേ, ഒരിക്കൽ സംഭവിച്ചു കഴിഞ്ഞാൽ രാഷ്ട്രീയ ലാഭം കിട്ടുന്ന ഏത് സന്ദർഭത്തിലും തുറന്നു വിടാവുന്ന ഭൂതം കൂടിയാണത്. ഇത്തരം അക്രമം അവാച്യമാണെങ്കിൽ പിന്നെ അതിനെതിരായി പ്രവർത്തിക്കേണ്ടതില്ലല്ലോ.

വിജയ്: അതായത് നിങ്ങൾ ഈ വീക്ഷണം അംഗീകരിക്കുകയാണെങ്കിൽ, വർഗ്ഗീയ ലഹളയെന്നാൽ തിരിച്ചറിയാൻ സാധിക്കാത്ത സമസ്യയായി വിലയിരുത്തപ്പെടാമെന്നർത്ഥം.

ഐജാസ്: അവരുടെ വാദവും അത് തന്നെയാണെന്നാണ് ഞാൻ മനസ്സിലാക്കുന്നത്.

വിജയ്: അങ്ങനെയെങ്കിൽ നിങ്ങൾക്ക് അതിനെക്കുറിച്ച് ഒന്നും ചെയ്യാൻ കഴിയില്ല.

ഐജാസ്: അതെ. അത് മറ്റൊരു മനുഷ്യ സഹജമായ സംഗതി മാത്രമാവും.

വിജയ്: നിങ്ങളതിനോടൊപ്പം ജീവിക്കേണ്ടിയിരിക്കുന്നുവെന്ന്. അല്ലെ?

ഐജാസ്: അതെ. മനുഷ്യമനസ്സിന്റെ ദുരൂഹതകളിലൊന്നായി അതിനെ ബ്രാൻഡ് ചെയ്യും.

വിജയ്: അത് വളരെ നിന്ദ്യമായ കാഴ്ചപ്പാടല്ലേ?

ഐജാസ്: അജ്ഞേയമായതെന്തിനെയും ശാസ്ത്രീയമായി വിശകലനം ചെയ്യേണ്ട ഒരു പണ്ഡിതൻ അങ്ങനെ പറയുന്നത് ഒരുതരം ഒളിച്ചോടലാണെന്ന് പറയേണ്ടി വരും.

വിജയ്: അതും ശരിയാണ്.

ഐജാസ്: വളരെ എളുപ്പമെടുക്കാവുന്നൊരു സ്റ്റാൻഡ് ആണത്. ആ അർത്ഥത്തിൽ വളരെ ഇരുണ്ടതും.

വിജയ്: ഇതിനെപ്പറ്റിയുള്ള ചർച്ച ഇവിടെ നിർത്താമെന്ന് തോന്നുന്നു. ചിന്തോദ്ദീപകമായി ഒന്നുമില്ലെങ്കിലും നാട് മുഴുവൻ പ്രചാരം ലഭിക്കുന്നൊരു കാഴ്ചപ്പാടല്ലേ അത്. അതുകൊണ്ടുതന്നെ വളരെയധികം അസ്വസ്ഥതയുളവാക്കുന്ന ഒന്ന്. ശരിയല്ലേ?

ഐജാസ്: അതെ. ഇതുകൊണ്ടാണ് ഞാൻ അവരെപ്പറ്റിയൊന്നും സുദീർഘമായി എഴുതാതിരുന്നത്. വളരെയേറെ തെറ്റിദ്ധരിക്കപ്പെട്ട ഒരാളെന്ന നിലയിൽ ഫുക്കുയാമയോട് എനിക്കല്പം താല്പര്യമുണ്ട്. ഉത്തരാധുനിക ചിന്തകരായ ല്യോതാർഡിനെ പോലെയുള്ളവരെക്കാൾ തത്ത്വശാസ്ത്രപരമായി താല്പര്യം ജനിപ്പിക്കുന്ന ആളാണ് ഫുക്കുയാമ. ദാർശനികമായി ഫുക്കുയാമ കൂടുതൽ രസകരമാണ്. ഹെഗലിനെയും നീത്ഷെയെയും കൃത്യമായി ഉപയോഗിക്കാനറിയാം. ലിബറൽ മുതലാളിത്തത്തിന്റെ വളർച്ചയാണ് ഇന്നുകാണുന്ന ഉപഭോക്തൃ സംസ്കാരത്തിനും ഭോഷ്കുകൾക്കും പിന്നിലെന്ന് അദ്ദേഹത്തിന് കൃത്യമായ ധാരണയുണ്ട്.

വിജയ്: അദ്ദേഹത്തിന്റെ ലേഖനതലക്കെട്ടിന്റെ രണ്ട് പ്രധാന ആശയങ്ങളാണത്. 'ചരിത്രത്തിന്റെ അന്ത്യം'- ഹെഗൽ, 'അവസാനത്തെ മനുഷ്യനും'-നീത്ഷെ.

ഐജാസ്: വികസിത, മുതലാളിത്തം വളർത്തിയെടുത്ത പുതിയ ലോകത്തെ ആഘോഷിക്കുന്നില്ലെന്നതാണ് ഫുക്കുയാമയുടെ ബൗദ്ധികവും ധാർമ്മികവുമായ ശ്രേഷ്ഠത. ല്യോതാർഡ് പക്ഷേ, അങ്ങനെയല്ല.

വിജയ് പ്രഷാദ്: താങ്കളുടെ *പോസ്റ്റ് കൊളോണിയൽ തിയറി* എന്ന ലേഖനത്തിൽ രസകരമായി തോന്നിയത് ഫുക്കുയാമയെ പരാമർശിക്കുന്ന ആദ്യ ഭാഗവും ഗായത്രി സ്പിവാക്കിനെ പരാമർശിക്കുന്ന അവസാന ഭാഗവുമാണ്. സ്പിവാക്കിന്റെ 'ക്യാൻ ദി സബാൾട്ടേൺ സ്പീക്?' എന്ന ലേഖനത്തിൽ *ഫുക്കോയെ* വിമർശനാത്മകമായി വിലയിരുത്തുന്നതിനെ താങ്കൾ പരിശോധിക്കുന്നു. ലേഖനത്തിൽനിന്നും തന്നെ വായിക്കാം: "അധികാര രൂപങ്ങൾ സാമൂഹിക ജീവിതത്തിൽ ഇടപെടുന്ന രീതികളെപ്പറ്റി ഫുക്കോയും ദെലൂസും നിരത്തുന്ന വാദങ്ങളോട് സ്പിവാക്കിന് വിയോജിപ്പുണ്ട്. അവരുടെ വിശകലനങ്ങളുടെ കാമ്പ് യൂറോകേന്ദ്രിതമായ പോസ്റ്റ്മോഡേൺ വാദമാണ്. യൂറോപ്പിന്റെ ഹീന

മായ സാമ്രാജ്യത്വ ചരിത്രത്തെ പരിഗണിക്കാതെയുള്ള ഇത്തരം ഏത് വിശകലനവും ദുർബ്ബലമാണെന്നാണ് സ്പിവാക്ക് പറയുന്നത്." അവരുടെ രചനകൾ കൗതുകമുണർത്തുന്നതാണ്. സ്പിവാക്കിനെപ്പറ്റിയെന്താണ് അഭിപ്രായം? നമ്മളിതുവരെ പറഞ്ഞ പലരിൽനിന്നും വ്യത്യസ്തമല്ലേ അവരുടെ വാദങ്ങൾ?

ഐജാസ്: കാര്യങ്ങളെ വളരെ ഗൗരവത്തിൽ കാണുന്ന ബുദ്ധിജീവിയാണ് ഗായത്രി സ്പിവാക്ക്. ഹോമി ഭാഭ അങ്ങനെയല്ല. സ്പിവാക്ക് എഴുതിയതിനോട് പൂർണ്ണമായി യോജിക്കാനാവില്ലെങ്കിലും അവർ ഒരു യഥാർത്ഥ ബുദ്ധിജീവിയാണ്. സാഹിത്യപുസ്തകങ്ങളെ നിരൂപണം ചെയ്യുന്നതിൽ അവർ അഗ്രഗണ്യയാണ്. ഡൽഹി യൂണിവേഴ്സിറ്റിയുടെ പാഠ്യപദ്ധതിയിൽ സ്പിവാക്കിന്റെ ആ പ്രസിദ്ധ ലേഖനമുൾപ്പെട്ടതിനാലാണ് ഉപന്യാസത്തിന്റെ ആ ഭാഗം ഉണ്ടായതുതന്നെ. ഡൽഹി സർവ്വകലാശാലയിലെ ഇന്ത്യൻ വിദ്യാർത്ഥികൾ നിർബ്ബന്ധമായും വായിക്കേണ്ട ആ ഉപന്യാസത്തിന്റെ വ്യാഖ്യാനമാണ് എന്റേത്; അതിനാൽ, പ്രധാനമായും ദില്ലി യൂണിവേഴ്സിറ്റിയിലെ ചില ഇന്ത്യൻ അദ്ധ്യാപകർ ഇത് വായിക്കുമെന്നായിരുന്നു എന്റെ പ്രതീക്ഷ. അല്ലാത്തപക്ഷം എനിക്കിതിലൊന്നും വലിയ താല്പര്യം തോന്നാറില്ല. ഒരു ബംഗാളി സ്ത്രീയുടെ ആത്മഹത്യയെപ്പറ്റിയുള്ള കൃതിയെ നിരൂപിക്കുന്നതാണ് ആ ലേഖനം. പക്ഷേ, അവിടെനിന്ന് തുടങ്ങി ഫുക്കോയ്ക്ക് എതിരെ എന്നാൽ ദെറീദയ്ക്കുള്ളൊരു വാഴ്ത്തുപാട്ടായി അത് മാറുന്നു. ഫൂക്കോക്കെതിരെ ദെറീദയ്ക്ക് അനുകൂലമായ നിലപാട് എടുക്കുന്നതിലേക്ക് ലക്ഷ്യം മാറി എന്നതാണ് ഞാൻ പറയുന്ന ഒരു അടിസ്ഥാന കാര്യം. രാഷ്ട്രീയ വിശകലനത്തിന് ദെറീദയെക്കാൾ വളരെ ഉപയോഗപ്രദമാണ് ഫുക്കോയെന്നു എഡ്വേർഡ് സെയ്ദ് അടക്കമുള്ളവർ പറഞ്ഞിരുന്നു. അടിസ്ഥാനപരമായി ഗ്രന്ഥങ്ങളുടെ വായനക്കാരനാണ്, അതിനാൽ തന്നെ രാഷ്ട്രീയത്തിന്റെയോ രാഷ്ട്രീയ സിദ്ധാന്തത്തിന്റെയോ മേഖലകളിൽ നിന്ന് വളരെ അകലെയുമാണ് ദെറീദ. സെയ്ദിന്റെ പേര് പറയാതെ ആ നിലപാടിനെ നിരാകരിക്കാനുള്ള ശ്രമമാണ് സ്പിവാക്കിന്റെ ഉപന്യാസം; സെയ്ദിനെ നിരാകരിക്കാനും ദെറീദയൻ തരത്തിലുള്ള വായന കൂടുതൽ മികച്ച രാഷ്ട്രീയ വിശകലനം നല്കുമെന്നുമുറപ്പിക്കാനുമുള്ള ശ്രമം. ഈ തർക്കത്തിൽ ഞാൻ സെയ്ദിനൊപ്പമാണ്. പക്ഷേ, പ്രബന്ധം വളരെ അപകീർത്തികരമായ ഒന്നാണെന്നെനിക്ക് തോന്നി, കാരണം അത് മരിച്ച സ്ത്രീയെ വെറുമൊരു ടെക്സ്റ്റായി മാത്രം പരാമർശിക്കുന്നു. മാത്രമല്ല, ഒന്നും വിശദീകരിക്കുന്ന ആത്മഹത്യാകുറിപ്പ് പോലുമില്ലാത്തൊരു സാഹചര്യമാണെന്നോർക്കണം. പൊതുസാഹചര്യത്തെക്കുറിച്ച് ദ്വിതീയ ഉറവിടങ്ങളിൽനിന്ന് സ്പിവാക്ക് ശേഖരിച്ച നിരവധി വസ്തുതകൾ ആ സ്ത്രീ മരിക്കാനുള്ള പ്രേരണയായി സ്പിവാക്ക് ആരോപിക്കുന്നു, ഉദാഹരണത്തിന്, അവൾ ഗർഭിണിയല്ലെന്ന് തെളിയിക്കാൻ ആർത്തവ സമയത്ത് അവൾ ആത്മഹത്യ ചെയ്തു എന്ന വാദം. ദെറീദിയൻ

ഡീകൺസ്ട്രക്റ്റീവ് രീതികൾ കൂടുതൽ ഉൾക്കാഴ്ചകൾ നല്കുന്നുവെന്ന് തെളിയിക്കാൻ ഇത്തരത്തിലുള്ള ഊഹവായന നടത്തുന്നത് പണ്ഡിതോചിതമായ നടപടിക്രമമല്ലെന്നു ഞാൻ കരുതുന്നു. കൂടാതെ സംസാരിക്കാൻ കഴിയാത്ത സ്ത്രീയോട് ചെയ്യുന്ന ധിക്കാരവുമായിരുന്നു, അത് അവൾ കീഴാളയായതുകൊണ്ടല്ല, മറിച്ച് അവൾ ജീവനോടെ ഇല്ലാത്തതുകൊണ്ടാണ്.

വിജയ്: ഉത്തരാധുനിക ചിന്താഗതി എങ്ങനെയാണ് കാര്യങ്ങളെ കൈകാര്യം ചെയ്യുന്നതെന്നു നിങ്ങൾ എഴുതുന്നുണ്ട്, 'എല്ലാ ചരിത്രവും വിവിധ തരത്തിലുള്ള ആഖ്യാനങ്ങൾ തമ്മിലുള്ള മത്സരമാണ്, ഈ ആഖ്യാനത്തിന്റെ അടിസ്ഥാനത്തിൽ സാമ്രാജ്യത്വത്തെ നിർവചിക്കുന്നത് മുതലാളിത്ത മോഡിന്റെ സാർവ്വത്രികവല്ക്കരണവുമായി ബന്ധപ്പെട്ടല്ല മറിച്ച് ഈ ആഖ്യാനത്തിന്റെ അടിസ്ഥാനത്തിലാണ്.' താങ്കളുടെ ലേഖനത്തിന്റെ പ്രധാന നിരീക്ഷണമാണിത്. *ഇൻ ഡിഫൻസ് ഓഫ് ഹിസ്റ്ററി* എന്ന *മന്ത്‌ലി റിവ്യൂ* പുസ്തകത്തിലും താങ്കളിത് ആവർത്തിക്കുന്നുണ്ട്. ഉത്തരാധുനിക ചിന്തയെപ്പറ്റിയുള്ള നല്ലൊരു നിരീക്ഷണമാണത്.

ഐജാസ്: അതെ. 'ഭാഷാശാസ്ത്രത്തിലേക്കുള്ള വരവ്' ഇതാണെന്നാണ് ഞാൻ മനസ്സിലാക്കുന്നത്. എന്റെ വീക്ഷണത്തിൽ, ഇത് ആത്യന്തികമായി, ചരിത്രത്തിന്റെ ആഖ്യാനമല്ലാതെ ഒരു ചരിത്രവുമില്ലാത്ത ഒരു പുസ്തകപരമായ ആദർശവാദമാണ്. അജ്ഞേയമായതിനോടുള്ള ഉന്മാദം തന്നെ! ലോകത്തൊരു ആഖ്യാനത്തെയും മറ്റൊന്നുമായി താരതമ്യം ചെയ്യാൻ സാധിക്കില്ല. കാരണം ആ സമീപനം ആത്യന്തികമായി എല്ലാ ആഖ്യാനങ്ങളും ഒരേ തട്ടിലാണെന്ന, മിഥ്യാധാരണ പടർത്തും. ആഖ്യാനങ്ങൾ എല്ലാം ഒന്നുകിൽ ഒരേ മൂല്യമുള്ളതും അല്ലെങ്കിൽ യാതൊരു മൂല്യമില്ലാത്തതുമാണെന്ന ഈ സമീപന രീതി സത്യമൊരു അജ്ഞേയ വസ്തുവാണെന്ന ധാരണയുണ്ടാക്കുന്നുണ്ട്. ഏതൊരു കല്പിതകഥയെയും പോലെ ചരിത്രവും വെറും ഭാവനാത്മകമായ വിവരണം മാത്രമാണെന്ന അപകടചിന്ത!. യാഥാർത്ഥ്യത്തെ മനസ്സിലാക്കാനുള്ള ശാസ്ത്രീയാവലോകന രീതിയെ ഇത് തള്ളിക്കളയുന്നു. സാമൂഹിക ശാസ്ത്രം ആഖ്യാന വിവരണങ്ങളാണെങ്കിൽ ശാസ്ത്രവും അതുപോലെ തന്നെയാണെന്ന് പറയേണ്ടി വരും. 'സംവാദാത്മക മാറ്റം' 'ഭാഷാശാസ്ത്രത്തിലേക്കുള്ള വരവ്' പോലുള്ളവ ഇന്നത്തെ ആശയവാദ നിലപാടുകളാണ്.

വിജയ്: ഈ സെക്ഷൻ അവസാനിപ്പിക്കേണ്ടത് ഇനിയുള്ള ചോദ്യത്തിലാണെന്ന് തോന്നുന്നു. ഉത്തരാധുനിക ചിന്തയും സമഗ്രമായ മാർക്സിയൻ സമീപനവും തമ്മിലുള്ള വ്യത്യാസങ്ങൾ ഞങ്ങൾക്കൊന്ന് പറഞ്ഞുതരണം. സത്യമെന്തെന്നും ഏതെന്നും നിർണ്ണയിക്കാൻ ഇവിടെ 'സത്യാധികാര സ്വരൂപങ്ങൾ' നിലനില്ക്കുന്നുവെന്നാണ് ഫൂക്കോ പറയുന്നത്. മാർക്സും എംഗൽസും ദി ജെർമൻ ഐഡിയോളജിയിൽ "അധികാര വർഗ്ഗത്തിന്റെ ആശയങ്ങളായിരിക്കും ഓരോ ചരിത്ര ഘട്ടത്തി

ലെയും പ്രമുഖ ആശയങ്ങൾ' എന്നെഴുതിയിട്ടുണ്ട്. 'സത്യാധികാര സ്വരൂപം' ഒരു റിലേറ്റിവിസ്റ്റ് ആശയമാണ്. മാർക്സും എംഗൽസും റിലേറ്റിവിസ്റ്റുകൾ ആയിരുന്നില്ല. അവർ അധികാരത്തെപ്പറ്റിയായിരുന്നു പറഞ്ഞുകൊണ്ടിരുന്നത്.

ഐജാസ്: പ്രാമുഖ്യമുള്ള ആശയങ്ങളെക്കുറിച്ചാണ് മാർക്സും എംഗൽസും പറഞ്ഞുകൊണ്ടിരുന്നത്. സാദാ ആശയങ്ങളെപ്പറ്റിയല്ല. എന്ന് പറഞ്ഞാൽ അധികാരവർഗ്ഗങ്ങളുടെ ആശയങ്ങൾ. ഇത് വളരെ പ്രധാനപ്പെട്ടൊരു പോയിന്റാണ്. അവ ചിലപ്പോൾ ശരിയായിരിക്കണമെന്നില്ല. അധികാര വർഗ്ഗത്തിന്റെ മർദ്ദനോപകരണങ്ങളും, വിദ്യാഭ്യാസവും മറ്റ് പ്രത്യയശാസ്ത്രോപാധികളും ഉപയോഗിച്ചാണ് ഈ മേല്ക്കോയ്മ നേടിയെടുക്കുന്നത്. എല്ലാവരെയും നിയോക്ലാസിക്കൽ സാമ്പത്തികശാസ്ത്രം മാത്രം പഠിപ്പിച്ചാൽ സാമ്പത്തിക ശാസ്ത്രമെന്നാൽ അത് മാത്രമേ ഉള്ളു എന്ന് അവർ തെറ്റിദ്ധരിച്ചേക്കാം. ഉദാഹരണത്തിന് മാർക്സിസം അധികാര വർഗ്ഗത്തിന്റെ ആശയങ്ങളുടെ ഭാഗമല്ല. നിലവിലെ ആശയങ്ങളോട് കലഹിച്ചു നില്ക്കുന്ന അവ കുറേക്കൂടി വിശാലമായ ഉണ്മ ഉൾക്കൊള്ളുന്നുണ്ട്. വൈരുദ്ധ്യാത്മകവും ശാസ്ത്രീയമായതുമായ അവലോകനത്തിനവസാനമാണ് ഈ ഉണ്മയിലേക്ക് നിങ്ങൾ എത്തിച്ചേരുക. മുതലാളിത്ത ഉല്പാദന വ്യവസ്ഥയെ സംബന്ധിച്ച് നമ്മൾ പറയുന്നതെല്ലാം ശരിയാണെന്ന് സ്ഥാപിക്കുകയാണ് *മൂലധനം.* സാമൂഹിക പ്രക്രിയകളെ വിവേകബുദ്ധിയും അനുഭവവും പ്രയോഗിച്ചു പഠിക്കുമ്പോൾ ഉണ്മയെ കൂടുതലറിയാൻ പറ്റുമെന്നൊരു വിശ്വാസമുണ്ട്. തൊഴിലാളി വർഗ്ഗമാണ് സത്യത്തെ നയിക്കുന്ന ചാലകശക്തി എന്നാണ് ലൂക്കാച്ചിന്റെ പക്ഷം. തൊഴിലാളിവർഗ്ഗ വീക്ഷണമാണ് ഏറ്റവും വലിയ സത്യം. 'സത്യാധികാര സ്വരൂപങ്ങളെ'ന്ന സംഗതി ഇതിൽ നിന്ന് വളരെ വ്യത്യസ്തമാണ്. അധികാരം സത്യത്തിന്റെ വിവിധ 'പ്രതീതികൾ' സൃഷ്ടിക്കുന്നുവെന്നാണ് ഫുക്കോയുടെ വാദം. ഇവിടെ വസ്തുനിഷ്ഠ യാഥാർത്ഥ്യമെന്നൊന്നില്ല പോലും. അധികാര പരിഗണനകൾ സ്വാധീനിക്കാത്ത സമഗ്ര യാഥാർത്ഥ്യമുണ്ടാവുമെന്ന് ഫുക്കോ വിശ്വസിക്കുന്നില്ല. ആ പരിഗണനകൾക്ക് പുറത്തുകടക്കാനാവില്ലത്രേ. ഏത് അധികാര രൂപത്തെയും എതിർക്കുന്നത് മറ്റൊരു അധികാര രൂപം മാത്രമായിരിക്കുമെന്നാണ് ഫുക്കോ പറയുന്നത്. അങ്ങനെയെങ്കിൽ ഈ ശക്തി ദുരൂഹതയുള്ള ദൈവതുല്യമായ എന്തോ ആണെന്ന് വരുന്നു. അർത്ഥശാസ്ത്രവും ഭരണകൂട രാഷ്ട്രീയവും ഉപയോഗിച്ച് ചരിത്രത്തെ മനസ്സിലാക്കാൻ സാധിക്കില്ലെന്നാണ് ഫുക്കോയുടെ അഭിപ്രായം. ലൈംഗികത, വൈദ്യശാസ്ത്രം, ജയിൽവാസം തുടങ്ങിയ മൈക്രോ ആഖ്യാനങ്ങളിലൂടെ ചരിത്രത്തെ വിവരിക്കാൻ പറ്റുമായിരിക്കാം. ഫുക്കോയെ സംബന്ധിച്ച് അധികാരവും ജ്ഞാന വ്യവസ്ഥയും കൂടിക്കുഴയുന്ന ഒരുപാട് വ്യവഹാരങ്ങളുണ്ട്. ഇത്തരം വാദങ്ങളിൽ പലതും തെറ്റായിരുന്നുവെന്ന് അദ്ദേഹം പിന്നീട് അംഗീകരിച്ചു. പക്ഷേ, ഇവിടെ പറഞ്ഞ പലതും

അദ്ദേഹത്തിന്റെ പ്രധാന സംഭാവനകളെന്ന് പൊതുവെ ഖ്യാതി കേട്ടതാണ്.

വിജയ് പ്രഷാദ്: പക്ഷേ, ഫുക്കോയുടെ *ഡിസിപ്ലിൻ ആന്റ് പണിഷ്* വളരെ കൗതുകമുണർത്തുന്ന ഒരു പഠനമാണ്. അധികാര രൂപമെന്ന തിനെ ഏത് സാമൂഹിക സ്ഥാപനങ്ങളുമായും കണക്ക് ചെയ്യാമെന്നാണ് ഇവിടെ അദ്ദേഹത്തിന്റെ വാദം. അത് സ്കൂൾ ആവാം, തടവറയാവാം, അങ്ങനെ എന്തുമാവാം. ഇതൊരു സൂക്ഷ്മ ആഖ്യാനമല്ലല്ലോ? ചരിത്രത്തെ സംബന്ധിച്ച ബൃഹത്തായൊരു കാഴ്ചപ്പാടല്ലേ?

ഐജാസ് അഹമ്മദ്: സൂക്ഷ്മമെന്ന എന്റെ പ്രയോഗം തെറ്റിപ്പോയിയെന്ന് തോന്നുന്നു. വ്യക്തികേന്ദ്രിത ഇടങ്ങളിൽ അധികാരമെങ്ങനെ വർത്തിക്കുന്നുവെന്ന അനിയന്ത്രിത ആഖ്യാനങ്ങളെയാണ് ഞാനുദ്ദേശിച്ചത്. വ്യത്യസ്തങ്ങളായ വ്യവഹാരങ്ങൾ, അതിന്റെ വൈവിദ്ധ്യം, വൈദ്യശാസ്ത്രത്തെ സംബന്ധിച്ച വ്യവഹാരങ്ങൾ, വധശിക്ഷയുമായി ബന്ധപ്പെട്ട വ്യവഹാരങ്ങൾ; എല്ലാം എത്ര വ്യത്യസ്തം! ഓരോന്നിനും അതിന്റേതായ ചരിത്രവുമുണ്ട്. വൈദ്യശാസ്ത്രത്തിനൊരു ചരിത്രമുണ്ട്, ഉന്മാദത്തിനൊരു ചരിത്രമുണ്ട്, എന്തിനേറെ ഉന്മാദത്തിന്റെ കണ്ടെത്തലിനു പിന്നിലൊരു ചരിത്രമുണ്ട്. എന്നാൽ ഇവയെയെല്ലാം ഒരു വലിയ കുടക്കീഴിൽ ഒന്നിച്ചുകാണാൻ സാധിച്ചെന്നു വരില്ല. കാലത്തെ മുന്നോട്ടു നയിക്കുന്ന ചാലകശക്തികൾ എന്നൊന്നില്ലെന്നാണ് ഈ വാദത്തിന്റെ കാതൽ. അതിനാൽ ചരിത്രത്തെ അതിന്റെ സമ്പൂർണ്ണതയിൽ മനസ്സിലാക്കാൻ സാധിക്കില്ല. സമഗ്രതയെന്നത് ഹെഗലും മാർക്സിസവും മുന്നോട്ടുവെക്കുന്ന സമീപനരീതിയാണ്. ഉത്തരഘടനാവാദികൾ അതിനെ എതിർക്കുന്നു. ജനപ്രതിനിധികളുടെ രാഷ്ട്രീയ സ്ഥാപനങ്ങളെ - രാഷ്ട്രീയ പാർട്ടികൾ, ട്രേഡ് യൂണിയനുകൾ, പാർലമെന്റുകൾ- ഫുക്കോ അടിച്ചമർത്തലിനുള്ള ഉപാധികളായിട്ടാണ് കാണുന്നത്. ആർക്കും മറ്റൊരാൾക്ക് വേണ്ടി ശബ്ദമുയർത്താനുള്ള അവകാശമില്ല. സ്വയമേവ പ്രതിഷേധിക്കാൻ അവസരങ്ങളുണ്ടാക്കിക്കൊടുക്കുക എന്നതാണ് രാഷ്ട്രീയത്തിൽ ചെയ്യാൻ സാധിക്കുന്ന ഒരേയൊരു കാര്യം. അതിനാൽ, നിങ്ങൾക്ക് എല്ലായ്പ്പോഴും ഈ അയൽപ്പക്കത്തോ ആ ജയിലിലോ പോയി സ്ഥലവാസികൾക്ക് സ്വയം പ്രതിനിധീകരിക്കാൻ കഴിയുന്ന ഏതെങ്കിലും തരത്തിലുള്ള കമ്മിറ്റി രൂപീകരിക്കാൻ അവരെ സഹായിക്കാം: തീവ്ര പ്രാദേശികവല്ക്കരണത്തിന്റെ സൂക്ഷ്മ രാഷ്ട്രീയം.

ഫുക്കോയുടെ ഡിസിപ്ലിൻ ആന്റ് പണിഷിന്റെ തുടക്കം ചരിത്രത്തെ സമഗ്രമായി കാണുന്നുവെന്ന് നിങ്ങൾ പറഞ്ഞല്ലോ. അർത്ഥശാസ്ത്രത്തെയും ഭരണകൂടത്തെയും (ഇത് രണ്ടുമാണല്ലോ മറ്റെന്തിനെയും രൂപപ്പെടുത്തുന്ന അടിസ്ഥാന സ്വരൂപങ്ങൾ - ബോർദ്യൂ) മാറ്റിനിർത്തി ചരിത്രത്തെ സമഗ്രമായി മനസ്സിലാക്കാൻ നിങ്ങൾക്ക് സാധിക്കില്ല. മാത്രമല്ല, ജയിലുകൾക്ക് പകരം സ്കൂളുകൾ വേണമെന്ന അദ്ദേഹത്തിന്റെ വാദം വളരെ നിരുത്തരവാദപരമായി എനിക്ക് തോന്നി. സമൂഹത്തിൽ ഒരു

സ്കൂളിന്റെ ഘടനാപരമായ സ്ഥാനം ജയിലിൽനിന്ന് വളരെ വ്യത്യസ്തമാണ്. ഇവയെ രണ്ടിനെയും അച്ചടക്കമെന്ന വിശാലമായൊരു പദവുമായി ബന്ധിപ്പിക്കുന്നത് ശരിയല്ല. വിധേയത്വമെന്ന വലിയൊരു പദത്തെ എതിർക്കുന്നുവെന്ന പേരിൽ ഫുക്കോയ്ക്ക് അത് ചെയ്യാം. മാർക്സിസ്റ്റുകൾക്ക് അത് പറ്റില്ല. അവർ തടവറയുടെ പ്രാധാന്യം കുറഞ്ഞുകൊണ്ടിരിക്കുന്ന, വിദ്യാഭ്യാസം എല്ലാവർക്കുമൊരുപോലെ ലഭിക്കുന്ന ഒരു സമൂഹത്തെ സ്വപ്നം കാണുന്നവരാണ്.

വിജയ്: ഒരു ഉത്തരാധുനിക കാഴ്ചപ്പാടിൽ ആർ എസ് എസിനെതിരെയുള്ള രാഷ്ട്രീയ പ്രതിരോധം എങ്ങനെയായിരിക്കണം?

ഐജാസ്: ഉത്തരാധുനികത വലിയ ട്രെൻഡ് ആയിക്കഴിഞ്ഞാൽ ആളുകളെല്ലാം ആ പദാവലികളിൽ സംസാരിച്ചുതുടങ്ങും. അതുകൊണ്ട് പ്രധാന ചിന്തകരെ പരാമർശിച്ച് സംസാരിക്കണമെന്നാണ് എന്റെ അഭിപ്രായം. അതുകൊണ്ടാണ് ഞാൻ ല്യോതാർഡ്, ദെറീദ, ഫുക്കോ എന്നൊക്കെ ഇടയ്ക്കിടെ പറയുന്നത്. എന്നാലേ ഏത് ചിന്താപദ്ധതിയെക്കുറിച്ചാണ് പറയുന്നതെന്ന് വ്യക്തമാവൂ. ആർ എസ് എസിനെപ്പറ്റി പറയുന്നതിനു മുൻപ് രണ്ടുകാര്യങ്ങൾ കൃത്യമാക്കണം. ഫുക്കോയും ദെറീദയും ഉൾപ്പെടെയുള്ള ആളുകൾ ഫാസിസത്തെയോ, തീവ്രവലതുപക്ഷത്തിനെയോ, മതതീവ്രവാദത്തെയോ അനുകൂലിക്കുന്നവരല്ല. ഫുക്കോ വെറുമൊരു ചാരുകസേര ബുദ്ധിജീവിയായിരുന്നില്ല. ഫ്രാൻസിലെ വലതുപക്ഷ സർക്കാരിനെതിരെ ഇടതുപക്ഷം നയിച്ച പല സമരങ്ങളിലും അദ്ദേഹം പങ്കെടുത്തിരുന്നു. തീവ്രവലതുപക്ഷത്തെ എങ്ങനെ മൂർത്തമായി നേരിടാമെന്ന ചോദ്യം വരുമ്പോഴാണ് പ്രശ്നം. എല്ലാ വിയോജിപ്പുകളും തുടങ്ങുന്നത് അവിടെയാണ്. ആർ എസ് എസിനെതിരെ ദേശീയ തലത്തിൽ ഒരു പ്രതിരോധനിര വികസിപ്പിക്കുന്നതിൽ കമ്യൂണിസ്റ്റുകാർ വിശ്വസിക്കുന്നു. അതിൽ പല ഘടകങ്ങളുണ്ടായിരിക്കുമല്ലോ. പാർട്ടിയെ വലുതാക്കൽ, ജനകീയ മുന്നേറ്റങ്ങൾ ഉണ്ടാക്കുക, ഫാസിസ്റ്റുവിരുദ്ധ പാർട്ടികളുടെ കൂട്ടായ്മ വിപുലപ്പെടുത്തുക, അത്യാവശ്യഘട്ടങ്ങളിൽ സമാന്തര പ്രതിരോധ സേന, അവിടെനിന്ന് വിപ്ലവവും പുതിയ ഭരണകൂടമുണ്ടാക്കലും ഉൾപ്പെടെ നൂറു പണികളുണ്ടാവും. ഇത്തരം ബദലുകൾ എങ്ങനെ കെട്ടിപ്പടുക്കാമെന്ന അടിസ്ഥാന ചോദ്യത്തിൽ നിന്നാണ് വിയോജിപ്പുകൾ തുടങ്ങുന്നതുതന്നെ.

വിജയ്: ആർ എസ് എസ് കലാപം നടത്തിക്കൊള്ളട്ടെ എന്നാണോ അവരുടെ വാദം?

ഐജാസ്: മൈക്രോ-രാഷ്ട്രീയമാണല്ലോ അവരുടെ രീതി. എൻ ജി ഒകൾ, പ്രാദേശിക മുന്നേറ്റങ്ങൾ, പ്രതിനിധാന പ്രശ്നങ്ങൾ ഒക്കെയാണ് അവരേറ്റെടുക്കുന്ന വിഷയങ്ങൾ. അതൊരു സുരക്ഷിതമായ വ്യക്തികേന്ദ്രിത വാദമോ അരാജകവാദമോ മാത്രമല്ല, സൗകര്യമാർന്ന നിഷേധവുമാണത്.

വിജയ്: ഉത്തരാധുനികതയെപ്പറ്റി താങ്കൾ നടത്തിയ പ്രഭാഷണ

ങ്ങളിൽ അതിന് പല തട്ടുകളുണ്ടെന്ന് പറയുന്നുണ്ട്. ഉത്തരാധുനികത തുടക്കത്തിലൊരു അമേരിക്കൻ ആശയമായിരുന്നുവെന്നും പിന്നീടതിന് ഫ്രഞ്ച് സ്വാധീനമേറി വരുന്നുണ്ടെന്നുമുള്ള താങ്കളുടെയൊരു നിരീക്ഷണം കണ്ടു. നിയോലിബറലിസം വന്നതോടെ ക്ഷേമ പ്രവർത്തനങ്ങളിൽനിന്നും പിന്മാറിയ ജനാധിപത്യ ഭരണകൂടങ്ങൾ കോർപ്പറേറ്റ് ഫണ്ടിങ്ങുള്ള സാമൂഹിക പ്രവർത്തനങ്ങളെ പിന്താങ്ങിത്തുടങ്ങി. ഭരണകൂടം അതിന്റെ ഉത്തരവാദിത്വങ്ങളിൽനിന്ന് പിന്മാറിയ മേഖലകളിൽ പ്രാദേശികമായ അരാഷ്ട്രീയ മുന്നേറ്റങ്ങൾ നടത്താനും എൻ ജി ഒ പോലുള്ള സ്ഥാപനങ്ങൾ തുടങ്ങാനുമുള്ള സാദ്ധ്യതകൾ രൂപപ്പെട്ടു. 'ഉത്തരാധുനികതയുടെ അംഗീകൃത ആശയങ്ങൾ' എന്നാണ് നിങ്ങളതിനെ വിളിക്കുന്നത്. ഇതാണ് മൈക്രോ-രാഷ്ട്രീയത്തിന്റെ ലോകം.

ഐജാസ്: അതെ. പ്രധാനപ്പെട്ട ഉത്തരാധുനിക ചിന്തകരാരും നിയോലിബറലിസത്തെ അനുകൂലിച്ചുവെന്ന് ഞാൻ കരുതുന്നില്ല. നിയോലിബറലിസത്തിനെതിരെയും മൂലധന അധീശത്വത്തിനെതിരെയും വളരെയധികം എഴുതിയവരാണ് ഫുക്കോയും ദെറീദയുമൊക്കെ. ഈ കാര്യത്തിൽ അവർക്ക് മാർക്സിസ്റ്റുകാരുമായി ഒരു അഭിപ്രായവ്യത്യാസവുമില്ല. പക്ഷേ, എന്ത് ചെയ്യണമെന്ന ചോദ്യം വരുമ്പോൾ സംഗതി മാറി.

'സാമൂഹിക മുന്നേറ്റം' എന്നതുതന്നെ രാഷ്ട്രീയ മുന്നേറ്റങ്ങളെ കരിവാരിത്തേക്കാനുള്ള ശ്രമമാണ്. രാഷ്ട്രീയ മുന്നേറ്റങ്ങൾ ഭരണകൂടത്തിന്റെ സ്വഭാവം മാറ്റിത്തീർക്കാനാണ് പ്രയത്നിക്കുന്നത്. സാമൂഹിക മുന്നേറ്റങ്ങൾ ഇതിനു നേരെ എതിരാണ്. അതൊരു നിഷ്കളങ്കമായ പേരല്ല കേട്ടോ. രാഷ്ട്രീയമെന്ന സജീവാശയത്തെ നിരാകരിക്കാൻ ആളുകളെ അത് പ്രേരിപ്പിക്കുന്നു. പാർട്ടികൾ, ട്രേഡ് യൂണിയനുകൾ, പല പ്രമുഖ രാഷ്ട്രീയ ചെറുത്തുനില്പ്പുകളുടെയും ചരിത്രം തുടങ്ങി പലതിനെയും അത് റദ്ദ് ചെയ്യും.

ഉത്തരാധുനിക ചിന്തകരല്ല ഈ കുഴപ്പത്തിന് കാരണം. എൻ ജി ഒ ആണ് വേണ്ടതെന്ന് ഫുക്കോ പോലും പറഞ്ഞതുമല്ല. എന്നിരുന്നാലും, ഘടനാപരമായ ഒരു ഹോമോളജി ഉണ്ട് (ഒന്നു തന്നെയാണു മറ്റൊന്ന് എന്ന് തോന്നുന്നതിനെയാണ് ഹോമോളജി എന്നു പറയുന്നത്); ഒന്ന് മറ്റൊരാൾ നേരിട്ട് സൃഷ്ടിച്ചതല്ല, മറിച്ച് അത് ഒരു ഹോമോളജിയാണ്, അത് നമ്മൾ ജീവിക്കുന്ന ഒരു പ്രത്യേക ഘടനാപരമായ അവസ്ഥയുടെ ഭാഗമാണ്, അതിൽ ആ ആശയങ്ങൾ പ്രത്യക്ഷപ്പെടുന്നു, ആ രാഷ്ട്രീയ പ്രവർത്തന രൂപങ്ങൾ പ്രത്യക്ഷപ്പെടുന്നു. 1970 ൽ ഇറ്റലിയിൽനിന്ന് കുറച്ചു സഖാക്കൾ എന്നെ കാണാനായി ന്യൂയോർക്കിൽ വന്നു. ഞാനവിടത്തെ കാര്യങ്ങളെക്കുറിച്ചു ചോദിച്ചിരുന്നു. അമേരിക്കൻ ശൈലിയിലെ പ്രാദേശിക സാമൂഹിക മുന്നേറ്റങ്ങൾ ഇറ്റലിയിലും ശക്തി പ്രാപിക്കുന്നുവെന്നാണ് അവരെന്നോട് പറഞ്ഞത്. പ്രതികരണമെന്ന നിലയ്ക്ക് ഏറ്റവും ഫാഷനബിളായൊരു രീതിയായി അത് മാറിയത്രെ. ഇവരു

യർത്തുന്ന പല വിഷയങ്ങളിലും പാർട്ടിക്ക് വ്യക്തമായൊരു നിലപാടുണ്ടാവും. പക്ഷേ, പ്രതിഷേധ രീതികളിലുള്ള വ്യത്യാസം വളരെ പ്രകടമായിരിക്കും. അവരുടേത് ആ അർത്ഥത്തിൽ കമ്യൂണിസ്റ്റ് വിരുദ്ധമായ രീതികളാണ്. ഇത് മറ്റൊരു രീതിയിൽ നമ്മൾ മുമ്പ് കണ്ടിട്ടുണ്ട്. മൂന്നാം കമ്യൂണിസ്റ്റ് ഇന്റർനാഷണലിനെതിരെ രണ്ടാം ഇന്റർനാഷണൽ ഉയർത്തിയ വിഭാഗീയത ഓർമ്മയില്ലേ? ജർമ്മനിയും സ്വീഡനും സോഷ്യൽ ഡെമോക്രാറ്റിക് രാജ്യങ്ങളുമായിരുന്നു ഇതിന്റെ ധന ശ്രോതസ്സ്. മറ്റ് ഫണ്ടിങ് സ്രോതസ്സുകൾ പിന്നീട് വന്നു, ഈ ശക്തികൾക്ക് ധനസഹായം നല്കുകയും മൂന്നാം ലോകത്തിലെ ആളുകളുടെ മാനസികാവസ്ഥ മാറ്റുകയും ചെയ്യുന്നത് എത്ര പ്രധാനമാണെന്നും രാഷ്ട്രീയമായി ഇത് എത്രത്തോളം വിജയകരമാണെന്നും അമേരിക്ക കണ്ടെത്തി. സമൂലമായ പ്രവർത്തനത്തിനെ നിർവ്വചിക്കുന്നതിൽ അവർ കമ്യൂണിസ്റ്റുകാരുമായി മത്സരിച്ചു. ഭരണകൂടത്തെ മറക്കണമെന്നും മാറ്റേണ്ടത് സമൂഹവും, കൂടെ നിരവധി സാമൂഹിക മാനദണ്ഡങ്ങളുമാണെന്നവർ പറഞ്ഞു. സാമൂഹിക മുന്നേറ്റങ്ങളുടെ നെറ്റ്‌വർക്ക് ആണ് ഈ വിപ്ലവത്തെ നയിക്കുക. ലോകത്തെമ്പാടുമുള്ള ജനകീയ മുന്നേറ്റങ്ങളെ ഇത്തരം അന്താരാഷ്ട്ര നെറ്റ്‌വർക്കുകൾ നിയന്ത്രിക്കും. കേന്ദ്രീകൃത രാഷ്ട്രീയ നേതൃത്വമെന്നതിനെ ഇവർക്കംഗീകരിക്കാൻ കഴിയില്ല. കേന്ദ്രനേതൃത്വമില്ലാത്ത യാദൃച്ഛിക പ്രസ്ഥാനങ്ങളെയാണ് ഇവർ പ്രോത്സാഹിപ്പിക്കുന്നത്. ഉത്തരാധുനിക കാലത്ത് ഇതാണ് റാഡിക്കലിസം. തീവ്ര രാഷ്ട്രീയത്തിന്റെ അടിത്തറ കമ്യൂണിസ്റ്റുകാർ മാത്രമാണെന്ന് നിങ്ങൾ കരുതുന്നുവെങ്കിൽ, നിങ്ങൾക്ക് തെറ്റി. ഉത്തരാധുനികന്മാരും അങ്ങനെ തന്നെ.

വിജയ്: ഇതൊരു ഫാന്റസി ആണല്ലേ (എന്റേതല്ല കേട്ടോ)? ഈ ചിന്തയുടെ ഘടന വളരെ പരിമിതപ്പെട്ടതാണ്. ആ വികേന്ദ്രിത സ്വഭാവം തന്നെയാണതിനെ ആകർഷകമാക്കുന്ന സംഗതി. ഈ വിഷയത്തെപ്പറ്റി അല്പം സംസാരിക്കാമോ?

ഐജാസ്: ഇപ്പോൾ കാണുന്ന സംഭവങ്ങളെല്ലാം വളരെ വലുതും വിപുലവുമായൊരു രാഷ്ട്രീയ പദ്ധതിയുടെ ഭാഗമാണെന്നാണ് ഞാൻ പറയുന്നത്. ഇടതുപക്ഷത്തിന്റെ രാഷ്ട്രീയ തോല്‌വിയാണതിന്റെ ഫോക്കസ് പോയിന്റ്. എവിടെ വെച്ചാണ് ഇടതുപക്ഷം തോറ്റു പോയതെന്നുള്ളത് വേറെ ചർച്ചാ വിഷയമാണ്. 1989 ൽ പെട്ടെന്നുണ്ടായതല്ല ആ പതനം. പലയിടങ്ങളിലും പല കാലങ്ങളിലായി നടന്നുവരികയായിരുന്നു. ശക്തമായ കമ്യൂണിസ്റ്റ് പാർട്ടിയായിരുന്നു ഗ്രീസിലേത്. സ്വേച്ഛാധിപത്യം പാർട്ടിയെ വേരോടെ പിഴുതെറിഞ്ഞു. ഇന്ന് ഗ്രീസ് കമ്യൂണിസ്റ്റ് പാർട്ടി വളരെ ചെറുതാണ്. ഇന്തോനേഷ്യയിൽ നടന്ന ഹീനമായ കമ്യൂണിസ്റ്റ് വേട്ട കുപ്രസിദ്ധമാണല്ലോ. അത്തരം തിരിച്ചടികളുടെ കണക്കുകൾ വളരെ വലുതായിരിക്കും. ഇടതുപക്ഷത്തിന് വലിയ തിരിച്ചടി നേരിട്ട ഇടങ്ങൾ മറ്റ് പലരും കൈയേറാൻ ശ്രമിച്ചുതുടങ്ങി. സിദ്ധാന്തത്തിന്റെയും പ്രത്യയശാസ്ത്ര ശിക്ഷണത്തിന്റെയും മേഖലകളിൽ വലിയ

വാഗ്വാദങ്ങൾ നടന്നു. തലമുറകളായി 'വിമോചനത്തിനായുള്ള ബൃഹദ് ചിന്താപദ്ധതിയോടുള്ള അവിശ്വാസം' കേട്ടുവളർന്നവർക്ക് കമ്യൂണിസം എന്നാൽ നിഷ്ഠുര ഭരണമെന്നോ ഗുലാഗ് എന്നോ മാത്രമേ അറിയൂ. ഉത്തരാധുനിക കാലത്തെ പ്രയോജനവാദവും ലിബറലിസവുമാണ് അവരെ സംബന്ധിച്ച് ശരിയായ സ്വാതന്ത്ര്യം. കമ്യൂണിസ്റ്റ് ഇന്റർനാഷണൽ എന്ന ആശയത്തിന് ബദലായി തുടങ്ങിയതാണ് ദി വേൾഡ് സോഷ്യൽ ഫോറം. ലോകത്തിന്റെ പല ഭാഗങ്ങളിൽനിന്നുള്ള ജനകീയ സമരങ്ങളെ കോർത്തിണക്കാനുള്ള ഒരു ചെറിയ ശ്രമം പോലും അവിടെയാരും നടത്തിയില്ല. അതൊരു തരം കൈകടത്തലാണെന്ന വാദമായിരുന്നു അവർക്ക്. അവരവർക്ക് തോന്നുന്നതെന്തോ അതുപോലെ നടക്കട്ടെയെന്ന് സംഘാടകർ ശഠിച്ചു. ഒരു രാഷ്ട്രീയ പാർട്ടിയെയും- പ്രത്യേകിച്ച് കമ്യൂണിസ്റ്റ് പാർട്ടികൾ - ഫോറത്തിൽ പങ്കെടുപ്പിക്കരുതെന്ന് വിലക്കുണ്ടായിരുന്നു. ഞങ്ങളുടെയെല്ലാം നിർബ്ബന്ധത്തിനുവഴങ്ങി ഫോറത്തിന്റെ ബോംബെ സെഷനിൽ കമ്യൂണിസ്റ്റ് പാർട്ടികൾക്ക് വിലക്ക് ഒഴിവാക്കി. അവരവിടെ വെച്ച് യോഗം ചേർന്നു.

വിജയ്: 'മറ്റൊരു ലോകം സാദ്ധ്യമാണ്' എന്നായിരുന്നു അവരുടെ മുദ്രാവാക്യം. എന്തൊരു ശൂന്യമായ വാദം!

ഐജാസ്: അതെ. 'മറ്റൊരു ലോകം' എന്നത് വളരെ കൗതുകമുണർത്തുന്ന പ്രയോഗം. നിയോലിബറലിസമായിരിക്കില്ല ആ ലോകം. പക്ഷേ, അത് കമ്യൂണിസ്റ്റ് സമൂഹവുമാവേണ്ട.

വിജയ്: ഇവിടെ 'മറ്റൊരു ലോകം' എന്നത് ഫാസിസവുമാവാം.

ഐജാസ്: ഏയ് അതെന്തായാലും അല്ല. ഫാസിസം വരണമെന്ന് അവരെന്തായാലും ആഗ്രഹിക്കില്ലല്ലോ. നിയോലിബറലിസവും കമ്യൂണിസവുമല്ലാത്ത 'മറ്റൊരു ലോകത്തെ' പറ്റിയാണ് അവരുടെ ചർച്ച. കോർപ്പറേറ്റ് ആഗോളവല്ക്കരണമെന്നതിനെ അവരും എതിർക്കുന്നു. പക്ഷേ, ആഗോളവല്ക്കരണമെന്ന ആശയത്തിന് അവരെതിരല്ല. ബഹുരാഷ്ട്ര കുത്തകകളും മൂലധനവും വഴിയല്ലാതെ ഇവിടെ ആഗോളവല്ക്കരണം വരുമെന്നാണ് അവർ പറയുന്നത്. വേൾഡ് സോഷ്യൽ ഫോറത്തിലെത്തിയ എല്ലാവരും മുതലാളിത്തത്തെ വിമർശിച്ചു. പക്ഷേ, ഫോറം അതിനെ ഉൾക്കൊണ്ടുവെന്ന് കരുതാൻ പറ്റില്ല. അല്ലെങ്കിലും മുതലാളിത്തത്തിന് ബദലെന്ന പേരിൽ ഒരു പൊതുപരിപാടി രൂപീകരിക്കാൻ സാധിക്കില്ല.

വിവർത്തന പങ്കാളി: അമൽ ദാസ് സി

സാമ്രാജ്യത്വം

വിജയ് പ്രഷാദ്: 2001 നു ശേഷം ആദ്യം അഫ്ഗാനിസ്ഥാനും തുടർന്ന് ഇറാഖിനുമെതിരെ അമേരിക്ക ഒരു യുദ്ധ പരമ്പരയിലേക്ക് തന്നെ കടന്നു. ആ കാലത്ത് സാമ്രാജ്യത്വം എന്ന പദം വർത്തമാനങ്ങളിൽ പോലുമില്ലായിരുന്നു. ആ പദത്തെയും അതിന്റെ ആശയ തലത്തെയും ആരും മുഖവിലയ്ക്കെടുക്കാത്തത് പോലെ. അങ്ങനെയല്ലായിരുന്നെങ്കിൽ അമേരിക്ക നടത്തുന്ന യുദ്ധങ്ങളെക്കുറിച്ച് സാധാരണക്കാർക്ക് കുറേക്കൂടി നന്നായി മനസ്സിലാക്കാൻ സാധിച്ചേനെ. 'നമ്മുടെ കാലത്തെ സാമ്രാജ്യത്വം' എന്ന ശക്തമായ തലക്കെട്ടിൽ 2004 ൽ സോഷ്യലിസ്റ്റ് രജിസ്റ്ററിൽ താങ്കൾ ഒരു ലേഖനമെഴുതിയിരുന്നു. 1964 ൽ *നമ്മുടെ കാലത്തെ ഫാസിസം* എന്ന പേരിൽ മൈക്കൽ കലേക്കി എഴുതിയ പുസ്തകത്തിൽ നിന്നുമാണ് പ്രസ്തുത പദം കടമെടുത്തിരിക്കുന്നത്. ആ ലേഖനം എഴുതാനുള്ള സാഹചര്യം വിശദീകരിക്കാമോ?

ഐജാസ് അഹമ്മദ്: ആ സമയത്ത് ഇറാഖിൽ നടന്ന കാര്യങ്ങളത്രയും തന്നെ, സെപ്തംബർ 11 (വേൾഡ് ട്രേഡ് സെന്റർ ആക്രമണം) സംഭവത്തിനുശേഷം അമേരിക്ക നടത്തുന്ന ചെറുത്തുനില്പായിട്ടൊക്കെയാണ് സാധാരണക്കാർ കണ്ടിരുന്നത്. എന്നാൽ ലോകക്രമത്തിനുമേൽ അമേരിക്ക പുതിയൊരുതരം ശക്തി പ്രയോഗിക്കുന്ന രീതിയായി അതിനെ കാണാൻ ആളുകൾ തയ്യാറായില്ല. സദ്ദാം ഹുസൈൻ ഒരു ഫാസിസ്റ്റാണെന്നുള്ള പ്രചാരണം ഏകദേശം രണ്ടു പതിറ്റാണ്ടായി അമേരിക്ക നടത്തിയിരുന്ന അതേ സമയത്താണ് ഇടതുപക്ഷത്തുള്ള ഫ്രെഡ് ഹാലിഡേയെ പോലുള്ള ചിന്തകർ പോലും അതിനെ പിന്താങ്ങിയത്. "ഫാസിസ്റ്റുകളെ നാം പുറത്താക്കണം. 1945 ൽ നമ്മൾ നാസികളെ പുറത്താക്കി, ഇനി ഇവറ്റകളുടെ ഊഴമാണ്." എന്നായിരുന്നു ഫ്രെഡിന്റെ വാദം.

പാശ്ചാത്യ ഇടതുപക്ഷത്തിന്റെ വലിയൊരു വിഭാഗവും ഇത്തരത്തിൽ തന്നെയായിരുന്നു ഇറാഖിനു മേലുള്ള യുദ്ധത്തെ ചർച്ച ചെയ്തുകൊണ്ടിരുന്നത്. കമ്യൂണിസ്റ്റ് രാജ്യങ്ങളുടെ തകർച്ചയ്ക്കുശേഷം സാമ്രാജ്യത്വം ലോകത്തിൽ സ്ഥാപിച്ചെടുത്ത അപ്രമാദിത്വത്തിന്റെ തന്നെ ഭാഗമായല്ല ഇറാഖിൽ നടക്കുന്ന യുദ്ധം കാണപ്പെട്ടത്. അതുകൊണ്ട് തന്നെ എനിക്ക് യുദ്ധത്തെ ഒരു വിശാലമായ കാഴ്ചപ്പാടിൽ പ്രതിഷ്ഠിക്കണമെന്ന് തോന്നി. ചർച്ചകളെല്ലാം വലിയ തോതിൽ ഇറാഖ് യുദ്ധത്തിൽ കേന്ദ്രീകരിച്ചതോടെ നിർഭാഗ്യവശാൽ സാമ്രാജ്യത്വത്തെക്കുറിച്ചുള്ള പൊതുവായ ചർച്ചകൾ പോലും അതിന്റെ നിഴലിൽ പെടുകയോ ഇല്ലാതാക്കപ്പെടുകയോ ചെയ്തു. സാമ്രാജ്യത്വത്തിന്റെ ചരിത്രത്തിലെ വർത്തമാനഘട്ടവുമായി ബന്ധപ്പെടുത്തി യുദ്ധത്തെ കാണുവാനുള്ള ശ്രമത്തിന്റെ ഫലമാണ് ആ ലേഖനം.

സോഷ്യലിസ്റ്റ് രജിസ്റ്ററിലെ എന്റെ ഈ ലേഖനത്തിന് തൊട്ടുപിന്നാലെ 'നവ സാമ്രാജ്യത്വം' എന്നപേരിൽ ഡേവിഡ് ഹാർവി ഒരു ലേഖനമെഴുതി. സാമ്രാജ്യത്വത്തെക്കുറിച്ചുള്ള ലെനിന്റെ സിദ്ധാന്തത്തെ അടർത്തിമാറ്റാൻ ശ്രമിക്കുംവിധമുള്ള സംവാദങ്ങൾ രൂപപ്പെട്ടുവരുന്ന സമയമായിരുന്നു അത്. അതിലൊന്ന് ഹാർവിയുടെതായിരുന്നു. ആ ലേഖനമെഴുതി അഞ്ചോ ആറോ വർഷം കഴിയുമ്പോഴേക്കും സാമ്രാജ്യത്വത്തിന്റെ നിലവിലുള്ള ഘടനയെത്തന്നെ ഹാർവി നിരാകരിച്ചിരുന്നു. പാശ്ചാത്യലോകത്തിന്റെ അപ്രമാദിത്വം അവസാനിച്ചുവെന്നും പാശ്ചാത്യ ലോകത്തേക്ക് വരുന്നതിനേക്കാൾ കൂടുതൽ മൂലധനം അവിടെനിന്നും ചൈനപോലുള്ള രാജ്യങ്ങളിലേക്ക് ഒഴുകുകയാണെന്നുമായിരുന്നു ഹാർവിയുടെ വാദം. ആളുകൾ സാമ്രാജ്യത്വം എന്ന സംജ്ഞയെ നിരാകരിച്ചിരിക്കുകയോ സാമ്രാജ്യത്വത്തെക്കുറിച്ചുള്ള മാർക്സിസ്റ്റ്-ലെനിനിസ്റ്റ് വീക്ഷണത്തെ യാതൊരുതരത്തിലും മുന്നോട്ടു കൊണ്ടുപോകാൻ കഴിയാത്തവിധത്തിൽ അവരുടെ വീക്ഷണങ്ങൾ മാറിമറിയുകയോ ചെയ്തിരിക്കുന്നുവെന്ന് എനിക്ക് തോന്നി.

സാമ്രാജ്യത്വത്തെക്കുറിച്ചുള്ള ലെനിന്റെ വീക്ഷണത്തിൽ ഇന്നും നിലനില്ക്കുന്നത് എന്തൊക്കെയാണെന്നും അക്കാലത്ത് പ്രസക്തമായിരുന്നതും എന്നാൽ ഇന്ന് അങ്ങനെയല്ലാത്തതുമായവ എന്തൊക്കെയാണെന്നും പരിശോധിക്കാനുള്ള തൃഷ്ണയിലായിരുന്നു ഞാൻ. സമകാലീന സാമ്രാജ്യത്വത്തെക്കുറിച്ച് നാല് വാല്യങ്ങൾ തയ്യാറാക്കിയ സോഷ്യലിസ്റ്റ് രജിസ്റ്ററിന്റെ എഡിറ്റർമാരായ ലിയോ പാനിച്ചിനെയും കോളിൻ ലെയ്സിനെയും ഞാൻ അങ്ങേയറ്റം വിലമതിക്കുന്നുണ്ട്. ലെനിനെക്കുറിച്ചുള്ള എന്റെ ഹ്രസ്വമായ ചർച്ച തയ്യാറാക്കിയതുതന്നെ അതിന്റെ ഒരു ഭാഗം പാനിച്ചുമായുള്ള വിയോജിപ്പ് രേഖപ്പെടുത്തുകയും മറ്റൊരു ഭാഗം ഹാർവിയെ നിരാകരിക്കുകയും ചെയ്യും വിധമായിരുന്നു. രണ്ടു പേരെയും അതിൽ പരാമർശിക്കാതെ തന്നെ.

സാമ്രാജ്യത്വത്തെ കാലാനുസാരിയായി തിട്ടപ്പെടുത്തുക എന്നതാ

യായിരുന്നു എന്നെ സംബന്ധിച്ച് പ്രധാനം. ഫ്രാൻസിന്റെയും ബ്രിട്ടന്റെയും കീഴിലുള്ള കോളനികൾ സ്വതന്ത്രമാകുമ്പോൾ ഈ കോളനികൾ തങ്ങളിൽ ആരുടെ അധീനതയിലാകും എന്ന് തീരുമാനിക്കപ്പെടാൻ, ജർമ്മനിയും അമേരിക്കയും തമ്മിലാണ് പ്രാഥമികമായും രണ്ടാം ലോകമഹായുദ്ധം നടന്നത് എന്ന എന്റെ വീക്ഷണത്തെ സൈദ്ധാന്തികമായി അടയാളപ്പെടുത്താനായിരുന്നു ഞാൻ ശ്രമിച്ചത്. തങ്ങളുടേതായ ഒരു കൊളോണിയൽ സാമ്രാജ്യം കെട്ടിപ്പടുക്കാൻ അവർ ആഗ്രഹിച്ചു. അതേസമയം അമേരിക്ക കുറെക്കൂടെ മുന്നോട്ടു ചിന്തിച്ചു. ഒരു കൊളോണിയൽ സാമ്രാജ്യമായിരുന്നില്ല അവരുടെ ലക്ഷ്യം. എന്നാൽ, തങ്ങളുടെ അധീനതയിലുള്ള ആഗോള ധനമൂലധനത്തിന്റെ സാമ്രാജ്യമായിരുന്നു അവർക്ക് വേണ്ടിയിരുന്നത്. എന്താണോ നാസികൾ നേടാനായി ഒരുങ്ങിപ്പുറപ്പെട്ടത് അമേരിക്ക അത് പൂർണ്ണമായി നേടിയെടുത്തു. അത് മനസ്സിലാക്കേണ്ടത് പ്രധാനമാണ്. അതായത്, ഫാസിസവും ലിബറലിസവും തമ്മിലുള്ള മത്സരത്തിൽ ലിബറലിസം ജയിച്ചു, എന്നാൽ ഒരു ആഗോള സാമ്രാജ്യം കെട്ടിപ്പടുക്കുകയെന്ന അടിസ്ഥാനപരമായി ഒരേ ലക്ഷ്യത്തോടെ തന്നെ.

ലിബറൽ ഇൻസ്റ്റിറ്റ്യൂഷണൽ ഘടനയും തീവ്രവലതുപക്ഷത്തിന്റെ ഭരണവും തമ്മിൽ ശരിക്കും അടിസ്ഥാനപരമായി എന്തെങ്കിലും വൈരുദ്ധ്യമുണ്ടോ എന്ന ചോദ്യം കുറേക്കാലമായി ഞാൻ ഉള്ളിൽക്കൊണ്ട് നടക്കുകയായിരുന്നു. സൈദ്ധാന്തികമായും ചരിത്രപരമായും ആ ചോദ്യം എനിക്കൊപ്പം ഉണ്ടായിരുന്നു.

അതേസമയം രണ്ടാംലോകമഹായുദ്ധത്തിന് ശേഷം അമേരിക്കക്കാർ എന്താണ് ചെയ്തത്? നമ്മുടെ ഭാഗത്തെ ലോകത്തെ (ഏഷ്യ ഉൾപ്പെടെയുള്ള ഇടങ്ങളിൽ) ദേശീയ ബൂർഷ്വ ഭരണകൂടങ്ങളുടെ തകർച്ച യാദൃച്ഛികമായി സംഭവിച്ച ഒന്നല്ല. അവയെ വളരെ ആസൂത്രിതമായി പരാജയപ്പെടുത്തുകയും നശിപ്പിക്കുകയുമായിരുന്നു. കമ്യൂണിസത്തിനോടെന്നപോലെതന്നെ മൂന്നാം ലോക സാമ്പത്തിക ദേശീയതയ്ക്കും യു എസ് എതിരായിരുന്നു. സാമ്രാജ്യത്വ വിരുദ്ധരായ ദേശീയവാദികൾക്കും കമ്യൂണിസ്റ്റുകാർക്കുമിടയിലുണ്ടായിരുന്ന ഒരു പ്രത്യേകതരം സവിശേഷത അവർ മനസ്സിലാക്കി. തങ്ങളുടെ സമ്പദ്ഘടനയെയും വിഭവങ്ങളെയും വിപണിയെയും സാമ്രാജ്യത്വത്തിന്റെ നുഴഞ്ഞുകയറ്റത്തിൽ നിന്നും ആധിപത്യത്തിൽനിന്നും സംരക്ഷിക്കാനുള്ള പൊതുവായ പദ്ധതിയായിരുന്നു അത്. കോംഗോയിലെ ലുമുംബ ആണെങ്കിലും ഘാനയിലെ ക്രൂമ ആണെങ്കിലും ഈജിപ്തിലെ നാസെർ ആണെങ്കിലും അവരെല്ലാം തന്നെ പുറത്താക്കപ്പെടേണ്ട ശത്രുക്കൾ ആയിരുന്നു. കൊറിയയിലെയും വിയറ്റ്നാമിലെയും കമ്യൂണിസ്റ്റുകാരെ സൈന്യത്തെ ഉപയോഗിച്ച് നിർമ്മൂലനം ചെയ്യാൻ സാമ്രാജ്യത്വം ശ്രമിച്ചത് പോലെതന്നെ. ശീതയുദ്ധത്തിന് ശീതസ്വഭാവം ഉണ്ടായിരുന്നത് സോവിയറ്റ് യൂണിയനെതിരെ മാത്രമായിരുന്നു. കാരണം അതൊരു

ആണവ ശക്തിയായിരുന്നതിനാലാണ്. മൂന്നാം ലോക കമ്യൂണിസ്റ്റു കാർക്കും ദേശീയതകൾക്കും എതിരായ യുദ്ധം അങ്ങേയറ്റം പ്രക്ഷുബ്ധ മായിരുന്നു.

വിജയ്: ഈ പോരാട്ടത്തിന്റെ ഭാഗമായി സാമ്രാജ്യത്വത്തിന് അതിന്റെ തന്നെ സംഘാംഗങ്ങൾക്ക് മേൽ പ്രാമുഖ്യം സ്ഥാപിക്കേണ്ടി വന്നു. അല്ലേ?

ഐജാസ്: യൂറോപ്പിനെ തങ്ങളുടെ പദ്ധതിയിലേക്ക് പൂർണ്ണമായും കൂട്ടിച്ചേർക്കുക എന്നതായിരുന്നു രണ്ടാം ലോക മഹായുദ്ധത്തിനു ശേഷം അമേരിക്കയുടെ ആദ്യത്തെ മൗലികമായ ലക്ഷ്യങ്ങളിലൊന്ന് എന്ന് ഞാൻ വാദിക്കും. യു എസ് അപ്രമാദിത്വത്തിന് കീഴിൽ സാമ്രാജ്യത്വ ചേരിയുടെ ആ ഐക്യം എക്കാലവും അമേരിക്കൻ സാമ്രാജ്യത്വത്തിന്റെ ആഗോള ആധിപത്യത്തിനാവശ്യമായ ആണിക്കല്ലായിരുന്നു. ഈ സംയോജനത്തിന് രണ്ട് വശങ്ങളുണ്ട്. ഒന്ന് ഘടനാപരമായതാണ്. വികസിത രാജ്യങ്ങളുടെ ദേശീയ തലസ്ഥാനങ്ങൾക്കുപോലും അവരുടെ ഓട്ടോണമി വർദ്ധിതമായ തോതിൽ നഷ്ടപ്പെടുകയും അവ കൂടുതൽ യു എസിന്റെ നേതൃത്വത്തിന് കീഴിലുള്ള ആഗോള മൂലധനത്തിന് കീഴ്പ്പെടുകയോ അതിലേക്ക് സന്നിവേശിക്കുകയോ ചെയ്യും വിധമുള്ള മുതലാളിത്തത്തിന്റെ നിലവിലെ ആഗോളീകൃത ഘട്ടമാണിത്. അമേരിക്കൻ കറൻസിയായ ഡോളറിന്റെ അടിസ്ഥാനത്തിൽ മാത്രം വിദേശവിപണികളിൽ സാമ്പത്തികമൂല്യം നിശ്ചയിക്കപ്പെടുകയും മുതലാളിത്ത ലോകത്തെ എല്ലാ റിസർവ് ബാങ്കുകൾക്കും (സെൻട്രൽ ബാങ്ക്) മേൽ യു എസ് ഫെഡറൽ റിസർവ് പ്രാമുഖ്യം കല്പിച്ചെടുക്കുകയും ചെയ്യുന്നതാണ് ഇതിന്റെ ദൃഷ്ടാന്തം. യു എസ് സ്വീകരിച്ച ഒരു സാമ്പത്തിക രാഷ്ട്രീയ തീരുമാനത്തെയും ഒരിക്കലും യൂറോപ്പോ ജപ്പാനോ എതിർത്തിട്ടില്ല എന്ന വസ്തുതയിൽനിന്ന് തന്നെ ഈ രാജ്യങ്ങൾക്ക് യു എസിനോടുള്ള വിധേയത്വം കാണാവുന്നതാണ്. യു എസിനെതിരായ പ്രതിയോഗിയായി യൂറോപ്യൻ യൂണിയൻ ഉയർന്നുവരാനുള്ള സാദ്ധ്യതയെക്കുറിച്ച് ചിലപ്പോഴൊക്കെ നമ്മൾ കേൾക്കാറുണ്ട്. എന്തുകൊണ്ടാണത് യുക്തിശൂന്യമാകുന്നത്? പല യൂറോപ്യന്മാരും യൂറോപ്യൻ യൂണിയൻ എന്ന ആഗ്രഹം പ്രകടിപ്പിച്ചിരുന്നെങ്കിലും അതിന്റെ രൂപീകരണം പോലും പ്രധാനമായും അമേരിക്കൻ മുൻകൈയിലായിരുന്നു. ജപ്പാൻ ഒരു പ്രതിയോഗിയായി വളരുന്നു എന്നും ഇപ്പോൾ ചൈനയുടെ വളർച്ച യു എസിന് ഭീഷണിയാണെന്നുമുള്ള വാർത്തകളിലൊക്കെ സമാനമായ പ്രതീക്ഷയും ഭയവും ഉൾച്ചേർത്തിട്ടുണ്ട്. അമേരിക്കൻ മേൽക്കൈ ഇല്ലാതാക്കാൻ പല തരത്തിലുള്ള പ്രതിയോഗികളും ശത്രുക്കളും വരുന്നുവെന്ന പേക്കിനാവ് തങ്ങളുടെ തന്നെ ജനങ്ങൾക്ക് നല്കി അവരെ ഭയത്തിന്റെ മുനയിൽ നിർത്താനായി യു എസ് എസ്റ്റാബ്ലിഷ്മെന്റുകളിൽ നിന്ന് തന്നെയാണ് പലപ്പോഴും ഇത്തരം അസംഗതമായ ആശയങ്ങൾ പ്രചരിപ്പിക്കപ്പെടുന്നത്. യൂറോപ്യൻ യൂണിയന് അവരുടേതായ സ്വത

ന്ത്രമായൊരു പ്രതിരോധഘടന പോലുമില്ല. പല യൂറോപ്യൻ രാജ്യങ്ങളിലെയും സൈന്യം യു എസ് എവിടെ പോകാനാണോ പറയുന്നത് അവിടെ പോകുന്നവരാണ്. ഈ ലേഖനത്തിന്റെ നല്ലൊരു ഭാഗവും ഇറാഖിനെക്കുറിച്ചാണെങ്കിലും സോവിയറ്റ് ബദൽ അപ്രത്യക്ഷമായതിനു ശേഷം പൂർണ്ണമായും ഉൾപ്പോരില്ലാത്ത ഈ സാമ്രാജ്യത്വ സംയോജനം ട്രൈക്കോണ്ടിനെന്റ(ഏഷ്യ, ആഫ്രിക്ക, ലാറ്റിൻ അമേരിക്ക)ലിലെ രാജ്യങ്ങൾക്ക് മുന്നിൽ ഭയാനകമായൊരു സാഹചര്യം സൃഷ്ടിച്ചതിനെക്കുറിച്ചും ഹ്രസ്വമായി എനിക്ക് പറഞ്ഞുവെക്കണമായിരുന്നു. സവിശേഷമായും രാഷ്ട്രീയ-സൈനിക മേഖലകളിൽ യൂറോപ്യൻ യൂണിയനും ജപ്പാനും മേലുള്ള അമേരിക്കൻ ആധിപത്യം നിലനില്ക്കെത്തന്നെ യു എസ് അപ്രമാദിത്വത്തിന്റെ തകർച്ചയെക്കുറിച്ച് നടക്കുന്ന കിംവദന്തികളെ അങ്ങേയറ്റം സംശയത്തോടെയേ കാണാനാകൂ.

വിജയ്: താങ്കൾ സോഷ്യലിസ്റ്റ് രജിസ്റ്ററിൽ എഴുതിയ നാലു ലേഖനങ്ങളിൽ ആദ്യത്തേത് 'നമ്മുടെ കാലത്തെ സാമ്രാജ്യത്വം' എന്ന ലേഖനമാണ്. ബാക്കി എല്ലാ ലേഖനങ്ങളും ലിബറലിസത്തിനും തീവ്രവലതുപക്ഷത്തിനും ഇടയിലെ വൈരുദ്ധ്യത്തെക്കുറിച്ച് അന്വേഷിക്കുന്നവയാണ്. പല തരത്തിൽ ഇവ രണ്ടും പരസ്പരം ഉൾക്കൊള്ളുന്നുണ്ട്. ലിബറലിസവും തീവ്രവലതുപക്ഷവും തമ്മിലുള്ള ഇഴയടുപ്പത്തെ സിദ്ധാന്തവല്ക്കരിക്കാനുള്ള നീണ്ട ശ്രമമാണ് ഈ ലേഖനങ്ങൾ എന്ന് തോന്നുന്നു.

ഐജാസ്: തീർച്ചയായും അങ്ങനെ തന്നെയാണ്. 1938-39 വരെ *ന്യൂയോർക്ക് ടൈംസി*ന്റെ ഹീറോ ആയിരുന്നു മുസോളിനി. വിൻസ്റ്റൻ ചർച്ചിലും മുസ്സോളിനിയെ ഒരു വീരനായാണ് നോക്കിക്കണ്ടിരുന്നത്. ഈ മഹാ ലിബറലുകൾക്ക് - ചർച്ചിലും *ന്യൂയോർക്ക് ടൈംസും* - മുസോളിനിയോട് സ്നേഹമായിരുന്നു. ജർമ്മനിയിലെയും അമേരിക്കയിലെയും ഏറ്റവും ശക്തരായ മുതലാളിമാരിൽ ചിലർ രണ്ടാം ലോകമഹായുദ്ധം പൊട്ടിപ്പുറപ്പെടുന്നതുവരെ ജർമ്മൻ സമ്പദ്‌വ്യവസ്ഥയെ കെട്ടിപ്പടുക്കാനുള്ള ശ്രമത്തിൽ, ആയുധ വ്യവസായത്തിൽ ഉൾപ്പെടെ ഒന്നിച്ച് കൈകോർത്തിരുന്നു. പാശ്ചാത്യ ലിബറലുകളും നാസികളും ചേർന്ന് സോവിയറ്റ് യൂണിയൻ പിടിച്ചടക്കാനുള്ള സാദ്ധ്യതകൾ 1930 കൾ മുഴുവൻ ഉണ്ടായിരുന്നു. ഇതിന്റെ പശ്ചാത്തലത്തിലാണ് 1939 ൽ സോവിയറ്റ് യൂണിയനും നാസികളുമായി ഉണ്ടാക്കിയ, വളരെ ചുരുങ്ങിയകാലം മാത്രം നിലനിന്ന ആ സന്ധി ഉണ്ടായത്. അതായത് ഇത്തരമൊരു സാദ്ധ്യതക്കെതിരായും മുതലാളിത്ത ശക്തികൾക്കിടയിൽ അനിശ്ചിതത്വവും വൈരുദ്ധ്യവും ഉടലെടുക്കാനും ഉറപ്പായും ആഗതമാകുന്ന യുദ്ധത്തിന് തയ്യാറെടുക്കാനുമുള്ള സമയമായിരുന്നു ഈ സന്ധിയിലൂടെ സോവിയറ്റ് യൂണിയൻ തേടിയത്. ലിബറലുകളും നാസികളും തമ്മിലുണ്ടായിരുന്ന ഇഴയടുപ്പത്തിന്റെയും അവർ സഖ്യം ചേർന്ന് സോവിയറ്റ് യൂണിയൻ കൈയേറാനുള്ള 1939 ലെ വലിയ സാദ്ധ്യതയുടെയും വസ്തുതാപരമായ ചരിത്രം നമ്മൾ പരിഗണിക്കേണ്ടതുണ്ട്. വാസ്തവത്തിൽ സ്വന്തം രക്ഷ

യ്ക്കുവേണ്ടി മാത്രമല്ല, നാസി അധിനിവേശത്തിൽനിന്നും പടിഞ്ഞാറൻ യൂറോപ്പിനെ രക്ഷിക്കാനുമായി രണ്ട് കോടിയിലേറെ പേരുടെ ജീവനുകൾ നല്കിയ സോവിയറ്റ് യൂണിയനും നാസികൾക്കും ഇടയിൽ ശാശ്വതമായ ഒരു സഖ്യത്തിന്റെ പ്രശ്നമേയുദിക്കുന്നില്ല.

മുതലാളിത്ത ചിന്താരീതിയുടെയും ഭരണകൂടത്തിന്റെയും അകത്തെ പ്രതിയോഗി രൂപങ്ങളാണ് ലിബറലിസവും തീവ്ര വലതുപക്ഷവും. യൂറോപ്യൻ ആധുനികതയുടെ ചരിത്രത്തിലെ എതിർ ദിശയിലുള്ള രണ്ട് പാരമ്പര്യങ്ങളിൽ നിന്ന് ആവിർഭവിച്ചതാണ് അവ. അതിനാൽത്തന്നെ അങ്ങേയറ്റം ഉപരിപ്ലവപരമായി അവയുടെ പരസ്പര ബന്ധത്തെ നമ്മൾ മനസ്സിലാക്കരുത്. എന്നിരുന്നാലും ഇവ രണ്ടും മുതലാളിത്ത ഭരണകൂടത്തിന്റെ രണ്ട് രൂപങ്ങൾ ആയതിനാൽ തന്നെയും ഏതെങ്കിലും ഒരു അസാധാരണമായ സാഹചര്യത്തിൽ ഇവ രണ്ടും ഒരുമിക്കാം എന്ന വസ്തുനിഷ്ഠാപരമായ സാദ്ധ്യത എപ്പോഴും നിലനില്ക്കുന്നുണ്ട്. അടുത്ത കാലത്ത് ലോകത്തിന്റെ വിവിധ കോണുകളിൽ ഉയർന്നുവന്ന തീവ്ര വലതുപക്ഷ പ്രസ്ഥാനങ്ങളെയും ഭരണകൂടങ്ങളെയും കുറിച്ചുള്ള ആലോചനകളിലൂടെ സമീപകാലത്ത് ഈ ബന്ധത്തെക്കുറിച്ചാണ് ഞാൻ അന്വേഷിച്ചുകൊണ്ടിരുന്നത്. സമീർ അമീനും മറ്റു പലരും വാദിച്ചത് പോലെ ഇത് ഫാസിസത്തിന്റെ തിരിച്ചുവരവാണോ? അതോ, ലിബറൽ സ്ഥാപനങ്ങളെ ഇല്ലാതാക്കാതെ തന്നെ, അവയിൽ ആധിപത്യം സ്ഥാപിക്കുകയും സ്വേച്ഛാധിപത്യപരമായ ലക്ഷ്യങ്ങൾക്കായി അവയെ ഉപയോഗിക്കുകയും ചെയ്യുന്ന തരത്തിൽ, സ്വേച്ഛാധിപത്യപരവും ഏകപക്ഷീയവുമായ ഫാസിസത്തിന്റെ ചില സവിശേഷതകളുമായി ലിബറൽ സ്ഥാപനപരമായ ചട്ടക്കൂടിനെ സംയോജിപ്പിക്കുന്ന മുതലാളിത്ത ഭരണകൂടത്തിന്റെ ചരിത്രപരമായി നവീനമായ ഒരു രൂപത്തെയാണോ നമ്മൾ കാണുന്നത്? ഫാസിസം മുതലാളിത്ത ഭരണകൂട വ്യവസ്ഥയിലെ പ്രതിസന്ധിയുടെ നിമിഷമാണ്. വ്യവസ്ഥിതിയെ അതിന്റെ അടിസ്ഥാന ലിബറൽ രൂപത്തിലേക്ക് പുനഃസ്ഥാപിക്കാൻ ഉപയോഗിക്കുന്ന ഒന്ന്. ഈ സമയത്ത് ഇന്ത്യൻ മുതലാളിത്തം പ്രതിസന്ധിയിൽ അല്ല. ഇതാണ് ഇന്ത്യയിൽ ഫാസിസം അതിന്റെ കൃത്യമായ അർത്ഥത്തിൽ ആവശ്യമില്ലാത്തതിന്റെ ഒരു കാരണം. ഇന്ത്യയിലെ ബഹുഭൂരിപക്ഷം മനുഷ്യരും പ്രതിസന്ധിയിലാണ്. എന്നാൽ മുതലാളിത്തം പ്രതിസന്ധിയിൽ അല്ല. മൂലധനമോ അതിന്റെ ഭരണകൂടമോ ഏതെങ്കിലും തരത്തിലുള്ള പ്രതിസന്ധിയിൽ അല്ല. യാതൊരു വിധത്തിലുമുള്ള പ്രതിസന്ധിയിൽ അല്ലെങ്കിൽ, ഇടതുപക്ഷം ഒരു പ്രതിരോധ സ്വഭാവത്തിൽ ഒതുക്കി നിർത്തപ്പെട്ടിരിക്കുകയാണെങ്കിൽ പിന്നെ ഫാസിസത്തിന്റെ ആവശ്യം എന്താണ്. എന്നിട്ടും വർദ്ധിച്ചുവരുന്ന ആർ എസ് എസ് അപ്രമാദിത്വത്തിന് കീഴിൽ തീവ്ര വലതുപക്ഷത്തിന്റെ അങ്ങേയറ്റം പേപിടിച്ച ഭരണം നിലവിലുണ്ട്. ഈ പ്രതിഭാസം എങ്ങനെയാണ് മനസ്സിലാക്കേണ്ടത്?

വിജയ്: ആ ലേഖനം ആദ്യതവണ വായിക്കുമ്പോൾ അതിന്റെ അനുമാനങ്ങളെക്കുറിച്ച് എനിക്കത്ര വ്യക്തമായ ധാരണയില്ലായിരുന്നു. പക്ഷേ, ഇപ്പോൾ, അവ വീണ്ടും വായിക്കുമ്പോൾ, പുതിയതരം ചില മാർക്സിസ്റ്റ് പ്രവണതകൾ കൂടി വികസിച്ചു വന്നിരുന്ന ഒരു കാല ഘട്ടമാണ് അതെന്ന് തോന്നുന്നു. അവയിൽ രണ്ടെണ്ണം പ്രത്യേകതയു ള്ളതാണ്. അതിൽ ഒന്ന് സാമ്രാജ്യത്വം അടിസ്ഥാനപരമായി പിരിച്ചു വിട പ്പെട്ടിരിക്കുന്നു എന്നുപറഞ്ഞ സമീപനമാണ്. ഇത് അടിസ്ഥാനപരമായി ഡേവിഡ് ഹാർവിയുടെ നിലപാടാണ്. രണ്ടാമത്തേത് യു എസ് അത്യന്തം ഗുരുതരമായ പ്രതിസന്ധിയിലാണെന്നും അവരുടെ അപ്രമാദിത്വം അവ സാനിച്ചുവെന്നും പറഞ്ഞുകൊണ്ടുള്ള സമീപനമാണ്. ഇമ്മാനുവൽ വളർ സ്റ്റൈനനെയും ജിയോവാനി അരിഗിയുമാണ് അടിസ്ഥാനപരമായി ഈ നിലപാട് സ്വീകരിച്ചിരുന്നവർ.

ഐജാസ്: അതെ, ഇവരെയെല്ലാം ഞാൻ വായിച്ചിരുന്നു. ഇടതുപ ക്ഷത്തുനിന്നുള്ള എല്ലാ തരത്തിലുമുള്ള എഴുത്തുകളും വായിക്കുക എന്നത് എന്റെ പ്രധാനപ്പെട്ട ഒരു കർത്തവ്യമാണെന്നാണ് ഞാൻ വിശ്വ സിക്കുന്നത്. ലോകത്തെ പ്രധാനപ്പെട്ട ബുദ്ധിജീവികളുടെയും ചിന്തകരു ടെയും എഴുത്തുകൾ വായിച്ചശേഷം അതിനെ എന്റെ വാദങ്ങളുമായി ഉരസിനോക്കി. എന്റെ ചിന്തകളെ നിർവ്വചിക്കാൻ അതെന്നെ സഹായി ക്കാറുണ്ട്.

അമേരിക്കൻ ആധിപത്യം തകരുന്നു എന്ന വാദത്തിന് 1970 കളുടെ പകുതിയോളം പഴക്കമുണ്ട്. അക്കാലത്ത് *മന്ത്ലി റിവ്യൂ* മാസികയിൽ അമേരിക്കൻ ആധിപത്യത്തിന്റെ തകർച്ചയെക്കുറിച്ച് വന്നിരുന്ന ലേഖന ങ്ങളൊക്കെ വായിക്കുമ്പോഴും ഞാൻ സംശയാലുവായിരുന്നു. ഏത് തരത്തിലുള്ള അധികാരം എത്രത്തോളം തകർന്നു എന്നതിനെക്കുറി ച്ചാണ് നമ്മൾ സംസാരിക്കുന്നത് എന്ന കാര്യത്തിൽ. അക്കാലത്ത് ലോക ത്തിന്റെ മൊത്തം ജി ഡി പിയിൽ അമേരിക്കയുടെ പങ്ക് ഇടിഞ്ഞു എന്നു ള്ളത് സത്യമാണ്, എന്നാൽ ഇതിനെ അമേരിക്കൻ അധീശത്വത്തിന്റെ ആത്യന്തികമായ തകർച്ചയായി കാണുന്നത് അബദ്ധമാണ്. അധീശ ത്വത്തിന് (ഹെജിമണി) സമ്പൂർണ്ണ മേധാവിത്തം എന്ന് അർത്ഥമില്ല. ബലാൽക്കാരമായി അനുസരിപ്പിക്കാനുള്ള ശക്തിയും സമ്മതി ആർജ്ജി ക്കാനുള്ള ശക്തിയും എന്നതാണ് അത് അർത്ഥമാക്കുന്നത്. 1950 കളിൽ മൊത്തം ജി ഡി പിയുടെ 50 ശതമാനത്തോളമോ അതിൽ കുറച്ച് അധി കമോ അമേരിക്കയുടേതായിരുന്നെങ്കിൽ ഇന്നത് 25 ശതമാനത്തോളമായി ഇടിഞ്ഞിട്ടുണ്ട്. ഇതൊരു ആപേക്ഷികമായ ഒരു തകർച്ചയാണ്. എന്നാൽ ജി ഡി പിയുടെ അടിസ്ഥാനത്തിൽപ്പോലും യു എസ് തന്നെയാണ് ഇപ്പോഴും ലോകത്തിലെ ഏറ്റവും ശക്തമായ സമ്പദ്ഘടന. ഇനി, ചൈന യുടെ ജി ഡി പി അമേരിക്കയുടേതിന് തുല്യമാകാൻ തുടങ്ങുകയാണെ ങ്കിൽപ്പോലും അപ്പോഴും അവരുടെ പ്രതിശീർഷ വരുമാനം അമേരി ക്കയുടേതിന്റെ പത്തിലൊന്ന് മാത്രമാണ്. യു എസ് കറൻസി ലോക

ത്തിലെ ഏറ്റവും പ്രധാനപ്പെട്ട കറൻസി ആയിരിക്കുന്നിടത്തോളം കാലം, തൊട്ടു താഴെയുള്ള ഇരുപത് രാജ്യങ്ങളുടെ ഒന്നിച്ചുള്ളതിനേക്കാൾ വലിയ സൈനിക ശക്തിയായി യു എസ് സൈനിക ശക്തി (ഇരുന്നൂറോളം ലോക രാജ്യങ്ങളിൽ നൂറ്റി നാല്പതിലേക്ക് വ്യാപിച്ച് കിടക്കുന്ന) തുടരുന്നിടത്തോളംകാലം, അവർക്ക് ഘടനാപരവും ആഗോളവുമായ ആധിപത്യമുണ്ടാകും. അതിന് സമാനതകളില്ല എന്ന് മാത്രമല്ല സമീപ ഭാവിയിൽ അങ്ങനെ ഉണ്ടാകാൻ പോകുന്നുമില്ല. ആരുടെയും സമ്പദ് വ്യവസ്ഥയെ തകർക്കാൻ സാധിക്കുംവിധം കരുത്തുറ്റതാണ് അവരുടെ ധനകാര്യ സ്ഥാപനങ്ങൾ. അവർ പലപ്പോഴും അത് ചെയ്തിട്ടുമുണ്ട്. ഈ തീക്കളിയിൽ നിന്ന് ഒഴിഞ്ഞ് നില്ക്കാനാണ് ചൈനയും ജപ്പാനും പോലുള്ള കരുത്തരായ രാജ്യങ്ങൾ ശ്രമിക്കുന്നത്. യു എസിന് വലിയ നാശനഷ്ടങ്ങൾ വരുത്താനാകും എന്നത് തന്നെ കാരണം. ചൈനയ്ക്ക് യു എസിനോട് ചെയ്യാൻ സാധിക്കാത്തത് യു എസിന് ചൈനയോട് ചെയ്യാനാകും എന്ന് നമുക്ക് പറയാം. അവർക്കത്രമാത്രം അനിഷേദ്ധ്യമായ ശക്തിയുണ്ട്.

വിജയ്: ഈ ഭാഗം അവസാനിപ്പിക്കുന്നതിനു മുമ്പ് ഒരൊറ്റ കാര്യം കൂടി.. ആ ലേഖനത്തിൽ താങ്കൾ ഇങ്ങനെ എഴുതുന്നുണ്ട്, 'ലോകത്തിന്റെ ഉത്തരാധുനികവല്ക്കരണം എന്നത് യഥാർത്ഥത്തിൽ ലോകത്തിന്റെ അമേരിക്കൻവല്ക്കരണമാണ്. ഗണ്യമായ തോതിൽ പ്രാദേശികമായ നിറം പൂശലും മൗലികതയുടെ മൂടുപടമണിയലും തന്നെ എന്നതിൽ സംശയമില്ല. ഈ അനുകരണാത്മകമായ മൗലികത വലിയ തോതിൽ യൂറോപ്പിലും കാണാനാകും.' ഇവിടെ സംസ്കാരം ഒരു നിസ്സാര വിഷയമല്ല.

ഐജാസ്: ഒട്ടുമല്ല. ഉത്തരാധുനികതയെക്കുറിച്ചുള്ള ജെയിംസന്റെ ഏറ്റവും പ്രസിദ്ധമായ പുസ്തകത്തിന്റെ പേര് തന്നെ *ഉത്തരാധുനികത: പില്ക്കാല മുതലാളിത്തത്തിന്റെ സാംസ്കാരിക യുക്തി* (പോസ്റ്റ്മോഡേണിസം, ദി കൾചറൽ ലോജിക് ഓഫ് ലേറ്റ് കാപിറ്റലിസം) എന്നാണ്. അഡോർണോ, മണ്ടേൽ, ജെയിംസൻ പോലുള്ള വ്യത്യസ്ത എഴുത്തുകാർ വ്യത്യസ്ത തരത്തിൽ ഉപയോഗിച്ച പില്ക്കാല മുതലാളിത്തം (ലേറ്റ് കാപിറ്റലിസം) എന്ന വാചകത്തിന് ചുറ്റും നമുക്ക് കറങ്ങേണ്ട. രണ്ടാം ലോകമഹായുദ്ധത്തിന് ശേഷം പുത്തൻ സാങ്കേതിക വിദ്യയുടെ കുതിച്ചുചാട്ടത്തിനൊപ്പം ആരംഭിക്കുന്ന മുതലാളിത്തത്തിന്റെ ഘട്ടത്തെയാണ് എല്ലാ പ്രയോഗങ്ങളും സൂചിപ്പിക്കുന്നത്. 'സാമ്രാജ്യത്വത്തിന്റെ സമകാലീന ഘട്ടം' എന്നുവേണമെങ്കിൽ നമുക്ക് എളുപ്പത്തിൽ പറയാം. ജെയിംസൺ പുസ്തകത്തിന്റെ ശീർഷകം സൂചിപ്പിക്കുന്നത്, ഉത്തരാധുനികത കർശനമായ അർത്ഥത്തിൽ ഒരു തത്ത്വചിന്തയോ സാമൂഹിക സിദ്ധാന്തമോ അല്ല, മറിച്ച് നാം ഇപ്പോൾ ജീവിക്കുന്ന, ചരിത്ര കാലഘട്ടവുമായി പൊരുത്തപ്പെടുന്ന ഒരു സാംസ്കാരിക സമ്പ്രദായമാണ്, പ്രത്യേകിച്ചും വികസിത മുതലാളിത്ത ലോകവുമായി ബന്ധപ്പെട്ടത് എന്നാണ്.

ജെയിംസൺ കലകളിൽ ശ്രദ്ധ കേന്ദ്രീകരിക്കുകയും വാസ്തുവിദ്യയെ കല, സംസ്കാരം, മൂലധനം എന്നിവയ്ക്കിടയിലുള്ള പരസ്പരബന്ധം ഏറ്റവും വ്യക്തമാകുന്ന ഒരു ഡൊമെയ്ൻ എന്ന നിലയിൽ വേർതിരിച്ചറിയുകയും ചെയ്യുന്നു. അതെല്ലാം ശരി തന്നെയാണ്. എന്നാൽ കലയ്ക്ക് പുറമേ നമ്മുടെ ചർച്ചയ്ക്ക് പ്രസക്തമാകുന്ന സാമൂഹിക അനുഭവത്തിന്റെ തലങ്ങളിലേക്ക് കൂടി നോക്കുകയാണ് എനിക്ക് വേണ്ടത്.

മനുഷ്യരാശിക്ക് അന്നുവരെ പരിചയമില്ലാത്തവിധമുള്ള ഗണത്തിലും തരത്തിലുമുള്ള ലോകത്തെ ബുദ്ധിജീവി വിഭാഗത്തെ പരിശീലിപ്പിക്കാനുള്ള ഒരു സർവ്വകലാശാലാ സംവിധാനം സൃഷ്ടിക്കുക എന്നതായിരുന്നു രണ്ടാം ലോക മഹായുദ്ധത്തിനുശേഷം അമേരിക്കക്കാർ ഉടനെ ചെയ്ത കാര്യങ്ങളിൽ ഒന്ന്. യു എസിൽ വിദ്യ അഭ്യസിക്കാനായി ലോകത്തിന്റെ എല്ലാ ഭാഗങ്ങളിൽനിന്നും അവർ ഒരുപാട് ആളുകളെ അങ്ങോട്ട് കൊണ്ടുവന്നു. ലോകമെമ്പാടുമുള്ള നയതന്ത്രജ്ഞർക്ക്, പ്രത്യേകിച്ചും പുതുതായി സ്വാതന്ത്ര്യം നേടിയ ഏഷ്യൻ-ആഫ്രിക്കൻ രാജ്യങ്ങളിലെ നയതന്ത്രജ്ഞർക്ക് വരാനും ബൂർഷ്വാ ലോകത്തിലെ ഉപചാരക്രമങ്ങളിലും കാര്യങ്ങളെ മുൻ കൂട്ടി കാണുന്ന രീതിയിലുമെല്ലാം പരിശീലനം നേടാനും സാധിക്കുന്ന നയതന്ത്ര പഠനത്തിന്റേതായ വളരെ മികച്ച സ്കൂളുകൾ അവർ സ്ഥാപിച്ചു. മൂന്നാം ലോകരാജ്യങ്ങളിലെ ഏറ്റവും മികച്ചവരും പ്രതിഭാധനരുമായ വിദ്യാർത്ഥികൾക്ക് പരിശീലനം നല്കിയിരുന്ന അതിഗംഭീരമായ സോഷ്യൽ സയൻസ് ഡിപ്പാർട്ടുമെന്റുകളും ബിസിനസ് മാനേജ്മെന്റ് സ്കൂളുകളും അവർ സൃഷ്ടിച്ചു. നിയമ പഠന വിഭാഗങ്ങളുടെയും ഭൗതിക-സാങ്കേതിക ശാസ്ത്ര പഠന വിഭാഗങ്ങളുടെയുമെല്ലാം കാര്യം ഇങ്ങനെ തന്നെയായിരുന്നു. ഈ അമേരിക്കൻ വൈജ്ഞാനിക രീതിയുടെയും സംസ്കാരത്തിന്റെയും ആഗോളവല്ക്കരണത്തിന്റെ പദ്ധതിയെ വിപുലമായ സ്കോളർഷിപ്പുകളിലൂടെയും എക്സ്ചേഞ്ച് പ്രോഗ്രാമുകളിലൂടെയും സ്പെഷൽ വിസാ സംവിധാനങ്ങളിലൂടെയുമെല്ലാം പിന്തുണയ്ക്കുകയും ചെയ്തു. കോളനി ഭരണത്തിൽനിന്നും പുറത്തുവന്ന ഈ പുതിയ രാജ്യങ്ങളിലെ മിക്ക ടെക്നോക്രാറ്റുകളും ബ്യൂറോക്രസിയുടെ ഉന്നത തലങ്ങളിൽ അവരോധിതരായവരും ഇങ്ങനെ അമേരിക്കൻ ചിന്താ രീതിയിലും സംവേദനക്ഷമതയിലും പരിശീലനം നേടിയവരായിരുന്നു.

പിന്നെ ജനകീയ സംസ്കാരത്തിന്റെ ഒരു വിഷയം കൂടി ഉണ്ട്. യു എസ് സർക്കാർ ഹോളിവുഡ് ചലച്ചിത്രങ്ങളെ വളരെ സജീവമായി ലോകമെമ്പാടും എല്ലാ വിധത്തിലും പ്രചരിപ്പിക്കുന്നുണ്ട്. യൂറോപ്പിലെ ഏകദേശം തൊണ്ണൂറു ശതമാനം റിലീസുകളും അമേരിക്കൻ സിനിമകളാണ്. ലോകത്തിലെ ഓരോ വിമാനത്താവളത്തിലും സി എൻ എൻ ഫോക്സ് ന്യൂസും കാണാനാകും. അമേരിക്കൻ സംഗീതമാണ് ഒരേയൊരു ആഗോള സംഗീതം. അനുകരണാത്മക മൗലികത എന്ന് ഞാൻ വിളിച്ചത് എല്ലാ ബഹുജന മാധ്യമങ്ങളിലുമാണ് ഏറ്റവും പ്രകടമായിട്ടു

ള്ളത്. ജീൻസും ഫാസ്റ്റ് ഫുഡും ഇന്ന് ഉണ്ണുന്നതിന്റെയും ഉടുക്കുന്നതിന്റെയും ആഗോള രീതികളാണ്. ഈ വൈജ്ഞാനിക സംവിധാനങ്ങളിലൂടെയും സാംസ്കാരിക വ്യവസായങ്ങളിലൂടെയും ദൈനംദിന ജീവിതത്തെ സംബന്ധിച്ച (ഭക്ഷണം, വസ്ത്രം, സംഗീതം തുടങ്ങിയവ) ദിനം പ്രതിയുള്ള വിശദാംശങ്ങളിലൂടെയും സാർവ്വത്രികമായി മാറുന്ന അഭിലാഷങ്ങളുടെ രൂപങ്ങളെ അമേരിക്ക ഉല്പാദിപ്പിക്കുന്നു. ജയിംസന്റെ മനോഹരമായൊരു പ്രയോഗമുണ്ട്, 'കോളനൈസിങ് ഓഫ് ദി അൺകോൺഷ്യസ്.' ലോകത്തിന്റെ എല്ലാ കോണുകളിലും കാണാനാകുന്ന ഒരു അഭിലാഷം ഉണ്ടെങ്കിൽ അത് അമേരിക്കൻ ആകാനോ അല്ലെങ്കിൽ കുറഞ്ഞ പക്ഷം അമേരിക്കൻ രീതിയിൽ കാര്യങ്ങൾ ചെയ്യാനും ചിന്തിക്കാനും സങ്കല്പിക്കാനുമുള്ള അഭിലാഷമാണ്.

വിജയ്: സൈന്യം മുതൽ ധനകാര്യ സ്ഥാപനങ്ങൾ വരെ അതിലുണ്ട്.

ഐജാസ്: കൃത്യമായും. എല്ലാത്തിലും.

വിജയ്: ജി ഡി പി മാത്രം നോക്കിയാൽ നിങ്ങളിത് വിട്ടുപോകും എന്നർത്ഥം.

ഐജാസ്: എല്ലാം വിട്ടുപോകും. യൂറോപ്പിന് സ്വന്തമായൊരു സൈനിക സംവിധാനം പോലുമില്ല. അത് നാറ്റോയിലേക്ക് കൂട്ടിച്ചേർക്കപ്പെട്ട ഒന്നാണ്. നാറ്റോ ആകട്ടെ, അമേരിക്കയ്ക്ക് അത് എങ്ങോട്ട് പോകണം എന്നാണോ അങ്ങോട്ട് മാത്രം പോകുന്ന ഒന്ന്. യൂറോപ്യന്മാർ അതിനൊപ്പം പോകും. മുതലാളിത്ത ലോകത്തെ ഒരു ഭരണകൂടത്തിനും സ്വയംഭരണാധികാരമില്ല. സോവിയറ്റ് യൂണിയനായിരുന്നു മുന്നേ അതിന്റെ ശത്രു. ഇന്നത് ചൈനയാണ്. അമേരിക്കൻ അധീശത്വത്തിൽ നിന്നും സ്വതന്ത്രമായി തങ്ങളുടേതായ, സ്വയംഭരണപരമായ ഒരിടം സൃഷ്ടിക്കാനും അതിനെ സംരക്ഷിക്കാനും നേരത്തേ സോവിയറ്റ് യൂണിയനും ഇപ്പോൾ ചൈനയും ശ്രമിച്ചു എന്നതാണ് ഈ ശത്രുതയുടെ കാരണം. മുതലാളിത്ത വ്യവസ്ഥയ്ക്കുള്ള ഒരു ബദലിനെയാണ് സോവിയറ്റ് യൂണിയൻ പ്രതിനിധാനം ചെയ്തത്. അതിന് വിപരീതമെന്നോണം ഇന്നത്തെ ചൈന ആ സംവിധാനത്തിലേക്ക് മൊത്തത്തിൽ ഉൾച്ചേർന്നിരിക്കുകയാണ്. എന്നാൽ യു എസ് അധീശത്വത്തിന് വഴങ്ങാത്തതിനാലാണ് ചൈനയെ അത്ര തന്നെ തീവ്രമായി വളയുന്നതും കഴുത്ത് ഞെരിക്കുന്നതും.

വിവർത്തന പങ്കാളി: അസീദ് കരീം ഹുസൈൻ

ഇസ്ലാമിസം

വിജയ് പ്രഷാദ്: 'സ്വയം ഉരുത്തിരിഞ്ഞുകൊണ്ടേയിരിക്കുന്ന ഭീകരസത്വം' എന്നാണു സെപ്തംബർ 11, 2001 ൽ യു എസിനെ ആക്രമിച്ചവരെ താങ്കൾ 'ഇസ്ലാം, ഇസ്ലാമിസം ആന്റ് ദി വെസ്റ്റ്' എന്ന ലേഖനത്തിൽ വിശേഷിപ്പിച്ചത്. ഒരു മൂലയ്ക്ക് അമേരിക്കനിസവും മറുമൂലയ്ക്ക് ഇസ്ലാമിസവുമെന്നുള്ളതാണു പൊതുവെയുള്ള ഒരു ദ്വന്ദം. എന്നാൽ താങ്കൾക്ക് കുറേക്കൂടി കൃത്യമായ ധാരണയുണ്ട്. ലിബറലിസവും തീവ്ര വലതുവാദവും തമ്മിലുള്ള ഇഴയടുപ്പത്തെ താങ്കൾ ഏറെ വിശദമായി ത്തന്നെ ആ ലേഖനത്തിൽ തുറന്നുകാട്ടുന്നുണ്ട്.

ഐജാസ് അഹമ്മദ്: ലോകക്രമത്തിൽ ഇടതുപക്ഷത്തിന്റെ വളർച്ചയ്ക്ക് തടയിടാനായി രണ്ടാം ലോകമഹായുദ്ധത്തിനു തൊട്ടുപിന്നാലെ തന്നെ അമേരിക്ക പുത്തൻ പദ്ധതികൾ ആരംഭിച്ചിരുന്നു. ഇതിന്റെ ഭാഗമായാണ് മുൻപ് ലോകത്ത് യൂറോപ്പ് കോളനിയാക്കി വച്ചിരുന്ന വടക്കൻ ആഫ്രിക്ക, പശ്ചിമേഷ്യ, തെക്കുകിഴക്കൻ ഏഷ്യ എന്നീ പ്രദേശങ്ങളിലേക്ക് അമേരിക്ക തങ്ങളുടെ സ്വാധീന ശേഷി വ്യാപിപ്പിച്ചത്. രണ്ടാം ലോകമഹായുദ്ധം അവസാനിക്കുന്ന കാലമായപ്പോഴേക്കും ഇറാഖിലെയും ഇറാനിലെയും ഏറ്റവും വലിയ രാഷ്ട്രീയപാർട്ടികൾ കമ്യൂണിസ്റ്റ് പാർട്ടികൾ ആയിരുന്നു. അതിനോടൊപ്പം തന്നെ വലുതായിരുന്നു ഈജിപ്തിലെയും സുഡാനിലെയും കമ്യൂണിസ്റ്റ് പാർട്ടികളും. ഇന്തോനേഷ്യയെന്ന ലോകത്തിലെ ഏറ്റവും മുസ്ലിം ജനസംഖ്യയുള്ള രാജ്യത്തെ കമ്യൂണിസ്റ്റ് പാർട്ടിയായിരുന്നു സോവിയറ്റ് കമ്യൂണിസ്റ്റ് പാർട്ടിക്കും ചൈനീസ് കമ്യൂണിസ്റ്റ് പാർട്ടിക്കും ശേഷം ലോകത്തിലെ ഏറ്റവും വലിയ കമ്യൂണിസ്റ്റ് പാർട്ടി. ഭൂരിപക്ഷം മുസ്ലീങ്ങളുള്ള ഈ രാജ്യങ്ങളിലെല്ലാം തന്നെ അവർ കമ്യൂണിസമെന്ന ആശയത്തെ വളരെ തുറന്ന മന

സ്സോടെയാണ് സ്വീകരിച്ചത്. ഇന്ത്യയിലെ ആദ്യകാല കമ്യൂണിസ്റ്റുകളിൽ നല്ലൊരു പങ്കും, ബംഗാളിലെ പാർട്ടിയുടെ സ്ഥാപകരിൽ ഒരാൾ ഉൾപ്പെടെ, മുസ്ലീങ്ങളായിരുന്നു.

അൻപതുകളോടെ തന്നെ ഇസ്ലാമിന്റെ ഭക്തിപരവും യാഥാസ്ഥിതികവുമായ വകഭേദങ്ങളെ, അമേരിക്ക ഈ രാജ്യങ്ങളിലെല്ലാം കമ്യൂണിസത്തിനെതിരെ പോരാടാൻ സാധിക്കുന്ന ശക്തിയായി വിഭാവനം ചെയ്തിരുന്നു. അക്കാലത്തെ ട്രൂമാൻ സിദ്ധാന്തത്തിന്റെ ഏറ്റവും പ്രധാന ഭാഗം തന്നെ വലതുപക്ഷ ഇസ്ലാമിസ്റ്റ് ശക്തികളെ കെട്ടിപ്പടുക്കുക എന്നതായിരുന്നു. അറബ് ലോകത്തിന്റെ ഭാവിരക്ഷകരായാണ് മുസ്ലീം ബ്രദർഹൂഡിനെ ഐസൻഹോവർ ഭരണകൂടം നോക്കിക്കണ്ടത്. മുസ്ലിം ബ്രദർഹൂഡ് സ്ഥാപകനായിരുന്ന ഹസനുൽ ബന്നയുടെ മരുമകൻ സയ്യിദ് റമാൻ സി ഐ എ വിപുലമായി ഫണ്ട് ചെയ്തിരുന്ന ഒരാളായിരുന്നു. 1953 ൽ വൈറ്റ്ഹൗസിലെ ഓവൽഓഫീസിലേക്ക് ഐസൻഹോവറുമായുള്ള കൂടിക്കാഴ്ചയ്ക്ക് ക്ഷണിക്കപ്പെട്ട ഇസ്ലാമിസ്റ്റുകളെ നയിച്ചത് റമാൻ ആയിരുന്നു. 1980 ൽ അഫ്ഗാൻ മുജാഹിദീൻ റൊണാൾഡ് റീഗനുമായി കൂടിക്കാഴ്ച നടത്തിയപോലെ, പിന്നീട് 90 കളിൽ യു എസ് രാഷ്ട്രീയക്കാരെ താലിബാൻ സന്ദർശിച്ചതും പോലെ. ഈ പഴയ ബന്ധങ്ങളിൽ ചിലതിനെക്കുറിച്ച് റോബർട്ട് ഡ്രെയ്ഫസ്സിന്റെ *ഡെവിൾസ് ഗെയിം* എന്ന പുസ്തകത്തിൽ പറയുന്നുണ്ട്.

മറുവശത്ത് ഗൾഫിലെ രാജവാഴ്ചകളെ സുസ്ഥിരമാക്കാൻ തങ്ങളാൽ കഴിയുന്നതെല്ലാം അമേരിക്ക ചെയ്യുന്നുണ്ടായിരുന്നു. അതിന്റെ ഭാഗിക കാരണങ്ങളിൽ ഒന്ന് ഗൾഫിലെ അളവില്ലാത്ത എണ്ണപ്പാടങ്ങളായിരുന്നു. എന്നാൽ ആ രാജവാഴ്ചകളെ നാസറിസം തകർത്തുകളയുമോ എന്നവർ മാരകമായി ഭയപ്പെടുകയും ചെയ്തിരുന്നു. അവർ നാസറിനെ സോവിയറ്റ് യൂണിയനുമായി ബന്ധപ്പെടുത്തിയാണ് കണ്ടിരുന്നത്. 'നാസറിസം' പ്രത്യയശാസ്ത്രപരമായി ഈജിപ്റ്റ്, ഇറാഖ്, ലിബിയ മുതലായ രാജ്യങ്ങളിൽ പ്രസിദ്ധി നേടുകയും അറബ് മതേതര നേതാക്കളുടെ നേതൃത്വത്തിൽ ഒരുപാടിടങ്ങളിൽ വിപ്ലവം വരുകയും ചെയ്ത കാലമാണത്. പലപ്പോഴും സൗദിയുടെയും അവരുടെ ശൃംഖലകളുടെയും സഹായത്തോടെ ഈ രാജ്യങ്ങളിൽ അമേരിക്ക തീവ്ര ഇസ്ലാമിസ്റ്റുകളെ വൻതോതിൽ റിക്രൂട്ട് ചെയ്യുകയും അവർക്കാവശ്യമായ സാമ്പത്തിക സഹായങ്ങൾ നല്കുകയും ചെയ്തു. അഫ്ഗാൻ പ്രശ്നം ഉയർന്നുവന്ന സമയത്ത് 40 ഓളം രാജ്യങ്ങളിൽനിന്നും പരിശീലനം നല്കപ്പെട്ട ഇസ്ലാമിസ്റ്റുകളെ ജിഹാദിന് വേണ്ടി അഫ്ഗാനിലേക്ക് കൊണ്ടുവരാൻ അമേരിക്കയ്ക്ക് എളുപ്പം സാധിച്ചതും ഈ പദ്ധതി മുപ്പത് മുതൽ നാല്പത് വർഷത്തോളമായി അവർ ആസൂത്രണം ചെയ്തു നടപ്പിലാക്കിയത് മൂലമാണ്. സാമ്രാജ്യത്വവും ഇസ്ലാമിസവും തമ്മിൽ കാലങ്ങളായുള്ള ഈ ബന്ധം അഫ്ഗാൻ യുദ്ധത്തിലേക്കെത്തിച്ചു. അഫ്ഗാനിസ്ഥാനിലെ മുജാഹിദ്ദീനുകളെ നയിക്കാൻ ഒരു സൗദി രാജകുമാരനെ കിട്ടിയാൽ

നല്ലതാണെന്ന് പാകിസ്ഥാൻ ഐ എസ് ഐ തലവൻ സി ഐ എ നേതൃത്വത്തോട് പറഞ്ഞതോടെയാണ് അവർ ഒസാമ ബിൻ ലാദനിലേക്കെത്തുന്നത്. യുദ്ധമുഖത്തു മരിക്കാൻ ഒരൊറ്റ രാജകുമാരനും തയ്യാറാകില്ല എന്ന് മനസ്സിലാക്കിയതോടെ അവർ മറ്റുവഴികൾ തേടുകയായിരുന്നു. അങ്ങനെയാണ്, സൗദി ഭരണകൂടവുമായി അടുത്ത ബന്ധമുള്ള അതി സമ്പന്ന കുടുംബത്തിൽ പിറന്ന, സൗദിയിലെ സർവ്വകലാശാല പഠനകാലത്ത് തന്നെ വഹാബി തത്ത്വശാസ്ത്രത്തിന്റെ പഠനങ്ങളാൽ സ്വാധീനിക്കപ്പെട്ടിരുന്ന ഒസാമ ബിൻ ലാദനിലേക്ക് അവരെത്തിയത്. അവർ ആ ചെറുപ്പക്കാരനെ റിക്രൂട്ട് ചെയ്യുകയും ഒരു സൗദി രാജകുമാരന് പകരക്കാരനായി ഐ എസ് ഐക്ക് നല്കുകയും ചെയ്തു. അതായിരുന്നു ഒസാമ ബിൻ ലാദൻ. ജിഹാദി ഇസ്ലാമിസം അമേരിക്ക തന്നെ സൃഷ്ടിച്ച ഒരു ഭീകരജീവിയാണെന്ന് എഴുതിയപ്പോൾ ഞാൻ പരാമർശിച്ചത് അത്തരത്തിലുള്ള കാര്യമാണ്.

വിജയ്: 2008 ലെ സോഷ്യലിസ്റ്റ് രജിസ്റ്ററിലെ ഉപന്യാസത്തിലെ ഒരു വരിയെക്കുറിച്ച് താങ്കളോട് ചോദിക്കണമെന്നുണ്ട്. 'ഇക്കാലത്ത് സ്വത്വരാഷ്ട്രീയം വിശാലാർത്ഥത്തിൽ ഒരു ചട്ടമായി മാറിക്കഴിഞ്ഞു.' ഈ ലേഖനം ഇസ്ലാമിസത്തേക്കുറിച്ചുള്ളതാണ്. പക്ഷേ, സംസ്കാരികത്വത്തിലേക്കുള്ള (കൾച്ചറലിസം) ലോകത്തിന്റെ വ്യതിയാനത്തെക്കുറിച്ചുകൂടി താങ്കൾ ഇതിൽ ഉന്നയിക്കുന്നുണ്ട്. അതായത്, 'സാമൂഹ്യമായ നിലനില്പ്പിനെ പ്രാഥമികമായി നിർണ്ണയിക്കുന്നത് സംസ്കാരം ആണെന്നുള്ള കാഴ്ചപ്പാട്.' മാറുന്ന സാമൂഹ്യ സാഹചര്യത്തിൽ ഈ വാദത്തെക്കുറിച്ച് വിശദീകരിക്കാമോ?

ഐജാസ്: തീർച്ചയായും. ഇടതുപക്ഷത്തിന്റെ തളർച്ചയ്ക്ക് പിന്നിലെ പ്രധാന കാരണങ്ങളിലൊന്ന് കേവല സ്വത്വവാദത്തിന്റെ വളർച്ചയാണ്. ഇടതുപക്ഷമെന്ന് ഈ പശ്ചാത്തലത്തിൽ ഞാൻ അർത്ഥമാക്കുന്നത്, എറിക്ക് ഹോബ്സ്ബാമിന്റെ പ്രയോഗം കടമെടുത്താൽ, 'ജ്ഞാനോദയ ഇടതുപക്ഷ'ത്തെയാണ്. ജ്ഞാനോദയ ഇടതുപക്ഷം എന്ന പദം കമ്യൂണിസം, സോഷ്യൽ ഡെമോക്രസി, കൊളോണിയൽ വിരുദ്ധ ദേശീയവാദം, മതൗലികവാദത്തിനെതിരായ മതനിരപേക്ഷ സാമൂഹ്യ മുന്നേറ്റങ്ങൾ, ജന്മിത്തവിരുദ്ധ മുന്നേറ്റങ്ങൾ എന്നിങ്ങനെ സമാനമായ ശക്തികളെയെല്ലാം സൂചിപ്പിക്കുന്നതാണ്. ബലാബലത്തിലെ മാറ്റങ്ങൾ മൂലം ഒരു തരത്തിലല്ലെങ്കിൽ മറ്റൊരു തരത്തിൽ ജ്ഞാനോദയ ഇടതുപക്ഷത്തിന്റെ വിഭാഗങ്ങളെല്ലാം പരാജയപ്പെടുകയോ പിൻവാങ്ങാൻ നിർബ്ബന്ധിതരാവുകയോ ചെയ്തു. ഇത് ജ്ഞാനോദയ വിരുദ്ധ യുക്തിരാഹിത്യങ്ങളിലേക്ക് അനിവാര്യമായും നയിച്ചു. യൂറോപ്യൻ വലതുപക്ഷം, പ്രത്യേകമായും നാസികൾ, ചെയ്തതുപോലെ ദേശീയത വർണ്ണത്തിന്റെയും വംശത്തിന്റെയും മതത്തിന്റെയും ഒക്കെ അടിസ്ഥാനത്തിൽ നിർവ്വചിക്കപ്പെട്ടു. പുരോഗമന സാമ്രാജ്യത്വ വിരുദ്ധ ദേശീയതകളുടെ മതനിരപേക്ഷ കാമ്പിനെ ഇത് നിരാകരിച്ചു. പഴയൊരു

യൂറോപ്യൻ ദൃഷ്ടാന്തമാണത്. ഒരു കത്തോലിക്കസമൂഹവും രാജാധികാര വ്യവഹാര മണ്ഡലവും എന്ന നിലയിലുള്ള ഫ്രാൻസിന്റെ യഥാർത്ഥ സ്വത്വത്തെ ഫ്രഞ്ച് വിപ്ലവം തകർത്തുവെന്നാണ് പ്രതിവിപ്ലവചിന്തകരായ ബൊനാൾഡിനെയും ഡി മൈസ്ത്രേയെയും പോലെയുള്ളവർ ശക്തിയുക്തം അഭിപ്രായപ്പെട്ടത്. കുറഞ്ഞത് പതിനെട്ടാം നൂറ്റാണ്ടിന്റെ രണ്ടാം പകുതി മുതലെങ്കിലും വലതുപക്ഷദേശീയവാദത്തിന്റെ ഹൃദയത്തിൽ ഈ കേവല സ്വത്വവാദം കുടികൊള്ളുന്നുണ്ട്.

ഇതേസമയം തന്നെയാണ് സാംസ്കാരിക ബഹുസ്വരതയിലൂന്നിയ ഒരു വ്യവഹാരം അമേരിക്കയിലും ബ്രിട്ടൻ, കാനഡ മുതലായ രാജ്യങ്ങളിലും ഉരുത്തിരിഞ്ഞുവന്നത്. വളരെ ശക്തവും എന്നാലത്ര തീവ്രമല്ലെന്ന പ്രതീതി സൃഷ്ടിക്കുന്നതുമായ ഒന്ന്. ദേശീയ സംസ്കാരത്തെക്കുറിച്ചുള്ള ആശയങ്ങൾ ചരിത്രപരമായി വെള്ളക്കാരെന്ന വംശീയ സ്വത്വ ബോധത്തിൽ വേരൂന്നിയ രാജ്യങ്ങളാണിവ. എന്നാൽ ഈ രാജ്യങ്ങൾ രണ്ടാം ലോകമഹായുദ്ധം മുതലുള്ള വിവിധ ഘട്ടങ്ങളിൽ മൂന്നാം ലോക കുടിയേറ്റക്കാരെ സ്വീകരിച്ചിട്ടുണ്ടെങ്കിലും അവരെ യൂറോപ്പിൽ നിന്നുള്ള കുടിയേറ്റക്കാരെപ്പോലെ ഒരിക്കലും 'യഥാർത്ഥ' (വെളുത്ത) രാഷ്ട്രത്തിലേക്ക് ഉൾച്ചേർക്കാൻ ശ്രദ്ധിച്ചിട്ടില്ല. സാംസ്കാരിക ബഹുസ്വരതാ വാദം ഒരു ലിബറൽ, പല തരത്തിലും ഉത്തരാധുനികംപോലുമായ വ്യവഹാരമാണ്. ഈ കൂട്ടമായ കുടിയേറ്റത്തിന്റെ പശ്ചാത്തലത്തിൽ വളരെ വിഭാഗീയമായ രാഷ്ട്രീയത്തെ അത് പ്രോത്സാഹിപ്പിക്കുകയും 'ഹ്രസ്വ വ്യത്യാസങ്ങളുടെ ആത്മരതി' എന്ന് ഫ്രോയിഡ് വിശേഷിപ്പിച്ച പ്രവണതയെ ശക്തമായി മുന്നോട്ടുവെക്കുകയും ചെയ്യുന്നു. ഈ യുക്തിയനുസരിച്ച്, വിവിധ കുടിയേറ്റ ഗ്രൂപ്പുകൾ വംശം, മതം, ദേശീയ ഉത്ഭവം അല്ലെങ്കിൽ മറ്റേതെങ്കിലും വംശീയ അടയാളം എന്നിവയാൽ നിർവ്വചിക്കപ്പെട്ട വ്യത്യസ്ത കമ്യൂണിറ്റികളാണ്. ഈ സമുദായങ്ങളിൽ ഓരോന്നിനും വ്യതിരിക്തമായ സംസ്കാരവും അവരുടേതായ പ്രത്യേക താല്പര്യങ്ങളും ഉണ്ടെന്ന് പറയപ്പെടുന്നു.

സമുദായം എന്ന ആശയത്തെ നിർവ്വചിക്കുക എന്നത് എളുപ്പമുള്ള പണിയാണ്. ഒരു അറബ് സമൂഹമോ, ഇറാനി സമൂഹമോ ഉണ്ടാകാം അല്ലെങ്കിൽ യെമനി കടയുടമകൾ, തുർക്കി ഡോക്ടർമാർ, കർഷക പശ്ചാത്തലത്തിൽ നിന്നുള്ള പാകിസ്ഥാനികൾ അല്ലെങ്കിൽ ബാങ്കർമാർ എന്നിവരടങ്ങുന്ന ഒരു മുസ്ലീം സമൂഹം ഉണ്ടാകാം; എന്നാൽ അവരെല്ലാം ഇസ്ലാം മതത്തിൽ വിശ്വസിക്കുന്നതിനാൽ ഒരേ സംസ്കാരം ഉള്ളവരാണെന്ന് അനുമാനിക്കപ്പെടുന്നു. ഇങ്ങനെ മതത്തിനും സംസ്കാരത്തിനും ഇടയിലുള്ള ആശയക്കുഴപ്പം നിലനില്ക്കുമ്പോൾ തന്നെ അത് സൃഷ്ടിക്കുന്ന സാമുദായികപരമായ സ്വത്വങ്ങളാണ് വർഗ്ഗ ഐക്യത്തിന് തടയിടുന്നത്. കുടിയേറ്റക്കാരുടെ കാര്യത്തിൽ ഭൂരിഭാഗം മനുഷ്യരും തൊഴിലാളിവർഗ്ഗത്തിൽപ്പെട്ടവരാണ്. എന്നാൽ അവരെ യെമനി തൊഴിലാളികൾ, മെക്സിക്കൻ തൊഴിലാളികൾ എന്നിങ്ങനെ വംശപരമായി മാത്രം

വേർതിരിച്ചു നോക്കിക്കാണുന്നത് വർഗ്ഗ അടിസ്ഥാനത്തിൽ അവർക്ക് അവരെ മനസ്സിലാക്കാനുള്ള സാദ്ധ്യതയ്ക്ക് തുരങ്കം വയ്ക്കുന്നു.

വിജയ്: 'പ്രസിഡന്റും പോപ്പും പിന്നെ പ്രൊഫസറും' എന്നൊരു ഭാഗം ആ ലേഖനത്തിലുണ്ട്. ഈ മൂന്നു പേരും - പ്രസിഡന്റ് ജോർജ് ബുഷ്, കർദിനാൾ ററ്റ്സിങ്ങർ, സാമുവൽ ഹണ്ടിങ്ടൺ - തങ്ങൾക്ക് ലഭിച്ച എന്തെങ്കിലും തരത്തിലുള്ള അഭയം സ്വീകരിച്ചതിന്റെ പേരിൽ വിവിധ കുടിയേറ്റക്കാർക്കെതിരെ ഒറ്റക്കെട്ടാണ്.

ഐജാസ്: ബുഷിന്റെ യുദ്ധക്കൊതി ലോകപ്രസിദ്ധമാണല്ലോ! പിന്നീട് പോപ്പായി അവരോധിക്കപ്പെട്ട കർദിനാൾ ററ്റ്സിങ്ങറാകട്ടെ ക്രിസ്ത്യൻ മതവും യൂറോപ്യൻ നാഗരികതയും തമ്മിലുള്ള ഈ ഐഡന്റിറ്റി ഉറപ്പിച്ചുപറയുന്നു. ക്രിസ്തുമതംകൊണ്ട് അദ്ദേഹം പരോക്ഷമായി അർത്ഥമാക്കുന്നത് കത്തോലിക്കാ മതത്തെയാണ്. ക്രിസ്തുമതവും ഇസ്ലാമും തമ്മിൽ പൊരുത്തമില്ലാത്തതാണെന്നും തുർക്കി മുസ്ലീം ഭൂരിപക്ഷ രാജ്യമായതിനാൽ യൂറോപ്യൻ യൂണിയനിൽ അംഗത്വം നല്കരുതെന്നും അദ്ദേഹം ആവർത്തിച്ച് പറഞ്ഞിരുന്നു. ഇങ്ങനെ സമൂഹത്തിലെ ഉന്നതശ്രേണിയിൽ ഉള്ള പ്രധാനപ്പെട്ട വ്യക്തികൾ മുന്നോട്ടുവയ്ക്കുന്ന ഇസ്ലാമോഫോബിയ വലതുപക്ഷത്ത് മാത്രമല്ല അതിനപ്പുറത്തേക്കുള്ള വൃത്തങ്ങളിലും പടർന്നിരിക്കുകയാണ്. ഹണ്ടിങ്ടണിന്റെ ക്യാൻവാസും ഇതേപോലെ ഇടുങ്ങിയതാണ്. അദ്ദേഹം പാശ്ചാത്യ നാഗരികതയെ പാശ്ചാത്യ ക്രിസ്ത്യാനിറ്റിയുടെ - മറ്റൊരു രീതിയിൽ പറഞ്ഞാൽ, കത്തോലിക്കാ മതവും പ്രൊട്ടസ്റ്റന്റിസവും - അടിസ്ഥാനത്തിൽ കർശനമായി നിർവ്വചിക്കുന്നു.

മറ്റെല്ലാം വിളറിയതാണ്. ഉദാഹരണത്തിന്, ഒരു സോമാലിയൻ മുസ്ലീം സ്ത്രീയാണെന്ന് തിരിച്ചറിയുന്ന ശിരോവസ്ത്രം ധരിച്ച്, ഇൽഹാൻ ഒമർ യു എസ് കോൺഗ്രസിൽ പ്രവേശിക്കുമ്പോൾ എന്ത് സംഭവിക്കുമെന്ന് ആരും ആശ്ചര്യപ്പെടേണ്ടതില്ല. ലിബറൽ പുറംപൂച്ചുകാർ വളരെ കഠിനമായി തന്നെ മറയ്ക്കാൻ ശ്രമിക്കുന്നതും യു എസ് സംസ്കാരത്തിൽ അന്തർല്ലീനമായതുമായ വെളുത്ത വംശീയ രോഷത്തിന്റെ കാട്ടുതീയെ അവർ നേരിടേണ്ടിവരും. ഈ രണ്ട് സ്ത്രീകളും, അതും മുസ്ലീം സ്ത്രീകൾ - അവരിൽ ഒരാളായ റാഷിദ ത്ലൈബ് പലസ്തീൻകാരിയാണ് - അവർ ആരാണെന്ന് പൊതുവേദിയിൽ പറയുന്നതാണ് പ്രസിഡന്റ് മുതൽ ചെറിയ മരപ്പണിക്കാരൻ വരെ എല്ലാവരെയും പ്രകോപിപ്പിക്കുന്നത്.

വിജയ്: ശരിയാണ്. അവർക്ക് ശിരോവസ്ത്രം അണിയേണ്ടത് പോലുമില്ല.

ഐജാസ്: അവർ നിത്യജീവിതത്തിൽ ശിരോവസ്ത്രം അണിയാറില്ല. ഒരു മുസ്ലിം എന്നതിനേക്കാൾ പലസ്തീനി എന്ന തന്റെ സ്വത്വത്തെയാണ് അവർ കൂടുതലായി മുന്നോട്ടുവെച്ചു കണ്ടിട്ടുള്ളത്.

വിജയ്: അവരുടെ അസ്തിത്വം തന്നെ ഒരു ശിരോവസ്ത്രമാണ്.

ഐജാസ്: ഒരു സെക്കുലർ പലസ്തീനിയായാണ് എനിക്കവരെ തോന്നിയിട്ടുള്ളത്. സാമൂഹ്യശാസ്ത്രപരമായ അർത്ഥത്തിലല്ലാതെ അങ്ങനെയൊരു മുസ്ലീം അല്ല.

വിജയ്: എന്നാൽ അത് അപ്രസക്തമാണ്.

ഐജാസ്: തീർച്ചയായും. ഒരേ സമയം പലസ്തീനിയും മുസ്ലീമും ആയിരിക്കുക എന്ന വസ്തുത തന്നെ അവരെ ചുറ്റിവരിയും.

ഇൽഹാൻ ഒമറിന്റെ കാര്യം രസകരമാണ്. പ്രസംഗങ്ങളിൽ ഇടയ്ക്കിടെ 'നമ്മൾ അമേരിക്കക്കാർ' എന്നിവർ സ്ഥിരമായി ഉപയോഗിക്കാറുണ്ട്. 'സ്വാതന്ത്ര്യം, മതസഹിഷ്ണുത, മനുഷ്യാവകാശങ്ങൾ മുതലായവയുടെ 'യഥാർത്ഥ' അമേരിക്കൻ മൂല്യങ്ങളെ അവർ നിരന്തരം വിളിച്ചുപറയുന്നു. പക്ഷേ, കറുത്ത നിറമുള്ളതും ഹിജാബ് ധരിച്ചതുമായ ഒരു മുസ്ലീം സ്ത്രീയാണ് അവർ, ആഗ്രഹിച്ചാൽ പോലും ആ വ്യക്തിത്വം ഉപേക്ഷിക്കാൻ കഴിയില്ല. അതിനാൽ, ആ വംശീയതയെ ധിക്കരിച്ച്, അവരുടെ സോമാലിയൻ വേരുകളിലും ഇസ്ലാമിക വിശ്വാസത്തിലും അഭിമാനിക്കാൻ അവർ നിർബ്ബന്ധിതയായി. അമേരിക്കയിൽ ഇപ്പോൾ നിലനില്ക്കുന്ന വിവിധതരത്തിലുള്ള സ്വത്വരാഷ്ട്രീയത്തിന്റെ വ്യത്യസ്ത വഴികളാണിത്. ഈ സ്വത്വവലയത്തിൽ മതം ഒരു ചെറിയ കാര്യമല്ല. പൊതുധാരണകൾക്കപ്പുറത്ത്, അഗാധമായ ഒരു മതസമൂഹമാണ് അമേരിക്ക. വലതുപക്ഷ, ഇവാഞ്ചലിക്കൽ ക്രിസ്ത്യാനികൾ അമേരിക്കൻ രാഷ്ട്രീയത്തിന്റെ വളരെ ശക്തമായ ഒരു ഭാഗമാണ്, മാത്രമല്ല പലപ്പോഴും ഇവർ വെളുത്ത വംശീയതയുമായി ഇഴചേർന്നിരിക്കുന്നു. അമേരിക്കയെന്ന രാജ്യത്തിന്റെ പ്രത്യയശാസ്ത്ര രൂപീകരണത്തിന്റെ ആരംഭത്തിൽ തന്നെ ബൈബിൾ സഹസ്രാബ്ദവാദം എങ്ങനെ അടിത്തറയിട്ടിരുന്നു എന്നതിനെക്കുറിച്ചുള്ള ഒരു ഭാഗം എന്റെ പുതിയ പുസ്തകത്തിൽ കാണാം. ഭരണത്തിന്റെ ഉന്നതതലങ്ങളിൽവരെ കാണപ്പെടുന്ന ഇസ്ലാമോഫോബിയയ്ക്ക് പല അടരുകളുണ്ട്. മതവിശ്വാസികളായ അമേരിക്കക്കാരെ സംബന്ധിച്ചിടത്തോളം മുസ്ലീങ്ങൾ അവരുടെ മതത്തിന്റെ സ്വഭാവത്താൽ തന്നെ അക്രമകാരികളായ പുറംലോകക്കാരാണ്. സയണിസ്റ്റുകളും നിയോലിബറലുകളും ഈ വാദം ഊട്ടിയുറപ്പിക്കുക മാത്രമാണ് ചെയ്തത്. വംശത്തിന്റെയും മതത്തിന്റെയും സ്ഥിരവും ശാശ്വതവുമായ സ്വത്വങ്ങളെക്കുറിച്ചുള്ള സാംസ്കാരിക ആശയം വാദിക്കുന്നത് മുസ്ലീംത്വത്തിന് അക്രമാസക്തമായ ചില ആദിമ സത്തയുണ്ടെന്നുള്ളതാണ്.

വിജയ്: അതായത്, ലിബറലിസവും തീവ്രവലതുപക്ഷവും തമ്മിലുള്ള കണ്ണിയായാണ് കേവലസ്വത്വവാദം പ്രവർത്തിക്കുന്നത്. അല്ലേ?

ഐജാസ്: തീർച്ചയായും. സാമൂഹികവും സാമ്പത്തികവുമായ ആവലാതികളുള്ള കുടിയേറ്റക്കാർക്കിടയിലെ ഈ കോലാഹലം കൈകാര്യം ചെയ്യേണ്ട ലിബറൽ മൾട്ടി കൾച്ചറൽ സ്റ്റേറ്റ്, അവരെ ആശയപരമായും സ്ഥാപനപരമായും ഉൾക്കൊള്ളാൻ ആഗ്രഹിക്കുന്നു. മുസ്ലീം സമുദായത്തിന്റെ പ്രതിനിധികൾ എന്ന നിലയിൽ അവർ പള്ളികളിലെ നേതാക്ക

ളുമായി സംസാരിക്കുന്നു. ഈ പള്ളികളിൽ ഭൂരിഭാഗത്തിനും ഗൾഫ് രാജ്യങ്ങളിൽ - കൂടുതലും സൗദി അറേബ്യ- നിന്നാണ് ധനസഹായം നല്കുന്നത്. പിന്തിരിപ്പൻ ഇമാമുമാർ സകലമുസ്ലീങ്ങളുടെയും പ്രതിനിധിയായി സ്വയം അവരോധിക്കും. ഇങ്ങനെയുള്ള കുറെ ഇമാമുകൾ കൂടെ ചേർന്ന് സംഘടനകൾ രൂപീകരിച്ചശേഷം മുസ്ലീങ്ങളുടെ ശബ്ദമായി അറിയപ്പെടാൻ തുടങ്ങും.

വിജയ്: ഇടതുപക്ഷം ഇക്കാലത്ത് ആക്രമിക്കപ്പെടുന്നതുപോലെ മതനിരപേക്ഷതയും ആക്രമിക്കപ്പെടുന്നുണ്ട് എന്നാണല്ലോ താങ്കളുടെ വാദം. ലേഖനത്തിൽ താങ്കൾ പറയുന്നതുപോലെ 'തങ്ങൾ സ്വയം തീർത്ത നിർവ്വചനത്തിനപ്പുറത്തേക്ക് കൂടുതലായി ചിന്തിക്കുവാനും, ദൈവേച്ഛയാൽ ഇതിലും മികച്ച നീതി തങ്ങൾക്ക് ലഭിക്കണമെന്ന ചിന്ത ഒഴിവാക്കുവാനും മതനിരപേക്ഷലോകം തയ്യാറാകണം. അതായത്, മതേതര ലോകത്തിന് വേണ്ടത്ര നീതി ഉണ്ടായിരിക്കണം, ഒരാൾക്ക് അധാർമ്മികമായ അനീതികൾക്കെതിരെ ദൈവനീതി നിരന്തരം ആവശ്യപ്പെടേണ്ടതില്ല; സമൂലമായ സമത്വത്തിന്റെ ഒരു രാഷ്ട്രീയം.

ഐജാസ്: ആ ഖണ്ഡിക തയ്യാറാക്കാൻ കുറേയേറെ സമയവും ചിന്തയും വേണ്ടിവന്നു. മതം മർദ്ദിതജീവിയുടെ നിശ്വാസവും ആത്മാവില്ലാത്ത ലോകത്തിന്റെ ആത്മാവുമാണെന്ന മാർക്സിന്റെ വിശ്വപ്രസിദ്ധമായ അഭിപ്രായത്തെയാണ് ആ ഖണ്ഡികയിലെ ആദ്യത്തെ വരി സൂചിപ്പിക്കുന്നത്. മിഥ്യകളില്ലാത്ത മനുഷ്യരുണ്ടാവണമെങ്കിൽ ആദ്യം മിഥ്യാരഹിതമായ ലോകത്തെ സൃഷ്ടിക്കണമെന്ന അദ്ദേഹത്തിന്റെ മഹത്തായ ആശയത്തെ കുറച്ചുകൂടി വ്യക്തമാക്കാനാണ് ഞാൻ അതിനുശേഷം ശ്രമിച്ചത്. 'സമൂലമായ സമത്വത്തിന്റെ രാഷ്ട്രീയം' എന്നതുകൊണ്ടു ഞാൻ ഉദ്ദേശിച്ചത് കമ്മ്യൂണിസം അല്ലെങ്കിൽ സോഷ്യലിസം പോലെയുള്ള മുതലാളിത്തവിരുദ്ധ രാഷ്ട്രീയത്തെയാണ്. എന്നെ സംബന്ധിച്ചിടത്തോളം പൊളിറ്റിക്കൽ ഇസ്ലാമിനും വലതുപക്ഷ മതവാദത്തിനുമെല്ലാം എതിരായ ഒരേയൊരു ബദൽ വാദം വർഗ്ഗരഹിതസമൂഹത്തെ അനിവാര്യമായി നോക്കിക്കാണുന്ന മതനിരപേക്ഷതയാണ്. പക്ഷേ, സെക്യുലർ എന്ന വാക്കിനുപോലും പല കാലങ്ങളിൽ പല അർത്ഥമായിരുന്നു കല്പിച്ചുപോന്നിരുന്നത്. പ്രാരംഭകാലത്തെ ക്രിസ്ത്യൻ ചിന്താധാരയെ സംബന്ധിച്ചിടത്തോളം സെക്യുലർ എന്നാൽ ദൈവികമല്ലാത്ത, അതായത് ഭൗതികം മാത്രമായ ലോകത്തെ സൂചിപ്പിച്ചിരുന്ന ഒരു പദമായിരുന്നു.

ഇന്ത്യപോലെയുള്ള രാജ്യങ്ങളുടെ കാര്യത്തിൽ ഇടതുപക്ഷത്തേക്ക് നീങ്ങുന്ന ആളുകൾ സാധാരണയായി കമ്മ്യൂണിസ്റ്റുകാർ ആകുന്നതിനും മുന്നെത്തന്നെ നിരീശ്വരവാദികളായിരുന്നു. അൻവർ സാദത്ത് വധിക്കപ്പെട്ടപ്പോൾ അറസ്റ്റിലായ നിരവധി പേരിൽ ഇരുപതോളം ആൾക്കാരെ കോടതി വിചാരണ ചെയ്തിരുന്നു. ഈജിപ്റ്റ് അന്നോളം കണ്ടതിൽ ഏറ്റവും വലിയ വിചാരണ. ഈ പ്രതികളിൽ ഭൂരിഭാഗവും അവരുടെ

ടീനേജിൽ നാസറിസ്റ്റുകളായിരുന്നു എന്നതാണു രസകരമായ കാര്യം. ഇസ്രായേലിനെ തോല്പിക്കാൻ നാസറിസത്തിന് കഴിഞ്ഞില്ല എന്ന നിരാശ അവരെ കൊണ്ടെത്തിച്ചത് ഇസ്ലാമിക് മില്ലെനറിയനിസം എന്നു വിശേഷിപ്പിക്കപ്പെടുന്ന ഒരുതരം ഇസ്ലാമിസ്റ്റ് ധാരയിലേക്കായിരുന്നു. 1967 ലെ നാസറിസത്തിന്റെ തകർച്ച, മതനിരപേക്ഷ ദേശീയതയുടെ തകർച്ച, ആ തകർച്ചകളുടെയെല്ലാം ആകത്തുകയായി ആ മനുഷ്യരിൽ അവ ശേഷിപ്പിച്ച ആഘാതം ഇതിനെയെല്ലാം അവർ നേരിട്ടത് വല്ലാത്തൊരു വിഭ്രാന്തിയോടെ ദൈവത്തിൽ വിശ്വസിച്ചുകൊണ്ടാണ്. ദൈവരഹിതരായ ഈ ആളുകൾക്ക് നമുക്ക് നേടിത്തരാനാകാത്തത് ദൈവം നമുക്ക് നല്കും എന്ന വിശ്വാസം. ഇത് ഒരു തരം ഉന്മാദമാണ്, തോല്വിയുടെ ആഘാതത്തിൽ നിന്ന് ഉടലെടുക്കുന്ന സാമാന്യവല്ക്കരിച്ച സാമൂഹിക ഉന്മാദത്തിന്റെ ഒരു രൂപമാണ്, അതുപോലെതന്നെ ദാരിദ്ര്യത്തിന്റെയും സാമൂഹികമായ അപമാനത്തിന്റെയും ആഘാതകരമായ അനുഭവങ്ങളിൽനിന്ന് ലുംപൻ തൊഴിലാളിവർഗ്ഗത്തിൽ നിന്നുള്ള പലരും ഫാസിസം, മതപരമായ വംശഹത്യകൾ, വംശീയ ഉന്മൂലനം തുടങ്ങിയവ ഉൾപ്പെടെയുള്ള തീവ്ര വലതുപക്ഷ ഹിംസകളിലേക്ക് ആകർഷിക്കപ്പെടുന്നു.

ജിഹാദിസം, ട്രംപിസം, യൂറോപ്യൻ നവഫാഷിസം, ഹിന്ദുത്വയുടെ വികാസം എന്നിങ്ങനെയുള്ള എല്ലാത്തരം വലതുപക്ഷ ആശയധാരകളും ഉടലെടുക്കാൻ കാരണം ഇടതുപക്ഷത്തിന്റെ തകർച്ചയാണ്. സാമൂഹികാഘാതം കാരണം ജീവിതം വഴിമുട്ടിയ മനുഷ്യർക്ക് ജീവിതം തിരിച്ചുപിടിക്കാനുള്ള വഴികൾ കാണിച്ചുകൊടുക്കാൻ കെൽപ്പുള്ള ഭരണകൂടത്തെ സൃഷ്ടിച്ചെടുക്കാൻ പൊതുവേ ഇടതുപക്ഷത്തിന് കഴിഞ്ഞില്ല എന്നതാണു സത്യം. ഇത്തരത്തിലുള്ള പ്രസ്ഥാനങ്ങളുടെ സാമൂഹിക അടിത്തറയുടെ വളരെ വലിയൊരു ഭാഗം ആഘാതമേറ്റ ആളുകളാണ്; സ്വന്തം തോല്വിയും മുതലാളിത്തത്തിൻ കീഴിൽ അവർ അനുഭവിക്കുന്ന ദൈനംദിന ദുരിതങ്ങളോടും അവജ്ഞകളോടും പോരാടാനുള്ള തങ്ങളുടെ കഴിവില്ലായ്മയാലും മുറിവേറ്റവരാണവർ. മറ്റുള്ളവർക്കുമേൽ അക്രമം നടത്തുന്നത് അവരെ സംബന്ധിച്ചിടത്തോളം ഒരു സാങ്കല്പിക നഷ്ടപരിഹാരമായി മാറുകയാണ്, യഥാർത്ഥത്തിൽ ശക്തരായ മനുഷ്യർ അവർക്കുമേൽ നടത്തുന്ന എത്രയോ ദൈനംദിന ഹിംസകൾ ഏറ്റുവാങ്ങുന്നതിനുള്ള സാങ്കല്പിക നഷ്ടപരിഹാരം.

സാമ്രാജ്യത്വത്തെയും ഇസ്ലാമിസത്തെയുമെല്ലാം കുറിച്ചുള്ള ഈ ലേഖനങ്ങൾ വച്ച് ഞാൻ ഒരു പുസ്തകം തയ്യാറാക്കിയേക്കാം.

വിജയ്: വളരെ മികച്ചൊരു ആശയമാണത്. 'നമ്മുടെ കാലത്തെ സാമ്രാജ്യത്വം' എന്ന താങ്കളുടെ ലേഖനം പോലെ നമുക്ക് ചുറ്റും ഇപ്പോൾ നടക്കുന്ന കാര്യങ്ങളെ സൂചിപ്പിക്കുന്ന ഒന്നായിരിക്കും അത് എന്നതിൽ സംശയമില്ല. എന്താണ് സംഭവിക്കുന്നതെന്ന് നിങ്ങൾ വിവരിക്കുന്നു, കാര്യങ്ങൾ വിശദീകരിക്കുന്നു. പക്ഷേ, ഇപ്പോഴുള്ള നമ്മുടെ വായനക്കാരിൽ അറുപതു ശതമാനവും അവയെക്കുറിച്ച് കേട്ടിരിക്കാൻ തന്നെ

യുള്ള സാദ്ധ്യത കുറവാണെന്ന് തോന്നുന്നു. അവരിൽ ചിലരുടെ തീരെയും ചെറുപ്പത്തിലോ, മറ്റുചിലർ ജനിക്കുന്നതിന് മുന്നെയോ ഒക്കെയായിരുന്നല്ലോ അത്.

ഐജാസ്: സംഭവപരമ്പരകൾക്കിടയിൽ നിന്നാണ് *ദി എയിറ്റീൻത് ബ്രുമെയറും* എഴുതുന്നത്. സാമ്രാജ്യത്വത്തെക്കുറിച്ചുള്ള ലഘുലേഖ ലെനിൻ എഴുതുന്നതും തിരക്കിട്ട സന്ദർഭത്തിലാണ്. ലെനിൻ അദ്ദേഹത്തിന്റെ ഫിലോസോഫിക്കൽ നോട്ട്ബുക്ക് അടക്കം എല്ലാം എഴുതുന്നതും അത്രയേറെ കലുഷിതമായ സാഹചര്യത്തിലാണ്. ഫെബ്രുവരി വിപ്ലവത്തിനുശേഷമുള്ള സാഹചര്യത്തെ എങ്ങനെ മനസ്സിലാക്കണമെന്നതിൽ അദ്ദേഹത്തിന് ഉറപ്പില്ലായിരുന്നു. അതിനാൽ റഷ്യൻ സാഹചര്യത്തെക്കുറിച്ച് വൈരുദ്ധ്യാത്മകമായി ചിന്തിക്കാൻ അദ്ദേഹം ഹെഗലിന്റെ ലോജിക് വായിച്ചു. ഹെഗലിനെ വായിച്ചുകഴിഞ്ഞാൽ വിപ്ലവകരമായ അടവുനയങ്ങൾ രൂപീകരിക്കാൻ അത് സഹായിക്കും എന്നതായിരുന്നു അക്കാലത്തെ പ്രതിഭാശാലികളുടെ രീതി. പല ഘടകങ്ങൾ ഒത്തുചേരുന്നതിന്റെ യുക്തിയിലൂടെ ചിന്തിക്കുന്നത് മാർക്സിസ്റ്റ് രചനകളുടെ കാതലാണ്. നൂറും ഇരുന്നൂറും മുന്നൂറും വർഷം നിലനില്ക്കുന്ന സിദ്ധാന്തത്തിന്റേതായ മാർക്സിന്റെയും ലെനിന്റെയും ഓരോ ഗ്രന്ഥങ്ങളും യഥാർത്ഥത്തിൽ എഴുതിയിരിക്കുന്ന സന്ദർഭത്തിലേക്ക് തിരികെ പോകുന്നത് അതിശയിപ്പിക്കുന്ന ഒരു അനുഭവമാണ്. ഞാൻ പിൻപറ്റുന്ന പാരമ്പര്യം ഇതാണ്, യഥാർത്ഥ ലോകത്തിലെ പലവിധ രാഷ്ട്രീയ സംയോജനങ്ങളുടേതായ ഒരു സന്ദർഭത്തോട് പ്രതികരിച്ചുകൊണ്ട് എഴുതിക്കൊണ്ടിരിക്കുക എന്നത്.

വിവർത്തന പങ്കാളി: അസീദ് കരീം ഹുസൈൻ

ഓരോ രാജ്യത്തിനും അത് അർഹിക്കുന്ന ഫാസിസം ലഭിക്കുന്നു

വിജയ് പ്രഷാദ്: നിങ്ങൾക്ക് അറിയാമോ, നിങ്ങളുടെ എഴുത്തുകളിൽ വ്യക്തിപരമായി എന്റെ ഓർമ്മയിൽ തങ്ങിനില്ക്കുന്ന ഒരുപാട് വരികളും സമവാക്യങ്ങളുമുണ്ട്. ഒരുപക്ഷേ, താങ്കളുടേതായി ഞാൻ ഏറ്റവും കൂടുതൽ ഉദ്ധരിച്ച വാചകം 'ഓരോ രാജ്യത്തിനും അത് അർഹിക്കുന്ന ഫാസിസം ലഭിക്കുന്നു' എന്നതായിരിക്കും. ബി ജെ പിയെയും ആർ എസ് എസിനെയും ഇന്ത്യൻ ഗവണ്മെന്റിനെയും കുറിച്ചുള്ള കണിശതയാർന്ന താങ്കളുടെ എഴുത്തുകൾക്കുള്ള ഒരു മുഖവുര എന്ന നിലയിൽ ഇക്കാര്യങ്ങളെ വിശദീകരിക്കാമോ?

ഐജാസ് അഹമ്മദ്: ആ വാചകത്തിലെ 'അർഹതപ്പെട്ടത്' എന്ന പ്രയോഗമായിരിക്കും ഒരുപക്ഷേ, നിങ്ങളെ ഏറ്റവും സ്പർശിച്ചിട്ടുണ്ടാവുക. വിപ്ലവം യാഥാർത്ഥ്യമാക്കാത്തതിന് നമുക്ക് കിട്ടിയ തക്കതായ പ്രതിഫലമാണ് ഫാസിസം എന്ന ക്ലാരാ സെത്കിന്റെ പ്രസിദ്ധമായ പ്രസ്താവനയെ ചുറ്റിപ്പറ്റി രൂപപ്പെടുത്തിയതാണ് ആ വാചകത്തിന്റെ മൊത്തത്തിലുള്ള ഘടന. 'തക്കതായ പ്രതിഫലം' എന്ന പ്രയോഗമാണ് 'അർഹതപ്പെട്ടത്' എന്ന വാക്കിലേക്ക് എന്നെ എത്തിച്ചത്. അതിനപ്പുറം, യഥാർത്ഥമായ ചരിത്രാനുഭവങ്ങൾ ഉണ്ട്. ജർമ്മൻ നാഷണൽ സോഷ്യലിസത്തെയും ഇറ്റാലിയൻ ഫാസിസത്തെയും നിങ്ങൾ എത്ര ആഴത്തിൽ പഠിക്കുമ്പോഴും, സമാനതകളേക്കാൾ വൈരുദ്ധ്യങ്ങളാണ് മുഴച്ചുനില്ക്കുന്നതെന്ന് കാണാം. ഫാസിസം വിജയകരമായെന്ന് കണക്കാക്കപ്പെടുന്ന രാജ്യങ്ങളുടെ പട്ടികയിൽ പെടുന്നതാണ് സ്പെയിനും പോർച്ചുഗലും. ഫാസിസത്തിന്റെ മൗലികമായ സ്വഭാവങ്ങളിൽ ചിലത് ഇല്ലാത്തവയെ സ്വേച്ഛാധിപത്യമായി കണക്കാക്കണമെന്ന ശക്തമായ വാദം നിക്കോസ് പോളൻജാസ് മുന്നോട്ടുവെക്കുന്നുണ്ട്. മറ്റൊരു തരത്തിൽ പറഞ്ഞാൽ ഫാസിസത്തിന്റേതായ സവിശേഷതകളുടെയും സൈനിക

സ്വേച്ഛാധിപത്യത്തിന്റെയും ഒരു സംയോജനം. ഇക്കാലത്ത് ലിബറൽ, ഫാസിസ്റ്റിക് സംയോജനത്തിന്റെ വ്യത്യസ്ത രൂപങ്ങൾക്കാണ് നമ്മൾ സാക്ഷികളാകുന്നതെന്ന് ഞാൻ വിശ്വസിക്കുന്നു. ചരിത്രമാണ് ഒരു രാജ്യത്തെ അതെന്താണെന്ന് നിർണ്ണയിക്കുന്നത്. അതുകൊണ്ടുതന്നെ ആ രാജ്യത്തിന്റെ സവിശേഷമായ സ്വഭാവത്തിന് അനുരൂപമായ രാഷ്ട്രീയ മുന്നേറ്റങ്ങൾ അനിവാര്യമാണ്, അത് ഇടതാണെങ്കിലും വലതാണെങ്കിലും.

ഇവിടെ വൈരുദ്ധ്യാത്മകമായ ഒരു കാഴ്ചപ്പാട് എനിക്കുണ്ട്. കുത്തക മൂലധനത്തിന്റെ കാലത്ത് എല്ലാ മുതലാളിത്ത രാഷ്ട്രങ്ങളിലെയും ഒരു പൊതുവായ പ്രതിഭാസമാണ് ഫാസിസത്തിലേക്കുള്ള ചായ്വ്. പക്ഷേ, ക്ലാസിക്കൽ അർത്ഥത്തിലുള്ള ഫാസിസം പൂർണ്ണ വിജയത്തിലെത്തിയത് വളരെ കുറച്ച് സ്ഥലങ്ങളിൽ മാത്രമാണ്. മാത്രവുമല്ല, ഒരിക്കലും രണ്ട് ഫാസിസങ്ങൾ ഒരേ രൂപം ധരിച്ചിട്ടില്ല. എന്തുകൊണ്ടാണ് അങ്ങനെ?

ദേശീയതയുടെ തീവ്ര വലതുപക്ഷ പതിപ്പ് ഫാസിസത്തിന് അടിസ്ഥാനമായതിനാൽ അത് ആ രാജ്യത്തിന്റെ ചരിത്രപരവും സാമൂഹികവും രാഷ്ട്രീയവുമായ അവസ്ഥകൾക്കും അവയിൽനിന്ന് ഉടലെടുത്ത പ്രത്യയശാസ്ത്രത്തിനും സംഘടനാ രൂപത്തിനും അനുയോജ്യമാണ് എന്നതാണ് ഒരു കാരണം. ഹിന്ദു ഇന്ത്യക്ക് പ്രത്യേകമായുള്ള രാഷ്ട്രീയ, മത, സാമൂഹിക, ചരിത്ര സാഹചര്യങ്ങൾ കൃത്യമായി മനസ്സിലാക്കിയില്ലെങ്കിൽ, നാസിസത്തെക്കുറിച്ചുള്ള പഠനങ്ങൾ ഫാസിസത്തിന്റെ ആർ എസ് എസ് ബ്രാൻഡിനെക്കുറിച്ച് നിങ്ങളെ കൂടുതൽ പഠിപ്പിക്കില്ല. തന്ത്രപരമായി പറഞ്ഞാൽ, ഒരു ഫാസിസം മറ്റൊരു രാജ്യത്തെ ഫാസിസവുമായി പങ്കുവെക്കുന്നതെന്താണെന്നതിൽ നമ്മൾ കുറച്ച് മാത്രം ശ്രദ്ധ കൊടുത്താൽ മതിയാവും. എന്നാൽ ഓരോ ഫാസിസവും സംഘടിത രൂപമെടുക്കുന്ന രാജ്യത്തിൽ, ആ രാജ്യത്തിന്റെ സവിശേഷമായ ചരിത്രത്തിനും രാഷ്ട്രീയത്തിനും അനുസൃതമായി ഉണ്ടാക്കുന്ന അതിന്റേതായ പുതുമകളിൽ നാം കൂടുതൽ ശ്രദ്ധ ചെലുത്തേണ്ടതുണ്ട്. യൂറോപ്യൻ ഫാസിസങ്ങളുമായുള്ള ആർ എസ് എസ് ഫാസിസത്തിന്റെ സാമ്യം യഥാർത്ഥത്തിൽ ഉപരിപ്ലവമാണ്. അതിന്റെ മൗലികത്വത്തിന്റെ (ഒറിജിനാലിറ്റി) അടയാളങ്ങൾ എണ്ണമറ്റതുമാണ്. ആ അടയാളങ്ങൾ നമ്മൾ തിരിച്ചറിയുന്നില്ല. അവയെ മനസ്സിലാക്കുന്നതിനേക്കാൾ ഏറെ നമ്മൾ താല്പര്യപ്പെടുന്നത് അതിനെ അപലപിക്കുന്നതിലാണ്. അതൊരു ധാർമ്മിക നിലപാടാണ്, രാഷ്ട്രീയമായ ഒന്നല്ല.

നിങ്ങൾക്കറിയാവുന്നതുപോലെ, ഫാസിസത്തെക്കുറിച്ചുള്ള എന്റെ ചിന്തയുടെ വേരുകളിൽ ചിലത് ആഴ്ന്നിറങ്ങിയിരിക്കുന്നത് ഗ്രാംഷിയിലേക്കാണ്. അദ്ദേഹം സ്വയം ഒരു വലിയ ചോദ്യം ഉന്നയിച്ചു: ഇറ്റാലിയൻ സമൂഹത്തെയും ചരിത്രത്തെയും ഇത്ര എളുപ്പത്തിൽ കൈപ്പിടിയിലാക്കാൻ ഫാസിസ്റ്റുകൾക്ക് വഴിയൊരുക്കിയത് എന്താണ്? 1871 ൽ ഒരു

സ്വതന്ത്ര ഏകീകൃത ഇറ്റാലിയൻ രാഷ്ട്രത്തിന്റെ ആവിർഭാവത്തിൽ കലാശിച്ച സാമൂഹിക രാഷ്ട്രീയ പ്രസ്ഥാനമായ റിസോർജിമെന്റോ മുന്നോട്ടുവച്ച ദേശീയതയുടെ പോരായ്മകൾ എന്തൊക്കെയാണ്? അരനൂറ്റാണ്ടിനുശേഷം, ദേശീയതയുടെ മറ്റൊരു വകഭേദം - ഫാസിസ്റ്റ് ദേശീയത - അതേ രാഷ്ട്രത്തെ വിഴുങ്ങി. എന്തുകൊണ്ടാണത്? മുൻകാലങ്ങളിലെ ശക്തവും ഐക്യസ്വഭാവമുള്ളതുമായ ദേശീയത, അക്കാലത്ത് വലിയ സ്വാധീനമുണ്ടായിരുന്ന ഒരു സോഷ്യലിസ്റ്റ് പാർട്ടിയായ വർക്കേഴ്സ് കൗൺസിൽ പ്രസ്ഥാനത്തിന്റെ പൈതൃകം, തൊട്ടടുത്ത പശ്ചാത്തലത്തിൽ നടന്ന 1919 ലെ വിപ്ലവം- ഇവയെല്ലാം തൂത്തെറിയപ്പെട്ടു. അതിനാലാണ്, ഇറ്റാലിയൻ ചരിത്രത്തെ, സമൂഹത്തെ, ജനപ്രിയ സാഹിത്യത്തെ - എല്ലാറ്റിനെയും മനസ്സിലാക്കുകയും പുനർവ്യാഖ്യാനിക്കുകയും ചെയ്യുന്ന പദ്ധതിയിൽ വത്തിക്കാനിലെ ഉന്നതശ്രേണിയിൽ ഉള്ളവർ മുതൽ ഇറ്റാലിയൻ തൊഴിലാളിവർഗ്ഗം വരെ വായിക്കുന്ന നോവലുകൾ വരെയുള്ളതെല്ലാം ഉൾപ്പെട്ടത്. യാഥാർത്ഥ്യം മനസ്സിലാക്കാൻ നാം ബാദ്ധ്യസ്ഥരാണ്; കാരണം ഹെഗൽ പറഞ്ഞതുപോലെ - 'യാഥാർത്ഥ്യം യുക്തിസഹമാണ്.' മറ്റൊരുവിധത്തിൽ പറഞ്ഞാൽ, യാഥാർത്ഥ്യമെങ്ങനെ രൂപംകൊള്ളുന്നു എന്നതിന് ചരിത്രത്തിലും സാമൂഹ്യഘടനയിലും വേരുകളുള്ള നിയതമായ കാരണങ്ങളുണ്ട്. ചില പ്രത്യേക ഘടകങ്ങൾ ഒത്തുവരുകയും അവ സാമൂഹ്യഘടനയിൽ ആഴത്തിൽ വേരൂന്നുകയും ചെയ്യുമ്പോൾ മാത്രമാണ് ഫാസിസത്തിന്റെ വിജയവും സാദ്ധ്യമാകുന്നത്.

കഴിഞ്ഞ കാൽനൂറ്റാണ്ടിന്റെ നല്ലൊരു ഭാഗം ഞാൻ നീക്കിവച്ചത് നാസിസത്തെക്കുറിച്ചും, പ്രത്യേകിച്ച് ആധുനിക ഫാസിസങ്ങളെക്കുറിച്ചും, പൊതുവിൽ യൂറോപ്പിലെ പ്രതിവിപ്ലവ-വലതുപക്ഷത്തെക്കുറിച്ചുമെല്ലാം പഠിക്കാനാണ്. നാസിസവും ഫാസിസവും ഉടലെടുത്ത സാഹചര്യം വീണ്ടും ആവർത്തിക്കില്ലെന്ന വിശ്വാസത്തിലേക്കാണ് ഞാൻ എത്തിച്ചേർന്നത്. അതിനാൽ, നാം ഏതുതരത്തിലുള്ള രാജ്യമാണ് (അല്ലെങ്കിൽ ആയിരുന്നു), ഇവിടെ നിലനില്ക്കുന്ന സാമൂഹ്യഘടനകളേതെല്ലാം, ഇന്നാട്ടിലെ ആശയസാന്ദ്രതയെന്ത്, ആ ആശയങ്ങൾ പ്രവർത്തിച്ചത് ഏതെല്ലാം സാമൂഹ്യസ്ഥാപനങ്ങളിലൂടെയാണ് എന്നീ ഘടകങ്ങളെല്ലാം പരിഗണിക്കേണ്ടതായി വരും. ഈ പറഞ്ഞ സാമൂഹ്യസ്ഥാപനങ്ങളിൽ ചിലത് വളരെ പഴക്കം ചെന്നവയായിരിക്കാം; ഒരുപക്ഷേ, യൂറോപ്പുമായുള്ള നമ്മുടെ സമ്പർക്കത്തേക്കാൾ പഴയവ. വിശാലമായ യൂറോപ്യൻ ചിന്തയോടും അതിന്റെ എല്ലാ യുക്തിഹീനതകളോടുമുള്ള കൊളോണിയൽ കാലത്തെ നമ്മുടെ സമ്പർക്കത്തോടെ, കൊളോണിയലിസത്തേക്കാൾ വളരെ പഴക്കമുള്ള ഇവ യൂറോപ്പിൽ നിന്നുവന്നവയോട് ചേർന്ന് കൂടുതൽ സ്പഷ്ടമാകുന്നു. ആളിക്കത്തുന്ന നമ്മുടെ സ്വന്തം മത, ജാതി, വർഗ്ഗീയ സംഘട്ടനങ്ങളിലേക്ക് തീവ്രവലതുപക്ഷത്തിന്റെ യൂറോപ്യൻ രൂപങ്ങൾ പരകായ പ്രവേശം നടത്തി, ഒരേസമയം അനുകരണവും

മൗലികതയും സൃഷ്ടിക്കുന്നു. ഇതിനെയാണ് ഞാൻ 'അനുകരണാത്മ കമായ മൗലികത' എന്ന് വിളിക്കുന്നത് - അന്യനാടുകളുടെ സുവ്യക്ത മായ അടയാളങ്ങൾ പേറുന്ന, എന്നാൽ നിയതമായ ഇന്ത്യൻ പ്രതിഭാസം.

വിജയ്: അനുകരണങ്ങൾക്ക് സവിശേഷമായ ചില മൗലികത കളുടെ കൂടെയല്ലാതെ നിലനില്ക്കാൻ സാധിക്കുകയില്ല. അത് കണ്ണാ ടിയല്ല; അതിന് ആ ചരിത്ര സാന്ദ്രതയിൽ എന്തെങ്കിലും ഉണ്ടായിരി ക്കണം. ലീനേജസ് ഓഫ് ദി പ്രസന്റിന്റെ വേർസോ എഡിഷനിൽ വാജ് പേയി പ്രധാനമന്ത്രിയായിരുന്ന കാലത്ത്, 'ദി ബി ജെ പി ഇൻ ഗവൺ മെന്റ്' എന്ന ഭാഗത്തിന് കീഴിലുള്ള വളരെ ദൈർഘ്യമേറിയ കുറച്ച് ലേഖനങ്ങളുണ്ട്. തുടർന്ന് 2016 ൽ, സോഷ്യലിസ്റ്റ് രജിസ്റ്ററിൽ 'ഇന്ത്യ: ലിബറൽ ഡെമോക്രസിയും തീവ്ര വലതുപക്ഷവും' എന്ന പേരിൽ മറ്റൊരു ലേഖനമുണ്ട്. പരസ്പരം ഇഴചേർന്ന രണ്ട് പാമ്പുകൾ പോലുള്ള ലിബറലിസവും തീവ്ര വലതുപക്ഷവും തിരിച്ചുവരുന്നു. ഈ ലേഖനം ഇന്ത്യൻ ലിബറലിസവുമായും ബി ജെ പി/ആർ എസ് എസുമായുമുള്ള വളരെ നീണ്ട ഇടപഴകലിന്റെയും സംഗ്രഹമാണ്. 2016 ലെ ഉപന്യാസവും അതിനു മുന്നെയുള്ളവയും സംഗ്രഹിക്കാമോ?

ഐജാസ്: ഈ ഉപന്യാസം യഥാർത്ഥത്തിൽ ഒരു വർഷം മുമ്പ്, അതായത് 2015 ന്റെ മദ്ധ്യത്തിൽ എഴുതിയതാണ്. അതിനെക്കുറിച്ച് രണ്ട് കാര്യങ്ങൾ പറയാൻ ഞാൻ ആഗ്രഹിക്കുന്നു. ഒന്ന് ഈ ഉപന്യാസം അതുവരെയുള്ള എന്റെ ചിന്തയെ സംഗ്രഹിക്കുന്നു, ആ അർത്ഥത്തിൽ ഈ വിഷയത്തിൽ ഞാൻ മുൻ ദശകങ്ങളിലും മറ്റും എഴുതിയതിനെ ത്തന്നെ നിരാകരിക്കുന്നു. മറ്റൊന്ന്, ഇത് വിദേശ വായനക്കാർക്കുവേണ്ടി എഴുതിയതാണ്, അതിനാൽ ഇന്ത്യൻ രാഷ്ട്രീയത്തെയും സമൂഹത്തെയും സംബന്ധിച്ച ചില കാര്യങ്ങൾ ലളിതമായി അവതരിപ്പിക്കേണ്ടിവന്നു. 1992 ലെ 'അയോദ്ധ്യയുടെ അവശിഷ്ടങ്ങളെക്കുറിച്ച്' എന്ന എന്റെ ആദ്യകാല ലേഖനമാണ്, അടുത്ത നിരവധി വർഷങ്ങളിൽ ഇന്ത്യൻ വർഗ്ഗീയതയെ ക്കുറിച്ച് പഠിക്കാൻ ഞാൻ ഉപയോഗിക്കേണ്ട വിശകലന ചട്ടക്കൂട് ആദ്യമായി രൂപപ്പെടുത്തിയത്. 1992 ലെ ആ ലേഖനത്തിനും 2015 ൽ ഞാൻ തയ്യാറാക്കിയതിനും ഇടയിലുള്ള രചനകൾ കാലക്രമേണ പുതിയ വിശദാംശങ്ങൾ ചേർക്കുന്ന അതേ ചട്ടക്കൂടിന്റെ വിപുലീ കരണങ്ങളായിരുന്നു. വർഗ്ഗീയതയെക്കുറിച്ച് മാർക്സിസ്റ്റിനുവേണ്ടി ദീർ ഘമായ ഒരു ലേഖനം ഞാൻ എഴുതിയിരുന്നു. പിന്നീട് മോദി സർക്കാർ രൂപീകരണത്തോടെ കാര്യങ്ങൾ വളരെയേറെ മാറി. 2014 ലെ തിരഞ്ഞെ ടുപ്പ് ഞെട്ടിക്കുന്നതായിരുന്നു. മോദിയുടെ നേതൃത്വത്തിലുള്ള ബി ജെ പി വിജയിക്കുമെന്ന് ഇടതുപക്ഷത്തിലെ മറ്റു പലരെയുംപോലെ എനിക്കും ഉറപ്പില്ലായിരുന്നു. അതിനാൽ, വിജയത്തിന്റെ മാർജിൻ ചില അനുമാനങ്ങളെ പുനർവിചിന്തനം ചെയ്യാൻ എന്നെ നിർബ്ബന്ധിച്ചു. പക്ഷേ, കോൺഗ്രസിന്റെ തോല്വി നിസ്സാരമായ തോല്വിയല്ലെന്ന് അക്കാലത്ത് മറ്റുള്ളവരെപ്പോലെ ഞാനും മനസ്സിലാക്കി. മറിച്ച് അത് ഒരു

നൂറ്റാണ്ടോളം ഇന്ത്യൻ രാഷ്ട്രീയത്തിൽ ആധിപത്യം പുലർത്തിയിരുന്ന ഒരു രാഷ്ട്രീയ പാർട്ടിയുടെ അന്ത്യമായിരുന്നു.

ആ അളവുകോൽകൊണ്ട് മാത്രം, മോദിയുടെ കീഴിലുള്ള ബി ജെ പി ചോദ്യം ചെയ്യപ്പെടാനാവാത്ത വിധം വളരുകയും ആർ എസ് എസ് അഭൂതപൂർവ്വമായ ആധിപത്യ പദവിയിലേക്ക് ഉയരുകയും ചെയ്തു. ഇത് വാജ്പേയിയുടെ കാലത്തിൽനിന്നും വളരെ വ്യത്യസ്തമായിരുന്നു. 1970 കളുടെ അവസാനം മുതൽ ഈ ശക്തികൾ വളരെക്കാലമായി ഇന്ത്യൻ ഭരണകൂടത്തിന്റെ ചട്ടക്കൂടിലേക്ക് തുളച്ചുകയറുകയായിരുന്നു, എന്നാൽ, തിരഞ്ഞെടുപ്പ് രാഷ്ട്രീയത്തിന്റെ കാഴ്ചയ്ക്ക് അതീതമായി, ഇപ്പോൾ സ്റ്റേറ്റിന്റെ ഉള്ളിൽനിന്ന് തന്നെ ഈ പിടിച്ചെടുക്കൽ വേഗത്തിലാക്കുകയാണ്. ചുരുക്കം ചിലരൊഴികെയുള്ള ബാക്കി എല്ലാ മുൻനിര കോർപ്പറേറ്റ് ഹൗസുകളുടെയും സമ്മതത്തോടെയുള്ള സ്ഥാനാർത്ഥിയായി മോദി മാറിയത് എനിക്ക് വളരെ ഭയാനകമായി തോന്നി. ഇന്ത്യൻ കുത്തക മൂലധനം മൊത്തത്തിൽ അവർക്ക് ഭീമമായ തുക നല്കി എന്ന് മാത്രമല്ല, മോദിക്ക് പിന്നിലെ അവരുടെ രാഷ്ട്രീയ ഐക്യം, യഥാർത്ഥത്തിൽ കോൺഗ്രസിന് സംഭവിച്ച തകർച്ചയെ അവർ മുൻകൂട്ടി കണ്ടിരുന്നുവെന്നും മോദിയിൽ അവരുടെ നിക്ഷേപം ദീർഘകാലത്തേക്കുള്ളതാണെന്നും കാണിച്ചു തന്നു. രാഷ്ട്രീയ കാലാവസ്ഥ തന്നെ ഗണ്യമായി മാറി. ആശയപരമായി ഈ മാറ്റം മനസ്സിലാക്കാൻ എനിക്ക് ഒരു പുതിയ ശ്രമം നടത്തേണ്ടിവന്നു. അതുകൊണ്ടാണ് ആ സോഷ്യലിസ്റ്റ് രജിസ്റ്ററിലെ ലേഖനത്തിൽ ഈ വിഷയത്തെക്കുറിച്ചുള്ള എന്റെ മുൻ രചനകളിൽനിന്ന് ചില സൈദ്ധാന്തിക വ്യതിയാനങ്ങൾ നിങ്ങൾ കാണുന്നത്.

മോദിയുടെയും ഒപ്പം തുർക്കിയിലെ എർദോഗന്റെയും ഉയർച്ചയെക്കുറിച്ച് ഞാൻ ചിന്തിച്ചിരുന്നു. മുസ്ലിം ലോകത്തെ മാത്രമല്ല, ഫ്രാൻസിനെ മാറ്റിനിർത്തിയാൽ ലോകത്തെ തന്നെ ഏറ്റവും ശക്തമായ മതേതര ഗവൺമെന്റുള്ള രാജ്യമായ തുർക്കി രീതിശാസ്ത്രപരമായി ഇസ്ലാമികവല്ക്കരിക്കപ്പെട്ടു. കത്തോലിക്കാ മതം ഫ്രാൻസിൽനിന്നോ ഇസ്ലാം തുർക്കിയിൽനിന്നോ അകന്നിരുന്നു എന്നല്ല, മറിച്ച് സായുധ സേനയുടെ ഉറപ്പോടുകൂടിയ ഒരു മതേതര രാഷ്ട്രത്തിനുള്ള ഏറ്റവും ശക്തമായ ചട്ടക്കൂടുകൾ ഇവയ്ക്കുണ്ടായിരുന്നു. എർദോഗാൻ ഭരണകൂടത്തിന്റെ ലിബറൽ സ്ഥാപനങ്ങളെ ഉപയോഗിച്ച് സൈന്യം ഉൾപ്പെടെയുള്ള മതേതര സമൂഹത്തിന്റെ എല്ലാ കോട്ടകളും തകർത്തു. സൈന്യത്തെ നശിപ്പിച്ച ശേഷവും അദ്ദേഹം ഒരു അട്ടിമറി നടത്തുന്നില്ല. വളരെ നിഗൂഢമായ ചില അട്ടിമറിയാണ് അദ്ദേഹത്തിനെതിരെ അരങ്ങേറുന്നത്. വാസ്തവത്തിൽ ഇതിനെ, ലിബറൽ സ്ഥാപനങ്ങളോടുള്ള തന്റെ വിശ്വസ്തത കൂടുതൽ അവകാശപ്പെടാനും, ഇസ്ലാമിക പ്രസ്ഥാനമായ ഗുലനിസ്റ്റിനെ ഉന്മൂലനം ചെയ്യുന്നു എന്നപേരിൽ യൂണിവേഴ്സിറ്റികൾ, ബ്യൂറോക്രാറ്റുകൾ, സർക്കാർ ഉദ്യോഗസ്ഥർ, പുരോഗമനവാദികൾ എന്നിങ്ങനെ സമൂഹത്തിന്റെ വിവിധ മേഖലകളിലെ സെക്കുലർ ബുദ്ധിജീവികളെ

ഇല്ലാതാക്കാനും ഉപയോഗിക്കുന്നു.

ഫ്രാൻസിൽ, നാഷണൽ ഫ്രണ്ട് എന്ന തീവ്ര വലതുപക്ഷത്തിന്റെ ഉയർച്ചയ്ക്കായുള്ള പദ്ധതിയിൽ മതേതര രാഷ്ട്രത്തെ ഉന്മൂലനം ചെയ്യാനുള്ള പരിപാടിയില്ല; അവർ പ്രതിവിപ്ലവ, റിപ്പബ്ലിക്കൻ വിരുദ്ധ കത്തോലിക്കരുടെ പിൻഗാമികളാണെങ്കിൽ പോലും. എന്തുകൊണ്ടാണ് ഈ ആളുകൾക്ക് (മോദി, എർദോഗാൻ, ലെ പെൻ തുടങ്ങിയവരുടെ നിരയിലുള്ളവർക്ക്) ലിബറൽ, സെക്യുലർ ഭരണഘടന സംവിധാനങ്ങളിൽ നിന്ന് ഭീഷണി അനുഭവപ്പെടാത്തത്?

വിജയ്: ഇതൊരു അടിസ്ഥാന ചോദ്യമാണ്.

ഐജാസ്: രണ്ട് കാരണങ്ങളുണ്ട്. ഒരു വശത്ത്, ലോകത്തിലെ എല്ലാ ലിബറൽ ഭരണഘടനയിലും സാഹചര്യം അസാധാരണമാണെന്നും അതിനാൽ ഭരണഘടനയോ ഭരണഘടനയുടെ ഭാഗമോ താല്ക്കാലികമായി റദ്ദ് ചെയ്യേണ്ടതുണ്ടെന്നും പ്രഖ്യാപിക്കാൻ സർക്കാരിനെ അനുവദിക്കുന്ന വ്യവസ്ഥകൾ കാണാം. അത്തരമൊരു സാഹചര്യത്തെ ബ്രിട്ടീഷ് സങ്കല്പത്തിൽ അടിയന്തരാവസ്ഥ (സ്റ്റേറ്റ് ഓഫ് എമർജെൻസി) എന്നും ഫ്രഞ്ച് സങ്കല്പത്തിൽ സ്റ്റേറ്റ് ഓഫ് സീജ് എന്നും ജർമ്മൻ നിയമശാസ്ത്രത്തിൽ സ്റ്റേറ്റ് ഓഫ് എക്സപ്ഷൻ എന്നും വിളിക്കുന്നു. മറ്റൊരു വിധത്തിൽ പറഞ്ഞാൽ, ലിബറൽ ഭരണഘടനയ്ക്കുള്ളിൽ നിലനില്ക്കുമ്പോൾ തന്നെ നിലവിലുള്ള ഗവൺമെന്റുകൾക്ക് പല തരത്തിലുള്ള ഭരണഘടനാ വിരുദ്ധ നടപടികൾ സ്വീകരിക്കാൻ സാധിക്കും.

ലിബറൽ ഭരണഘടന നിലനില്ക്കും, പക്ഷേ, ഏത് പാർട്ടി അധികാരത്തിലായാലും നിങ്ങൾക്ക് ചുറ്റും ഗുജറാത്ത് പൊലീസ്, യു പി പൊലീസ്, ബിഹാർ പൊലീസ്, ഏറ്റുമുട്ടാൻ പരിശീലനം ലഭിച്ച ആയിരക്കണക്കിന് ആർ എസ് എസ് സമാന്തര സേനാംഗങ്ങൾ, ന്യൂനപക്ഷങ്ങൾക്കെതിരായി നിരന്തരം അഴിച്ചുവിടുന്ന വർഗ്ഗീയ അക്രമങ്ങൾ, ഒപ്പം അങ്ങിങ്ങായി നടക്കുന്ന വംശഹത്യ എന്നിവയൊക്കെ ഉണ്ടാകും. അവർക്ക് സമ്പൂർണ്ണ ഫാസിസത്തിലേക്ക് മാറേണ്ടതില്ല എന്നതിന്റെ ഒരു കാരണം ഇതാണ്. അവരുടെ ഭരണത്തെ വെല്ലുവിളിക്കാൻ തക്ക ശക്തിയുള്ള ഒരു ഇടതുപക്ഷത്തിന്റെ അഭാവമാണ് മറ്റൊരു കാരണം. അവർക്ക് ഭയപ്പെടാനുള്ള കാരണങ്ങൾ ഒന്നും തന്നെയില്ല.

വിജയ്: ഫാസിസത്തെ നീക്കാനുള്ള ഏക വഴി സോഷ്യലിസ്റ്റ് പ്രസ്ഥാനം ശക്തിപ്പെടൽ മാത്രമാണ് എന്ന് താങ്കൾ ഈ പ്രബന്ധത്തിൽ പറയുന്നുണ്ട്.

ഐജാസ്: ഒരുപക്ഷേ, ഒരു വിപ്ലവം നയിക്കാൻ ശക്തിയുള്ള സോഷ്യലിസ്റ്റ് പ്രസ്ഥാനം.

വിജയ്: ഇത് ഏതാണ്ട് ഒരു സൂത്രവാക്യമാണ്.

ഐജാസ്: ആറ് ദശലക്ഷം ജൂതന്മാരെ കൊന്നൊടുക്കിയ ജൂതവംശഹത്യയിലേക്ക് മാത്രമായി നാസിസത്തെ ചുരുക്കുക എന്ന സയണിസ്റ്റ് - സാമ്രാജ്യത്വ ശ്രമം വിജയകരമായി. ഇത് യൂറോപ്യൻ ഫാസി

സത്തെക്കുറിച്ചുള്ള ശരിയായ ധാരണയെ അട്ടിമറിച്ചു. അവർ നാസിസത്തെ ഏറ്റവും ഒടുവിലത്തെ യഹൂദ വിരുദ്ധ കൊലവിളിയുടെ സംഘാടനമായി ചുരുക്കുന്നു. 1932 ൽ പോലും കമ്യൂണിസ്റ്റുകാരുടെയും സോഷ്യൽ ഡെമോക്രാറ്റുകളുടെയും സംയുക്ത ശക്തി നാസികളേക്കാൾ വലുതായിരുന്നു. ജൂതവംശഹത്യ യഥാർത്ഥത്തിൽ ആരംഭിക്കുന്നതിന് മുമ്പ് 1935 ഓടെ ഈ ബദൽ ശക്തി നശിപ്പിക്കപ്പെട്ടു. യുദ്ധകാലത്തു ഇരുപത് ദശലക്ഷം സോവിയറ്റ് പൗരന്മാരെയാണ് ഹിറ്റ്ലറിന്റെ സേന കൊന്നത്. അതെല്ലാം വിസ്മൃതിയിലാഴ്ത്തപ്പെട്ടിരിക്കുന്നു. യഹൂദ കൊലകൾ മാത്രം ഓർമ്മിക്കപ്പെട്ടു. അവ ഭയാനകം തന്നെയാണ്. എന്നാൽ അവയെ കൃത്യമായ ഒരു കാഴ്ചപ്പാടോടു കൂടി മനസ്സിലാക്കേണ്ടതുണ്ട്. സാമ്പത്തിക മാന്ദ്യം രൂക്ഷമാക്കിയ 1929 ലെ തകർച്ചയ്ക്ക് ശേഷം ഒരു കമ്യൂണിസ്റ്റ് വിപ്ലവത്തിന്റെ സാദ്ധ്യത തടയാൻ അസ്ഥിരമായ വെയ്മർ സർക്കാരിന് കഴിയില്ലെന്ന് ജർമ്മൻ വൻകിട ബൂർഷ്വാസി ഭയപ്പെട്ടു. അതാണ് അവർ ഹിറ്റ്ലറെ ജർമ്മൻ ചാൻസലറാക്കിയതിന്റെ പ്രധാന കാരണം.

ബുദ്ധിജീവികൾ

വിജയ് പ്രഷാദ്: ഒരു ബുദ്ധിജീവിയുടെ പങ്ക് എന്താണെന്നതിനെക്കുറിച്ച് ഓരോ തലമുറയിലെയും ബുദ്ധിജീവികൾ ചർച്ച ചെയ്യാറുണ്ട്. അല്ലെങ്കിൽ കുറഞ്ഞപക്ഷം അതൊരു ചർച്ചാ വിഷയമാകുന്നുണ്ടെന്ന് തോന്നുകയെങ്കിലും ചെയ്യുന്നുണ്ട്. മിക്കവാറും ആരെങ്കിലും ഒരു പുസ്തകമോ അല്ലെങ്കിൽ ഒരു ലേഖനമോ എഴുതും, അതിനെ തുടർന്ന് ഒരു സംവാദം ഉയർന്നുവരും. എന്താണ് ഒരു ബുദ്ധിജീവി എന്നതിനെക്കുറിച്ചുള്ള പൊതുവായ സംവാദത്തിലേക്ക് ഞാൻ പ്രവേശിക്കുന്നില്ല, എന്നാൽ ഓരോ ബുദ്ധിജീവിക്കും സ്വന്തം ധൈഷണിക പദ്ധതിയെക്കുറിച്ച് അവരുടേതായ ധാരണയുണ്ട്; ഒരു ബുദ്ധിജീവി എന്ന നിലയിൽ സ്വയം മനസ്സിലാക്കുന്ന ഒന്ന്. അതിനാൽ, താങ്കളുടെ എഴുത്തുകളെ ഒരു (ധൈഷണിക) പദ്ധതി (പ്രോജക്റ്റ്) എന്ന നിലയിൽ എങ്ങനെ കാണുന്നു എന്നതിനെക്കുറിച്ച് താങ്കളിൽനിന്നുതന്നെ കേൾക്കുന്നത് ഞങ്ങൾക്ക് ഉപയോഗപ്രദമായിരിക്കും.

ഐജാസ് അഹമ്മദ്: അതെ, എന്താണ് ബുദ്ധിജീവി എന്നതിനെക്കുറിച്ചുള്ള ഒരു പൊതു സംവാദത്തിലേക്ക് കടക്കാതിരിക്കുന്നതാണ് നല്ലത്. അങ്ങനെയാണെങ്കിലും, നമ്മൾ ഏത് അർത്ഥത്തിലാണ് ഈ പ്രയോഗം ഉപയോഗിക്കുന്നതെന്ന് വ്യക്തമാക്കേണ്ടത് പ്രധാനമാണ്. ബുദ്ധിജീവി എന്ന ആശയം ജ്ഞാനോദയത്തിലേക്കും പ്രത്യേകിച്ച് ഫ്രഞ്ച് ജ്ഞാനോദയത്തിലേക്കും ഫ്രഞ്ച് വിപ്ലവത്തിലേക്കും വേരൂന്നിക്കിടക്കുന്നതാണെന്നാണ് ഞാൻ കരുതുന്നത്. ഒരു അക്കാദമിക് സ്പെഷ്യലിസ്റ്റല്ലെങ്കിലും സമൂഹം, രാഷ്ട്രീയം, ചരിത്രം എന്നിവയെക്കുറിച്ചൊക്കെ ചിന്തിക്കുകയും എഴുതുകയും ചെയ്യുന്ന ഒരു പൊതു ചിന്തകൻ എന്നാണ് ഇതിന്റെ ധ്വനി. വിമർശനാത്മക വിയോജിപ്പാണ് സാധാരണ

യായി കാര്യത്തിന്റെ കാതൽ. ഡിഡറോട്ട്, റൂസോ, വോൾട്ടയർ എന്നിവർ അവരുടെ കാലത്തെ ഇത്തരത്തിലുള്ള ബുദ്ധിജീവികളിൽ ഉൾപ്പെടുന്നു. അവർ ധാർമ്മികവും രാഷ്ട്രീയവുമായ തത്ത്വചിന്ത, വിശ്വാസമായും സ്ഥാപനമായും വർത്തിക്കുന്ന മതം, സാമ്പത്തിക ശാസ്ത്രത്തിന്റെ അടിത്തറ, സമൂഹത്തിലെ അസമത്വത്തിന്റെ ഉറവിടങ്ങൾ, വിപ്ലവകരമായ മാറ്റത്തിന്റെ ആവശ്യകത എന്നിവയെക്കുറിച്ച് എഴുതിയിട്ടുണ്ട്. മാർക്സിസം ആ പാരമ്പര്യത്തിന്റെ വിപ്ലവകരമായ വശത്തെ ഏറ്റെടുക്കുകയും അതിന് പുതിയ ദിശകൾ നല്കുകയും ചെയ്തു. മാർക്സും എംഗൽസും മുതൽ ലെനിൻ, ട്രോട്സ്കി, ലക്സംബർഗ്, ബുഖാറിൻ തുടങ്ങി ക്ലാസിക്കൽ മാർക്സിസത്തിന്റെയും കമ്യൂണിസ്റ്റ് ചരിത്രത്തിന്റെയും മഹത്തായ പ്രതിഭകളെല്ലാം ഉജ്ജ്വല ബുദ്ധിജീവികളുമായിരുന്നു. ഈ രണ്ട് പാരമ്പര്യങ്ങളുടെയും - ജ്ഞാനോദയത്തിലെ ഇടതുപക്ഷത്തിന്റെയും മാർക്സിസത്തിന്റെയും - മുഖമുദ്രകളിലൊന്ന്, മാനവികതയ്ക്കും സാമൂഹിക ശാസ്ത്രത്തിനുമിടയിൽ ഇന്നുള്ള മൂർച്ചയേറിയ വിഭജനത്തെ അവഗണിച്ച് അവരുടെ ബുദ്ധിജീവികൾ അറിവിന്റെയും സൗന്ദര്യശാസ്ത്രത്തിന്റെയും പല മേഖലകളിലൂടെയും സഞ്ചരിച്ചു എന്നതാണ്. ഡിഡറോട്ടും റൂസോയും അവരുടെ ആശയങ്ങൾ പ്രചരിപ്പിക്കാൻ നോവലുകൾ എഴുതി. വോൾട്ടയർ അദ്ദേഹത്തിന്റെ കാലത്തെ നാടകവേദിയിലെ ഒരു ഇതിഹാസ വ്യക്തിത്വമായിരുന്നു. ബുഖാറിൻപോലും തന്റെ ഏകാന്ത തടവുകാലത്ത് ഒരു നോവൽ രചിച്ചു. മാർക്സും ലെനിനും ട്രോട്സ്കിയും സാഹിത്യ സിദ്ധാന്തത്തിലും നിരൂപണത്തിലും വലിയ സംഭാവനകൾ നല്കി.

ഒരാളുടെ ജീവിതത്തെ രൂപപ്പെടുത്തിയ പാരമ്പര്യങ്ങളെ ഓർമ്മിക്കുന്നത് എല്ലായ്പ്പോഴും നല്ലതാണ് എന്നതിനാലാണ് ഞാനിതെല്ലാം പരാമർശിക്കുന്നത്. താരതമ്യേന വളരെ മിതമായ കാര്യങ്ങൾ മാത്രം ചെയ്തൊരാളാണ് ഞാൻ. അവയെല്ലാം തിരിച്ചറിയപ്പെടും വിധമുള്ള ഒരു പ്രോജക്ട് ആണോ എന്ന കാര്യം പോലും എനിക്ക് തീർച്ചയില്ല. ഞാൻ നിങ്ങളോട് നേരത്തെ പറഞ്ഞതുപോലെ, കവിതയും ഫിക്ഷനും സാഹിത്യ നിരൂപണവുമെല്ലാം കൈകാര്യം ചെയ്യാൻ സാധിക്കുന്ന ഒരു ഉറുദു എഴുത്തുകാരനാകാൻ ആഗ്രഹിച്ചാണ് ഞാൻ എന്റെ ഇരുപതുകളിലേക്ക് പ്രവേശിച്ചത്. ജീവിതത്തിന്റെ തുടക്കത്തിൽ തന്നെ ലഭിച്ച ഇടതുപക്ഷ രാഷ്ട്രീയ ആഭിമുഖ്യത്തെ എന്റെ കുടുംബത്തിനും എനിക്കും മേൽ അടിച്ചേൽപ്പിച്ച വിഭജനം മൂലമുള്ള പറിച്ചെറിയലുകൾ ശക്തിപ്പെടുത്തുകയും വിദ്യാർത്ഥി രാഷ്ട്രീയത്തിന്റെ തീവ്രതയിലൂടെ അത് വളരുകയും ചെയ്യുകയായിരുന്നു. എന്നാൽ മാർക്സിസത്തെക്കുറിച്ചുള്ള വളരെ പ്രാഥമിക അറിവോടെയാണ് ഞാൻ എന്റെ ഇരുപതുകളിലേക്ക് കടന്നത്. അതാവട്ടെ, മാനിഫെസ്റ്റോ, ലെനിന്റെ സാമ്രാജ്യത്വം, എംഗൽസിന്റെ സോഷ്യലിസം ഉട്ടോപ്യൻ ആന്റ് സയന്റിഫിക്, മാവോയുടെ വൈരുദ്ധ്യത്തെക്കുറിച്ച്, ലിയു ഷാവോഖിയുടെ നല്ല കമ്യൂണിസ്റ്റ് ആകുന്നതെ

ങ്ങനെ എന്നിങ്ങനെയുള്ള ചില ലഘുലേഖകൾ വായിച്ച് സ്വായത്ത മാക്കിയതാണ്. ആഴത്തിലുള്ള ഇടപഴകൽ നടന്നത് പിന്നീടാണ്.

മറ്റാരെയും പോലെ, ഞാൻ ജീവിച്ച സാഹചര്യങ്ങൾക്കനുസരി ച്ചാണ് എന്റെ എഴുത്തുകളും രൂപപ്പെട്ടത്. കുടിയേറ്റത്തിന്റെയും പ്രവാ സത്തിന്റെയും ചക്രം ഒരു നിർണ്ണായക ഘടകമാണ്. ഉദാഹരണത്തിന്, പാകിസ്ഥാനിലാണ് സ്ഥിരമായി ജീവിച്ചിരുന്നെങ്കിൽ ഞാൻ വല്ലപ്പോഴും മാത്രം ഇംഗ്ലീഷിൽ എഴുതുന്ന ഒരു ഉറുദു എഴുത്തുകാരനാകുമായിരുന്നു. അമേരിക്കയിലെ ജീവിതവും പിന്നെ പ്രത്യേകിച്ച് ഇന്ത്യയിലേക്കുള്ള തിരിച്ചുവരവുമായിരുന്നു എന്നെ ഒരു ഇംഗ്ലീഷ് എഴുത്തുകാരനാക്കിയത്. ഒരു രാജ്യത്തിൽനിന്ന് മറ്റൊന്നിലേക്കുള്ള ഈ യാത്രകളുടെ ഫലമായി, എന്റെ ജീവിതത്തിന്റെ ഭൂരിഭാഗവും ഒരു പ്രത്യേക കൂട്ടായ്മയുടെ - ഒരു രാഷ്ട്രീയ പാർട്ടി, ഒരു സ്ഥിരമായ സാമൂഹിക ചുറ്റുപാട്, ഏതെങ്കിലും തരത്തിൽ സ്ഥിരതയുള്ള ഒരു പ്രവർത്തക സംഘം ഇവയുടെയൊന്നും ഭാഗമാകാൻ എനിക്ക് കഴിഞ്ഞില്ല. അതുകൊണ്ട് തന്നെ സ്ഥിരമായ ഒരു പ്രോജക്റ്റ് നിർവ്വചിക്കാൻ പ്രയാസമാണ്. 1970 കളിലും 80 കളുടെ ആദ്യ വർഷങ്ങളിലും യു എസിൽ താമസിച്ചിരുന്ന എനിക്ക് സാഹിത്യം പഠിപ്പിക്കുക എന്നത് മാത്രമായിരുന്നു പ്രതിഫലത്തോടുകൂടിയ തൊഴിൽ എന്നതിന്റെ നേരിട്ടുള്ള ഫലമാണ് *ഇൻ തിയറി* പോലും. വിപുലമായ സാഹിത്യ മണ്ഡലത്തിലെ പ്രബലമായ ചില പ്രവണതകൾ പരിശോ ധിക്കാനും എന്റെ പഴയ സാഹിത്യ-വിമർശന ബോധത്തെ തിരുത്താ നുമുള്ള ശ്രമമായിരുന്നു ആ പുസ്തകം. അതിനർത്ഥം എന്തിനെയെ ങ്കിലും പിന്നിലുപേക്ഷിക്കുക എന്നതല്ല. ജർമ്മൻ പ്രത്യയശാസ്ത്രം എഴു തിയതിന് ശേഷം മാർക്സും ഏംഗൽസും തത്ത്വചിന്ത ഉപേക്ഷിക്കുക യല്ല മറിച്ച് അതേ താല്പര്യങ്ങൾ പിന്തുടരുന്നതിന് വ്യത്യസ്തവും ഭൗതി കവാദപരവും കൂടുതൽ ചരിത്രപരമായ അടിത്തറയുള്ളതുമായ ഒരു രീതി കണ്ടെത്തുക എന്നതാണ് ചെയ്തത്. സാഹിത്യത്തിലും സംസ് കാരത്തിലും സാഹിത്യ സാംസ്കാരിക സിദ്ധാന്തങ്ങളിലുമുള്ള അവരുടെ താല്പര്യം തുടർന്നു, എന്നാൽ മനുഷ്യ ജീവിതത്തിന്റെ വിശാലമായ പരിസരത്തിന്റെ ചില വശങ്ങളായി അവയെ സമീപിച്ചു തുടങ്ങി. ശാസ്ത്ര ത്തിന്റെ കൃത്യതയിലൂടെ നിർണ്ണയിക്കാൻ സാധിക്കുന്ന ഉല്പാദനത്തിന്റെ സാമ്പത്തിക അവസ്ഥകളും അതിലെ സംഘർഷങ്ങളെക്കുറിച്ച് മനുഷ്യർ ബോധവാന്മാരാവുകയും അതിനെതിരെ പോരടിക്കുകയും ചെയ്യുന്ന പ്രത്യയശാസ്ത്ര രൂപങ്ങളും തമ്മിലെ വ്യത്യാസത്തെക്കുറിച്ചുള്ള മാർ ക്സിന്റെ അവതരണത്തിൽ പലപ്പോഴും ഞാൻ ഭ്രമിക്കപ്പെട്ടുപോയിരുന്നു - ഏതാണ്ട് വേട്ടയാടപ്പെട്ടതുപോലെ. മറ്റൊരുവിധത്തിൽ പറഞ്ഞാൽ, വർഗ്ഗസമരത്തിന്റെ ഒരു പ്രായോഗിക ദൃഷ്ടാന്തമായി പ്രത്യയശാസ്ത്രം നിലകൊള്ളുന്നതിനെക്കുറിച്ച്. എന്റെ കാഴ്ചപ്പാടിൽ മാർക്സിസം പ്രത്യ യശാസ്ത്രമായി മനസ്സിലാക്കുന്നതിലെ പ്രധാന മേഖലകളാണ് സാഹി ത്യവും സംസ്കാരവും.

എനിക്ക് ശരിക്കും എന്റെ പ്രോജക്ട് നിർവ്വചിക്കേണ്ടിവരികയാണെങ്കിൽ, വർത്തമാനകാലത്തിന്റെ ചരിത്രവുമായി വ്യത്യസ്ത രീതികളിലും വ്യത്യസ്ത തലങ്ങളിലും ഇടപഴകാനുള്ള ഒരു ശ്രമമാണ് അതെന്ന് ലളിതമായി ഞാൻ പറയും. എന്റെ അഭിപ്രായത്തിൽ ആധുനിക ജീവിതത്തിലെ വളരെ പ്രധാനപ്പെട്ട ഒരു സ്ഥാപനമാണ് സർവ്വകലാശാല. കോളനിവല്ക്കരണത്തിന്റെയും രണ്ടാം ലോകമഹായുദ്ധത്തിന്റെയും അന്ത്യത്തിനു ശേഷം പ്രത്യേകിച്ചും. മനുഷ്യ ശാസ്ത്രങ്ങളിൽ ആധിപത്യമുള്ള പ്രവണതകൾക്ക്, സർവകലാശാലയ്ക്കും പുറത്തുള്ള ചിന്തകളിലും പ്രായോഗിക ജീവിതത്തിലും വലിയ സ്വാധീനം ചെലുത്താനാകും. എന്റെ ശേഷിക്കനുസരിച്ച് ഈ പ്രവണതകളുമായി ഇടപഴകാനുള്ള ശ്രമം എന്റെ 'പ്രോജക്ടിന്റെ' ഒരു നിർണ്ണായക ഭാഗമാണ്. 'പ്രോജക്ട്' എന്നതാണ് ശരിയായ പദമെങ്കിൽ. പക്ഷേ, പണ്ഡിതരംഗത്തെ സംവാദങ്ങളിലും ഏറ്റുമുട്ടലുകളിലും മാത്രം ഒതുങ്ങിപ്പോകാതെ ബൗദ്ധികവും രാഷ്ട്രീയവുമായ സംസ്കാരത്തിന്റെ വളരെ വിശാലമായ ഒരു മേഖലയിൽ സമയനിഷ്ഠയോടെ പങ്കെടുക്കേണ്ടത് ഒരു ബുദ്ധിജീവിയെ സംബന്ധിച്ചിടത്തോളം അത്യന്താപേക്ഷിതമാണെന്ന് ഞാൻ കരുതുന്നു. *ഫ്രണ്ട്‌ലൈൻ* മാഗസിനിലേക്ക്, വളരെ വൈവിദ്ധ്യമാർന്ന വിഷയങ്ങളിൽ അയ്യായിരത്തോളം വാക്കുകൾ വീതമുള്ള നൂറിലധികം ലേഖനങ്ങൾ ഞാൻ സംഭാവന ചെയ്തിട്ടുണ്ട്. ആ ലേഖനങ്ങൾ വൃത്തിയോടെ തയ്യാറാക്കുന്നതിനായി വളരെയധികം സമയവും ഊർജ്ജവും ഗവേഷണവും ആലോചനകളും കഠിനാദ്ധ്വാനവും ഞാൻ സമർപ്പിക്കുന്നുണ്ട്. ഏകദേശം തുല്യമായ അളവിൽ വലിയതോതിലുള്ള പ്രശസ്തിയും അധിക്ഷേപങ്ങളും എനിക്ക് കൊണ്ടുത്തന്ന *ഇൻ തിയറി*യുടെയും മുൻപ് നമ്മൾ ചർച്ച ചെയ്ത സോഷ്യലിസ്റ്റ് രജിസ്റ്ററിലും മറ്റും വന്ന സ്കോളർലി ആർട്ടിക്കിളുകളുടെയുമെല്ലാം അത്രതന്നെയെങ്കിലും ഞാൻ അവയെ വിലമതിക്കുന്നുമുണ്ട്. അതാണ് ഒരു മാർക്സിസ്റ്റ് ബുദ്ധിജീവിയെന്ന നിലയിൽ ഞാൻ ചെയ്യാൻ ശ്രമിച്ചത്: പല അതിരുകളും കടന്ന് പ്രവർത്തിക്കുക. സങ്കുചിതമായ ഒരു അക്കാദമിക് വിദഗ്ദ്ധനാവാനല്ല, മറിച്ച് ഹ്യുമാനിറ്റീസും സോഷ്യൽ സയൻസസും തമ്മിലുള്ള അതിരുകൾ കണക്കിലെടുക്കാതെ മനുഷ്യ അന്വേഷണത്തിന്റെ പല മേഖലകളിലേക്കും വായനയും എഴുത്തും വ്യാപിപ്പിക്കുന്ന, ഗ്രാംഷി പൊതുബുദ്ധിജീവിയെന്ന് വിശേഷിപ്പിച്ച ജീവിതം നയിക്കാനാണ് ഞാൻ ശ്രമിച്ചത്. ഉന്നതമായ സംസ്കാരത്തിന്റെ ഉയർന്ന തലത്തിൽ ആശയ സമരം നടത്തുകയെന്നത് പ്രധാനപ്പെട്ടതാണെന്ന് ഞാൻ ചിന്തിച്ചിട്ടുണ്ട്. എന്നാൽ പുരോഗമന ആശയങ്ങളുടെ വിശാലമായ സംസ്കാരം നിലനിർത്തുകയെന്ന കൂടുതൽ പ്രധാനപ്പെട്ട ഉദ്യമത്തെയും ഞാൻ വളരെ ഗൗരവപൂർവ്വം എടുത്തിട്ടുണ്ട്.

നമ്മുടെ കാലത്തെ കേന്ദ്രപ്രശ്നങ്ങളെക്കുറിച്ചുള്ള തുടർച്ചയായ പര്യാലോചനകളും ആ പ്രശ്നങ്ങളെക്കുറിച്ചുള്ള സ്വന്തം ധാരണ

മെച്ചപ്പെടുത്തുക എന്ന ഉദ്ദേശ്യത്തോടെ ഏതാണ്ട് സ്ഥിരമായ ഇട പെടലും ആവശ്യമാണെന്ന് ഞാൻ വിശ്വസിച്ചു. അത് മാർക്സിന്റെ സങ്കീർണ്ണമായ ഗ്രന്ഥമായാലും ഹിന്ദുത്വത്തിന്റെ വളരെ സങ്കീർണ്ണമായ പദ്ധതികളായാലും, ഇനി അതിനപ്പുറം പോകേണ്ടതില്ലാത്ത ഒരു അന്തിമ ധാരണ എന്നൊന്നില്ല. ഒരാൾ എല്ലായ്പ്പോഴും മറ്റൊരു തവണകൂടി പരിശോധിക്കാനും പുതിയതായി ചിന്തിക്കാനും കൂടുതൽ ആഴത്തിലുള്ള ധാരണയിലെത്താനുമായി ഒരോ വിഷയത്തിലേക്കും മടങ്ങണം. മൂന്നു പതിറ്റാണ്ടിലേറെയായുള്ള ആർ എസ് എസിനെക്കുറിച്ചുള്ള എന്റെ ആവർത്തിച്ചുള്ള എഴുത്തുകളും അങ്ങനെ തന്നെയാണ്. ഈ വിഷ യത്തെക്കുറിച്ചുള്ള എന്റെ സമീപകാല രചനകൾ ഒന്നോ രണ്ടോ ദശാബ്ദം മുമ്പ് ഞാൻ എഴുതിയതിൽനിന്ന് വളരെ വ്യത്യസ്തമായിരിക്കും. എന്റെ ഇരുപതുകളുടെ തുടക്കം മുതലെങ്കിലും ഏത് തരം ബുദ്ധിജീവിയാ യാണ് ഞാൻ പരിണമിക്കപ്പെടുന്നത് എന്നതും മാർക്സിസത്തിന്റെയും കമ്യൂണിസത്തിന്റെയും ലോകവും തമ്മിൽ ഒരു ബന്ധമുണ്ടായിരുന്നു വെന്നും ഞാൻ പറയും. മാർക്സിസത്തിന്റെ സാംസ്കാരിക ലോകമെന്ന് നിങ്ങൾക്ക് വിശേഷിപ്പിക്കാവുന്ന പുരോഗമന സാഹിത്യത്തിലൂടെയാണ് ഞാൻ വളർന്നത്. എന്റെ കോളേജ് പഠനകാലത്ത് പാകിസ്ഥാനിൽ വിദ്യാർത്ഥി രാഷ്ട്രീയത്തിലെ ഇടതുപക്ഷ ധാര ഒളിവിൽ പ്രവർത്തിക്കു കയായിരുന്ന കമ്യൂണിസ്റ്റ് ലോകവുമായി വളരെയധികം ബന്ധ പ്പെട്ടിരുന്നു. സിബ്തെ ഹസനെപ്പോലുള്ള കമ്യൂണിസ്റ്റ് ബുദ്ധിജീവികൾ എന്നിൽ വലിയ സ്വാധീനം ചെലുത്തിയിരുന്നു. ആദ്യമായി ഞാൻ യു എസിൽ എത്തിയതിനു ശേഷവും ആ ബന്ധം സജീവമായി നിലനിന്നു. ഭൂട്ടോയുടെ കാലത്ത് പാകിസ്ഥാനിലേക്ക് മടങ്ങാൻ സാധിച്ചപ്പോൾ മസ്ദൂർ പാർട്ടിയുടെ പ്രസിദ്ധീകരണങ്ങളിലെ സ്ഥിരം എഴുത്തുകാരനായി ഞാൻ മാറി. ഒപ്പം, ലിദുവാൻ, കംബ്രാൽ തുടങ്ങിയ ലോക കമ്യൂണിസ്റ്റ് പ്രസ്ഥാനത്തിൽ നിന്നുള്ളവരുടെ വിവർത്തനങ്ങൾ ഉൾപ്പെടെ ഉറുദുവിൽ നിരവധി പുസ്തകങ്ങൾ പ്രസിദ്ധീകരിക്കുകയും ചെയ്തു. സോവിയറ്റ് യൂണിയനിൽനിന്നും വന്ന ഉറുദു വിവർത്തനങ്ങളെല്ലാം ഉപയോഗ ശൂന്യമാം വിധം അരോചകമാണെന്ന് ഒരിക്കൽ എനിക്ക് തോന്നി. അങ്ങ നെയാണ് *വാട്ട് ഈസ് റ്റു ബി ഡൺ* പൂർണ്ണമായും ഞാൻ ഉറുദുവിൽ മാറ്റിയെഴുതുന്നത്.

വിജയ്: ആ കൈയെഴുത്ത് പ്രതി ഇപ്പോൾ എവിടെയാണ്?

ഐജാസ്: കൊള്ളാം, യഥാർത്ഥത്തിൽ ഞാനത് പ്രസിദ്ധീകരിച്ചി രുന്നു. എന്നാൽ ലാഹോർ പൊലീസ് എന്റെ ലൈബ്രറിയിലെ പുസ് തകങ്ങൾ മുഴുവൻ എടുത്തുകൊണ്ടു പോയതിനൊപ്പം അതിന്റെ കോപ്പി കളെല്ലാം എനിക്ക് നഷ്ടപ്പെട്ടു. അവരത് എന്ത് ചെയ്തുവെന്ന് ദൈവത്തിനറിയാം. എന്താണെങ്കിലും, അതുപോലുള്ള കാര്യങ്ങൾ ഞാൻ ചെയ്തിരുന്നു. തുടർന്ന്, 1970 കളുടെ അവസാനത്തോടെ ആ മേഖല മുഴുവൻ പ്രതിസന്ധിയിലേക്ക് പ്രവേശിച്ചു - ഇറാനിലെ

ഇസ്ലാമിക് വിപ്ലവം, അഫ്ഗാനിസ്ഥാനിലെ സോവർ വിപ്ലവം, പാകിസ്ഥാനിലെ ഭൂട്ടോയുടെ സ്ഥാനഭ്രഷ്ട് ഒക്കെയായി. സിയ ഏകാധിപത്യത്തിന്റെ ഉദയത്തോടെ ഞാൻ വീണ്ടും പാകിസ്ഥാൻ വിട്ടു.

പിന്നീട് ഇന്ത്യയിൽ സ്ഥിര താമസമാക്കാൻ സാധിക്കുമോ എന്ന് ശ്രമിക്കാൻ ഞാൻ തീരുമാനിച്ചപ്പോൾ ഇന്ത്യയിലെ മാർക്സിസ്റ്റ് ബുദ്ധിജീവി വിഭാഗത്തിന്റെ കറയറ്റ പ്രൗഢി എന്നെ അമ്പരപ്പിച്ചു. അവർ ഇന്ത്യയെ തന്നെ കേന്ദ്രീകരിക്കുന്നതിന്റെ തീവ്രത കൂടിയാണ് എന്നെ ആകർഷിച്ചത്. ഉദാഹരണത്തിന്, സ്വതന്ത്ര ഇന്ത്യയിലെ വളരെ വിശിഷ്ടരായ മാർക്സിസ്റ്റ് ചരിത്രകാരുടെ ഒരു നിര തന്നെ ഉണ്ടായിരുന്നെങ്കിലും അവരാരും തന്നെ മറ്റ് രാജ്യങ്ങളുടെ ചരിത്രം എഴുതിയിരുന്നില്ല, പാകിസ്ഥാന്റെയും മറ്റ് ദക്ഷിണേഷ്യൻ രാജ്യങ്ങളുടെയും പോലും.

വിജയ്: അതെന്തുകൊണ്ടാണെന്നാണ് താങ്കൾ കരുതുന്നത്. വിശദീകരിക്കാമോ?

ഐജാസ്: എനിക്ക് കൃത്യമായി അറിയില്ല. വളരെ ശ്രദ്ധേയനായ ചരിത്രകാരനായ രവിന്ദർ കുമാറുമായി ഒരിക്കൽ ഞാനിതിനെക്കുറിച്ച് സംസാരിക്കുകയായിരുന്നു. അപ്പോൾ അദ്ദേഹം ഏകദേശം ഇങ്ങനെ ഒരു കാര്യം പറഞ്ഞു; "ഒരു സംസ്ഥാനത്തിന്റെയും ചരിത്രം ഞങ്ങളുടെ കൈയിൽ ഇല്ലാതിരുന്ന ഒരു കാലമുണ്ടായിരുന്നു. വളരെ വിശാലമായ ഒരു അഖിലേന്ത്യാ ചരിത്രം മാത്രമായിരുന്നു ഞങ്ങൾക്കുണ്ടായിരുന്നത്. പിന്നീടാണ് സംസ്ഥാനങ്ങളുടെ ഘട്ടം വരുന്നത്. ഇനി പ്രാദേശിക രേഖകളുടെയും പ്രത്യേക നഗരങ്ങളുടെയും ഘട്ടം വരും എന്നതിൽ സംശയമില്ല." ബോംബെയുടെയും ഡൽഹിയുടെയും ചില ഗൗരവമേറിയ ചരിത്രങ്ങൾ നിങ്ങൾക്ക് കാണാനാകും. എന്നാൽ വേണ്ടത്ര ആഴത്തിലുള്ളതല്ല. കൊളോണിയൽ കാലഘട്ടം വളരെ പരിമിതമായ ചരിത്രപരമായ അറിവ് മാത്രമേ ഉല്പാദിപ്പിച്ചുള്ളൂ. വിശദവും ഉചിതവുമായ ദേശീയ ചരിത്രം തയ്യാറാക്കാനുള്ള പദ്ധതികളാണ് അപ്പോൾ നടന്നിരുന്നത്. ഇന്ത്യ വലിയ ഒരു രാജ്യമാണ്, സ്വയം ഒരു ലോകമാണ്.

വിജയ്: ഇന്ത്യ ഒരു ഭൂഖണ്ഡത്തോളം പോന്നതാണെന്ന കാര്യം ഞാൻ എടുക്കുന്നു. എങ്കിലും ഒരു സാർവ്വദേശീയ ബോധം സൃഷ്ടിക്കാനുള്ള ശ്രമം എപ്പോഴും ഉണ്ടായിരുന്നു. ഒരു തരത്തിൽ, അലഹബാദിൽ ലോഹ്യയുടെ ചുമതലയിൽ കോൺഗ്രസിന്റെ വിദേശ കാര്യ വകുപ്പ് രൂപീകരിക്കുമ്പോൾ നെഹ്റുവിനുണ്ടായിരുന്ന അഭിലാഷത്തിലേക്ക് എത്തിച്ചേരാനാണ് ഞാൻ ശ്രമിക്കുന്നത്. ഇന്ത്യൻ ദേശീയ വാദികളെ സ്പെയിനിന്റെയും ചൈനയുടെയും കാര്യത്തിൽ താല്പര്യമുള്ളവരാക്കാൻ അവർ ശ്രമിച്ചു. അത് ഇന്ത്യൻ ദേശീയതയുടെ അവിഭാജ്യ ഘടകമായിരുന്നില്ല. ഈ വളരെ പരിമിതമായ സാർവ്വദേശീയതയുടെ സംസ്കാരത്തെക്കുറിച്ച് പറയാമോ?

ഐജാസ്: തീർച്ചയായും. നോക്കൂ, ഒരു തരത്തിൽ ഇങ്ങനെ പറയാം. ഇന്ത്യൻ ദേശീയതയുടെ ലോകത്ത് നിന്നുകൊണ്ട്, എന്നാൽ

അദ്ദേഹത്തിന്റെ ചുവന്ന വർഷങ്ങൾ എന്ന് വിളിക്കപ്പെട്ടതിലേക്ക് എത്തിച്ചേർന്ന കാലത്ത്, നെഹ്റു വിശാലമായ ലോകത്തെക്കുറിച്ച് വളരെയധികം ചിന്തിച്ചിരുന്ന ഒരാളായിരുന്നു. ഫാസിസത്തിന്റെയും ബോൾഷെവിക് വിപ്ലവത്തിന്റെയും ഈ രണ്ട് പ്രസ്ഥാനങ്ങളും തമ്മിലുള്ള സമരത്തിന്റെ പരീക്ഷണ നിലം എന്ന നിലയിൽ സ്പെയിനിന്റെയുമെല്ലാം പ്രാധാന്യത്തെക്കുറിച്ച് അദ്ദേഹം അങ്ങേയറ്റം ബോധവാനായിരുന്നു. മറുവശത്ത്, ഗാന്ധിമാരും പട്ടേലുകളും അടങ്ങുന്ന പുരാതന ഇന്ത്യയിലേക്ക് തിരിഞ്ഞുനോക്കാൻ ആഗ്രഹിച്ച കോൺഗ്രസ് വലതുപക്ഷം. ഗ്രാമീണ ഇന്ത്യയെ മഹത്ത്വവല്ക്കരിക്കുകയും വിവിധ തരം സ്വദേശിത്വത്തെയും നമ്മുടെ അതുല്യതയെക്കുറിച്ചുള്ള ആശയങ്ങളെയും നമ്മുടെ സുവർണ്ണയുഗം മുതലായവയെയുമെല്ലാം കുറിച്ച് വാചാലരാവുകയും അവയെ പ്രോത്സാഹിപ്പിക്കുകയും ചെയ്ത വലിയ വിഭാഗം. നെഹ്റുവിന് അതിനോട് ചില ചായ്‌വുകളൊക്കെ ഉണ്ടായിരുന്നുവെങ്കിലും പൊതുവിൽ അദ്ദേഹം മതേതരനും ഒരുതരം ഇടതുപക്ഷ ചിന്താഗതിക്കാരനുമായിരുന്നു. കുട്ടിയായിരുന്ന ഇന്ദിരയ്ക്ക് ജയിലിലിരുന്ന് ലോകത്തെ വിശദീകരിച്ചുകൊണ്ട് അയാൾ എഴുതിയ കത്തുകൾ നോക്കൂ. എന്റെ ഈ കുട്ടി ലോകത്തെ അറിയണമെന്നും ഒപ്പം ഇന്ത്യയുടെ പൗരയായി മാറണമെന്നുമുള്ള അഭിലാഷമായിരുന്നു ആ കത്തുകൾ. നെഹ്റുവും അദ്ദേഹത്തിന്റെ അടുത്ത സുഹൃത്തുക്കളും കോൺഗ്രസിനകത്തെ സാർവ്വലൗകികരായിരുന്നു. ഇത് വളരെ ന്യൂനപക്ഷം മാത്രയായിരുന്ന പ്രവണതയായിരുന്നു.

വിജയ്: കൂടാതെ, അത് സ്വയം വേണ്ടത്ര ഗഹനമായി നിലനിർത്തിയിട്ടുമില്ല.

ഐജാസ്: കോൺഗ്രസിനകത്ത് ഇല്ല. ഇടതുപക്ഷം ഒരിക്കലും ഇന്ത്യൻ സംസ്കാരത്തിനകത്ത് അത്തരമൊരു സാർവ്വദേശീയ സ്വാധീനം ചെലുത്താൻ മാത്രം ശക്തിയുള്ള ഒന്നായിരുന്നില്ല. ഞാൻ കരുതുന്നത് ഇടതുപക്ഷത്തിന് തന്നെ സാർവ്വദേശീയതയെന്നാൽ ലോക കമ്യൂണിസ്റ്റ് പ്രസ്ഥാനവുമായുള്ള ഐക്യദാർഢ്യപ്പെടലാണെന്നാണ്. അല്ലാതെ ലോകത്തിലേക്ക് തന്നെയുള്ള ഒരു തുറന്നിടൽ അല്ല. ഇന്ത്യയിലെ കമ്യൂണിസ്റ്റ് ചരിത്രകാരന്മാർ ഒരു കമ്യൂണിസ്റ്റ് രാജ്യത്തിന്റെ പോലും ഒരു പുതിയ ചരിത്രം എഴുതുന്നതിനെക്കുറിച്ച് ചിന്തിച്ചിരുന്നില്ല. ഹംഗറിയെയും കിഴക്കൻ ജർമനിയെയും വിട്ടേക്കൂ, എന്നാൽ സോവിയറ്റ് യൂണിയന്റെയോ ചൈനയുടെയോപോലും ചരിത്രം എഴുതുന്നതിനെക്കുറിച്ച് അവർ ആലോചിച്ചിരുന്നില്ല. എനിക്കിത് വളരെ കൗതുകകരമായി തോന്നുന്നു.

എന്റെ പ്രോജക്ടിനെയും എന്റെ ജീവിതത്തിലെ മാറുന്ന സാഹചര്യങ്ങൾ എങ്ങനെയാണ്, ഞാൻ എന്ത് എഴുതിയെന്നും എന്ത് എഴുതിയില്ല എന്നതിനെയും സ്വാധീനിച്ചുകൊണ്ടിരുന്നതെന്നും ഞാൻ വീണ്ടും ഇപ്പോൾ ആലോചിക്കുകയായിരുന്നു. ഉദാഹരണത്തിന്, ബാബറി മസ്

ജിദിന് ശേഷം ഹിന്ദുത്വ പദ്ധതിയെക്കുറിച്ച് ഞാൻ ധാരാളം എഴുതിയിട്ടുണ്ട്, പക്ഷേ, 1998 ൽ വാജ്പേയി ഒരു സ്ഥിരതയുള്ള സർക്കാർ രൂപീകരിച്ചപ്പോൾ, പൊതുജനങ്ങളുടെ ശ്രദ്ധയിലുള്ള ജേണലുകളിൽ ഇന്ത്യയെക്കുറിച്ച് എഴുതരുതെന്ന് വ്യാപകമായി എന്നെ ഉപദേശിച്ചിരുന്നു. അപ്പോൾ മുതൽ, ലോകത്തെ മറ്റ് ഭാഗങ്ങളക്കുറിച്ചാണ് ഞാൻ *ഫ്രണ്ട് ലൈനിൽ* എഴുതിക്കൊണ്ടിരുന്നത്. ഇന്ത്യയെക്കുറിച്ച് കാര്യമായി ഒന്നും എഴുതിയില്ല എന്ന് തന്നെ പറയാം. അതുകൊണ്ടാണ് ഇന്ത്യയെക്കുറിച്ചുള്ള എന്റെ എഴുത്തുകൾ ഇങ്ങനെ തുണ്ടു തുണ്ടായി കിടക്കുന്നത്. അപൂർവ്വം ചില *ഫ്രണ്ട്ലൈൻ* ലേഖനങ്ങൾ, ഒന്നോ രണ്ടോ തവണ മാർക്സിസ്റ്റിലോ ഇടതുപക്ഷത്തിന്റെ മറ്റു ചില ചെറിയ പ്രസിദ്ധീകരണങ്ങളിലോ വന്ന ലേഖനങ്ങൾ, അത്രമാത്രം. ഇന്ത്യവിടേണ്ടിവന്നത് ശരിക്കും എന്നെ അതിനെക്കുറിച്ച് എഴുതാൻ പ്രാപ്തനാക്കി. അങ്ങനെയാണ് മോദിയെക്കുറിച്ചുള്ള സോഷ്യലിസ്റ്റ് രജിസ്റ്റർ ലേഖനം വരുന്നത്.

വിജയ്: മറുവശത്ത്, *ഇൻ ദി റൂയിൻസ് ഓഫ് അയോദ്ധ്യ* മുതൽ താങ്കൾ എഴുതിയതെല്ലാം ഒരു പ്രദേശത്തിന്റെ സവിശേഷതകളിലും ചരിത്രത്തിലും വേരൂന്നിയതാണ്, എന്നാൽ അവയെല്ലാം തന്നെ വളരെ ആഴത്തിൽ സാർവ്വദേശീയവുമാണ്. താങ്കളുടെ എഴുത്തുകളിൽ ഏകദേശം എല്ലാത്തിലും സാർവ്വദേശീയം സന്നിഹിതമാണ്. ഉപമ എന്ന അർത്ഥത്തിലല്ല ഞാൻ പറയുന്നത്. മറ്റു പ്രദേശങ്ങളിൽ നിന്നുള്ള സിദ്ധാന്തങ്ങൾ താങ്കൾ പരാമർശിക്കാറുണ്ട്, ഒരു കാര്യം എങ്ങനെയാണ് ഏറ്റവും നന്നായി മനസ്സിലാക്കാൻ സാധിക്കുക എന്ന് താങ്കൾ നോക്കാറുണ്ട്, മറ്റ് അനുഭവങ്ങളിലേക്കും നോക്കാറുണ്ട്. യുവാവായിരിക്കുമ്പോൾ ഫ്രഞ്ചിൽ നിന്നൊക്കെയുള്ള എഴുത്തുകൾ ഉറുദുവിലേക്ക് വിവർത്തനം ചെയ്യുകയായിരുന്നുവെന്ന് താങ്കൾ നേരത്തെ പറഞ്ഞു. താങ്കളെ സംബന്ധിച്ചിടത്തോളം അത് പ്രധാനപ്പെട്ട കാര്യമായിരുന്നു. *വാട്ട് ഈസ് റ്റു ബി ഡൺ?* താങ്കൾ വിവർത്തനം ചെയ്തിരുന്നു. ഒരിക്കലും സങ്കുചിത ബോധം ഉണ്ടായിരുന്നില്ല. ഒരു കാര്യത്തെ ഏറ്റവും നന്നായി മനസ്സിലാക്കാനുള്ള വഴി കണ്ടെത്തുക എന്നത് മാത്രമായിരുന്നു. താങ്കൾ പരിശോധിക്കുന്ന വിഷയങ്ങളെക്കുറിച്ച് മാത്രമല്ല, വളരെ വിശാലമായ ഒരു വീക്ഷണരീതി കൂടിയാണ് പ്രധാനപ്പെട്ടത് എന്നാണ് എനിക്ക് തോന്നുന്നത്.

ഐജാസ്: അതെ, അത് വിശാലമായിക്കൊണ്ടേയിരുന്നു എന്ന് ഉറപ്പായും ഞാൻ പറയണം. പക്ഷേ, കേൾക്കൂ, ദേശീയത തന്നെ സാർവ്വദേശീയം ആയിരുന്ന ഒരു കാലത്തിന്റെ ഉല്പന്നമാണ് ഞാൻ, ദേശീയതയുടെ സാർവ്വദേശീയത. വിവിധ ഭൂഖണ്ഡങ്ങളെ വലയം ചെയ്ത ഒരു കൊളോണിയൽ വിരുദ്ധ പദ്ധതിയായിരുന്നു അത്. മൗലികമായി സാർവ്വദേശീയ സ്വഭാവമുണ്ടായിരുന്ന കമ്യൂണിസ്റ്റ് ലോകവുമായി അതിന് സക്രിയമായ ബന്ധവും ഉണ്ടായിരുന്നു. ഞാൻ എന്നെത്തന്നെ

തിരിച്ചറിഞ്ഞ ഏറ്റവും വിശിഷ്ടമായ സവിശേഷതയായിരുന്നു സാർവ്വദേശീയത. എന്നെ സംബന്ധിച്ചിടത്തോളം ഇത്തരം ചിന്തകളുടെ യഥാർത്ഥ ഉറവിടം അവിടെയാണ്.

വിജയ്: അത് കുറഞ്ഞ പക്ഷം എനിക്കെങ്കിലും താങ്കളുടെ ഇടപെടലുകളെക്കുറിച്ച് ചിന്തിക്കാനുള്ള വളരെ ആകർഷകമായ ഒരു മാർഗമാണ്. *ഇൻ തിയറിയ്*ക്ക് ശേഷമുള്ള കാലഘട്ടത്തെക്കുറിച്ച് മാത്രമല്ല, മൊത്തമായും. മറ്റൊരു രസകരമായ കാര്യം, ഒരുപക്ഷേ, ഈ വിശാലത എന്തുകൊണ്ടാണ് ചില ഇടങ്ങളിൽ നമ്മൾ കാണാത്തത് എന്നതിന്റെ വിശദീകരണമാണ്. അതാണെങ്കിൽ നവലിബറൽ സർവ്വകലാശാലയ്ക്ക് മുന്നേയുള്ളതുമാണ്. ബുദ്ധിജീവിയെ എന്നതിനേക്കാൾ വിദഗ്ദ്ധരെ സൃഷ്ടിക്കാനുള്ള പ്രവണത.

ഐജാസ്: ഓ, അതൊരു അടിസ്ഥാനപരമായ ദ്വന്ദ്വമാണ്. ബുദ്ധിജീവികൾ അവരുടെ ചിന്താലോകത്തിന് പ്രസക്തമായ എല്ലാത്തിനെയും കുറിച്ചുള്ള ആഴത്തിലുള്ള അറിവ് ആഗ്രഹിക്കുന്നു. എന്നാൽ, ബൂർഷ്വാ സർവ്വകലാശാലയുടെ ഏറ്റവും ഉയർന്ന ഉല്പന്നമായ വിദഗ്ദ്ധരാണെങ്കിലോ, കഴിയുന്നത്രയും ഇടുങ്ങിയ ഒരു സ്പെഷ്യാലിറ്റിയെ തേടി പോകുന്നു. ശരിയാണ്, അത് കുറച്ചുകൂടി സമകാലികമായ നിയോലിബറൽ സർവ്വകലാശാലയുടെ മാത്രം കാര്യമല്ല. യുദ്ധാനന്തരകാലത്ത് യു എസ് സ്വാധീനത്താൽ പുനഃസംഘടിപ്പിക്കപ്പെട്ടതിനാൽ സർവ്വകലാശാലകൾ പൊതുവെ അങ്ങനെയാണ്.

സുധൻവ ദേശ്പാണ്ഡെ: താങ്കൾ എങ്ങനെയാണ് സ്വയം ഒരു കമ്യൂണിസ്റ്റ് ബുദ്ധിജീവിയായി കാണുന്നതെന്നാണ് എനിക്ക് ചോദിക്കാനുള്ളത്. ഒരു കമ്യൂണിസ്റ്റ് എന്ന നിലയിൽ, ജീവിതം മുഴുവൻ ആക്ടിവിസ്റ്റായിരുന്ന ഒരാൾ എന്ന നിലയിൽ, ഞാൻ രണ്ടു തരം ബുദ്ധിജീവികളെയാണ് കമ്യൂണിസ്റ്റ് പാർട്ടിയിൽ കാണുന്നത്. ഒന്നുകിൽ കമ്യൂണിസ്റ്റുപാർട്ടിയിൽ പ്രവർത്തകരായി ഉൾച്ചേർന്നിരിക്കുന്ന ബുദ്ധിജീവികൾ. ട്രേഡ് യൂണിയൻ സംഘാടകർ എന്ന നിലയിലും കിസാൻ മുന്നണിയിൽ പ്രവർത്തിക്കുന്നവരെന്ന നിലയിലുമെല്ലാമാണ് അവരുടെ പ്രധാന കർത്തവ്യങ്ങൾ. അതുകൊണ്ടുതന്നെ ആ പ്രവർത്തനത്തിനാവശ്യമായ സാമഗ്രികൾ തയ്യാറാക്കുകയെന്നതാണ് അവരുടെ ജോലി. പിന്നെയുള്ളത് അക്കാദമിക്കുകളാണ്. ഏതെങ്കിലും തലത്തിൽ, കോളേജ് അദ്ധ്യാപകരായോ മറ്റോ, സർവ്വകലാശാലയിൽ ഉണ്ടായിരുന്നു എന്നതിനാൽ മാത്രം. കമ്യൂണിസ്റ്റ് പ്രസ്ഥാനത്തിന്റെ ഭാഗമായി നില്ക്കുകയും പൊതുവെ സംഭവ വികാസങ്ങളെ വിശകലനം ചെയ്യുകയും ചെയ്യുന്നവർ. ചരിത്രത്തെയോ, സമകാലീക വിഷയങ്ങളെയോ, രാഷ്ട്രീയത്തെയോ സാർവ്വദേശീയ കാര്യങ്ങളെയോ, സാമ്പത്തിക രംഗത്തെയോ ഒക്കെക്കുറിച്ചുള്ള കാര്യങ്ങളിൽ വിശകലനം നടത്തുന്നവർ. ഒരു ആക്ടിവിസ്റ്റ് എന്ന നിലയിൽ ഞാൻ താങ്കളെ വായിക്കുമ്പോൾ താങ്കളിൽ വർത്തിച്ച പ്രാഥമിക പ്രേരണയായി ഞാൻ കാണുന്നത് ഇവ

രണ്ടുമല്ല. ഞാൻ പറഞ്ഞുവരുന്നത് താങ്കളുടെ എഴുത്തുകളിൽ വിശകലനം ഇല്ല എന്നല്ല. തീർച്ചയായും അങ്ങനെ അല്ല. ഈ വർഷങ്ങളിലെല്ലാം ഒരു രീതിശാസ്ത്രം (മെത്തേഡ്) എനിക്ക് മുന്നിൽ പ്രദർശിപ്പിക്കുന്ന ഒരു അദ്ധ്യാപകനെപ്പോലെയാണ് താങ്കൾ എന്നോട് സംസാരിക്കുന്നതെന്നൊരു തോന്നലാണ് എനിക്ക് ലഭിക്കുന്നത്. വൈരുദ്ധ്യാത്മക രീതിശാസ്ത്രം എന്താണെന്നും എങ്ങനെയാകാമെന്നും എനിക്ക് കാണിച്ചുതരുന്ന, കൂടെ ലോകത്തിന്റെ ഘടനകളെ താൻ എങ്ങനെയാണ് സമീപിക്കുന്നതെന്ന് പറഞ്ഞു തരുന്ന ഒരാൾ. അത് വർഗ്ഗീയതയുമായി ബന്ധപ്പെട്ടതാണെങ്കിലും സാമ്രാജ്യത്വവുമായി ബന്ധപ്പെട്ടതാണെങ്കിലും അല്ലെങ്കിൽ താങ്കൾ ഇടപെട്ടുകൊണ്ടിരിക്കുന്ന മറ്റേത് വിഷയം ആണെങ്കിലും. എന്നെ സംബന്ധിച്ചിടത്തോളം താങ്കളുടെ പ്രോജക്ട് ഇന്ത്യൻ കമ്യൂണിസ്റ്റ് പ്രസ്ഥാനവുമായി ബന്ധപ്പെട്ട് ഞാൻ വായിച്ച മറ്റെല്ലാ കമ്യൂണിസ്റ്റ് ബുദ്ധിജീവികളിൽനിന്നും വ്യത്യസ്തമാണ്. ഇതൊരു ന്യായമായ വിലയിരുത്തലാകുമോ?

ഐജാസ്: ശരി, ഒരു രീതിശാസ്ത്രം പ്രദർശിപ്പിക്കുക, ലോകത്തെ വിശകലനം ചെയ്യാൻ വൈരുദ്ധ്യാത്മക രീതിശാസ്ത്രം എങ്ങനെ ഉപയോഗിക്കാമെന്ന് കാണിക്കുകയാണ് ഞാൻ ചെയ്തതെന്ന താങ്കളുടെ വാക്കുകളിൽ ഞാൻ വളരെ താല്പര്യവാനാണ്. മാർക്സിസത്തിൽ സത്യമായും യാഥാസ്ഥിതികമായുള്ള ഒരേയൊരു കാര്യം രീതിശാസ്ത്രം മാത്രമാണെന്ന് പറഞ്ഞ ലൂക്കാച്ചിനെ ഞാൻ ഓർമ്മിക്കുകയാണ്. അതെന്നെ ഒരു യാഥാസ്ഥിതിക മാർക്സിസ്റ്റ് ആക്കുന്നുണ്ട്. ആ യാഥാസ്ഥിതിക മാർക്സിസ്റ്റ് നിർവ്വചനമനുസരിച്ച് ഒരു കമ്യൂണിസ്റ്റാണ്.

താങ്കളുടെ നിരീക്ഷണം രണ്ട് വ്യത്യസ്ത വിഷയങ്ങൾ ഉയർത്തിയിട്ടുണ്ട്. ഒന്ന് കമ്യൂണിസ്റ്റ് ബുദ്ധിജീവിയുടെ നിർവ്വചനവുമായി ബന്ധപ്പെട്ട് എന്റെ സ്ഥാനത്തെ സംബന്ധിച്ചതാണ്. ട്രേഡ് യൂണിയനുകൾ പോലുള്ള പാർട്ടിയുടെ പ്രധാന വർഗ്ഗ സംഘടനകളിൽ സേവനമനുഷ്ഠിക്കുന്നവർ, വിശാലമായ ബഹുജന മുന്നണികളിൽ പാർട്ടിയെ സേവിക്കുന്ന സ്കൂൾ, കോളേജ് അദ്ധ്യാപകർ എന്നിങ്ങനെ രണ്ടുതരം കമ്യൂണിസ്റ്റ് ബുദ്ധിജീവികളെ നിങ്ങൾ തിരിച്ചറിയുന്നുണ്ട്. ഓരോ വിഭാഗവും അവരവർ പ്രവർത്തിക്കുന്ന സംഘടനയ്ക്കോ അല്ലെങ്കിൽ മുന്നണിക്കോ അനുയോജ്യവും ഉപകാരപ്രദവുമായ അറിവുകൾ ഉല്പാദിപ്പിക്കുകയാണ്. പാർട്ടി നയത്താൽ നിർണ്ണയിക്കപ്പെടുന്ന അറിവ്. അത് വളരെ വ്യക്തമാണ്, ഈ വർഗ്ഗീകരണമനുസരിച്ച് ഞാൻ പാകിസ്ഥാനിലായിരുന്നപ്പോൾ ഒരു കമ്യൂണിസ്റ്റ് ബുദ്ധിജീവിയായിരുന്നു, ഒരു പാർട്ടിയിൽ അംഗമായിരുന്നു. പിന്നീട് പാകിസ്ഥാൻ വിട്ടതിനുശേഷം അങ്ങനെ അല്ലാതായി. ഇത്തരത്തിലുള്ള വർഗ്ഗീകരണത്തിൽ യഥാർത്ഥത്തിൽ എന്നെപ്പോലുള്ള ഒരാൾക്കും ഒരു പദമുണ്ട്, ആ പദം 'സഹയാത്രികൻ' എന്നാണ്.

പക്ഷേ, താങ്കളുടെ അഭിപ്രായത്തിലെ പിന്നീടുള്ള ഭാഗമാണ്

എനിക്ക് ആശ്ചര്യജനകമായി തോന്നിയത്. അവിടെയും ഇവിടെയുമെല്ലാം ചില വിശകലനങ്ങൾ മുന്നോട്ടുവെക്കുമെങ്കിലും വൈരുദ്ധ്യാത്മക രീതിശാസ്ത്രം പഠിപ്പിക്കുക എന്ന പ്രധാന ഉദ്ദേശ്യമുള്ള ഒരു അദ്ധ്യാപകനെപ്പോലെയാണ് ഞാൻ എഴുതുന്നത് എന്ന ശക്തമായ മതിപ്പാണ് അവ വായിക്കുമ്പോൾ താങ്കൾക്ക് ലഭിക്കുന്നതെന്നാണ് താങ്കൾ സൂചിപ്പിക്കുന്നത്. എനിക്കത് കൗതുകകരമായി തോന്നുന്നു. മാക്സിസ്റ്റ് രീതിശാസ്ത്രത്തെക്കുറിച്ച് ഞാൻ ഒരിക്കലും ഒന്നും എഴുതിയിട്ടില്ല. ആകെ ചില ബിരുദ സെമിനാറുകളിൽ മാത്രമാണ് ഞാൻ വൈരുദ്ധ്യാത്മക രീതിശാസ്ത്രത്തെക്കുറിച്ച് പഠിപ്പിച്ചിട്ടുമുള്ളത്. മറുവശത്താണെങ്കിലോ, അയ്യായിരം വാക്കുകൾ വീതമുള്ള നൂറോളം ലേഖനങ്ങൾ *ഫ്രണ്ട്ലൈനിൽ* പ്രസിദ്ധീകരിച്ചിട്ടുണ്ടെന്ന് ഞാൻ നേരത്തെ പറഞ്ഞു. ആ ലേഖനങ്ങളിൽ ഒരുപാട് വസ്തുതകൾ പരാമർശിക്കുകയും അവയെ എന്റെ ശേഷിയുടെ പരമാവധിയിൽ നിന്ന് വിശകലനം ചെയ്യുകയുമാണ് ഞാൻ ചെയ്തതെന്നാണ് എന്റെ തോന്നൽ. വസ്തുതാപരമായ വിവരണവും അവയുടെ വിശകലനവും - ആ ലേഖനങ്ങൾ അങ്ങനെയുള്ളതാണെന്നാണ് ഞാൻ കരുതിയത്. തീർച്ചയായും അതിൽ ചില ചരിത്രപരമോ ഭൗമരാഷ്ട്രീയപരമോ ആയ പശ്ചാത്തലവും സൂചിപ്പിക്കാറുണ്ടായിരുന്നു. അവ രീതിശാസ്ത്രത്തിലെ വ്യവഹാരങ്ങളായിരുന്നുവെന്ന് താങ്കൾക്ക് തോന്നിയതിൽ ഞാൻ ആശ്ചര്യവാനാണ്.

മറ്റുള്ള കാര്യങ്ങളിൽ, ഒരാൾക്ക് ലഭിച്ച സാഹചര്യങ്ങൾക്കകത്തു നിന്ന് അയാൾ തന്റെ ജീവിതത്തെക്കുറിച്ചുള്ള തിരഞ്ഞെടുപ്പുകൾ നടത്തുന്നു എന്ന നിയമത്തിന് ഞാൻ യഥാർത്ഥത്തിൽ ഒരു അപവാദമല്ല. ഞാൻ പാകിസ്ഥാനിലായിരുന്നപ്പോൾ എന്റെ ബന്ധപ്പെടലുകളിൽ വിദ്യാർത്ഥി രാഷ്ട്രീയ നാളുകൾ മുതൽ ഒരു തുടർച്ച ഉണ്ടായിരുന്നു. തിരഞ്ഞെടുപ്പുകൾ അതുകൊണ്ടുതന്നെ ലളിതമായിരുന്നു. ഒരാൾ ഒരു പാർട്ടിയിൽ ചേരുന്നു, പാർട്ടിക്കകത്തെ കനത്ത വിഭാഗീയതയുടെയും പുറത്തെ ക്രൂരമായ സ്വേച്ഛാധിപത്യത്തിന്റെയും ഇരട്ട ഭാരത്താൽ വർഷങ്ങൾ കഴിയുന്തോറും പാർട്ടി തകരുന്നത് അയാൾ കാണുന്നു. എന്റെ പൗരത്വം വീണ്ടെടുക്കാമെന്ന വ്യർത്ഥമായ പ്രതീക്ഷയിൽ ഞാൻ ഇന്ത്യയിലെത്തിയപ്പോഴേക്കും കാര്യങ്ങൾ വല്ലാതെ സങ്കീർണ്ണമായിരുന്നു. എന്റെ യൗവനകാലം കഴിഞ്ഞിരുന്നു. കമ്യൂണിസ്റ്റ് പാർട്ടികൾക്കും പ്രസ്ഥാനങ്ങൾക്കും അകത്തെ അങ്ങേയറ്റം വിപൽക്കരമായ വിഭാഗീയതയെക്കുറിച്ച് ഞാൻ ജാഗരൂകനായിരുന്നു. കമ്യൂണിസ്റ്റ് പാർട്ടിയിലെ ആളുകൾക്ക് എന്നെ അറിയുമായിരുന്നില്ല. എനിക്ക് അവരെയും. ഏതെങ്കിലും തരത്തിലുള്ള പരസ്പര അംഗീകാരം വളർന്നുവരാൻ തന്നെ വർഷങ്ങളെടുത്തു. വളരെ സങ്കീർണ്ണമായ ആ കഥ ആവർത്തിക്കേണ്ടതില്ല. നേരിട്ടുള്ള ചർച്ചകളൊന്നും ഉണ്ടായിരുന്നില്ലെങ്കിലും എല്ലാ വശങ്ങളും പരിഗണിച്ച് രണ്ടു കൂട്ടരും നിശ്ശബ്ദമായി അംഗീകരിച്ച ഒരു കാര്യം ഉണ്ടായിരുന്നു, ഞാൻ പാർട്ടിയിൽ ചേരാതിരിക്കുന്നതാണ് നല്ലത്

എന്ന്. പാർട്ടിയുമായുള്ള എന്റെ അടുത്ത സഹകരണം ആരംഭിച്ച ഉടൻ തന്നെ ഞാൻ ഭയപ്പെട്ടിരുന്ന അതേ തരത്തിലുള്ള വിഭാഗീയതയിൽ തന്നെ അറിയാതെ ഞാൻ കുടുങ്ങിപ്പോയി. എല്ലായ്പ്പോഴും പാർട്ടി ആവശ്യപ്പെട്ടതെല്ലാം ഞാൻ ചെയ്തിരുന്നു. ഒരിക്കലും പാർട്ടിയിൽ ചേർന്നില്ല എന്നതിനേക്കാൾ സന്തോഷവാനായിരുന്നു ഞാൻ. പാർട്ടിയുമായുണ്ടായിരുന്ന അത്തരത്തിലുള്ള ബന്ധത്തിൽ ഞാൻ വളരെ ആഹ്ലാദവാനായിരുന്നു. ഞാൻ ധാരാളം പഠിച്ചു, ഒപ്പം എന്നെക്കൊണ്ട് ഉപകാരമുണ്ടായി എന്ന ശക്തമായൊരു തോന്നലും എന്നിലുണ്ടായിരുന്നു.

മഹത്തായ അദ്ധ്യാപകരിൽനിന്ന് നമ്മളിലേക്ക് ഊർന്നിറങ്ങുന്ന കമ്യൂണിസ്റ്റ് ബൗദ്ധിക പാരമ്പര്യത്തെ ഞാൻ മനസ്സിലാക്കുമ്പോൾ കുറഞ്ഞത് രണ്ട് മൗലികമായ കടമകളെങ്കിലും കാണാനാകും. അതിലൊന്ന്, ഇന്നും എവിടെയും, കർക്കശമായ മാർക്സിസ്റ്റ് കാഴ്ചപ്പാടിൽനിന്നുകൊണ്ട് അതത് കാലത്തെ മൗലിക പ്രശ്നങ്ങളെക്കുറിച്ച് സമഗ്രമായി എഴുതുക എന്നതാണ്. മറ്റൊന്ന്, കമ്യൂണിസ്റ്റ് ആശയങ്ങളെ സ്വയമേവ സ്വീകരിക്കുന്ന, ബൗദ്ധിക സംസ്കാരത്തിന്റെ വളർച്ചയ്ക്ക് സഹായമാകുന്ന എഴുത്തുകളുടെ കൂമ്പാരം തീർക്കുക എന്നതുമാണ്.

വിജയ്: ബുദ്ധിജീവികളുടെ പങ്കിലേക്ക് തന്നെ മടങ്ങാം. തുർക്കി മുതൽ ഇന്ത്യവരെ എല്ലായിടങ്ങളിലും ബുദ്ധിജീവികൾ അറസ്റ്റ് ചെയ്യപ്പെടുന്നതാണ് ഈ കാലത്ത് നമ്മൾ കാണുന്നത്.

ഐജാസ്: അൾജീരിയൻ യുദ്ധത്തിൽ സാർത്രിനെ അറസ്റ്റ് ചെയ്യാൻ പാരീസ് പൊലീസ് ശ്രമിച്ചപ്പോൾ, റിപ്പബ്ലിക്ക് പ്രസിഡന്റ് ഡിഗല്ലെയിൽ നിന്ന് അനുമതി വാങ്ങേണ്ടിവന്നു, ഡി ഗല്ലെ ഇങ്ങനെയായിരുന്നു പറഞ്ഞത്, 'വോൽട്ടയറിനെ ആരും അറസ്റ്റ് ചെയ്യാറില്ല.'

വിജയ്: ഒന്നാലോചിച്ച് നോക്കൂ, ഇന്ത്യയിൽ സി ബി ഐ മോദിയോട് അനുവാദം ചോദിക്കാൻ പോകുന്നത്.!

ഐജാസ്: അതെ. നിങ്ങൾക്കറിയാമോ, തന്റെ ഭാരതീയത്വം തിരികെ നേടാനായി പാകിസ്ഥാനി പൗരത്വം ഉപേക്ഷിച്ച് ഇന്ത്യയിലേക്ക് മടങ്ങാൻ ആഗ്രഹിക്കുന്ന ആഗോള തലത്തിൽ അറിയപ്പെടുന്ന ഒരു പാകിസ്ഥാനിക്ക് ഇന്ത്യൻ പൗരത്വം തിരികെ നല്കുന്നത് ഒരു പ്രബുദ്ധവും മതനിരപേക്ഷവുമായ രാജ്യമെന്ന ഇന്ത്യയുടെ ഖ്യാതിക്ക് മാറ്റ് കൂട്ടുകയേയുള്ളൂ എന്ന് കാണാൻപോലും കഴിയാത്തവിധം ബുദ്ധിജീവികളോട് അത്രമാത്രം അന്ധത ബാധിച്ചവരാണ് നെഹ്റുവിന് ശേഷമുള്ള ഇന്ത്യൻ ഭരണ വർഗ്ഗം. ഇന്ത്യയിൽ ജനിക്കുകയും ശേഷം പാകിസ്ഥാനി പൗരൻ ആവുകയും ചെയ്ത ഒരാൾക്ക് ഇന്ത്യൻ പൗരത്വം തിരികെ നേടാൻ ആകില്ലെന്നാണ് ഇന്ത്യൻ നിയമം പറയുന്നത്. ആയിക്കോട്ടെ, എന്നാൽ എപ്പോഴാണ് നിയമപരമായ കാര്യങ്ങളിൽ ചില ഇളവുകൾ വരുത്തേണ്ടതെന്നും ഒരു വ്യക്തിക്ക് മാത്രമല്ല ഒരു രാജ്യത്തിന്റെതന്നെ വിശാലമായ താല്പര്യങ്ങൾക്ക് ഗുണകരമായ തരത്തിൽ ചില വിട്ടുവീഴ്ചകൾ

ചെയ്യേണ്ടതെന്നും ജ്ഞാനോദ്ദീപ്തരായ ഭരണാധികാരികൾ അറിഞ്ഞിരിക്കേണ്ടതുണ്ട്.

വിജയ്: മറ്റുള്ളവരേക്കാൾ വളരെ അധികം പ്രധാനപ്പെട്ടവരാണ് ബുദ്ധിജീവികൾ എന്ന് പറയേണ്ടതില്ല, അതൊരു രസകരമായ റിഫ്ളക്ഷനാണ്.

ഐജാസ്: അത് വലിയ തോതിൽ സത്യമാണ്. എന്നാൽ ഞാൻ ഇപ്പോൾ നിങ്ങളോട് വിവരിച്ച ആ ചെറിയ കഥയിൽനിന്ന് ചിലത് പഠിക്കാനുമുണ്ട്. അവിടെ ഡി ഗെല്ലെ, സാർത്രെയെ വോൾട്ടയറുമായി താരതമ്യം ചെയ്യുകയും സാർത്രെ മനഃപൂർവ്വം ആവർത്തിച്ച് നിയമം ലംഘിക്കുമ്പോഴും അദ്ദേഹത്തെ അറസ്റ്റ് ചെയ്യാൻ വിസമ്മതിക്കുകയും ചെയ്യുകയാണ്. ഇന്ത്യൻ പൗരത്വം വീണ്ടെടുക്കാൻ ശ്രമിച്ചപ്പോൾ എനിക്ക് നേരിടേണ്ടിവന്നപോലുള്ള നിസ്സംഗതയും കാലത്തിന്റെ അടയാളമാണ്. കുടുംബം പാകിസ്ഥാനിലേക്ക് കുടിയേറുന്നതിനു മുൻപ് ഇന്ത്യയിൽ ജനിച്ച ഉറുദു നോവലിസ്റ്റ് ഖുറത്തുലൈൻ ഹൈദറിന്റെ അനുഭവം നമുക്ക് മുന്നിലുണ്ട്. ഉറുദു എഴുത്തുകാരനും നെഹ്റുവിന്റെ സുഹൃത്തും എന്റെ ഓർമ്മ ശരിയാണെങ്കിൽ ബ്രിട്ടീഷ് സാമ്രാജ്യത്തിന്റെ അവസാന വർഷങ്ങളിൽ മുതിർന്ന സിവിൽ സർവീസ് ഉദ്യോഗസ്ഥനുമായിരുന്ന സജ്ജാദ് ഹൈദർ യെൽദ്രിമിന്റെ മകളായിരുന്നു അവർ. വർഷങ്ങൾക്ക് മുൻപ് അവർ എന്നോട് പറഞ്ഞ കഥ ഇങ്ങനെയാണ്. അവരുടെ മുതിർന്നൊരു ബന്ധു രാജ്യസഭാ തിരഞ്ഞെടുപ്പിൽ മത്സരിക്കുന്ന സമയത്ത് അവർ ഇന്ത്യ സന്ദർശിക്കാനായി വന്നിരുന്നു. യെൽദ്രിമിന്റെ മകൾ സന്ദർശനത്തിന് വരുന്നുണ്ടെന്ന് അദ്ദേഹം നെഹ്റുവിനോട് ചെന്നു പറഞ്ഞു. അവരെ കാണാൻ തനിക്ക് താല്പര്യമുണ്ടെന്ന് നെഹ്റു അയാളോട് പറഞ്ഞു. നെഹ്റുവിനെ കാണാനായി ഖുറത്തുലൈൻ ഹൈദർ ചെന്നപ്പോൾ പണ്ഡിറ്റ്ജി അവരോട് *ആഗ് കാ ദര്യ* എന്ന അവരുടെ നോവലിനെക്കുറിച്ച് അദ്ദേഹത്തിന് അറിയാമെന്ന് പറഞ്ഞുവത്രേ (പിന്നീട് അവർ തന്നെ ആ നോവൽ *River of Fire* എന്ന പേരിൽ വിവർത്തനം ചെയ്തിരുന്നു). ഒപ്പം ഇന്ത്യക്കും പാകിസ്ഥാനും ഇടയിലുള്ള ഈ വിഭജിതമായ കടങ്ങൾ താങ്കൾ എപ്പോഴെങ്കിലും വീട്ടാൻ പോകുന്നുണ്ടോ എന്ന് ചോദിക്കുകയും ചെയ്തു. ജവഹർലാലിന് തന്റെ നോവലിനെക്കുറിച്ച് അറിയാം എന്ന ചിന്ത തന്നെ തന്റെ കണ്ണു നിറയിച്ചുവെന്ന് ഖുറത്തുലൈൻ എന്നോട് പറഞ്ഞു.

വിജയ്: എല്ലാറ്റിലുമുപരി, ലാഹോർ മാളിലെ കടകൾ അദ്ദേഹം മരിച്ചപ്പോൾ അടച്ചിട്ടിരുന്നു.

ഐജാസ്: അവരുടെ അച്ഛൻ ജീവിച്ചിരിപ്പുണ്ടായിരുന്നെങ്കിൽ അദ്ദേഹത്തോടും താനീ ചോദ്യം ചോദിക്കുമായിരുന്നു എന്ന് പറഞ്ഞ് നെഹ്റു അവരുടെ വൈകാരികതയെ സ്പർശിക്കുകയായിരുന്നു. ഇന്ത്യയിലേക്ക് മടങ്ങുകയാണെങ്കിൽ അവളുടെ കുടുംബത്തിന്റെ ഒഴിപ്പിക്കപ്പെട്ട സ്വത്തുക്കൾ തിരികെ ലഭിക്കാനുള്ള ഏർപ്പാട് ചെയ്യാമെന്ന് അദ്ദേഹം വാഗ്ദാനം

ചെയ്തിരുന്നുവെന്ന് തോന്നുന്നു. ഞാൻ ഓർക്കുന്നിടത്തോളം ഖുറൈത്തുലൈൻ ആശങ്കാലുവായിരുന്നു. പക്ഷേ, കാലാന്തരേണ എന്ത് സംഭവിച്ചുവെന്ന് എനിക്കറിയില്ല. എന്നാൽ, അവർ പൗരത്വം തിരികെ നേടി എന്നെനിക്കറിയാം.

വിജയ്: കൃത്യമായി അതേത് വർഷമായിരുന്നു?

ഐജാസ്: മിക്കവാറും 1959.

വിജയ്: 50 കളുടെ അവസാനം

ഐജാസ്: അതെ, *ആഗ് കാ ദര്യ* 57 ലാണ് പ്രസിദ്ധീകരിക്കുന്നത്. അതുകൊണ്ടുതന്നെ അത് കഴിഞ്ഞ് ഏതാനും വർഷങ്ങൾക്കുശേഷം ആവണം ഇത്.

വിജയ്: ഇന്ത്യയിലേക്ക് മടങ്ങാൻ ഏകദേശം അൻപത് വർഷങ്ങൾക്ക് മുൻപ് താങ്കളും ശ്രമിച്ചിരുന്നു..

ഐജാസ്: അന്ന് നെഹ്റു ഉണ്ടായിരുന്നില്ല.!

വിജയ്: ആ സംഭാഷണം നടത്താനുള്ള ബോധം പോലും ഇല്ല.

ഐജാസ്: അതുപോലുള്ള മറ്റ് ചില കാര്യങ്ങളും അദ്ദേഹം ചെയ്തിരുന്നു. സജ്ജാദ് സഹീർ പാകിസ്ഥാനിൽ അറസ്റ്റ് ചെയ്യപ്പെട്ടതിനെത്തുടർന്ന് അദ്ദേഹത്തെ മോചിപ്പിക്കാനും ഇന്ത്യയിലേക്ക് തിരികെ അയക്കാനുമുള്ള ഏർപ്പാട് നെഹ്റു ചെയ്തിരുന്നു. സജ്ജാദ് സഹീർ തീർച്ചയായും അദ്ദേഹത്തിന്റെ വ്യക്തിപരമായ സുഹൃത്തും ഖുറാത്തുലൈൻ മറ്റൊരു സുഹൃത്തിന്റെ മകളും ആയിരുന്നു. ഒരാൾക്ക് വേണമെങ്കിൽ നെഹ്റു ഇതെല്ലാം വ്യക്തിപരമായ കടപ്പാടിന്റെ പുറത്ത് ചെയ്തതാണെന്ന് പറയാം. പക്ഷേ, ബഡെ ഗുലാം അലി ഖാൻ പാകിസ്ഥാനിൽ താമസിക്കുമ്പോൾ തൊണ്ടയിൽ ക്യാൻസർ കണ്ടെത്തിയതിനെ തുടർന്ന് നെഹ്റുവാണ് അദ്ദേഹത്തെ ചികിത്സയ്ക്കായി ഇന്ത്യയിലേക്ക് കൊണ്ടുവന്നത് എന്നായിരുന്നു ഞാൻ കേട്ട കഥ.

വിജയ്: ബുദ്ധിജീവികളോട് വ്യത്യസ്തമായൊരു സമീപനം ഉണ്ടായിരുന്നു.

ഐജാസ്: അതെ, തീർച്ചയായും. ബുദ്ധിജീവികൾ, കലാകാരന്മാർ തുടങ്ങിയവർ.. അതുകൊണ്ടാണ് ഞാൻ നിങ്ങളോട് പറഞ്ഞ ഡി ഗെല്ലെയുടെ കഥയും നെഹ്റുവിനെക്കുറിച്ചുള്ള ഈ കഥകളുമെല്ലാം ഒരു പ്രബോധന പദ്ധതിയുമായി ബന്ധപ്പെട്ടു നില്ക്കുന്നത്. അതിന്റെ സ്വഭാവം സാർവ്വദേശീയമാണ്. ആ വിശാലമായ പദ്ധതിയുടെ ഭാഗമാകുന്നവർ രാജ്യാതിർത്തികൾക്കപ്പുറത്ത് പങ്കുവെക്കുന്ന ചില ബോദ്ധ്യങ്ങളുണ്ട്. ആ ബോദ്ധ്യങ്ങളിലൊന്ന് പുരോഗമന ആശയങ്ങളുടെയും കലയുടെയും സംസ്കാരത്തിന്റെയും പുരോഗതിക്ക് സംഭാവന ചെയ്യുന്നവരോടുള്ള ആഴത്തിലുള്ള ആദരവാണ്.

വിജയ്: ചിന്തകളെ പ്രോത്സാഹിപ്പിക്കുന്നതാണത്, ലോകത്തെ മെച്ചപ്പെട്ട ഇടമാക്കിമാറ്റാനുള്ള നിക്ഷേപമാണത്. ഭാവനകളെ വിശാലമാക്കുന്നതിലൂടെയോ അല്ലെങ്കിൽ ചില നടപടിക്രമങ്ങൾ നന്നായി

മനസ്സിലാക്കാൻ സഹായിക്കുന്നതിലൂടെയോ..

ഐജാസ്: തീർച്ചയായും. ഒപ്പം രാജ്യാതിർത്തികളോട് ആഴത്തിലുള്ള പ്രതിബദ്ധതയില്ലെന്ന് കൂടിയാണ് അത് അർത്ഥമാക്കുന്നത്. വിഭജനവും പാകിസ്ഥാന്റെ രൂപീകരണവും ഒരു യാഥാർത്ഥ്യമാണെന്നും എന്നാൽ ഈ രണ്ട് പുതിയ അതിരുകൾക്കുമപ്പുറം ഒരു സാംസ്കാരിക ഐക്യം ഉണ്ടെന്നും അത് കഴിയുന്നത്ര കേടുകൂടാതെ നിലനിർത്തേണ്ടതുണ്ടെന്നുമുള്ള ഒരു ബോധം നെഹ്റുവിലും അക്കാലത്തെ ഇന്ത്യൻ വരേണ്യവർഗ്ഗത്തിലെ നെഹ്റുവിയന്മാർക്കിടയിലും ഉണ്ടായിരുന്നു.

വിജയ്: ഇത് താല്പര്യജനകമാണ്. കാരണം എന്താണ് ഒരു വിദഗ്ദ്ധൻ, എന്താണ് ഒരു ബുദ്ധിജീവി എന്ന പ്രശ്നത്തിലേക്ക് ഇത് വരുന്നുണ്ട്. ഞാൻ ഉദ്ദേശിച്ചത്, ബൗദ്ധിക ചിന്തയെ ഇടുങ്ങിയ തരത്തിലുള്ള വൈദഗ്ദ്ധ്യത്തിലേക്ക് ചുരുക്കുന്നതും വിമർശനാത്മക ചിന്തയെ ഇല്ലാതാക്കാനുള്ള ഏറ്റവും മികച്ച മാർഗ്ഗങ്ങളിലൊന്നാണ്.

ഐജാസ്: സാംസ്കാരികമായ അതിജീവനത്തിനും ഉന്നതിക്കും വിമർശനാത്മക ചിന്ത അത്യന്താപേക്ഷിതമാണെന്ന ബോധം ഇല്ലാതായിക്കൊണ്ടിരിക്കുന്നതായി തോന്നുന്നു.

വിജയ്: നമ്മൾ അതിന്റെ കഷ്ടത അനുഭവിക്കുകയും ചെയ്യുന്നു.

ഐജാസ്: അതെ. നമ്മൾ ഉല്പാദിപ്പിക്കുന്ന ബുദ്ധിജീവികളുടെ എണ്ണം കുറഞ്ഞുകൊണ്ടേയിരിക്കുന്നു. പക്ഷേ, നിങ്ങൾക്കറിയാമോ, പണ്ഡിറ്റ്ജി ഖുറാത്തുലൈനോട് ചോദിച്ച ചോദ്യത്തിനുള്ള പ്രതികരണവുമായാണ് എൺപതുകളുടെ മദ്ധ്യത്തിൽ ഞാൻതന്നെ ഇന്ത്യയിലേക്ക് വന്നത്. നിങ്ങളുടെ വിഭജിതമായ കടങ്ങൾ എന്നാണ് വീട്ടാൻ പോകുന്നത്? പാകിസ്ഥാനോട് ഒരു രാഷ്ട്ര സംവിധാനം എന്ന നിലയിൽ എനിക്ക് ഒരുപാട് കടപ്പാട് ഉണ്ടായിരുന്നു എന്നല്ല, എങ്കിലും അവിടെയാണ് ഞാൻ കോളേജിൽ പോയത്, ഒരു എഴുത്തുകാരനായി മാറിയത്, രാഷ്ട്രീയത്തിൽ ഇടപെട്ടത്, കുടുംബപരമായ ബന്ധങ്ങൾ ഉണ്ടായിരുന്നത്, അങ്ങനെ പലതും. മറുവശത്ത്, കുട്ടിയായിരുന്നപ്പോൾ ഉപേക്ഷിച്ചുപോന്ന യഥാർത്ഥ ഭവനമാണ് ഇന്ത്യയെന്നും ഒരു സ്ഥലത്ത് വേരൂന്നിയ ആ ബോധം ഒരുപക്ഷേ, ഞാൻ വീണ്ടെടുക്കണമെന്നുമുള്ള ശക്തമായ തോന്നൽ ഉണ്ടായിരുന്നു. തിരിഞ്ഞുനോക്കുമ്പോൾ, വിഭജനം എന്നോട് മാത്രമല്ല ദശലക്ഷക്കണക്കിന് മറ്റുള്ളവരോടും ചെയ്തത് എനിക്ക് വ്യക്തിപരമായ തലത്തിൽ ഇല്ലാതെയാക്കാൻ കഴിയുമെന്ന സങ്കല്പം തീർച്ചയായും എന്നെ സംബന്ധിച്ചിടത്തോളം വൈകാരികമായിരുന്നു.

വിജയ്: ശരി, പക്ഷേ, അങ്ങയുടെ ജീവിതത്തിലെ മുപ്പത് വർഷമാണ് ഇന്ത്യയിൽ ചെലവഴിച്ചത്. ഞാൻ പറയുന്നത്, താങ്കൾ ഇന്ത്യയിലേക്ക് വരികയും ആറാഴ്ചയ്ക്കുശേഷം വിടുകയുമല്ല ചെയ്തത്; മുപ്പത് വർഷമാണ്, താങ്കളുടെ ജീവിതത്തിലെ ഏറ്റവും സൃഷ്ടിപരമായ ചില വർഷങ്ങൾ ഇന്ത്യയിലാണ് ചെലവഴിച്ചത്.

ഐജാസ്: ഓഹ്, ഞാൻ ഖേദം പ്രകടിപ്പിക്കുകയായിരുന്നില്ല.

ബൗദ്ധികമായി പറഞ്ഞാൽ അവ വളരെ സൃഷ്ടിപരമായ വർഷങ്ങൾ മാത്രമായിരുന്നില്ല. എന്റെ ആരോഗ്യം അനുവദിച്ചിടത്തോളം എന്റെ വ്യക്തി ജീവിതത്തിലും ഒപ്പം രാഷ്ട്രീയ ജീവിതത്തിലും വളരെ സഫലമായ വർഷങ്ങൾ കൂടിയായിരുന്നു. ഞാൻ വളരെ നിഷ്കളങ്കൻ കൂടിയായിരുന്നു. അധികാരത്തിൽ ആരാണിരിക്കുന്നതെങ്കിലും എനിക്കൊരിക്കലും എന്റെ പൗരത്വം വീണ്ടെടുക്കാനാകില്ലെന്ന ധാരണ എനിക്കില്ലായിരുന്നു, അല്ലെങ്കിൽ ആ വിസ തന്നെ ലഭിക്കുകയെന്നത് കൂടുതൽ ദുഷ്കരമാകുമെന്നും, അതുമല്ലെങ്കിൽ എനിക്ക് ഇവിടം വിടേണ്ടി വരികയും വീണ്ടും വേരറുക്കപ്പെട്ട് മറ്റൊരു അഭയസ്ഥലം തേടേണ്ടുന്ന സമയം കാലക്രമേണ വരുമെന്നും ഉള്ള ചിന്ത എന്റെ മനസ്സിലുണ്ടായിരുന്നില്ല. അതുകൊണ്ട്, ഉല്പാദനക്ഷമവും സഫലീകൃതവുമായിരുന്ന ആ വർഷങ്ങൾ ഒപ്പം തന്നെ വളരെ അനിശ്ചിതത്വം നിറഞ്ഞ നിലനില്പിന്റെ കൂടി വർഷങ്ങൾ ആയിരുന്നു.

വിജയ്: മറ്റൊരു വിധത്തിൽ പറഞ്ഞാൽ, ഒരു ബുദ്ധിജീവി എന്ന നിലയിലെ താങ്കളുടെ ബന്ധവും. കാരണം ബുദ്ധിജീവിയെക്കുറിച്ച് താങ്കൾക്കുള്ള ബോധ്യം അത്തരമൊരു ബന്ധം നിലനിർത്താൻ താങ്കളെ നിർബ്ബന്ധിതമാക്കിയിട്ടുണ്ടാകാം.

ഐജാസ്: അതെ. എനിക്ക് പൗരത്വത്തിന്റെ സുരക്ഷിതത്വം ഉണ്ടായിരുന്നെങ്കിൽ വളരെ വ്യത്യസ്തമായ കാര്യങ്ങൾക്കായി മുൻ കൈയെടുത്ത് ഒരു ബുദ്ധിജീവി എന്ന നിലയിൽ പോലും ഞാൻ വളരെ വ്യത്യസ്തമായ ജീവിതം നയിച്ചിരുന്നേനെ. വ്യത്യസ്തവും കൂടുതൽ ദൃഢവുമായ ബന്ധം ഞാൻ തിരഞ്ഞെടുത്തേനെ. കമ്യൂണിസ്റ്റ് പ്രസ്ഥാനവുമായുള്ള എന്റെ ബന്ധംപോലും മറ്റൊരു തരത്തിൽ ആകുമായിരുന്നിരിക്കാം. അതേസമയം, കമ്യൂണിസ്റ്റായിരിക്കുക എന്നത് എന്നെ സംബന്ധിച്ചിടത്തോളം ലോകത്ത് ജീവിക്കുവാനുള്ള ഒരു രീതിയാണ്. ഒപ്പം, സ്ഥാപനപരമായ ബന്ധം ലോകത്തിലെ ആ പ്രത്യേക തരം ജീവിതത്തിന്റെ ഒരു ആവിഷ്കാരം ആയിരിക്കാം. ആ അർത്ഥത്തിൽ, ഞാൻ സംസാരിക്കുകയായിരുന്ന അനിശ്ചിതത്വം ഈ ലോകത്തെ എന്റെ അസ്തിത്വത്തെയോ ലോകത്തെ അറിയുന്നതിനുള്ള എന്റെ മാർഗ്ഗങ്ങളെയോ അല്ലെങ്കിൽ അതിൽ എന്റെ ഇടത്തെക്കുറിച്ചുള്ള തിരിച്ചറിയലിനെയോ മൗലികമായി മാറ്റിമറിച്ചിട്ടില്ല.

വിജയ്: കൂടാതെ ആ ധൈഷണികനെ ആ ലോകം വിവിധ ഇടങ്ങളിൽ സ്വീകരിക്കുകയും ചെയ്യുന്നു.

ഐജാസ്: ഓഹ്, തീർച്ചയായും വ്യത്യസ്തമായ സ്ഥലങ്ങളിൽ. എന്നാൽ ഇന്ത്യയിൽ തന്നെ, അക്ഷരാർത്ഥത്തിൽ ഇടതുപക്ഷത്തിന്റെ മിക്കവാറും എല്ലാ വിഭാഗങ്ങൾക്കിടയിലും, ധൈഷണിക സാഹിത്യകാർക്കിടയിലും, സർവ്വകലാശാലകളിലും ഒക്കെ എനിക്ക് വലിയ സ്വീകരണം ലഭിച്ചിരുന്നു. ഒരു സംശയവുമില്ല. ലോകത്തെ മറ്റൊന്നിനുവേണ്ടിയും ഞാനത് ഒരു തരിമ്പുപോലും പകരം വെക്കില്ല. ഇത്രമാത്രം ആധികാരി

കമായ അധികാരത്തിലേക്കുള്ള ആർ എസ് എസിന്റെ വളർച്ച അവിടുത്തെ എന്റെ ജീവിതം തുടരുന്നത് അസാദ്ധ്യമാക്കി. അത്രമാത്രം.

വിജയ്: ആയിരിക്കാം. എന്നാൽ ആ പ്രസ്ഥാനം ഇപ്പോഴും താങ്കളെ അതിന്റെ ഭാഗമായി തന്നെ കാണുന്നുണ്ട്.

ഐജാസ്: തീർച്ചയായും ഉണ്ട്. അക്ഷരാർത്ഥത്തിൽ. എനിക്കതിൽ ആശ്ചര്യമില്ല. എന്നാൽ, എനിക്ക് അനവധ്യമായ ആഹ്ലാദത്തിന് വക നല്കുന്നൊരു വസ്തുതയാണത്.

വിജയ്: ഒരു വസ്തുതയായാണ് അങ്ങ് പറയുന്നത്.

ഐജാസ്: അത് സത്യമാണെന്നും ആ വസ്തുതയെ ഞാൻ അങ്ങേയറ്റം വിലമതിക്കുന്നുവെന്നുമാണ് ഞാൻ അർത്ഥമാക്കിയത്. പക്ഷേ, എല്ലാ മനുഷ്യ സാഹചര്യങ്ങളും ബലഹീനതകൾ കൂടി ഉൾപ്പെട്ടതാണെന്നാണ് ഞാൻ പറയുന്നത്. ഇവയെല്ലാം എന്റെ ബലഹീനതകളിൽ പെട്ടതാണ്. അത്രേയുള്ളൂ. ഈ ലോകത്ത് നിങ്ങൾക്ക് നല്കപ്പെട്ട സാഹചര്യങ്ങൾക്കകത്തുനിന്നാണ് നിങ്ങൾ ജീവിക്കുന്നത്. നിങ്ങൾ നിങ്ങളുടെ സ്വന്തം നിലനില്പിന്റെ സാഹചര്യങ്ങൾ സൃഷ്ടിക്കുന്നില്ല.

വിജയ്: ആ ദൗർബല്യങ്ങൾക്ക് ഒരു ബുദ്ധിജീവി എന്ന നിലയിലുള്ള താങ്കളുടെ ശേഷിയുടെയും പ്രവർത്തനങ്ങളുടെയും മേൽ നിശ്ചയമായും സ്വാധീനമുണ്ടായിരുന്നിരിക്കണം. താങ്കളുടെ ഇടപെടലുകൾ നിരീക്ഷിക്കുന്ന ഒരാളെ സംബന്ധിച്ചിടത്തോളം ഈ ബലഹീനതകൾ പ്രകടമേയല്ല. ഞാൻ പറഞ്ഞുവരുന്നത്, അത്രത്തോളം മൂർച്ചയേറിയതും വ്യക്തതയുള്ളതുമാണ് താങ്കളുടെ എഴുത്ത് എന്നാണ്. അങ്ങയുടെ സ്വന്തം ജീവിതത്തിൽ എന്തൊക്കെയാണ് ഉണ്ടായിരുന്നതെന്ന് ഞങ്ങൾക്ക് മനസ്സിലാവുകയേയില്ലായിരുന്നു. ഒരുപക്ഷേ, അതായിരിക്കാം ഏറ്റവും നല്ലത്.

ഐജാസ്: അതങ്ങനെ തന്നെ ആയിരിക്കണം.

www.ingramcontent.com/pod-product-compliance
Lightning Source LLC
LaVergne TN
LVHW090334051026
849518LV00005B/1958